भारतीय जलसंपदा

महाराष्ट्राच्या विशेष संदर्भासह

डॉ. एस. व्ही. ढमढेरे

डायमंड पब्लिकेशन्स

भारतीय जलसंपदा : महाराष्ट्राच्या विशेष संदर्भासह
डॉ. एस. व्ही. ढमढेरे

Bhartiya Jalsampada : Maharashtrachya Vishesh Sandarbhasah
Dr. S. V. Dhamdhere

प्रथम आवृत्ती : ऑगस्ट, २०१६

ISBN : 978-81-8483-699-8

मुखपृष्ठ
शाम भालेकर

अक्षरजुळणी
'अक्षरवेल', सी १८ प्लॉट नं. ५७२ दत्तवाडी, पुणे ३०

प्रकाशक
डायमंड पब्लिकेशन्स
२६४/३ शनिवार पेठ, ३०२ अनुग्रह अपार्टमेंट
ओंकारेश्वर मंदिराजवळ, पुणे-४११ ०३०
☎ ०२०-२४४५२३८७, २४४६६६४२
info@diamondbookspune.com

ऑनलाईन पुस्तक खरेदीसाठी भेट द्या
www.diamondbookspune.com

प्रमुख वितरक
डायमंड बुक डेपो
६६१ नारायण पेठ, अप्पा बळवंत चौक
पुणे-४११ ०३० ☎ ०२०-२४४८०६७७

मनोगत

देशातील एक चतुर्थांशपेक्षा अधिक लोकसंख्येला सध्या दुष्काळाचे चटके सहन करावे लागत आहेत. राजस्थान, मध्यप्रदेश, महाराष्ट्र, कर्नाटक, तेलगंण, उत्तर प्रदेश, छत्तीसगढ, झारखंड, ओडिशा, आंध्रप्रदेश इ. राज्यात २०१५-१६मध्ये दुष्काळाची दाहकता वाढली. महाराष्ट्रात तर १२ मे २०१६ रोजी शासनाने २९,६०० गावे दुष्काळी जाहीर केली. यावरून दुष्काळाची स्थिती किती मोठ्या प्रमाणात आहे हे दिसून येते. देशातील अकरा राज्यांत दुष्काळ असून २५६ जिल्ह्यातील ३३ कोटी लोकांना दुष्काळाच्या झळा बसल्या आहेत. महाराष्ट्रातील लातूर शहराला रेल्वेने पाणी आणण्याची वेळ आली; या सर्व पार्श्वभूमीवर पाण्याच्या व्यवस्थापनात आपण कमी आहोत का? याचा विचार करण्याची वेळ आली आहे. देशात सरासरी पर्जन्यमान १००० मि.मी. आहे तर महाराष्ट्रात ९२० मि.मी. आहे परंतु ते १३०० मि.मी. सध्या सांगितले जाते. यावरून देशात व महाराष्ट्रात पावसाचे प्रमाण चांगले आहे. 'पाणी व्यवस्थापन' हा सध्या अतिशय महत्त्वाचा विषय असून, याबाबत ठोस धोरणे शासनाने आखणे आवश्यक आहे. जलसाक्षरता, जलनियोजन, पाणी देण्याच्या पद्धती, पाण्याचा वापर इ. बाबत समाजप्रबोधन तसेच शासनाच्या भूमिका ठाम असणे आवश्यक आहे. हवामान बदल व पर्जन्यमान व वाढती लोकसंख्या पाहता पाण्याच्या नियोजनाकडे अतिशय काळजीपूर्वक लक्ष देणे आवश्यक आहे. पाणी प्रश्नाबाबत फार सतर्क राहणे आवश्यक बनले आहे.

'पाणी प्रश्न' हा आता सर्व समाजाचा बनला आहे. 'दुष्काळ पडो अथवा न पडो' येणाऱ्या काळात पाण्याचा प्रश्न ज्वलंत राहणार आहे. ग्रामसभेपासून ते जागतिक संस्थांपर्यंत तसेच स्थानिक पातळीपासून जागतिक पातळीपर्यंत पाण्याचा प्रश्न महत्त्वाचा विषय ठरला आहे. वास्तविक पाहता पाण्याचा प्रश्न सोडविण्यासाठी उपाययोजना करता येतात, हे गेल्या तीन दशकांत पथदर्शी प्रयोगांनी व चळवळींनी स्पष्ट केले आहे. तसेच इस्रायल सारख्या कमी पर्जन्य असणाऱ्या देशानेसुद्धा पाण्याचा प्रश्न सोडवून पिण्याचे पाणी व सिंचनाचे पाणी सर्व देशात उपलब्ध करून दिले आहे. आपल्यालासुद्धा आपल्या भौगोलिक स्थितीचा अभ्यास करून पाण्याचा प्रश्न सोडविता येऊ शकतो. सांडपाण्यावर प्रक्रिया करून पाण्याचा पुनर्वापर, ठिबक सिंचनावर भर, लहान-मोठे पाणीसाठे निर्मितीवर लक्ष

द्यावे लागणार आहे. पाण्याच्या थेंब अन् थेबांचा विचार करण्याची गरज निर्माण झाली आहे.

हे पुस्तक पाणी, सिंचन, पाणलोट, जलसंधारण, पर्यावरण याबाबत आस्था असणाऱ्या सर्वांसाठी आहे. जागतिक पाणी उपलब्धतेचे स्रोत तसेच भारतातील जलसंपदा तसेच पाण्याची उपलब्धता तसेच भारतातील पाण्याबाबतच्या समस्या व हवामान बदलाचे परिणाम इ. पाण्यासंदर्भातील मुद्द्यांची चर्चा पहिल्या प्रकरणात केलेली आहे.

भारतातील व महाराष्ट्रातील प्राचीन, मध्ययुगीन व आधुनिक सिंचन व्यवस्थेचा अभ्यास दुसऱ्या प्रकरणात केलेला आहे. तसेच भारत आणि महाराष्ट्राच्या पाणी पद्धतीचे मूल्यमापन केलेले आहे.

महाराष्ट्रातील भौगोलिक स्थिती, हवामान, पर्जन्य, नदीखोरे, पाण्याची उपलब्धता, भूजलसमस्या इ. वर तिसऱ्या प्रकरणात प्रकाश टाकलेला आहे.

पाणी उपलब्धतेसाठी सिंचन विषयक धोरण समित्यांचे अहवाल, शिफारशी यांचा अभ्यास केला आहे तसेच जलसंपदा विभागाच्या कामगिरीवर प्रकाश टाकला आहे. सिंचनाची दिशा, भूजल विकास, जलसाक्षरता, मोठी धरणे आणि पाणलोटक्षेत्र विकास यांचे फायदे व मर्यादा इ. चा अभ्यास केला आहे; त्यामुळे पुढील दिशा मिळते. सदरील विश्लेषण चवथ्या प्रकरणात केले आहे.

महाराष्ट्रातील पाण्याच्या संदर्भातील अभ्यास करताना दुष्काळी/अवर्षणाचा संपूर्ण आढावा घेऊन उपाययोजनांचा चिकित्सक अभ्यास पाचव्या प्रकरणात केलेला आहे.

सिंचनासाठी पाण्याची उपलब्धता आणि पिण्याचे पाणी या संदर्भात पाणलोटक्षेत्र विकास आणि जलसंधारणाला देशापातळीवर व महाराष्ट्रात विशेष महत्त्व देण्यात येत आहे. त्या दृष्टीने पाणलोटक्षेत्र विकास व जलसंधारणातील कार्यक्रमातील बदलांचा आढावा घेतलेला आहे तसेच पाणी उपलब्धतेचे पर्याय व जलयुक्त शिवार योजना इ. बाबतचा अभ्यासपूर्ण तपशील प्रकरण सहामध्ये दिलेला आहे.

पाणी व्यवस्थापन, पृष्ठभागीय सिंचन विकास व उपाय, भूजलविकास, पुनर्भरण, नद्याजोड प्रकल्प, समुद्राच्या पाण्याचा वापर, पाण्याबाबत विविध पर्याय व विचार आणि निष्कर्ष व उपाययोजना इ. बाबत सातव्या प्रकरणात ऊहापोह केलेला आहे. त्यामुळे अवर्षण/दुष्काळावर उपाययोजना करता येऊ शकेल. तसेच पाण्याचा प्रश्न सुटण्यास मदत होणार आहे. ९०% क्षेत्र सिंचनाखाली कसे येऊ शकेल याची दिशा मिळते. सदरील ग्रंथात जास्तीत जास्त पैलूंवर प्रकाश टाकण्याचा प्रयत्न केलेला आहे, हे सुज्ञ वाचकांच्या लक्षात येईलच. मनोगतात पुस्तकामागचा हेतू आणि कृती यांची दिशा समजण्यासाठी विवेचन केलेले आहे. 'दुष्काळमुक्त महाराष्ट्र' करण्याची कल्पना यामागे आहे आणि ती वास्तवात येणे शक्यसुद्धा आहे. त्या दृष्टीने प्रयत्न केलेले आहेत. पाणी उपलब्धतेचे सर्व

पर्याय उपलब्ध करून देण्याचा प्रयत्न केलेला आहे.

'महाराष्ट्रातील जलसंपदा' या पुस्तकाला वाचकांनी भरभरून प्रतिसाद दिला. तसेच या पुस्तकाचेसुद्धा आपण स्वागत कराल व पाण्यासंदर्भात विविध पर्यायांचा विचार कराल व आचरणात आणाल अशी अपेक्षा करतो.

सदरील पुस्तक लिहिण्यास प्रोत्साहन देणारे डायमंड पब्लिकेशन्सचे श्री. दत्तात्रेय पाष्टे साहेब यांच्यामुळेच हे पुस्तक पूर्णत्वास गेले. त्यामुळे त्यांना खूप धन्यवाद! तसेच सदरील विषया संदर्भातील महाराष्ट्र शासनाच्या विविध विभागांचे सहकार्य लाभले त्यांनाही धन्यवाद! तसेच अनेक मान्यवरांनीही सहकार्य केले डॉ. बी. डी. कुलकर्णी, डॉ. दि. मा. मोरे, अध्यक्ष महाराष्ट्र सिंचन सहयोग परिषद तसेच डॉ. माधवराव चितळे - जलतज्ज्ञ, या सर्व मान्यवरांचा उल्लेख करणे हे माझे कर्तव्य आहे तसेच माझ्या कुटुंबातील माझी पत्नी सौ. शुभांगी तसेच मुलगा चि. तन्मय यांनीही सहकार्य केले त्याबद्दल त्यांनाही धन्यवाद! प्रकाशन संस्थेतील सर्व कर्मचाऱ्यांनी केलेल्या मन:पूर्वक सहकार्याबद्दल या सर्वांचे आभार मानणे मी माझे कर्तव्य समजतो.

या ग्रंथ लेखनाबद्दल आपल्याकडून येणाऱ्या अभिप्रायांचे व विधायक सूचनांचे निश्चितच स्वागत केले जाईल. धन्यवाद!

- डॉ. एस. व्ही. ढमढेरे

अनुक्रम

प्रकरण १

जलउपलब्धता - भारत

१.१ : प्रास्ताविक

सुरुवातीस महाराष्ट्रात सन २०१५-१६मध्ये शासनाने १६१४० गावे दुष्काळी जाहीर केली. परंतु, १२ मे २०१६ रोजी शासनाने २९६०० गावे दुष्काळी जाहीर केली. विदर्भ, मराठवाड्यामध्ये दुष्काळाची तीव्रता अधिक आहे. राज्याला तसा दुष्काळ नवीन नाही परंतु दुष्काळावर मात करण्यासाठी करण्यात येणाऱ्या कायमस्वरूपी उपाययोजना दिसून येत नाही. ज्या काही उपाययोजना आपण करतो, त्या पडणाऱ्या दुष्काळात उघड्यावर येतात आणि पुन्हा नवीन काहीतरी करण्यास आपण तयार होतो. हा नेहमीचाच अनुभव आपण १९७२-७३च्या दुष्काळानंतर अनुभवत आहोत. चांगला पाऊस झाल्यानंतर आपल्याला पाण्याची टंचाई, दुष्काळ हे विस्मरणात जाते. असे एकूण आपल्याकडील अवर्षण, दुष्काळ, पाण्याची टंचाई इ. बाबत दिसून येते. पाण्याच्या उपलब्धतेबाबत आपण ठोस असे धोरण व नियोजन करण्याबाबत सतत चर्चासत्रे, अभ्यासगट,

संशोधनात्मक प्रयोग यांचाही आधार घेत आहोत, मात्र ही समस्या अजूनही सुटू शकत नाही हे आपणा सर्वांचे दुर्दैव आहे, असे म्हणावे लागेल. त्यातच वातावरणातील बदल त्यामुळे त्याचा पर्जन्यावर होणारा परिणाम हीसुद्धा नवीन समस्या सध्या आपण अनुभवतो आहोत. पृथ्वीच्या तापमानातील बदल ही सर्व देशांना सोडवावी लागणारी अशी समस्या आहे. मात्र, आपल्याला कार्बनचे प्रमाण कमी करण्यासाठी काय करता येईल, हे आपल्या परीने करणे आवश्यक आहे.

पाण्याचा विचार करता, पृथ्वीवरील जीवनासाठी 'पाणी' हा एक अत्यंत महत्त्वाचा असा मौल्यवान स्रोत आहे. ते एक जीवन आहे. पाण्याच्या उपलब्धतेवर मानवाचा विकास अवलंबून आहे. निसर्गाकडून मिळालेल्या विनामूल्य पाण्याचे संवर्धन, संकलन, उपयोग हे पूर्णत: मानवाच्या हातात आहे. पाणी मानवाच्या विकासासाठी शेती, उद्योग इ. साठी महत्त्वपूर्ण भूमिका बजावते. परंतु, अलीकडच्या काळात भारताबरोबरच जगात पाण्याच्या उपलब्धतेविषयी गांभीर्याने विचार करण्याची वेळ आलेली आहे. भारताच्या बाबतीत असे दिसून येते की, जगात वार्षिक सरासरी पर्जन्याबाबत भारताचा दुसरा क्रमांक आहे. परंतु, भारताची प्रचंड वाढणारी लोकसंख्या यामुळे पाण्याची दरडोई उपलब्धता कमी होताना दिसून येते. पाण्याची उपलब्धता ही भारतासारख्या शेतीप्रधान देशाला महत्त्वाची बाब मानावी लागते. किंबहुना, ती महत्त्वाची बाब आहेच. पृथ्वीवरील पाण्याचा स्रोत त्या दृष्टीने महत्त्वाचा असून पाण्याची उपलब्धता पुढीलप्रमाणे दिसून येते.

१.२ : जगातील पाणी उपलब्धतेचे स्रोत

पृथ्वीवरील पाणी हे समुद्र, तलाव, सरोवरे, भूपृष्ठ, भूगर्भ, बर्फ, बाष्प इ. स्वरूपात प्राप्त होते. पृथ्वीवरील १.४१ अब्ज घन किलोमीटर एवढ्या मोठ्या साठ्यापैकी ९८% पाणी क्षारयुक्त आहे; तर २% पाण्यापैकी ८७% पाणी बर्फाच्या स्वरूपात उपलब्ध आहे; तर गोड्या पाण्याचे वितरण अतिशय विषम स्वरूपात दिसून येते. पुढील तक्त्यात पृथ्वीवरील पाण्याचे वितरण दर्शविलेले आहे.

तक्ता क्र. १.१ : पृथ्वीवरील पाण्याचे वितरण

क्र.	स्रोत	शेकडा प्रमाण
१)	समुद्र / सागरजल	९७.२%
२)	बर्फाच्या स्वरूपात	०२.०%
३)	भूगर्भजल	००.६२%
४)	वापरातील तलाव	००.००९%
५)	समुद्रातील बर्फ आणि खारे तलाव	००.८००%
६)	बाष्पाच्या स्वरूपात	००.००१%
७)	नदी	००.०००१%
	एकूण	१००%

पृथ्वीवरील ९७.२% पाणी सागरजल असून, ते खारट आहे. २% पाणी दोन्ही ध्रुवाच्या प्रदेशात बर्फाच्या स्वरूपात आहे; तर उपयुक्त गोडे पाणी फक्त ०.७% ते ०.८% एवढेच आहे (म्हणजे १%). यावरून गोडे पाणी हे मर्यादित आहे. पाण्याची उपलब्धता आणि लोकसंख्या यांचा विचार केला तर पाण्याची तीव्र समस्या दिसून येते. माणसाच्या हस्तक्षेपामुळे पाण्याचे प्रदूषण विविध प्रकारे वाढत आहे. सध्या पाण्याच्या प्रदूषणाची समस्या ही स्थानिक पातळीवरून जागतिक पातळीपर्यंत दिवसेंदिवस वाढताना दिसून येते. पृथ्वीचे एकूण क्षेत्रफळ ५१० दशलक्ष चौरस किलोमीटर आहे. ७१% भाग पाण्याने व्यापला असला तरी ९७.२% पाणी (समुद्राचे खारट) मानवाच्या उपभोगासाठी उपयुक्त नाही. गोठलेल्या बर्फाच्या स्वरूपात पाणी २% उपलब्ध आहे. या पाण्याचा उपयोग करता येऊ शकेल का? याचा विचार होणे आवश्यक आहे.

१.३ : जगातील उत्पन्न गटानुसार पाण्याचा वापर

जगातील अल्प उत्पन्न गट (निम्न गट), मध्यम उत्पन्न गट आणि उच्च उत्पन्न गटाप्रमाणे पाण्याचा विनियोग पुढीलप्रमाणे होताना दिसून येतो.

तक्ता क्र. १.२ : जगातील पाण्याचा वापर

उत्पन्न	दरडोई वार्षिक समूह (घनमीटर)	पाण्याचा वापर (टक्के)		
		कौटुंबिक	उद्योग	कृषी
निम्न गट	३८६	४	५	११
मध्यम गट	४५३	१३	१८	६९
उच्च गट	११६७	१४	४७	३९

(Source - Academic Research, Dr. Sanjay Patil, Deopur Dhule ISSN 2230 - 7796 October-November 2014, P. 134)

उच्च उत्पन्न गटातून विविध कारणांनी दरडोई वार्षिक पाणी वापर सर्वाधिक (११६७ घन मीटर) आहे. त्या तुलनेत अल्प आणि मध्यम गटातील वार्षिक दरडोई वापर कमी असल्याचे दिसून येते. कौटुंबिक कारणासाठी उच्च उत्पन्न गटाकडून सर्वाधिक पाणी वापर होत आहे तसेच याच गटाकडून उद्योगधंद्यांसाठी पाणी अधिक वापरले जाते. मात्र, निम्न उत्पन्न गटाकडून कौटुंबिक कारणासाठी फक्त ४% पाणी वापरले जाते; तर कृषी क्षेत्रासाठी अधिक पाणी वापरले जाते.

१.४ : भारतातील भौगोलिक/नैसर्गिक साधनसामग्री

भारताचे एकूण भौगोलिक क्षेत्रफळ अंदाजे ३२९ द.ल. हेक्टर आहे. त्यांपैकी मोजणी केलेले क्षेत्रफळ ३०५ द.ल. हेक्टर आहे. एकूण नापीक जमिनीचे क्षेत्र १४% अथवा ४३ द.ल. हेक्टर आहे. जंगलाखालील जमीन २२% अथवा ६९ द.ल. हेक्टर आहे. चराऊ जमीन जेथे शेती केली जात नाही अशी ३% अथवा १० द.ल. हेक्टर आहे. मशागतीस योग्य पडीत क्षेत्र ४% अथवा १३ द.ल. हेक्टर आहे. लागवडीखालील जमीन ४५% अथवा १४० द.ल. हेक्टर आहे. दुहेरी पिकाखालील क्षेत्र १७% अथवा ५४ द.ल. हेक्टर आहे. म्हणजे एकूण पिकाखालील क्षेत्र ६३% अथवा १९४ द.ल. हेक्टर आहे.

१.५ : भारतातील जलसंपदा

भारताचे सरासरी पर्जन्यमान ११०० मि.मी. आहे. भारताची भूपृष्ठीय जलसंपदा १८६९ घन कि.मी. (km^3) इतकी आहे. भौगोलिक मर्यादा व खोरे निहाय जलसंपदेतील तफावतीमुळे प्रत्यक्ष ११२३ घन कि.मी. (km^3) इतकी जलसंपदा वापरण्याजोगी आहे.

त्यामध्ये ६९० घन कि.मी. (km^3) भूपृष्ठीय तर ४३३ घन कि.मी. भूगर्भीय आहे.

भारतात एकूण २० नद्यांना खोरी आहेत. या सर्व नदीखोऱ्यांना ७ मोठ्या नद्या व त्यांच्या उपनद्यांचे पाणी मिळते. १३ मोठ्या खोऱ्यात पाणलोट क्षेत्र २.६ $\times$ १०^{६} घन कि.मी. (km^3) इतके आहे. नदीखोऱ्यातील पाण्याच्या उपलब्धतेतही बरीच तफावत आहे. १४ नदीखोऱ्यात पाणी तणावाची स्थिती येऊन ठेपली आहे. त्यातील १० खोऱ्यात सध्या तणावाची स्थिती जाणवत आहे. ब्रह्मपुत्रा-बराक खोऱ्यांमध्ये पाण्याची उपलब्धता ११७८२ घन मीटर (m^3) वर्ष दरडोई अशी आहे तर साबरमती व पेन्नार-कन्याकुमारी येथे ती २६० घन मीटर इतकी कमी आहे. नदीखोऱ्यातील पाण्याची उपलब्धता पावसावर अवलंबून आहे. पश्चिम राजस्थानमध्ये पाऊस १०० मि.मी. इतका तर चेरापुंजी आणि मेघालयात ११००० मि.मी. इतका पाऊस पडतो. त्यामुळे खोरे निहाय पाण्याच्या उपलब्धतेत फरक दिसून येतो.

भारतातील उपलब्ध भूपृष्ठीय जलसंपदेतील २२१ घन कि.मी. (km^3) एवढे पाणी मोठ्या आणि मध्यम प्रकल्पातील जीवित साठ्यात साठविले जाऊ शकते. याशिवाय भविष्यात आणखी १९१ घन कि.मी.ची क्षमता निर्माण होऊ शकते. कृष्णा खोऱ्यातील प्रकल्पांची साठवण क्षमता ४१.८ घन कि.मी. (km^3) एवढी आहे. त्यानंतर गोदावरी खोऱ्यातील प्रकल्पांची साठवण क्षमता ४५.१२ घन कि.मी. इतकी आहे. तर नर्मदा खोऱ्याची १६.९८ घन कि.मी. इतकी आहे. याशिवाय भूजल पुनर्भरण, लघु प्रकल्प, शेततळी, तलाव इ. मार्गाने पाणी साठवून त्याचा वापर करण्यावर भर दिला जात आहे.

कृष्णेचे पाणी १९५०-६० या काळात ५७.२२ घन कि.मी. (km^3) एवढे पाणी समुद्राला जाऊन मिळत होते, ते १९९५-२००५ या कालावधीत फक्त २४.९४ घन कि.मी. इतके पाणी समुद्राला वाहत जाऊन मिळते होते; तसेच लुनी, नर्मदा, ब्राह्मणी व वैताणी यासारख्या कच्छ आणि सौराष्ट्रातील पश्चिमेकडे वाहणाऱ्या नद्यांची साठवण क्षमता ही उपलब्धतेच्या ५०% पेक्षा जास्त आहे. त्यामुळे समुद्राकडे जाणाऱ्या पाण्यात कमालीची घट झाल्याचे दिसून येते; तर ब्रह्मपुत्रा व बराक यांची साठवण क्षमता बरीच कमी आहे. म्हणजे फक्त ९% एवढीच आहे.

नियोजित साठवण क्षमतेचा विचार केल्यास दक्षिणेकडील नद्यांमध्ये पाण्याची कमतरता दिसून येते. नदीतील नैसर्गिक प्रवाह ७०% कमी झाला आहे.

भूजल संपदा

भारतातील स्थिर (Static) भूजल हे १०८१२ घन कि.मी. (km^3) एवढे आहे तर चल (Dynamic) भूजल ४३३ घन कि.मी. (km^3) एवढे आहे. स्थिर साठा जास्त असला तरी तो आणीबाणीच्या स्थितीतच वापरला पाहिजे कारण त्याचे पुनर्भरण होऊ

शकत नाही. सध्या चलस्रोत वापरण्याला परवानगी आहे. चलस्रोत गाळाच्या जमिनीमध्ये ४५० मीटर खोलवर असतो तर खडकाळ जमिनीत २०० मीटरवर तो निर्माण होत असतो. चलस्रोताचे पुनर्भरण पावसाने होत असते.

देशात दरवर्षी २३१ घन कि.मी. (km^3) पाण्याचा उपसा भूगर्भातून होतो. जमिनीत उपलब्ध असलेल्या पाण्यातून जवळपास ६०% पाणी दरवर्षी उपसले जाते.

उपसलेल्या पाण्यापैकी ९२% पाणी सिंचनासाठी (शेतीसाठी) वापरले जाते. भूजलाचा मोठ्या प्रमाणात वापर होत असल्याने किनारपट्टीवरील प्रदेशात समुद्राचे पाणी भूजलात मिश्रित होऊन पाण्यातील क्षारांचे प्रमाण वाढून भूजलाचे प्रदूषण वाढत आहे. भारतात भूजलाच्या दोन समस्या आहेत - १) पूर्व भारतात उत्तरप्रदेश, आसाम, बिहार, ओडिशा या प्रदेशात कमी प्रमाणात उपसा होतो तेथे उपसा साठविण्याचा प्रयत्न करणे. २) ज्या प्रदेशात उपसा जास्त आहे तेथे उपसा नियंत्रणात आणणे.

केंद्रीय भूजल मंडळाच्या अंदाजानुसार पर्जन्यजल लाभातून आणि कृत्रिम पुनर्भरणातून भूजलात लक्षणीय वाढ होऊ शकते परंतु त्यासाठी पुनर्भरण योजना मोठ्या प्रमाणात राबविणे आवश्यक आहे. तसचे आंतरराज्यीय नदी खोऱ्या अंतर्गत पाण्याची देवाणघेवाण झाल्यास उपलब्ध पाण्याचा वापर २२० घन कि.मी. (km^3) वाढू शकतो.

जलसिंचनाचे स्रोत :

जलसिंचनाच्या विविध स्रोतांद्वारे शेतीला पाणी पुरवठा होतो.

१) विहिरी व कूपनलिका : सध्या भारतात सर्वाधिक क्षेत्र विहिरी व कूपनलिकेच्या पाण्याने भिजते. १९५०-५१मध्ये ६ दशलक्ष हेक्टर जमीन विहिरींद्वारे भिजत होती, ती २००९-१०मध्ये ३९.०३ दशलक्ष हेक्टरपर्यंत वाढली. सध्या एकूण ओलिताखालील क्षेत्रांपैकी ६२% क्षेत्र विहिरीद्वारे व कूपनलिकेद्वारे भिजते. भारतात जवळपास ७ दशलक्ष विहिरी आहेत. महाराष्ट्र, उत्तरप्रदेश, बंगाल, बिहार, पंजाब, तमिळनाडू या राज्यात विहिरींची संख्या जास्त आहे.

२) कूपनलिका : भूगर्भातील पाणी खोल असलेल्या ठिकाणी कूपनलिका फायद्याची ठरते. साधारणपणे ५० ते ५००-६०० फूट खोलीपर्यंत कूपनलिका घेतल्या जातात. १९५०-५१ ते २००५-०६पर्यंत कूपनलिकांची संख्या २५०० वरून ९.३० लाखपर्यंत वाढली आहे. विहिरीद्वारे भिजणाऱ्या एकूण क्षेत्रांपैकी ३३% क्षेत्र कूपनलिकांनी भिजते.

३) तलाव : विहिरी अथवा कालवे काढता येत नाहीत अशा क्षेत्रात तलावाद्वारे पाणी पुरवठा करण्यात येतो. बरेच तलाव उंचावर असल्याने त्यातील पाणी पाटाद्वारे सहजतेने शेतीपर्यंत पोहोचविता येते. १९५०-५१मध्ये ३.६ दशलक्ष हेक्टर जमिनीला

तलावाद्वारे पाणी पुरवठा होत होता. तो आता १.६४ दशलक्ष हेक्टरपर्यंत केला जातो. पश्चिम बंगाल, पंजाब, हरियाना, हिमाचल प्रदेश इ. राज्यात तलावांची संख्या अधिक आहे.

४) कालवे : भारतात धरणांची संख्या ४३०० आहे. सध्या शेतीला पाणी पुरवठा करण्याच्या दृष्टीने कालव्यांना फार महत्त्व प्राप्त झाले आहे. १९५१मध्ये भारतातील ८.३ दशलक्ष हेक्टर जमीन कालव्यांद्वारे ओलिताखाली होती. ती २००९-१०मध्ये १६.७ दशलक्ष हेक्टर इतकी वाढली.

५) इतर स्रोत : जलसिंचनाच्या इतर स्रोतात मोठे सिंचन प्रकल्प, मध्यम आणि लघुसिंचन प्रकल्प इ. चा समावेश होतो. १९७८-७९ पासून नियोजन मंडळाने सिंचनाबाबत वर्गीकरण केले आहे. ते म्हणजे - अ) मोठ्या सिंचन योजना - १०,००० हेक्टर पेक्षा अधिक सिंचनक्षमता असलेल्या प्रकल्पांना 'मोठ्या सिंचन योजना' म्हणतात. ब) मध्यम सिंचन योजना - २००० ते १०,००० हेक्टरपर्यंत सिंचनक्षमता असलेल्या प्रकल्पांना 'मध्यम सिंचन योजना' म्हटले जाते. क) लघुसिंचन योजना - २००० हेक्टर पेक्षा कमी सिंचनक्षेत्र असणाऱ्या प्रकल्पांना 'लघु सिंचन योजना' म्हटले जाते. १९५०-५१मध्ये इतर स्रोतांद्वारे ३ दशलक्ष हेक्टर क्षेत्र सिंचनाखाली होते, ते २००९-१०मध्ये ५.८८ दशलक्ष हेक्टर झाले.

थोडक्यात, सध्या एकूण ओलिताखालील क्षेत्रांपैकी ६२% क्षेत्र विहिरींद्वारे व कूपनलिकाद्वारे भिजते. तलावांद्वारे तीन टक्के भिजते. कालव्यांद्वारे २६% भिजते; तर इतर स्रोतांद्वारे ९% भिजते.

सिंचनक्षेत्राचा विस्तार :

भारतात सिंचनक्षेत्राचा विस्तार १९५०-५१ पासून आत्तापर्यंत पुढील तक्त्यावरून लक्षात येतो.

तक्ता क्र. १.३ : भारतातील सिंचनक्षेत्र (दशलक्ष हेक्टर)

वर्ष	निव्वळ सिंचन क्षेत्र	स्थूल सिंचन क्षेत्र	एकूण पिकाखालील क्षेत्र	स्थूल सिंचनाचे एकूण पिकाखालील क्षेत्राशी प्रमाण
१९५० - ५१	२१	२३	१९३	१७
१९९० - ९१	४८	६२	१८६	३४
२००० - ०१	५५	७६	१८६	४०
२००७ - ०८	६२	८७	१९५	४४.६
२०१२ - १३	-	९२.५	१९४	४७.६

(Source - Agricultural Statistics at a Glance 2012 and Economic Survey of Maharashtra 2015-16)

वरील तक्त्यावरून दिसून येते की - १) निव्वळ सिंचनक्षेत्रात मोठ्या प्रमाणात वाढ झालेली आहे. १९५१मध्ये २१ दशलक्ष हेक्टर वरून २००७-०८पर्यंत ६२ दशलक्ष हेक्टरपर्यंत वाढले. म्हणजेच २९५% पेक्षा जास्त वाढलेले आहे.

२) तसेच स्थूल सिंचनक्षेत्रातसुद्धा मोठी वाढ झालेली आहे. १९५०-५१मध्ये २३ दशलक्ष हेक्टर क्षेत्र होते, ते २००७-०८पर्यंत ८७ दशलक्ष हेक्टरपर्यंत वाढले म्हणजे ही वाढ ३७८% पेक्षा अधिक झालेली आहे, तर २०१२-१३मध्ये ९२.५ दशलक्ष हेक्टरपर्यंत क्षेत्र वाढले.

३) एकूण पिकाखालील क्षेत्र १९५०-५१मध्ये १९३ दशलक्ष हेक्टर होते, ते २०१२ - १३ पर्यंत १९४ दशलक्ष हेक्टरपर्यंत वाढले. स्थूल सिंचनक्षेत्राचे एकूण पिकाखालील क्षेत्राशी असणारे प्रमाण १९५०-५१ ते २०११-१२ या काळात १७ टक्क्यांवरून ४६.९%पर्यंत वाढले आहे.

४) दुबारक्षेत्रात वाढ झालेली दिसून येते. एकापेक्षा अधिक लागवड केलेले क्षेत्र वाढलेले आहे. १९५०-५१ ते २००७-०८ या काळात २ दशलक्ष हेक्टरवरून २५ दशलक्ष हेक्टरपर्यंत वाढले म्हणजे ही वाढ ८% वरून ४०%पर्यंत झाली. ही बाब चांगली आहे कारण वर्षात एकापेक्षा अधिक वेळा लागवड होणाऱ्या क्षेत्रातील वाढ एकूण लागवडी खालील क्षेत्रातील वाढ दर्शविते.

१.६ : पावसाचे प्रमाण व दुष्काळ

२००५मध्ये केंद्र सरकारने 'सुधारित टंचाई मार्गदर्शिका' प्रसिद्ध केली आहे. महाराष्ट्राने 'Femine' अथवा 'दुष्काळ' हा शब्द कायद्यातून वगळला. त्याऐवजी 'टंचाई' हा शब्द वापरायला सुरुवात केली. त्याच आधारावर ही 'सुधारित टंचाई मार्गदर्शिका' प्रसिद्ध केली; त्यानुसार गेल्या १००-१२५ वर्षांच्या पावसाच्या उपलब्ध आकडेवारी नुसार पुढील तत्त्वे निश्चित केली.

तक्ता क्र. १.४ : पावसाचे प्रमाण आणि दुष्काळ

क्र.	पावसाची टक्केवारी	दुष्काळी स्थिती
१)	२५% पेक्षा अधिक ते २५% पेक्षा कमी पाऊस	दुष्काळ नाही
२)	७५% ते ५०% कमी पाऊस	टंचाईग्रस्त
३)	५०% ते ७५% कमी पाऊस	दुष्काळ
४)	७५% पेक्षा कमी पाऊस	अतितीव्र दुष्काळ

तरोच दुसरा नियम म्हणजे, दोनदा पेरणी करूनही शेतात उगवण झाली नाही व तिसऱ्यांदा पेरणी करावयाची वेळ आली तर त्याला 'दुष्काळ' म्हणावे.

तक्ता क्र.१.५ : पर्जन्यमान व दुष्काळ प्रकार

क्र.	पर्जन्यमान	दुष्काळाचा प्रकार
१.	७५० मि.मी. किंवा त्यापेक्षा कमी पाऊस	टंचाईग्रस्त विभाग
२.	५०० मि.मी. किंवा त्यापेक्षा कमी पाऊस	दुष्काळग्रस्त विभाग
३.	२५० मि.मी. किंवा त्यापेक्षा कमी पाऊस	अतितीव्र दुष्काळी विभाग

महाराष्ट्राचा विचार करता औरंगाबाद, नांदेड, पुणे, परभणी (असे १२ जिल्हे अंशत:) हे जिल्हे कायमच दुष्काळाच्या छायेत दिसून येतात.

शेती व सिंचनावरील खर्च पहिल्या योजनेत (१९५१) एकूण योजना खर्चाशी ३१% एवढा होता, तो अकराव्या योजनेत १८.५%पर्यंत कमी झाल्याचे दिसून येते. म्हणजेच योजना खर्चात शेती व सिंचनावरील खर्चात वाढ करणे आवश्यक आहे. देशात व महाराष्ट्रात शेतकऱ्यांच्या होणाऱ्या आत्महत्या याचा विचार करता सिंचनक्षेत्रात वाढ करणे आवश्यक आहे. त्यासाठी योजनाखर्चात वाढ करणे आवश्यक आहे.

१.७ : भारतातील पाण्याची उपलब्धता

भारतात दोन स्रोतांद्वारे पाणी उपलब्ध होते.

१) भूपृष्ठावरील पाणी (पाऊस आणि नद्या)

२) भूगर्भातील पाणी (भूपृष्ठावरील पाणी जमिनीत मुरून)

भारतात नद्या, तलाव, विहिरी, कॅनॉल इ. हे पाण्याचे मुख्य स्रोत आहेत. भारताचा पाण्याच्या साधनसामग्रीत जगात सहावा क्रमांक आहे. भूगर्भ पाण्याच्या उपलब्धतेत जगात पाचवा क्रमांक आहे; तर अशिया खंडात दुसरा क्रमांक आहे. भारतात ४००० अब्ज घन मीटर पाणी नैसर्गिक स्रोतांपासून उपलब्ध होते.

तक्त क्र. १.६ : भारतातील पाणी उपलब्धतेचे स्रोत

क्र.	तपशील	युनिट (BCM) अब्ज घन मीटर	टक्के
१)	एकूण उपलब्धता (बर्फ आणि पाणी)	४०००	१००
२)	हंगामातील पाऊस	३०००	७५
३)	एकूण पाण्याची उपलब्धता	१८६९	४६.७
४)	एकूण वार्षिक उपयोगात आणणारे पाणी	११२३	२८.१
५)	भूपृष्ठावरील पाणी	६९०	१७.३
६)	भूगर्भातील पाणी	४३३	१०.८
७)	सध्याचा वापर	६३४	१६ (अंदाजे)

(Source - National Commission for Integrated Water Resources Development)

तक्त क्र. १.७ : वेगवेगळ्या क्षेत्रासाठी पाण्याची मागणी (अब्ज घन मीटर)

क्षेत्र	२०१०	२०२५	२०५०
सिंचन	६८८ (४.२२)	९१० (३.२६)	१०७२ (७४.०८)
पिण्याचे पाणी	५६ (६.८९)	७३ (६.६८)	१०२ (७.०५)
उद्योग	१२ (१.४८)	२३ (२.१०)	६३ (४.३५)
ऊर्जा	५ (०.६२)	१५ (१.३७)	१३० (८.९८)
इतर	५२ (६.४०)	७२ (६.५९)	८० (५.५३)
एकूण	८१३	१०९३	१४४७

असे दिसून येते की, देशात ११२३ अब्ज घन मीटर पाणी वापरासाठी उपलब्ध आहे. त्यातून भूगर्भातील पाणी ४३३ अब्ज घन मीटर उपलब्ध होते. पाण्याची उपलब्धता तक्ता १.३मध्ये दिलेली आहे. तसेच तक्त १.४मध्ये पाण्याची मागणी दर्शविलेली आहे. २०१०मध्ये ८१३ अब्ज घन मीटर वरून २०५०पर्यंत १४४७ अब्ज घन मीटरपर्यंत पाण्याला मागणी वाढणार आहे. त्यामुळे पाण्याचे नियोजन तसेच पाणी उपलब्धतेबाबत वेगळा विचार करावा लागेल. पाण्याची उपलब्धता वाढवावी लागेल. भारतात २००१मध्ये दरडोई पाण्याची उपलब्धता १८२० घन मीटर एवढी होती. ती २००७मध्ये १२५० घन मीटर एवढी झाली. ती २०५०पर्यंत ११४० घन मीटरपर्यंत कमी होईल. (जागतिक दरडोई पाण्याची उपलब्धता ४३०० घन मीटर आहे.) थोडक्यात पाण्याची समस्या दिवसेंदिवस गंभीर स्वरूप धारण करू लागली आहे.

तक्त १.८ : महाराष्ट्रातील पाण्याची सद्य:स्थिती (२०१२-१३)

क्र.	घटक	पाणी
१)	सरासरी पाणी उपलब्धता	५७८२ टी.एम.सी.
२)	प्रत्यक्षात वापरास उपलब्ध पाणी	४४४७ टी.एम.सी.
३)	कोकण विभागातील	२४४३ टी.एम.सी.
४)	कोकणेतर विभाग	२००४ टी.एम.सी.

(अर्थसंवाद - ऑक्टोबर ते डिसेंबर २०१४ पृ. ३०१ मराठी अर्थशास्त्र परिषदेचे त्रैमासिक)

महाराष्ट्रात उपलब्ध पाण्यापैकी कोकण विभागात ५५% पाणी वापरासाठी उपलब्ध होते. तर कोकणेतर भागात ४५% पाणी वापरण्यासाठी उपलब्ध होत आहे. महाराष्ट्रात पाणी वाटपात विषमता दिसून येते. त्यामुळे पाण्याचा प्रश्न अधिकच उग्ररूप धारण करू लागलेला आहे. राज्यात साधारणपणे १३३५ टी.एम.सी. पाणी वाया जात असल्याचे दिसून येते.

(टीप - महाराष्ट्रातील जलसंपदेविषयी अधिक माहिती पुढील प्रकरणात दिलेली आहे.) कोकण विभागातील पाणी कोकणेतर विभागात आणण्यासाठी विविध उपाय-योजनांद्वारे पाणी ओळवले पाहिजे त्यामुळे समुद्राला वाया जाणारे पाणी आपण वाचवू शकू व पाण्याचा वापर वाढला जाईल.

तक्ता क्र. १.९ : सुधारित पद्धतीने पाणी बचत

पिकाचे नाव	उत्पादनात वाढ (टक्के)	पाण्याची बचत (टक्के)
मिरची	४४	६२
कापूस	२७	५३
ऊस	३३	६५
केळी	५२	४५
द्राक्ष	२३	४८
डाळिंब	९८	४५
मोसंबी	५०	६१

(अर्थसंवाद - मराठी अर्थशास्त्र परिषद जानेवारी-मार्च २०१२ पृ. ३२७)

पाणी देण्याच्या पद्धतीत बदल केल्यास पाण्याची बचत होते म्हणजे पाण्याची निर्मितीच होत आहे. सुधारित पद्धतीने उदा. ठिबक, तुषार, डिफ्युजर, सेडनेट, प्लास्टिकचे कागद अंथरून पीक घेणे इ. अशा अनेक पद्धतींचा वापर केल्यास पाण्याची बचत होते. परंपरागत पद्धतींऐवजी सुधारित पद्धतीने पाणी दिल्यास कितीतरी पाणी वाचू शकते, हे वरील तक्त्यावरून दिसून येते.

१.८ : भारतातील पाण्याबाबतचा धोका/समस्या

भारतात पाण्याच्या वाढत्या समस्यांमुळे पाण्याचे व्यवस्थापन करताना एक आव्हान निर्माण झाले आहे. वाढती लोकसंख्या, वाढते नागरीकरण आणि जलद वाढणारे

औद्योगिकीकरण, त्याबरोबरच शेतीचे उत्पादन वाढविण्याची गरज त्यामुळे पाण्याचे दावेदार वाढलेले आहेत. त्यामुळे देशातील पाण्याबाबतचे धोके/समस्या निर्माण होत आहेत. पाण्याचे धोके/समस्या पुढीलप्रमाणे -

१) कोणत्याही शहरात २४ तास पाण्याची उपलब्धता करून देणे.

२) ग्रामीण भागात पिण्याचे शुद्ध पाणी उपलब्धतेसाठी कार्यक्रम राबविण्यातील दिरंगाई त्यामुळे अनेक प्रकल्प पुढे ढकलले गेले. तसेच पिण्याच्या पाण्यावर आरोग्य अवलंबून असते. मात्र, शुद्ध पाण्याच्या अभावामुळे आरोग्यावर परिणाम होत आहे.

३) काही भागात भूजलपातळी घटली आहे त्यामुळे शेतकऱ्यांचा विहिरी खोदाईचा खर्च वाढलेला आहे.

४) काही मोठ्या आणि मध्यम सिंचन प्रकल्पांचा खर्च मोठ्या प्रमाणात वाढलेला आहे. तो वेळेत पूर्ण होत नसल्याने प्रकल्पांचा खर्च वाढत चाललेला आहे.

५) काही जुन्या योजना देखभाल, दुरुस्तीअभावी मोडकळीस येत आहेत.

६) एकूण सिंचनक्षेत्र म्हणावे तसे वाढत नाही मात्र सिंचनावर खूप मोठी गुंतवणूक होत आहे.

७) सिंचनाची मूलभूत क्षमता आणि सिंचनाचे प्रत्यक्षातील क्षेत्र यात खूप मोठी तफावत आहे. त्यामुळे कृषीक्षेत्रातील उत्पादन वाढविणे अवघड बाब ठरत आहे.

८) देशातील काही भागात पूर आणि अवर्षण/दुष्काळ ही नियमित आणि सतत निर्माण होणारी समस्या दिसून येते.

९) पुरामुळे शहरी विकासावर व शेतीवर प्रतिकूल परिणाम होतो.

१०) आपल्या नद्यांचा आणि तळ्यातील पाण्याचा दर्जा असमाधानकारक आहे. नद्यांचे स्वरूप गटाराप्रमाणे होताना दिसून येते. काही भागातील नद्यांचे पाणी अंघोळीसाठी तसेच पिण्यासाठी योग्य नाही. शहरातील सांडपाणी काही नद्यांमध्ये सोडलेले दिसून येते.

११) उद्योगातील प्रक्रिया न केलेले पाणी जमिनीत मुरून त्याचा भूगर्भातील पाण्यावर प्रतिकूल (पाणी दूषित होत आहे) परिणाम होत आहे.

१२) पाण्यासाठीचे संघर्ष वाढत आहेत.

१३) इंटरनॅशनल वॉटर मॅनेजमेंट इन्स्टिट्यूटच्या अहवालात (२००९) भारतासह ऑस्ट्रेलिया, चीन, पाकिस्तान, मेक्सिको, द. आफ्रिका आणि पश्चिम अमेरिकेतील काही राज्यांना येत्या काळात तीव्र पाणी टंचाईशी सामना करावा लागेल, असे स्पष्ट केले आहे.

१४) एकूण पाणी उपलब्धतेचे स्रोत स्थिर आहेत. मात्र, दरडोई पाण्याची उपलब्धता

जलद घटत आहे. १९५१ पासून लोकसंख्या जलद वाढत आहे. देशात ४५२५ मोठे आणि लहान बंधारे बांधले. दरडोई पाण्याचा साठा २१३ घन मीटर (m^3) एवढा आहे. रशियात तो ६१०३ घन मीटर (m^3) चीनमध्ये ४७३३ घन मीटर (m^3) एवढा आहे. भारतात जरी सर्व बंधारे बांधून झाले तरी ४०० घन मीटर (m^3) एवढाच दरडोई साठा उपलब्ध होऊ शकेल. त्यामुळे पाण्याची टंचाई निर्माण होईल.

१५) संशोधनावरून असे दिसून येते की, देशात हरितक्रांती नंतर ५० वर्षांत भूगर्भातील पातळी सरासरी २ मीटरने घटली आहे. तसेच भूगर्भातील पाणी मुरण्याचा वेग मंदावल्यामुळे ५०% जमिनीची धूप होऊन नापीक जमिनीचे प्रमाण (एकूण भौगोलिक क्षेत्रफळाच्या) वाढलेले आहे. तसेच जमिनीची पाणी धारण क्षमता ५०% घटली आहे. पाण्याचा जास्त वापर, निचरा नाही त्यामुळे क्षारयुक्त चोपण जमिनीची नव्याने निर्मिती फार वेगाने चालू आहे.

१६) औद्योगिकीकरण, शहरीकरण यामुळे तसेच शेतीत रासायनिक खतांचे, कीटकनाशकांची तसेच तणनाशकांचे अंश नदीनाल्यात आल्यामुळे पाणी पिण्याजोगे राहिले नाही. तसेच ते पाणी धरणात येत असल्याने पाणी पिण्यायोग्य राहिले नाही. पाण्यात जगणाऱ्या जीवसृष्टीचा वंशविनाश होत आहे. हवेतील प्राणवायूचे प्रमाण २०% झाले आहे तर कार्बन-डाय-ऑक्साईडचे प्रमाण दोन पट वाढले आहे. नैसर्गिक वृक्ष, नैसर्गिक गवताचा, जळाऊ लाकूड, गुरेचराईमुळे वाळवंटीकरणाकडे वाटचाल सुरू झाली आहे. एकूणच आर्थिक दारिद्र्य कमी भासते मात्र पर्यावरणीय दारिद्र्य वाढलेले दिसून येते.

१७) जागतिक उष्मावाढ आणि ऋतुबदल यामुळे निर्माण झालेल्या अवर्षण व अवकाळी पाऊस यांच्या दुष्टचक्राचे अनुभव भारतातील अनेक राज्यात येण्यास सुरुवात झाली आहे.

वरील प्रकारचे धोके अथवा समस्या निर्माण होत आहेत त्यासाठी पाणी व्यवस्थापन महत्त्वाचे आहे. पाणी विषयक विविध समस्या सोडविण्यासाठी उपाययोजना करणे गरजेचे आहे. भारतीय शास्त्र विकसित करून समस्या सोडविणे आवश्यक आहे.

१.९ : पाणी व्यवस्थापन

पाणी व्यवस्थापनात पाण्याचे संवर्धन, पाण्याची साठवणूक आणि पाणी वापरण्याची पद्धत आणि पाण्याचा वापर इ. बाबींचा समावेश होतो. तसेच पाण्याचे प्रमाण, त्याची उपयोगिता आणि उपभोग यांचा शास्त्रीय पद्धतीने अभ्यास करून ते योग्य प्रमाणात उपलब्ध करून देणे, हा भागसुद्धा पाणी व्यवस्थापनात येतो.

पाणी व्यवस्थापनात देश, राज्य आणि स्थानिक पातळीवर पाण्याच्या उपलब्धतेची पाहणी करणे आवश्यक असते. सर्वेक्षणाच्या आधारे पाण्याच्या व्यवस्थेबाबत जाणून घेणे महत्त्वाचे आहे. त्याच बरोबर वर्तमानकाळा बरोबरच भविष्यकालीन गरजांही विचार करणे आवश्यक आहे. वाढती लोकसंख्या, शहरीकरण, औद्योगिकीकरण, सिंचनक्षेत्रात करावी लागणारी वाढ यामुळे पाण्याची मागणी वाढत आहे. वाढत्या मागणीसाठी पाण्याच्या पुरवठ्याच्या दृष्टीने नदीवरील धरणे, कालवे, पाझर तलाव, नळ योजना, सूक्ष्मसिंचन पद्धती, उदा. ठिबक व तुषार, डिफ्युजर तंत्र इत्यादी तसेच रेन वॉटर हार्वेस्टिंगची कामे. पाणलोटक्षेत्र विकास कार्यक्रम, नदी जोड प्रकल्प, शेततळी, नाल्यांचे रुंदीकरण व खोलीकरण इत्यादी पद्धतीने आणि योग्य अशा पद्धतींचा वापर करून पाण्याचे वाटप करणे महत्त्वाचे आहे. तसेच पाण्याचे होणारे प्रदूषण याचाही जलव्यवस्थापनात समावेश होतो. लोक प्रबोधन आणि आधुनिक तंत्राचा वापर करून जलव्यवस्थापन केल्यास पाण्याची समस्या सुटू शकते.

भारतातील तसेच महाराष्ट्रातील पाणी उपलब्धतेच्या विविध अशा पद्धती व स्रोत यांचा यादृष्टीने अभ्यास करणे महत्त्वाचे आहे. त्याचप्रमाणे प्राचीन सिंचन व्यवस्थेपासून सध्याच्या सिंचन व्यवस्थेचा अभ्यास करणे महत्त्वाचे आहे. या अभ्यासावरून भारत व महाराष्ट्रात पाणी उपलब्धतेचे मार्ग कोणकोणते होते, त्यांचा वापर कसा केला गेला, यावरती संशोधनात्मक बाबी पुढे येतात व त्यावरून आपणाला पुढील दिशा मिळण्यास मदत होते. त्या दृष्टीने पुढील प्रकरणात प्राचीन, मध्ययुगीन आणि आधुनिक सिंचन व्यवस्थेवर अथवा पाणी उपलब्धतेवर विश्लेषण केलेले आहे.

सध्या हवामान बदलामुळे पाणी उपलब्धतेवर परिणाम होत आहे, तो पुढीलप्रमाणे -

१.१० : हवामान बदल व त्याचे जलउपलब्धतेवर परिणाम

पाणी टंचाई आणि दुष्काळ ही अचानक निर्माण झालेली समस्या नाही. त्याची जाणीव अनेक वर्षांपासून झालेली दिसून येते. पाणी टंचाई आणि दुष्काळ यांची तीव्रता वाढताना दिसून येते. जागतिक तापमान वाढ आणि ऋतुबदल यामुळे निर्माण झालेला अवेळी पाऊस आणि अवर्षण यांचा अनुभव अनेक राज्यात येण्यास सुरुवात झालेली आहे. हवामान बदलामुळे नदीखोऱ्यांवर जल उपलब्धता कमी होण्यासारखे परिणाम होण्यास सुरुवात झालेली दिसून येते. २००९मध्ये कोलंबोतील 'इंटरनॅशनल वॉटर मॅनेजमेंट इन्स्टिट्यूट' या संस्थेने केलेल्या संशोधनातून असे दिसून आले की, भारतासह, चीन, ऑस्ट्रेलिया, पाकिस्तान, पश्चिम अमेरिकेतील काही राज्यांना येणाऱ्या काळात तीव्र पाणी टंचाईचा सामना करावा लागेल. त्याच संशोधनात भारतातील कावेरी, झेलम, चिनाब, साबरमती इ. नद्यांचे पाणी घटू लागले आहे, असे म्हटले आहे. २०५०पर्यंत भारतातील

सर्वच नद्यांच्या पाण्यात घट/तूट निर्माण होईल, असेही म्हटले आहे. तसेच महाराष्ट्रात कृष्णा, गोदावरी व तापी या नद्यांत पाण्याची कमतरता दिसून येत आहे.

२०५० सालापर्यंत जगाच्या तापमानात सरासरी ४ अंश सेल्सियसपर्यंत वाढ होण्याची शक्यता आहे. या उष्णता वाढीमुळे हवामान, पर्जन्यमान व ऋतुचक्रामध्ये टोकाचे बदल सध्या विविध ठिकाणी दिसून येऊ लागले आहेत. अवर्षणकाळ व महापूर सध्या भारतात अनुभवास येत आहे. ऋतु चक्राबरोबरच शेतीक्षेत्राचे चक्रसुद्धा बिघडू लागलेले आहे. 'हवामान बदल' ही एक विकास प्रक्रियेतील समस्या सध्या मानली जात आहे. पर्यावरणीय समस्येसाठी प्रथम हवामान बदलासाठी प्रथम १९८८मध्ये IPCCची स्थापना झाली. तिने १९९०मध्ये अहवाल दिला. त्यामध्ये हरितवायूंच्या वाढण्यामध्ये मानवी प्रक्रिया जबाबदार असल्याचे म्हटले आहे व पृथ्वीचे तापमान वाढण्याचे त्यामध्ये नमूद केले गेले व त्यानुसार आंतरराष्ट्रीय पातळीवर उपाययोजना केल्या जात आहेत त्यात परिषदा, समित्यांचा समावेश होतो.

रिओपरिषद (जून १९९२) - ब्राझीलमध्ये रिओदि जेनेरो येथे ३-१४ जून १९९२ दरम्यान ही परिषद घेण्यात आली. त्यामध्ये १९९२ देश सहभागी झाले. त्यामध्ये जगाचे तापमान २ अंश सेल्सिअसने कमी करण्यासाठी ऐच्छिकरीत्या उत्सर्जन कमी करण्याच्या मुद्यावर चर्चा झाली. तसेच पर्यावरण विकास व समता या घटकांना संलग्न मानण्यात आले. शाश्वत विकास आयोगाचीही स्थापना करण्यात आली. १९९५ नंतर रिओच्या वार्षिक संमेलनास 'कोपनहेगन संमेलन' म्हणून ओळखले जाते.

क्योटो प्रोटोकॉल (डिसेंबर १९९७) - जपानच्या क्योटो शहरात पृथ्वीला जागतिक तापमान वाढीच्या समस्येपासून सोडविण्यासाठी ही परिषद आयोजित केली. त्यामध्ये हरितवायू परिणामांसाठी जबाबदार असणाऱ्या कार्बन-डाय-ऑक्साईड, मिथेन, नायट्रस ऑक्साईड, हायड्रोक्लोरो कार्बन व हेक्सा क्लोराईड यांचे उत्सर्जन कमी करण्याच्या मुद्यावर सहमती झाली. २०१२पर्यंत हरितगृह वायूमध्ये १९९०च्या स्तरावर ५.२% ने कमी करणे यावर सहमती झाली. त्यानुसार, युरोपीय संघ हरितवायू उत्सर्जनात ८%, अमेरिका ७% आणि जपान ६%पर्यंत कमी करतील असे ठरले.

२००७मध्ये इंडोनेशियात बाली परिषदेत क्योटोसारख्या बंधनकारक कराराची गरज असल्याचे स्पष्ट केले. डिसेंबर २००९मध्ये डेन्मार्कची राजधानी कोपनहेगन येथील परिषदेत भारत, चीन सारख्या देशांनी कार्बन उत्सर्जन कमी करण्याची जबाबदारी उचलावी तर कार्बन उत्सर्जन कमी करण्याची सर्वाधिक जबाबदारी विकसित देशांची असून तशी कायदेशीर बंधने असल्याचे विकसनशील देशांनी स्पष्ट केले.

कानकून परिषदेत - २०१०मध्ये जागतिक तापमानात २ अंश सेल्सिअसपेक्षा अधिक वाढ होऊ नये, यावर सर्वांचे एकमत झाले. या परिषदेत 'हरित वातावरण निधी'ची

स्थापना केली. या परिषदेत 'शाश्वत विकासासाठी समान पोहोच' ही संकल्पना स्वीकारली.

डर्बन परिषद २०११मध्ये झाली. त्यामध्ये क्योटोऐवजी नवीन कायदेशीर बंधनकारक असा जागतिक करार २०१५पर्यंत विकसित करून २०२०मध्ये बंधनकारक करणे, हे मत व्यक्त केले गेले.

२०१२मध्ये ब्राझीलमध्ये रिओ-दि-जेनेरो येथे २०-२२ जून २०१२ दरम्यान ही परिषद झाली. या परिषदेत शासन प्रतिनिधींच्या बरोबरच खासगी क्षेत्रातील सदस्य व बिगरशासकीय संस्था व इतर गट सहभागी झाले. या परिषदेत पाणी, महासागर व आपत्ती निवारण, अन्न सुरक्षा, ऊर्जा, रोजगार, शाश्वत शहरे इ. ना प्राधान्य क्षेत्र निश्चित केले व त्यांचा धोका कमी करणे यावर चर्चा झाली.

त्यानुसार भारताने एकूण आठ मिशनची स्थापना केली. त्यातील 'राष्ट्रीय जल मिशन' स्थापून त्यामध्ये जलसंधारण, नदीखोरे व्यवस्थापन ही उद्दिष्टे ठेवली व त्याची जबाबदारी केंद्रीय जलसंपदा मंत्रालयाने घेतली. तसेच शाश्वत शेतीसाठी राष्ट्रीय मिशनची स्थापना केली, त्याची उद्दिष्टे दुष्काळ अवरोधन, संशोधन आणि निरीक्षण, डेटा व्यवस्थापन ही होती. त्याची जबाबदारी केंद्रीय कृषी मंत्रालयाने घेतली.

दोहा परिषद कतार येथील दोहा येथे २६ नोव्हेंबर ते ८ डिसेंबर २०१३ दरम्यान पार पडली. त्यामध्ये समायोजन, वित्त, शमन, तंत्रज्ञान व हानी/नुकसान इ. हवामान बदलाच्या पाच क्षेत्रांवर लक्ष केंद्रित केले. हवामान बदलाच्या परिणामामुळे झालेले नुकसान व हानी भरून काढण्यासाठी संस्थात्मक प्रक्रिया स्थापन करण्याबाबत सर्वांचे एकमत झाले. यामध्ये क्योटो बांधिलकी करार १ जानेवारी २०१३ ते २०२० असा असेल या विस्तारात जपान, कॅनडा, रशिया, ब्राझील, बेलारूस, चीन, भारत यांच्यावर कार्बन-डाय-ऑक्साईड उत्सर्जनावर कोणतेही कायदेशीर बंधन नसल्यामुळे या कालावधीत उत्सर्जन कमी करण्याचे १५% लक्ष्य ठेवले गेले.

पॅरिस (डिसेंबर २०१५) - फ्रान्समधील पॅरिस येथील जलवायू परिवर्तन व तापमानवाढ परिषदेस एकूण १९६ देश सहभागी झाले. कार्बनसह हरितवायूंचे उत्सर्जन कमी करून 'तापमान वाढ' नियंत्रणात आणणे जगातील जवळपास सर्व देशांना बंधनकारक करणारा पर्यावरण करार १३ डिसेंबर २०१५ रोजी मंजूर करण्यात आला. या करारानुसार जागतिक तापमान वाढ १.५ अंशाच्यावर जाऊ न देण्याचे उद्दिष्ट निश्चित केले आहे. करारातील महत्त्वाचे मुद्दे म्हणजे जागतिक तापमान वाढ दोन अंशाहून कमी राखणे, विकसनशील देशांना १०० अब्ज डॉलरचा निधी उपलब्ध करून देणे. प्रत्येक देशास ठरवून दिलेल्या उद्दिष्टांचा दर पाच वर्षांनी आढावा घेणे, तसेच २०५०पर्यंत हरितवायूंचे उत्सर्जन बंद करणे. अशा उपाययोजना पॅरिस मसुद्यात ठरविण्यात आल्या. या सर्व गोष्टींचे पालन करण्यात आले तर कार्बन उत्सर्जन रोखता येईल. विनाशाकडे होत असलेली

वाटचाल रोखता येईल.

हवामान बदलाच्या पार्श्वभूमीवरील परिषदांवरून पर्यावरणाच्या हानीची स्थिती दिसून येते. पॅरिसमध्ये ३० नोव्हेंबर ते १२ डिसेंबर दरम्यान या जागतिक परिषदेत अमेरिकेसह ३५ विकसित देश, भारत, चीन, ब्राझीलसह १२० देश आणि द्वीप समूहांचे १४० छोटे देश सहभागी झाले होते. या सर्व देशांनी असे निश्चित केले की, पृथ्वीचे तापमान २ अंश सेल्सिअसपेक्षा वाढू द्यावयाचे नाही. हे तापमान १.५ अंशापेक्षा कमी ठेवायचे. हा पर्यावरण विषयक करार अत्यंत महत्त्वाचा आहे. भारताने तापमान वाढ व कार्बन उत्सर्जन रोखण्यासाठी पर्याय उपलब्ध करून दिले. त्यासाठी सौर अथवा पवन ऊर्जेसारख्या पर्यायांना प्रोत्साहन देण्याचे सांगितले. त्याचबरोबर दर पाच वर्षांनी तापमान वाढ रोखण्याच्या प्रक्रियेचे जागतिक मूल्यमापन झाले पाहिजे असे सुचविले. या परिषदेत सौर ऊर्जेसाठी कर्क व मकरवृत्तात त्या १२० देशांचा वेगळा गट निर्माण झाला. त्यामुळे सौर ऊर्जा स्रोताला बळकटी मिळणार आहे. कार्बन उत्सर्जन रोखण्यासाठी विकसनशील व अविकसित देशांना विकसित देशांकडून दरवर्षी १०० अब्ज डॉलर्सची मदत मिळणार आहे. तशा स्वरूपाचा करार झाला असून त्यावर अमेरिकेसह सर्व संबंधित देशांनी सह्या केल्या आहेत.

या परिषदेत भारताने आठ मुद्दे जगासमोर ठेवले. शाश्वत जीवनशैली, पर्यावरण पूरक आर्थिक विकास, कार्बन उत्सर्जनात घट, स्वच्छ इंधन, वृक्षारोपण, बदलाची तयारी, निधीची उपलब्धता आणि संशोधन व विकास. या बाबी भारताने जागतिक तापमान वाढ आणि हवामान बदल यंत्रणातल्या सहभागाच्या अनुषंगाने मांडल्या.

गेल्या दीडशे वर्षांत औद्योगिक क्रांतीनंतर पृथ्वीचे तापमान गतीने व भीषण पद्धतीने वाढत आहे. आज हे ०.८ अंश सेल्सिअसपर्यंत वाढलेले आहे. कार्बनच्या मोठ्या प्रमाणातील उत्सर्जनामुळे निर्माण होणाऱ्या या परिस्थितीमुळे जगाचे ऋतुचक्र बदलत चालले आहे. अवेळी पाऊस, पूर, वादळ यांचा मारा वाढलेला आहे. त्याचा सर्वाधिक फटका भारताला बसत आहे. हे असेच सुरू राहिले तर पृथ्वीच्या विनाशाला हे कारण ठरू शकते. राष्ट्रसंघाच्या पुढाकाराने हे रोखले पाहिजे. सध्या जगातील हिमाच्छादनावर असणारा धोका कितीतरी पटीने वाढला आहे. सागरी पातळी वाढत आहे. जंगलांचा विनाश सुरू आहे. उष्णता व पुरांच्या तडाख्यात हजारो लोक मृत्युमुखी पडत आहे. कृषि व्यवस्था धोकादायक पातळीवर पोहोचली आहे. पाण्याची टंचाई उग्र रूप धारण करत आहे. त्यातच २०१५ हे वर्ष गेल्या दशकातील सर्वांत उष्ण वर्ष ठरले आहे, याचे परिणाम आपण भोगत आहोत. या सर्व पार्श्वभूमीवर पर्यावरणाची होणारी हानी थांबविणे किती गरजेचे आहे हे दिसून येते.

पॅरिस परिषदेत भारत आणि चीनने कार्बन-डाय-ऑक्साईडचे उत्सर्जन शून्यावर

आणण्यासाठी प्रयत्न करण्याचा निर्धार केला असल्याचे समजते. मात्र, अपारंपरिक ऊर्जेसाठी निधी कोणी द्यायचा याबाबत एकमत झालेले नाही.

हवामान बदलास अनेक घटक कारणीभूत ठरतात. मात्र, नैसर्गिक मानवनिर्मित कारणे मुख्यत: जबाबदार असतात. अ) नैसर्गिक कारणात पृथ्वीच्या भौगोलिक संरचनेत होणारे बदल, सूर्यापासून होणारे उत्सर्जनातील बदल, प्रचंड ज्वालामुखीतून निर्माण होणारे धूलिकामय ढगांचे आच्छादन इ. चा समावेश होतो तर ब) मानवनिर्मित कारणात कोळसा व इंधनाचे ज्वलन, प्रदूषण, वृक्षतोड, ग्रीन हाऊस गॅसेस, नद्या व सरोवरांचे प्रदूषण, टाकाऊ पदार्थांचे विघटन करणारी पद्धती अतिरिक्त लोकसंख्या, जमीन वापराची पद्धत इ. कारणे सांगता येतात.

जागतिक तापमान वाढीत पृथ्वीच्या पृष्ठभागाच्या सरासरी तापमानात हळूहळू व सातत्याने वाढ होत असते. तसेच तो हरित गृह वायूंच्यात होणारी वाढ यांचा परिणाम असतो.

इंडियन इन्स्टिट्यूट ऑफ ट्रॉपिकल मीटिअरॉलॉजी संस्था, पुणे यांच्या अहवालावरून २०५०पर्यंत भारतात ३ ते ४ अंश सेल्सिअस तापमान वाढेल त्यामुळे पावसाची सुरुवात आणि प्रगतीची रचना बदलेल शिवाय पावसाची क्रियाशीलता व खंडकाळ यात बदल होईल.

विकसित देशातून हरितगृह वायूंचे प्रमाण ३१ टक्के वाढले आहे. तरीच जागतिक पृष्ठभागीय सरासरी तापमान इ.स. २१००पर्यंत २ अंश सेल्सिअस ते ४.५ अंश सेल्सिअस इतके वाढेल. असे हवामान बदलाचे अनेक अंदाज व्यक्त केले जात आहेत. या हवामान बदलामुळे पुढील परिणामांना तोंड द्यावे लागेल.

तज्ज्ञांच्या मते, दोन टक्के तापमानात वाढ झाल्यास अन्नधान्याचे उत्पादन २०% घटेल. तसेच पावसाचे प्रमाण बदलेल. 'पाऊस कमी झाला तर दुष्काळ' अशी स्थिती निर्माण होईल.

तापमान वाढीमुळे ज्या नद्यांचे उगम हिमाच्छादित भागात असेल त्या नद्यांना पूर येतील. तापमान वाढीमुळे जमिनीचा ओलावा कमी होऊन जमीन कोरडी/सुकलेली असेल. त्यामुळे मातीचे कण वाऱ्याबरोबर वाहत जाऊन शेतीत दीर्घकाळाने खडक दिसून येतील, त्यामुळे नापीक शेतीचे प्रमाण वाढेल. तसेच तापमान वाढीमुळे पिण्याच्या पाण्याचा दर्जा खालावेल व जलसिंचनासाठी पाणी उपलब्धता वाढेल. परंतु, खारे पाणी वाढल्यामुळे जमिनीची सुपीकता कमी होईल. तापमान वाढीचा भारतावर विपरीत परिणाम होणार आहे. पाणी टंचाई, अवर्षण, जंगले नष्ट, महापूर अशा समस्यांना तोंड द्यावे लागेल. हवामान बदलामुळे समुद्रात कमी दाबाचे पट्टे निर्माण होऊन प्रचंड प्रमाणात वादळे निर्माण होतील. तसेच उष्णतावाढीमुळे पिण्याचे पाणी कमी होईल. हवामान बदलामुळे थंडीचे

दिवस कमी होऊन गव्हासारख्या पिकावर अनिष्ट परिणाम होईल.

संयुक्त राष्ट्र पर्यावरण अहवाल (२०१६)मध्ये जगातील दहा देशांना समुद्राच्या पाण्याच्या पातळीत २०५०पर्यंत वाढ झाल्याने नुकसान होणार आहे. त्यात भारतातील मुंबई, कोलकात्ता शहरांचा समावेश आहे.

महाराष्ट्रात हवामान बदलामुळे कृषी क्षेत्रावर नकारात्मक परिणाम झाला आहे.

पर्यावरण बदलावर उपाययोजना म्हणजे जागतिक तापमान वाढू नये म्हणून वर सांगितलेल्या आंतरराष्ट्रीय परिषदा आयोजित करून उपाययोजना करण्याचा प्रयत्न सुरू झालेला आहे व त्या परिषदांतून पर्यावरण रक्षणासाठी उपाय योजले जात आहेत. मात्र, विकसित देशांनी कराराच्या अटीबाबत मुळमुळीत भूमिका न घेता ठोस पावले उचलणे आवश्यक आहे त्यावरच पर्यावरण संवर्धनाचे बरेचसे यश अवलंबून आहे.

प्राचीन काळापासून महाराष्ट्र व भारतातील जलसिंचन व्यवस्थेचा अभ्यास केल्यास सिंचनाच्या बदलत्या स्थितीचा विचार करून पाण्याचे नियोजन करणे सोईचे ठरते. तो अभ्यास पुढील प्रकरणात केलेला आहे.

प्रकरण २

प्राचीन, मध्ययुगीन आणि ब्रिटिशकालीन जलनीती

२.१ : प्रास्ताविक

सध्या राज्यातील भूजलपातळी झपाट्याने कमी होत असल्याचे दिसून येते. नोव्हेंबर २०१५मध्ये राज्यातील १३५७१ गावांमधील पाच वर्षांच्या सरासरीपेक्षा भूगर्भातील पाण्याची पातळी एक मीटरपेक्षा जास्त खोल गेलेली आहे त्यामुळे पिण्याच्या पाण्याची तीव्र टंचाई निर्माण होण्याची शक्यता आहे. राज्यात भूजल पुनर्भरण योजना मोठ्या प्रमाणात राबविण्याची गरज निर्माण झालेली आहे. पावसाचे पाणी पडणारा पावसाचा थेंब जमिनीत कसा मुरू शकेल हे आता गांभीर्याने घेण्याची गरज आहे.

त्यातच आज असे दिसून येत आहे की, लोकसंख्येचा विस्फोट, नागरीकरणाचा अमर्याद विस्तार, वाढते औद्योगिकीकरण, पाश्चिमात्य जीवनशैलीचे अंधानुकरण, पाण्याचा भरमसाट गैरवापर, तापमान वाढीमुळे हवामानातील होणारे बदल व त्यामुळे पर्जन्यावर झालेला परिणाम, कृषी उत्पादनात घट, भूपृष्ठातील पाण्याचे अतिरिक्त शोषण, पाण्याचा बेसुमार उपसा, पाण्याचे भूपृष्ठीय न होणारे पुनर्भरण, जंगलतोड, जमिनीतील खारे, कडू पाणी यामुळे 'पाणी समस्या' दिवसेंदिवस स्फोटक बनत चालली आहे. थोडक्यात, पाण्याची समस्या उग्रस्वरूप धारण करू लागली आहे.

पाण्याबरोबर आपल्याला मातीचेसुद्धा संगोपन आणि संवर्धन करणे महत्त्वाचे आहे.

त्यासाठी आपल्याला 'जलसंवर्धन' हा कार्यक्रम मोठ्या प्रमाणात राबविण्याची आवश्यकता आहे व तो सध्या पाणलोट क्षेत्र विकास कार्यक्रमाद्वारे राबविला जात आहे - परंतु, या कार्यक्रमाची गती आपल्याला वाढविणे आवश्यक आहे. जलसंवर्धनात - अ) भूपृष्ठीय पाणी, ब) भूजल आणि क) सर्व पाण्याचे संरक्षण या तीन बाबींचा समावेश होतो.

जलसंवर्धानात पाणलोट क्षेत्रांतर्गत एक गाव अथवा परिसरातील गावांचा समूह हा एक घटक मानून नैसर्गिक परिस्थितीनुसार विकास करण्याचे धोरण आखले आहे. हा सर्व विकास मानवासाठी असून त्याच्या मूलभूत गरजांची पूर्तता करण्यासाठी आहे.

जलसंवर्धनासाठी पूर्वीच्या काळात जनसमूहांनी जे प्रयत्न केले व ज्या संरचना निर्माण झाल्या त्या देशभरात सारख्याच होत्या, असे म्हणता येत नाही. कारण भारतासारख्या खंडप्राय देशात ठिकठिकाणी बदलणारा निसर्ग आहे. भौगोलिक वेगळेपणा आहे. भूगर्भात भूरचनेत तफावत आहे. हे सर्व विचारात घेऊन त्या त्या जनसमूहाने आपल्या परिसराला मानवेल अशा रचना निर्माण केल्या. उदा. राजस्थान, गुजरात इत्यादी परिसरात मोठ्या प्रमाणात अनेक मजली बारव निर्माण करून निसर्गदत्त जलसाठा निर्माण केला. महाराष्ट्र, विदर्भ, कर्नाटक इत्यादी परिसरातील जलसंचयासाठी जलाशयांच्या मालिका (Chain of Tanks) उभारल्या, तर पूर्वांचलामधील प्रदेशात छत जलसंवर्धन (Roof Water - Harvesting) पद्धत प्रचारात आणली.

सिंचनाचा विकास केल्याशिवाय पाणी उपलब्ध होणे अवघड आहे. त्यासाठी सिंचनविकासाला महत्त्व प्राप्त झाले आहे. सिंचन म्हणजे पिकांना कृत्रिमरीत्या पाणीपुरवठा करणे या अर्थाने फार प्राचीन काळापासून सिंचनपद्धती अस्तित्वात आहे. अनेक शतके विहिरी व छोटे तलाव यांचा यासाठी वापर करण्यात येत आहे. नदी-ओढ्यातून पाणी वर खेचणे किंवा कच्चे बंधारे घालून पाणी वळवणे या गोष्टी प्राचीन काळापासून व्यवहारात आहेत. सिंचन उपलब्धतेसाठी प्राचीन काळापासून माणूस प्रयत्न करत आहे व आपले जीवन सुखी करण्याचा प्रयत्न करीत आहे.

दुष्काळावरती उपाययोजना करताना पाण्याच्या उपलब्धतेला महत्त्व प्राप्त होते. महाराष्ट्रात आणि भारतात पाण्याच्या उपलब्धतेचे, सिंचनाचे कोणकोणते प्रयत्न झाले, हे पहाणेसुद्धा महत्त्वाचे आहे. त्या दृष्टीने प्राचीन सिंचन व्यवस्था, मध्ययुगीन सिंचन व्यवस्था आणि आधुनिक सिंचन व्यवस्था यांची सविस्तर माहिती पुढीलप्रमाणे स्पष्ट करता येते.

२.२ : भारतातील प्राचीन सिंचन व्यवस्था

पाणी आणि सिंचन या बाबत महाराष्ट्रातच कामे झालीत असे नसून, प्राचीन काळापासून संपूर्ण भारतात शतकानुशतके ही कामे होत होती याची माहिती व्हावी यादृष्टीने

पारंपरिक पद्धतीचे आकलन होऊन पाणी आणि सिंचन व्यवस्थेची ओळख होते. भारतातील भूपृष्ठभाग व पर्जन्यमान यात मोठ्या प्रमाणात तफावत दिसून येते तसेच जलसंधारणाच्या पद्धतीमध्येसुद्धा फरक दिसून येतो. पूर्वीच्या अनेक पद्धती नामशेष होण्याच्या मार्गावर आहेत. काही नष्ट होत आहेत, त्यातच पाण्याची उपलब्धता कमी होत आहे. कोट्यवधी रुपये खर्च करूनही सध्या पाण्याची समस्या मोठ्या प्रमाणात निर्माण होताना दिसून येते.

देशात प्राचीन काळी सिंचन व्यवस्था अस्तित्वात होती त्यावर टीकाटिपण्णी करण्यापेक्षा त्या वेगवेगळ्या पद्धतींचा परिचय करून घेणे महत्त्वाचे आहे आणि त्यातून आपल्याला सध्या काय करता येईल याचा आपण कुठेतरी विचार केला पाहिजे.

अन्न मिळविण्याची वृत्ती प्राचीन काळी लोकवसाहती करून राहण्याच्या प्रवृत्तीतून वाढीला लागली. इ.स. पूर्व ३००० ते १७०० मधील ताम्रपाषाण युगातील संस्कृतीने सिंचनाचा जन्म पाहिला. सिंचनामुळे मानवाला सोप्या व सुलभरीत्या अन्नधान्य पिकांच्या उत्पादनाचा मार्ग सापडला. प्राचीन काळी दोन नद्यांच्या खोऱ्यात सिंचन शेती करण्यात येत असल्याचे आढळून आले आहे. पूर्वी पुराचे पाणी मातीच्या तळ्यात साठवून नंतर ते कालव्यांद्वारे शेतापर्यंत नेण्यात येई, असे पुरातन वास्तूंवरून आढळून आले आहे.

अनेक वाङ्मयातून प्राचीन व मध्ययुगीन भारतात सिंचनाचे उल्लेख असल्याचे आढळते. वेदावरच्या निघंटु या टीकेमध्ये १४ प्रकारच्या विहिरींचा तपशील दिला आहे. यजुर्वेदामध्ये कालवा व धरण यांचा उल्लेख येतो. स्मृती वाङ्मयामध्ये सरोवरे व तलाव यांचा उल्लेख आलेला आहे. विहिरी खोदणे, सरोवरे निर्माण करणे, कालवा काढणे यांसारखी लोकोपयुक्त अशी कामे मानवाने नित्य करावीत, असे सर्व स्मृतिकारांनी म्हटले आहे. बृहस्पती या स्मृतिकाराने धरणाची दुरुस्ती करणारे व नवीन धरणे बांधणे याला अनन्य महत्त्व देऊन राज्यांतील श्रेष्ठींनी अशी पुण्यकर्मे करावीत, असे म्हटले आहे. सूत्र वाङ्मयामध्ये कालव्याच्या पाण्यावर असलेल्या शेतीची प्रशंसा केली आहे. कौशिक सूत्रामध्ये कालवा निर्मितीच्या प्रसंगी करावयाच्या एका मनोरंजक समारोहाचे वर्णन केले आहे. 'धम्मपाद' या ग्रंथात भिन्न प्रकारच्या सिंचनपद्धतींचा विचार केला आहे. राज्यांतील कृषिक्षेत्र फक्त पर्जन्यावर अवलंबून न राहता त्याला सिंचनाचा आधार असावा, असे कौटिल्याचे मत होते. राज्याचे उदाहरण देताना कौटिल्याने असे म्हटले आहे की, ''जे राज्य आपल्या कृषी उत्पादनासाठी पावसावर अवलंबून न राहता अधिकाधिक सिंचनावर अवलंबून असते ते राज्य अधिक समृद्ध असते.'' तलावातून किंवा नदीतून पवनचक्की किंवा बैलांचा वापर करून किंवा जलयंत्राच्या साहाय्यानेसुद्धा पाणी उचलले जात असे. नवीन वसाहती निर्माण करताना जलसेतू सामूहिकपणे बांधावे व त्यात सर्वांचा सहभाग असावा. असहकार करणाऱ्यास, जलापव्यय करणाऱ्यास किंवा कालव्याच्या बांधकामाचे नुकसान करणाऱ्यास दंड केला जावा, अशा सूचना कौटिल्याच्या अर्थशास्त्रात केलेल्या

आढळतात. तलाव बांधणे, पाणीपट्टी वसुली, सिंचन व्यवस्थेचे संरक्षण, पीकपद्धती, कुरणाची शेती, पावसाच्या नोंदी, तलावातील गाळ काढणे यासाठी भिन्न प्रकारचे कर आकारावेत असेही अर्थशास्त्रात सुचविले आहे. मेधातिथी पाराशर ऋषी म्हणून प्रसिद्ध होते. त्यांचा ग्रंथ कृषिपाराशर, त्यात सिंचनाचा तपशील देताना प्रमुख कालवा व त्याचे नियंत्रण यासंबंधी विशेष चर्चा केली आहे. त्याचप्रमाणे रहाटगाडग्याची कल्पना समाजमनामध्ये स्पष्ट होत्या असे दिसते. लहरी पावसावर अवलंबून राहण्यापेक्षा खात्रीच्या सिंचनाची सोय करून राज्य समृद्ध होते, हे तत्त्व दिसून येते. पूर्वी भारतात सिंचनाच्या नव्वद ते शंभर वेगवेगळ्या पद्धती होत्या त्यातील पद्धतींची पुढीलप्रमाणे माहिती उपलब्ध होते.

१) सिंधुसंस्कृती :

सिंधुसंस्कृतीच्या (ख्रिस्तपूर्व ३००० ते १५००) काळातील कच्छच्या थरांच्या वाळवंटातील, 'ढोलावीरा' या ठिकाणी मोसमी पाऊस साठवण्यासाठी जलाशय बांधल्याचे आढळून आले आहे. तसेच या ठिकाणी उत्कृष्ट सांडपाणी नि:सारणपद्धती होती, असे उत्खननातून स्पष्ट झाले आहे. तसेच अलाहाबादजवळील 'श्रीरंगवेरापूर' येथे ख्रिस्तपूर्व पहिल्या शतकात गंगेच्या पाण्याचा उपयोग करून जलसंचय पद्धत विकसित केली होती. या ठिकाणी २५० मीटर लांबीचे टाके आढळले. यात गंगेचे पाणी साठविले जात असे.

भारतात सिंधुसंस्कृतीत सिंचनपद्धती अस्तित्वात होती, याचा पुरावा फार फार प्राचीन असून त्यासंबंधी त्या काळी दगडी व तांब्याची हत्यारे म्हणून वापरात असलेल्या ताम्रपाषाण युगापर्यंत पोहोचतो. इ.स.पूर्व १००० मे १४०० या काळातील महाराष्ट्रातील पुणे जिल्ह्यातील शिरूर तालुक्यातील इनाम गावात इतिहासपूर्व काळातील दगडी पाया असलेले मातीचे मोठे बंधारे आहेत. कालव्याच्या साहाय्याने ते घोडनदीला जोडलेले आढळले. यावरून असे दिसून येते की, नदीला बंधारा घालून शेतीला पाणी पुरवण्याची व्यवस्था केली होती. तसेच तापी खोऱ्यात साळवदा व प्रकाश ही केंद्रे सिंधुसंस्कृतीकालीन आहेत. हराप्पा येथे एका गावात सातशे विहिरी असल्याचे दिसून आले. तेच या संस्कृतीचे वैशिष्ट्य मानावे लागते.

तसेच हिमाचल प्रदेशात हिमनद्या व हिमवर्षाव यातील पाणी सिंचनासाठी उपयोगात आणण्यासाठी तेथील लोकांनी पाणी उपलब्ध करून घेण्याची व वाटणीची पद्धत उपयोगात आणली त्याला 'कुल' असे म्हटले जाते. कुल म्हणजे डोंगराळ प्रदेशातून दहा ते बारा किलोमीटर लांबीचा पाणी वाहून नेणारा कालवा होय. त्यामुळे शेतीला सिंचनासाठी पाणी उपलब्ध होत असे. ही पद्धत सध्या अस्तित्वात असली तरी सध्याच्या कायद्यानुसार पाणी पुरवठा करण्याच्या पद्धतीत बदल होत आहे.

इ. स. पूर्व पहिल्या शतकात गंगेच्या काठी अहलाबादजवळ शृगंवेरपुरा गावाजवळ जुनी पाणी साठवण बांधकामे होती. या पद्धतीत पुराच्या पाण्याच्या फुगवट्याचा उपयोग केला जातो. साधारणपणे तीन ते चार कुंड असतात. पहिल्या कुंडात गाळ खाली रहावा यासाठी एक पाणी निवळण्याचा कुंड बांधलेला असतो. त्यानंतर दुसऱ्या कुंडात थोडे स्वच्छ पाणी जाते. तिसऱ्या कुंडात शुद्ध झालेले पाणी जाते व चौथ्या कुंडातून जास्त झालेले पाणी नदीकडे परत जाते, अशी ही व्यवस्था असते. ही पद्धत सिंचनासाठी व पिण्याच्या पाण्यासाठी अस्तित्वात असल्याचे दिसून येते मात्र ही पद्धत कोणी विकसित केली याचा उल्लेख दिसून येत नाही.

बिहार आणि ओरिसा यांचा काही भाग यामध्ये नदीला पूर आल्यानंतर नदीच्या काठाला छेद देऊन पाणी कालव्यात घेतले जात असे. गंगेपासून दामोदर नदीपर्यंत एकमेकांना समांतर ८० पेक्षा जास्त कालवे खोदल्याचे दिसून आले आहे. या भागात रेल्वेचे काम करताना हे कालवे मातीने भरले गेले. मात्र, १९३० नंतर त्यात सुधारणा केल्याचे दिसून येते.

पुराने अतिरिक्त पाणी वापरण्याची पद्धत (ओव्हर फ्लो) ही पद्धत बिहारमध्ये (पूर्वीचा बृहत् बंगाल) भागलपूर जिल्ह्यात प्रचलित होती. त्यामध्ये कालवे हे दीड ते दोन मीटर खोल व चाळीस ते साठ मीटर रुंद असे, हा कालवा जसा लांब अंतरावर जाई तशी रुंदी कमी होत जात असे, त्यामुळे शेतीला सिंचनाची सोय होत असे. ही पद्धत इ.स. पूर्व ११०० वर्षांपूर्वी अस्तित्वात होती. ब्रिटिशकाळात रेल्वे मार्गामुळे हे कालवे बुजले गेले. आत्ताच्या पद्धतीने पाईप टाकून ही पद्धत चालू ठेवता आली असती परंतु तेवढे तंत्र विकसित नसल्याने त्यावर मर्यादा आली.

पाणी वळविण्याची प्राचीन परंपरा असल्याचे दिसून येते. सध्या आपण देशपातळीवर व राज्य पातळीवर नदीजोड योजनेचा विचार करतो, तो पूर्वीच झाल्याचे दिसून येते. पुराचे गंगेचे पाणी वळवून दामोदर नदीपर्यंत नेले जात असे. त्या पाण्यातून शेते भरून घेतली जात असे, उर्वरित पाणी दामोदर नदीत सोडले जात असे. ही पद्धत २३००मध्ये असल्याचे दिसून येते.

भोपाळ जवळील 'भोपाल ताल' हा तलाव ११ व्या शतकात बांधला होता. राजाभोज हा त्याचा निर्माता होता. हा तलाव ६५००० हेक्टरमध्ये पसरलेला होता. तो ३६५ ओढ्यांनी भरला जात असे. वर्षभर पाणी पुरवठा व्हावा हा त्या मागील हेतू होता. त्यामध्ये लोक सहभाग अधिक होता.

२) वैदिक काळ :

अ) पूर्व वैदिक काळ - भारतात आर्यांचे इ.स. पूर्व १८०० ते १६०० या काळात स्वदेशातून मोठ्या प्रमाणात आगमन झाले. बलुचिस्थानमार्गे या लोकांच्या टोळ्या, त्यांचे घोडे, गाई व इतर पाळीव प्राण्यांसह आले. हडप्पा संस्कृती व इतर पद्धती फिक्या पाडून उत्तर व वायव्य भागात त्यांनी वर्चस्व स्थापन केले. उदरनिर्वाहासाठी गुरांचे-कळपांचे पालन करीत असताना शेतीने त्यांच्या जीवनात महत्त्वाचे स्थान पटकावले. इ.स. पूर्व १५०० ते १२००मध्ये ऋग्वेद लिहिला गेला. त्यामध्ये आर्यांची जीवनपद्धती, सामाजिक जडणघडण, कृषी व पिके याविषयी माहिती दिली आहे. आर्यांनी त्यांच्या वास्तव्यासाठी उत्तर व वायव्य भारतातील पाच मोठ्या नद्यांकाठचे प्रदेश निवडले. साताद (सतलज), बैसस्ता (जेहलम), अशिकीनी (चेनाब किंवा चंद्रभागा), विपसा (बियास) व परूसिनी (रावी) या नद्यांपासून त्यांच्या शेतापर्यंत कालवे खोदण्यासाठी कुशल कामगार लावले. कालव्याव्यतिरिक्त विहिरींचा उपयोगसुद्धा सिंचनासाठी करण्यात येत असे.

ऋग्वेदात कच्च्या व पक्क्या दोन्ही प्रकारच्या विहिरींचा उल्लेख आढळतो. (संदर्भ आर. आय. १९.४.२/आर. एक्स. २.९.४) या विहिरींचा उपयोग पिण्याच्या पाण्यासाठी व सिंचन या दोन्ही कारणांसाठी करण्यात येत होता. नंतरच्या काळात सिंचनात फारसा फरक पडलेला नाही.

ब) उत्तर वैदिक काळ - उत्तर वैदिक काळात सिंचनाबाबत उत्तर भारत व दक्षिण भारत अशी मांडणी केली आहे. उत्तर भारत - इ.स. पूर्व सहाव्या शतकाच्या प्रारंभी बौद्ध व जैन धर्माचा प्रसार सुरू झाला. पशुपालन व शेतीला त्यांच्या जीवनात महत्त्व प्राप्त झाले होते. खात्रीच्या पिकांच्या उत्पादनासाठी सिंचनाचा वापर करण्यात येत होता. कालव्याद्वारे सिंचनपद्धती वापरात होती. कौटिल्याच्या अर्थशास्त्रावरून त्या वेळी सामाजिक जीवन, शासनपद्धती, लोकांच्या दैनंदिन घडामोडींवर प्रकाश पडतो. त्या ग्रंथात कृषीसंबंधी उल्लेख असून, शेतकऱ्यांना जवळच्या नद्यांपासून सिंचनासाठी वापरण्यात येणाऱ्या पाण्याबद्दल निश्चित दराने कर द्यावा लागत होता. हा कर पिकांच्या उत्पादनाच्या स्वरूपात देण्यात येत असे. शेतीच्या बाजूने बांध घालून शेतीची पाणीसाठवण क्षमता वाढविण्यात येत असे. तसेच महत्त्वाच्या ठिकाणी धरणे बांधण्यात येत असत व दरवाजे बसवून नदीच्या पाण्याचा योग्य वापर करण्यासंबंधी नियंत्रण करण्यात येत होते. ठिकठिकाणी चर काढून सिंचनक्षमता वाढविण्यात येत असे. सिंचनासाठी तलाव बांधायला याच कालखंडापासून सुरुवात झाली. चंद्रगुप्ताच्या प्रांतीय प्रतिनिधींनी 'सुदर्शन' नावाचा एक तलाव गिरनार येथे बांधला. चंद्रगुप्ताचा सिंचन विभाग कालवा आणि धरण यांचे बांधकाम व देखभाल, सिंचन व्यवस्थापन करीत, असे उल्लेख समकालीन पुराभिलेखात सापडतात.

शुंग (इ.स.पूर्व १८४-७२), कण्व (इ.स.पूर्व ७२ ते ७२), सातवाहन आणि कुशान

(इ.स.पूर्व पहिले शतक व इ.स. दुसऱ्या शतकापर्यंत), मौर्यांनंतर शुंग राज्यकर्ते झाले. सातवाहन राजवट ही विटांच्या गोल विहिरींबाबत परिचित होती. त्या विहिरींचा वापर पिण्याच्या पाण्यासाठी व सिंचनासाठी करीत होते. इ.स. पूर्व पहिल्या शतकामध्ये मध्य आशियातील बॅक्टेरिया येथे पूर्वीपासून स्थायिक झालेल्या लोकांना हाकलून 'यूहेची' जमातीची 'कुशान' या उपजातीने तेथे वास्तव्य केले. कनिष्ठ (इ.स. ७८-१०७) हा सर्व कुशान राजामध्ये श्रेष्ठ होता. त्याचे साम्राज्य वायव्य प्रांतातील काबूल गांधारपासून गंगेच्या मध्यवर्ती खोऱ्यापर्यंत पसरले होते. सिंचनासाठी या काळात विटांच्या विहिरींचे बांधकाम मोठ्या प्रमाणात करण्यात आले आहे. गुप्तकाळात (इ.स. ३०० ते ५५०) भारत कलासंस्कृती, लेखनशास्त्र, पोलाद उद्योग, कृषी व सामाजिक जीवन या सर्व क्षेत्रांत वैभवाच्या शिखरावर होता. राज्यकर्त्यांनी या उपखंडातील जवळजवळ २/३ भाग व्यापला होता. यामध्ये आंध्रप्रदेश, बिहार, पंजाब, सिंध, बंगाल, राजस्थान, गुजरात, मध्य प्रदेशातील उत्तरेकडील नर्मदेपर्यंतच्या भागांचा समावेश होता. गुप्तकाळातील लोक, त्यांचे जीवन त्या काळातील प्रसिद्ध ग्रंथ कामसूत्र (वात्सायन), बृहत्संहिता (वराहमिहीर) इ.स.५५० आणि अमरकोश (अमरसिंह) या ग्रंथांतून रेखीवपणे रेखाटले आहे. 'अमरकोश' हा ग्रंथ त्या वेळच्या कृषिविद्या, जमिनीचे वर्गीकरण आणि सिंचन यांवर प्रकाश टाकतो. त्यामध्ये जमिनीच्या बारा वर्गांपैकी एक नदी होय. यामध्ये नदीच्या पाण्याने सिंचित केली जाणारी जमीन याचा उल्लेख केला आहे. उत्तर भारत हा प्रतिहार, परमार, सोळंकी, चौहान, चंदेल आणि गहडवाळा या रजपूत राजांच्या अमलाखाली होता. प्रतिहार साम्राज्याची स्थापना इ.स. ८००मध्ये नागभद्र-१ याने केली. (इ.स. ८०० ते ९६१) यांच्या काळातील सिंचन व कृषीसंबंधी फारशी माहिती ज्ञात नाही. परमार साम्राज्याची स्थापना दहाव्या शतकाच्या सुरुवातीस झाली. परमार साम्राज्य हे सध्याच्या मध्य प्रदेशातील उत्तर भागात होते. भोपाळ तलावाची निर्मिती ही उल्लेखनीय होय. याच्या जलाशयाचे क्षेत्र ६४७ चौकि.मी. आहे. यातील पाणी सभोवतालच्या क्षेत्रात कालव्याद्वारे नेले आहे, तसेच दुष्काळी प्रांतातही ते नेले आहे. चंदेल हे गोंड या जातीचे वंशज होत. त्यांनी बुंदेलखंड भागावर राज्य केले. प्रसिद्ध खजुराहो देवळाची निर्मिती राजाधांगा (इ.स. ९५४ ते १००२) यांच्या कृपाछत्राखाली झाली. या काळातही सिंचन व कृषीसंबंधी फारशी माहिती उपलब्ध नाही. सोळंकी घराण्याचा कालखंड (इ.स. ९७४ ते ११९६) या काळातील सिंचन व कृषीसंबंधीची माहिती ज्ञात नाही. गहडवाल व चौहान घराण्यातील जयचंद याने चौहान वंशातील पृथ्वीराज याचेबरोबर शत्रुत्व निर्माण केले. त्यांच्या भांडणामुळे या काळातील रजपूत घराण्याची ताकद कमी झाली. कृषी व सिंचनविषयक काहीही माहिती उपलब्ध नाही.

पाल आणि सेन राजघराणी इ.स. ७६० ते १२०५ ही पूर्वभारतातील होत. पाल

घराणे यांचा संपूर्ण गौंड म्हणजे बंगाल हा प्रदेश होता. सिंचनासाठी व पिण्याच्या पाण्यासाठी पाल राज्यकर्त्यांनी राज्यभर मोठे तलाव बांधले. सेन घराणे (इ.स.११०८) सत्तेवर आल्यावर त्यांनी आपले प्रभुत्व बंगालवर प्रस्थापित केले. त्यांचे राज्य तेराव्या शतकाच्या सुरुवातीस संपुष्टात आले.

मेघातिथी यांनी 'अभिधन रत्नमाला' (इ.स. ८२५ ते ९००) हा ग्रंथ लिहिला. त्यामध्ये अन्नधान्य, पिकांसंबंधी माहिती दिली आहे. त्यांनी सिंचन-शेतीवर भर दिला आहे. ज्यामुळे शेतकरी लहरी पावसापासून आपली पिके वाचवू शकतील. रहाटगाडग्याचा वापर प्रथम इराणी मुस्लिमांनी केला, असा समज प्रचलित आहे; परंतु, जोधपूरजवळील मंडोर येथे एका देवळाच्या दगडी भिंतीवर याच चक्राचे शिल्प आढळून आले आहे. यावरून रहाटगाडगे हे मुळचे भारतातले आहे. रहाटगाडगे आणि कातडी मोट यांचा पिकांना पाणी देण्यासाठी मोठ्या प्रमाणात वापर करण्यात येत होता. पराशर हे 'कृषिपराशर' या ग्रंथाचे लेखक होते. हा ग्रंथ म्हणजे इ.स. ९५०-१००० या कालखंडातील कृषीसंबंधीची संहिता होती. भाताच्या लावणीनंतर घ्यावयाच्या काळजीबद्दल ते लिहितात की, दुधाळ ओंब्या येईपर्यंत शेत मऊ व ओले ठेवले नाही, तर पिकाच्या उत्पादनावर परिणाम होतो. एवढी जागरूकता त्यांनी ग्रंथ लिहिताना ठेवली होती. दुसऱ्या उल्लेखात त्यांनी सिंचन तलावांची, कालव्यांची व इतर चऱ्यांची योग्य ती देखभाल करण्याविषयी नमूद केले होते. जेणेकरून पिकांपासून विपुल उत्पन्न मिळू शकेल.

३) दक्षिण भारत :

इ.स.चे पहिले शतक ते ३०० या काळात दक्षिण भारतात दोन प्रकारच्या राज्यकर्त्यांचे वर्चस्व होते. तमीळ गटांचे पांड्य, चोल व पल्लव यांच्या आणि दख्खनचे चालुक्य व राष्ट्रकूट या काळातील लोकांच्या सामाजिक, आर्थिक राहणीमानासंबंधी ओझरता उल्लेख संगम वाङ्मयामध्ये (इ.स.३००-६००) आढळतो. याच युगापासून बागायती पद्धतीने भात पिकविण्याची सुरुवात झाली. भात पीक घेण्याची कला आंध्र व ओरिसा प्रांताच्या किनारपट्टीवरील लोकांना अवगत होती, असे तज्ज्ञांना वाटते. दक्षिण भारतातील पूर्वीची सर्व साम्राज्ये मोठ्या नदीकाठच्या प्रदेशात वसलेली होती, हा काही योगायोग नव्हता. त्यावरील राजघराण्यांनी शेतीमध्ये आत्मीयता दाखविली. तसेच नदीकाठच्या या राजवटींना सुपीक जमीन लाभली होती. बागायत भातशेतीच्या शोधामुळे दक्षिण भारत देशात 'भाताचे कोठार' म्हणून ओळखले गेले. भारतात हळदीच्या उत्पादनाला याच कालखंडापासून सुरुवात झाली. संगम काळच्या कवींनी पाणी कसे साठवावे व जमिनीची सुपीकता कशी वाढवावी, यासंबंधी बरेच संदर्भ दिले आहे. त्या काळी लोकजीवन शेतीवरच अवलंबून होते. विहिरी व तळे यांच्यापासून होणाऱ्या

सिंचनासंबंधीचा उल्लेख 'संगम' लेखनात आढळतो. विहिरीतून पाण्याचा उपसा करण्यासाठी बैलांचा उपयोग करण्यात येत होता. कावेरी व वैगाई नदीवर मोठे बांध घालून, त्याद्वारे पुराचे नियंत्रण करून, त्या पाण्याचा उपयोग सिंचनासाठी करण्यात येत असल्याचा संदर्भ सापडतो. प्रसिद्ध राज्यकर्ते चोला करीकाला (इ.स. १८०) यांनी राज्याचे पुरापासून संरक्षण करण्यासाठी कावेरी नदीवर १६० किलोमीटर लांबीचा बांध बांधला होता. त्यांनी अनेक सिंचन तलावसुद्धा बांधले.

गुप्तकाळात दक्षिणेकडे मध्य आणि दक्षिण भारतात विहिरींच्या पाण्याचे सिंचन प्रचलित होते. बांध बांधून पाण्याचा प्रवाह चांगल्या पद्धतीने सिंचन करण्याकरिता वळवण्यात येत होता. खेया आणि बंध्या या दोन प्रकारच्या कालवे पद्धती या त्या वेळी बांधण्यात येत होत्या. खेया प्रकारची पद्धत शेतीमधील अतिरिक्त पाणी काढून वापरात होती, तर बंध्या पद्धतीचे कालवे शेतात पाणी साठविण्यासाठी बांधण्यात येत होते.

दख्खनचे चालुक्य व राष्ट्रकूट, पल्लव, पांड्य, होयसालस आणि कलातीया या दक्षिणेतील इतर (इ.स.५३५-१३००) व चोला (इ.स.९८५-१२०५) या सजावटी होत्या. दक्षिण भारत हा इतर भारतीय उपखंडांपेक्षा वेगळा उठून दिसण्याचे कारण म्हणजे नर्मदा नदी होय. नर्मदा, कृष्णा, तुंगभद्रा या नद्यांमधील प्रदेशांवर दख्खनचे चालुक्य आणि राष्ट्रकूट यांनी राज्य केले. चालुक्य साम्राज्याची (इ.स.५३३-७४४) स्थापना पुलकेशी-पहिला याने केली. या घराण्याने सध्याचा महाराष्ट्र व कर्नाटकाचा काही भाग यावर १८९ वर्षे राज्य केले. कीर्तीवर्मा दुसरा हा या घराण्याचा शेवटचा राज्यकर्ता. त्याला राष्ट्रकूट घराण्यातील शांतिदुर्ग याने दूर केले. राष्ट्रकूट घराण्याने आठव्या शतकाच्या मध्यापासून दख्खनवर राज्य करण्यास सुरुवात केली. दगडातील कोरीव कामांना याच काळात आश्रय मिळाला. (जसे वेरूळमधील कैलास मंदिर) महाराष्ट्रात चालुक्यांनी तळ्यांची निर्मिती केली, तसेच बारवांची निर्मिती केली. तसेच राष्ट्रकूटाने महाराष्ट्रात मोठे तलाव बांधले. पल्लव घराण्याची स्थापना सिंहवर्मन यांनी इ.स. ५५०मध्ये केली. संपूर्ण तमिळनाडूमध्ये मोठ्या प्रमाणात तलाव बांधण्याचे काम पल्लव राजांनी केले. सातव्या शतकाच्या सुरुवातीस राजा महेंद्रवर्मन-पहिला याने तलाव (तातक) खोदण्याच्या कामाला सुरुवात केली. सातव्या शतकाच्या अखेरीस परमेश्वरा तातकाचे बांधकाम दुसऱ्या पल्लव राजाने केले. तिरांयन्नेरी तलावाच्या बांधकामाचे कामसुद्धा याच काळात झाले. जलयंत्रासंबंधी उल्लेख असलेला शिलालेख यानंतरच्या काळात सापडला. वैरिमेगा तलाव, गुडीमलन तलाव, उकाई तलाव यांचे बांधकाम आठव्या शतकाच्या अखेरीस तर कनकवल्लरी व कावेरीपाक यांचे बांधकाम नवव्या शतकात झाले. यांपैकी दुसऱ्या तलावाचे काम प्रचंड असून, त्याला ६.४ कि.मी. लांबीचा दक्षिणोत्तर बांध आहे. तंदला तलावाचा सांडवा असलेला चित्रमेधा सातक हे यामध्ये उल्लेखनीय आहे.

पांड्य घराण्यासंबंधी काही देवळे बांधणे व नूतनीकरण करणे याव्यतिरिक्त विशेष

असे काहीही माहीत नाही. होसालसांनी मध्यम्हैसूरवर राज्य केले. कलातीया घराण्याने गोदावरी व तुंगभद्रा प्रदेशांवर राज्य केले; तसे पाहिले तर ही दोन्ही घराणी दक्षिणेच्या चालुक्याची जहागीर होती. कृषिक्षेत्रात त्या काळात या दोन्ही घराण्यांचे विशेष असे योगदान असल्याचे आढळून आले नाही.

दक्षिण भारतात चोला राजांनी दहाव्या शतकाच्या शेवटच्या तिमाहीपासून तेराव्या शतकाच्या सुरुवातीपर्यंत आपले प्रभुत्व गाजवले. चोला साम्राज्याची स्थापना राजा चोला यांनी इ.स. ९८५मध्ये केली. त्यांनी आधुनिक अशी सिंचनपद्धती प्रचारात आणून 'संपत्ती' आणि 'सुबत्ता' यांचे बाबतीत सीमा गाठली. नदीवर मोठ्या प्रमाणात बांध घालून त्या पाण्याचा वापर सिंचनासाठी करणे हे त्यांचे आधुनिक सिंचनपद्धतीतले मूलभूत प्रयत्न होते. लहान नद्यांवरही त्यांनी बंधाऱ्यांची मालिका बांधून पाणी अडविले. कावेरी नदीचे पाणी सिंचनासाठी वापरण्याकरिता त्यांनी 'वेन्नरा' आणि 'अरासील' हे कालवे बांधले. कावेरी नदी व तिच्या उपनद्यांवर मोठ्या प्रमाणात बंधारे बांधण्यात आले. या बांधकामाचे वैशिष्ट्य म्हणजे वरच्या भागातील धरणाचे पाणी पूर्णपणे साठविण्यात येत असे व वरून वाहणारे पाणीच नदीच्या खालील भागात जाई. म्हणून सर्व प्रकारच्या पिकांच्या सिंचनासाठी वर्षभर पाणी उपलब्ध होत असे. पुरातन काळातील बंधाऱ्यांचे तंजावर जिल्ह्यातील बंधारे विशेष उल्लेखनीय आहेत. चोला राजांचे प्रसिद्ध सिंचनविषयक काम म्हणजे ३२९ मीटर लांबीचा श्रीरंगमजवळील बंधारा. हे १२-१८ मीटर उंचीचे प्रचंड दगडी बांधकाम आहे. दुसरा उल्लेखनीय बंधारा हा कावेरी नदीच्या खालच्या बाजूस आहे. या बंधाऱ्यापासून काढलेल्या कालव्यामुळे दोन्ही तीरांवरील जमिनीत वर्षभर पिके घेणे शक्य झाले आहे. कर्नाटकातील अशा पद्धतीच्या कालव्यांची लांबी १९१५ कि.मी. असून, ही सर्व चोला राजांची निर्मिती आहे. अशा प्रकारची सार्वजनिक कामे भारताच्या इतिहासात त्यावेळच्या कोणत्याही राजघराण्यात केली नाहीत; म्हणून सिंचन-शेतीला दख्खन व दक्षिण भारताच्या इतर भागांत जोरदार चालना मिळाली.

आंध्रप्रदेशातील तेलंगणा व कर्नाटकात मोठ्या जलाशयांची मालिका बांधून तयार करण्यात आली. कर्नाटकाचा उल्लेख 'हजारो तलावांचा प्रदेश' या नावाने करण्यात येतो. यातील नदीच्या खोऱ्यातील प्रदेशात ठरावीक अंतरावर निरनिराळ्या उंचीचे बांध घालण्यात आले. यातील मुख्य तत्त्व म्हणजे वरील भागातील जलाशयातील अतिरिक्त पाणी खालच्या जलाशयात येत असल्याकारणाने सर्व जलाशय पाण्याने पूर्ण भरत असत. वरील तलावातील अतिरिक्त पाणीच खालच्या तलावात येत असे, असे नसून सिंचनातले अतिरिक्त पाणीही झिरपून खालच्या तलावात साठत असे. मातीच्या सच्छिद्रतेमुळे पाणी खालच्या भागात जमा होत असे. त्यामुळे पावसाळ्याव्यतिरिक्तच्या काळात पाण्याच्या झिरप्यामुळे मातीतील ओलावा टिकून राहात असल्याकारणाने संपूर्ण खोऱ्यातील पिके

टिकून राहात. या प्रकारच्या बांधकामाचा फायदा म्हणजे याच्यात संपूर्ण पाणलोटक्षेत्राचा समावेश होत असे; परंतु, त्याचबरोबर मुख्य तोटा म्हणजे पावसामुळे वरील भागातील एखादा तलाव फुटला तर त्यातील पाण्यामुळे खालील भागातील बांध फुटून संपूर्ण भागातील बंधारेच नष्ट होण्याची भीती असे.

चोला राजांनी इ.स.च्या दहाव्या शतकात तनगुंडा व चिकबलपूर तलाव बांधले. कर्नाटकात नैसर्गिक तळी नाहीत. सर्वसाधारणपणे येथील नाले खोऱ्याच्या उताराच्या बाजूने येतात. त्यामुळे योग्य ठिकाणी शक्य असेल तेथे बंधारे बांधून संपूर्ण खोऱ्यात बंधाऱ्यांची मालिका निर्माण करणे शक्य होत असे. संपूर्ण राज्यात यांची संख्या ३८,०८० एवढी आहे. रामसागर, व्याससमुद्र, मसूरमडगाकेरे, आयंकेरे यांचा मोठ्या तलावात समावेश होतो. सुलेकेरे तलाव हा सर्वांत मोठा असून, त्याचा घेर ६४ कि.मी. आहे. तमिळनाडूतील तलाव चोल राजांनी व्यापक प्रमाणात बांधले. (यांची सुरुवात पल्लव राजांनी केली तरी) चोलावर्धी तलाव, सोहिटावल्लम आणि तक्कोलाम तलाव तसेच पाँडिचेरी येथील सर्वांत मोठा विनमंगलम् तलाव, अरीकेसरी मंगल तलाव या सर्वांचे बांधकाम इ.स.६ व्या ते ११ व्या शतकात झाले. या तलावांची इतर वैशिष्ट्ये म्हणजे यातील बहुतेक तलाव आजही कार्यक्षम असून, त्यांचा उपयोग आजही करण्यात येतो. स्वतंत्र तलावसुद्धा या प्रदेशात आढळून आले. जुने तलाव नाल्यांवर आणि उपनाल्यांवर बांधण्यात आले असून, त्यामुळे बरेच क्षेत्र सिंचनाखाली आले आहे. उदा. पलार खोरे पद्धतीमध्ये १०० तलाव साखळी पद्धतीने बांधले आहेत.

तसेच नदीचे पाणी कालव्याद्वारे शेतीला देण्याची पद्धत होती. विशेषत: नदीच्या अतिरिक्त पाण्याचा वापर केला जाई. कर्नाटकात भूगर्भातील खडक ग्रॅनाईट प्रकारचा असल्याने पाणी मुरण्याचे प्रमाण अतिशय कमी (एक टक्क्यापेक्षा कमी) असते. प्राचीन काळापासून येथील लोक पाण्याला देव मानीत असत. पाणी साठविण्यासाठी केरे, कुंटे, कट्टे इ. चा वापर करत असे. केरे म्हणजे मोठे तलाव, कुंटे म्हणजे खोलगट भागात पाणी साठविणे तर कट्टे म्हणजे दगड, माती अथवा चुना यांच्या साहाय्याने बांध घालून बांधलेले छोटे तलाव. हे पाणी पिण्यासाठी वापरले जात असे. कर्नाटकात विविध प्रकारच्या विहिरींचासुद्धा सिंचनासाठी व पिण्याच्या पाण्यासाठी वापर केला जात असे. उदा. छोट्या विहिरी, प्रवेशद्वार नसलेल्या विहिरी, प्रवेशद्वार असलेल्या विहिरी, तलावाअंतर्गत छोटा बंधारा अथवा विहिरी इ. चा वापर केला जात असे.

२.३ : महाराष्ट्रातील प्राचीन जलसिंचन व्यवस्था

शेतीला पाणीपुरवठा करण्याची सोय करणाऱ्या विविध योजना अगदी प्राचीन काळापासून कार्यान्वित होत्या. भीमेच्या खोऱ्यात शिरूर तालुक्यातील इनामगावात दगडी

पाया असलेले मातीचे मोठे बंधारे आहेत. कालव्याच्या साहाय्याने ते घोडनदीला जोडलेले आढळतात. त्यापासून शेतीला पाणीपुरवठ्याची व्यवस्था केली होती. तसेच तापी खोऱ्यात साळवदा, प्रकाशे ही केंद्रे सिंधुसंस्कृतीवर प्रकाश टाकणारी आहेत. महाराष्ट्रात सिंधुसंस्कृतीकालीन ग्रामीण संस्कृतीत जलसिंचन व्यवस्थेसंदर्भात अल्प प्रमाणात माहिती मिळते. तत्कालीन भौतिक अवशेष आणि लिखित साहित्यावरून त्या काळातील जलसिंचन व्यवस्था समजून येते. वैदिक काळात कशाप्रकारची जलसिंचन व्यवस्था होती हे सांगणे मात्र कठीण आहे. या काळात आढळणारे पुरावे नगण्य आहेत.

महाराष्ट्राच्या नागरी विश्वसनीय इतिहासाला सातवाहन काळापासून सुरुवात होते. सातवाहनाचा काळ इ.स.पूर्व २३० ते इ.स.२३० असा मानला जातो. या घराण्याने महाराष्ट्रावर ४६० वर्षे राज्य केले. या काळात निर्माण झालेल्या ५०० लेण्या हे त्यांच्या समृद्धीचे उदाहरण आहे. सातवाहन काळ हा महाराष्ट्राच्या दृष्टिकोनातून 'सुवर्णकाळ' मानला जातो. विहिरी, पुष्पवाटिका व मधुवाटिका, निर्झर सरोवरे, तडाग यांचे शिलालेखातील निर्देश अतिशय महत्त्वाचे आहेत. सातवाहनांनी औरंगाबादलगत एक प्रचंड राजतगड तलाव बांधला होता. आजही तो 'हर्सुलचा तलाव' म्हणून ओळखला जातो व अद्याप कार्यक्षम आहे. पहिल्या व दुसऱ्या शतकात पैठणच्या सातवाहन राजकुळाने येथे बांधलेल्या तळ्यावरूनच 'राजतगड' हे नाव पडलेले असावे. औरंगाबादच्या आमखास मैदानाच्या ठिकाणी जो आमखास तलाव होता तो या राजतगडाचाच कधी काळी एक भाग असावा. याशिवाय सातवाहनांच्या शिलालेखात असलेली महत्त्वाची नोंद म्हणजे 'जलयंत्री' या श्रेणीची (समाजातील एक औद्योगिक वर्गाची) नोंद. जलयंत्री श्रेणीने दाने दिल्याचा उल्लेख आहे. जलयंत्री म्हणजे सिंचन कार्यप्रवण करणारी श्रेणी होय. पाणीपुरवठा करण्याचे आवश्यक ते तंत्रज्ञान त्यांच्याकडे होते. विदर्भातील वाशीम नगरापासून १०कि.मी. अंतरावर असलेल्या हिस्सेबोराळा या गावी गावाशेजारी वाहणाऱ्या ओढ्यावर बांध घालून धरण बांधल्याचे म्हटले आहे. या धरणाच्या जवळ कथित सुदर्शन नावाचे एक सरोवर ख्रिस्तोत्तर पाचव्या शतकात उभारले गेले होते, असे सांगितले जाते. या सरोवराच्या बांधाच्या काही दगडी खाणाखुणा तेवढ्या शिल्लक आहेत. पैठण राजघराण्याचे अचिंत्य आणि अंजितया या जोडप्याने आपल्या राज्यात अनेक घाट, कुंड, कालवे, तळी, पन्हाळी उभारल्याचे वर्णन केले आहे. महाराष्ट्रात जेवढी लेणी आहेत तेवढेच दुर्ग, गड, किल्ले आहेत. लेण्यांजवळ तसेच प्रत्येक दुर्गात देवटाकी, कुंड, तळी बांधण्यात आली होती. त्यांच्याजवळ गंगा, यमुना, सिंधू, सरस्वती यांच्या मूर्ती कोरलेल्या सापडतात व त्यांचा उल्लेख तेथील शिलालेखांमध्ये वाचावयास मिळतो. सातवाहन राजघराण्याच्या श्रीपुकुमावांनी राज्याच्या कारकिर्दीच्या आठव्या वर्षी कोरलेला

हा शिलालेख असून, संब या गहपतीने ते तळे खोदविले (तळत खनित), असा उल्लेख या लेखात आहे.

कोकण हा तलावाद्वारे पाणी साठविण्यासाठी तुलनेने अडचणीचा भाग व म्हणून कोकणामध्ये नारळ, पोफळी व भातशेती या सिंचनाची सोय करण्यासाठी पूर्वी 'पाटसिंचन' ही पद्धत राबविली जात होती. झऱ्यावरील शेतीचा उपयोग शेतकऱ्यांना अजूनही होतो. रत्नागिरी व सिंधुदुर्ग जिल्ह्यांत झऱ्याचे पाणी पाटाच्या पाण्यात रूपांतरित करून (२०० ते १५०० मीटरपर्यंत नेऊन) सिंचनासाठी उपयोगात आणण्याचा उपक्रम केला जात असे. डोंगरकपारीतून पाझरणारे झरे हे या पाण्याचे मुख्य स्रोत होत. हे पाझरून येणारे पाणी योग्य अशा उंचीवर दगडाचे बांध घालून अडविण्यात येऊन बांधाच्या खालच्या भागातून समतल रेषेने पाट काढून वेगवेगळ्या पिकांसाठी खेळविले जात असे. उत्तर कोकणात मात्र ठाणे भागात शेकडो तलाव असल्याचे उल्लेख मिळतात. या जिल्ह्यात शहापूर तालुक्यातील अनेक तलाव होते, असे ब्रिटिशांच्या गॅझेटिअरसाठी जी माहिती संकलित केली त्यातून या तलावांची माहिती समजते. सातवाहनांनंतर वाकाटकाचे साम्राज्य निर्माण झाले. वाकाटकांनी इ.स. २५० ते ५५०पर्यंत राज्य केले. त्यांनीही प्रचलित कृषिसिंचनास प्रोत्साहन दिल्याचे शिलालेख व ताम्रपटांवरून दिसते. तलावाच्या पाण्याचे प्रकल्प वाकाटकांनी आपल्या राज्यात निर्माण केल्याचे समकालीन साहित्यावरून व भौतिक पुराव्यांवरून स्पष्ट होते. वाकाटकांनंतर संपूर्ण महाराष्ट्रात बदामीच्या चालुक्याचे वर्चस्व होते. त्यांनी तळ्यांची निर्मिती केली, तसेच वारिहा/बारवांची निर्मिती केली. या बारवांचा सिंचनासाठी उपयोग करण्यासाठी त्यांनी शेतकऱ्यांना पूर्ण सिंचनासाठी परवानगी दिली होती. तलावाच्या दुरुस्तीसाठी त्यांनी तलावामधून मिळणाराच निधी वापरला होता. त्यासाठी त्यांनी पंचायती निर्माण केल्या व या पंचायतींनी आपल्या परिसरातील तलावांची व सिंचनाची देखभाल ही जबाबदारी स्वीकारली.

राष्ट्रकूटांनी महाराष्ट्रामध्ये तलावांची निर्मिती व सिंचनक्षेत्र विकास याला प्राधान्य दिले. त्यांपैकी वेरूळचा जगतुंगसागर, तो आज निरुपयोगी झाला असला तरी कंधार येथील सिंचनव्यवस्था आजही कार्यान्वित आहे. याशिवाय त्यांनी धारूर, मान्नीखेड, लातूर इ. परिसरामध्ये मोठमोठे तलाव निर्माण केले. राष्ट्रकूट घराण्यातील तिसरा कृष्णराज याच्या काळातील कालमेघ नावाच्या एका अधिकाऱ्याने कोरलेल्या एका शिलालेखात कंधारनगरीतील 'जगतुंग' नावाचे सरोवर आणि या नगरातील जलसिंचन व्यवस्थेचे वर्णन केले आहे. त्यामध्ये पाच जलकेंद्रांची निर्मिती केल्याचा उल्लेख आहे. त्याचा उपयोग लोकांना पाणीपुरवठा, तसेच गुराढोरांना चाऱ्यापाण्याची व्यवस्था यासाठी होत असे, असे शिलालेखावरून दिसते. 'जगतुंग सरोवर' कंधार या सध्याच्या तालुक्याच्या गावाजवळ असून, त्यातून पिण्याचे पाणी व सिंचनाचे पाणी उपलब्ध करून दिले जात आहे.

राष्ट्रकूटांनंतर यादवांनी बारवांची, तलावांची निर्मिती केली. यादवांनी तलावनिर्मितीला विशेष प्राधान्य दिले होते. तलावाच्या पाण्याचा शेतीकडे वापर करण्याचा अधिक कल होता. साधारणत: ज्या गावाला नदी अथवा नाला यापासून पाणीपुरवठा होत नसेल, त्या गावी फार मोठी बारव अथवा तलाव निर्माण केला जात असे. यादवांनी मंदिरांची निर्मिती केली. मंदिराच्या बांधकामासाठी दगड जेथून नेण्यात येत होता, तेथे खड्डा पडायचा व तोच पुढे जाण्याची साठवण करण्याची 'बारव' म्हणून बांधला जायचा. बारव म्हणजे पायऱ्यांची प्रशस्त विहीर. बारवावरून चक्राद्वारे (Water Wheel - मोट) पाणी काढले जायचे व त्याचा उपयोग उद्यानासाठी व काही प्रमाणात सिंचनासाठी होत असे. महाराष्ट्रात बारवांची बहुसंख्य कामे आठव्या व नवव्या शतकानंतरच झालेली आहेत, असे वाटते. मराठवाडा व उत्तर महाराष्ट्रात आजसुद्धा अशा बारवा सापडतात. फडपद्धत यादवांच्या काळातून आली असण्याची जास्त शक्यता आहे; कारण यादवराजांनी बंधारे बांधण्यास प्रोत्साहन दिल्याचा इतिहासात उल्लेख सापडतो.

खानदेशामध्ये ऊस, केळी, कापूस व भात यांचे उत्पादन विपुल होते; कारण त्या भागात शेकडो वर्षांपासून परंपरेने राबवीत आणलेली सिंचनाची फडपद्धत होय. नाशिक आणि धुळे जिल्ह्यांतून वाहणाऱ्या पांझरा, गिरणा, मोसम व बुराई या नद्यांवर दगडी बंधारे बांधून, पाणी वळवून कालव्यांद्वारे फडपद्धत मध्ययुगीन काळापासून राबविण्यात आलेली आहे; फड म्हणजे जमिनीचा तुकडा. त्यातील तुकड्यांची मालकी वेगवेगळ्या कुटुंबांची असे, त्या वर्षी किती पाणी उपलब्ध होणार त्यानुसार पीक घेतले जात असे अशी ही अंमलबजावणी करणारी 'फडपद्धत' होय. सह्याद्रीच्या पायथ्यापासून उगम पावलेल्या या नद्या प्रथम पूर्ववाहिनी राहून नंतर तापी या पश्चिमवाहिनी नदीस मिळतात. भौगोलिक परिस्थितीमुळे पाझरणाऱ्या खडकातून त्या वाहत असल्यामुळे पूर्वी या जवळजवळ बाराही महिने प्रवाही होत्या. त्याचा उपयोग करून बारमाही पाझरणाऱ्या नद्यांवर बंधारे बांधून, पाणी वळवून, शेती सिंचनाखाली आणण्याचे तंत्र प्राचीन काळापासून रुजले होते. खानदेशावर मौर्यांची सत्ता (इ.स.पूर्व ३००) असल्यापासून ही सिंचनाची फडपद्धत असण्याची शक्यता वर्तविली जाते. थोडक्यात, महाराष्ट्रात प्राचीन काळी बंधारे बांधून कालव्याच्या साहाय्याने पाणीपुरवठा करणे, तलावांची निर्मिती, लेण्या खोदणे व त्यात पाण्याची व्यवस्था करणे, कोकणात सिंचनासाठी झऱ्याच्या पाण्याचा उपयोग करणे, पाटसिंचन पद्धत चालुक्यकाळात तळ्यांची निर्मिती व बारवांची निर्मिती, जलयंत्री फडपद्धत इ. बाबी सिंचनासाठी व पिण्याच्या पाण्यासाठी वापरत असल्याचे दिसते. पाणीवितरणाच्या वेगवेगळ्या पद्धती दिसून येतात. राजांकडून सिंचनविकासाला प्रोत्साहन, तसेच या सिंचनव्यवस्था लोकांच्या हाती असल्याचे दिसून येते.

२.४ : मध्ययुगीन जलसिंचन व्यवस्था - भारत व महाराष्ट्र

दिल्लीतील सुलतानी राजवटीपासून (इ.स.१२०६) मध्ययुगीन काल सुरू होतो इ.स.१७६१ मध्ये (मराठ्यांनी दिल्ली जिंकल्यावर) हा काल संपतो.

इ.स.७११-७१२मध्ये वायव्य सिंध प्रांतात मुस्लीम आक्रमकांनी आपली सत्ता स्थापन केली. 'इब्ज टेकूल' या अरब भूगोलतज्ज्ञाने इ.स.९४३ ते ९६८ या काळात सिंध, पंजाब व भारताच्या इतर भागांतही पर्यटन केले. त्याच्या प्रवासवर्णनात भारतातील वेगवेगळ्या शहरांचे, लोकांचे व त्यांच्या राहणीमानाचे तसेच जमिनीच्या करआकारणीचे विस्तृत वर्णन आहे; परंतु, त्या वेळी अस्तित्वात असलेल्या सिंचनव्यवस्थेबाबत विशेष माहिती उपलब्ध नाही. अरबांनी वायव्य भारतावर इ.स. ८०९पर्यंत प्रभुत्व स्थापन केले. मध्य आशियातील तुर्कस्थानातून अकराव्या शतकात तुर्की लोकांचे आगमन झाले. मोहंमद गझनी, मोहंमद घोरी, गुलाम खिलजी व तुघलक या राजांनी हा काळ गाजविला. तेराव्या शतकात व चौदाव्या शतकात टोळ्यांच्या रूपाने मोगल आले. तुर्क व मोगल लोकांनी इस्लाम धर्माचा अगोदरच स्वीकार केला होता. या काळातील सिंचनव्यवस्थेची माहिती ज्ञात नाही.

मुस्लीम राजवटीतील सिंचनाबद्दलची माहिती प्रथम मोहंमद तुघलकच्या (इ.स.१३२५ ते १३५१) कारकिर्दीत उपलब्ध आहे. आपल्या जुलूम-जबरदस्तीच्या कारवायांमुळे गंगा नदीच्या खोऱ्यामध्ये पिके पूर्णपणे नष्ट झाली आहेत. पाठोपाठ पडलेल्या दुष्काळामध्ये मोठ्या प्रमाणावर प्राणहानी झाली आहे, असे जेव्हा त्यांच्या लक्षात आले, तेव्हा त्याने शेतकऱ्यांना विहिरी खणण्यासाठी व पडीक जमिनी पुन्हा लागवडीखाली आणण्यासाठी उत्तेजन दिले. मोहंमद तुघलकाच्या मृत्यूनंतर फिरोजशहा तुघलक (इ.स.१३५१ ते १३८८) गादीवर आला. त्याने मोठ्या प्रमाणावर धरणे बांधून व कालवे काढून नापीक पडीक जमिनींवर सिंचनाचा वापर सुरू केला. पश्चिम यमुना कालवा ही त्यातील एक संस्मरणीय घटना आहे. हिस्सार फेरोसा (सध्याच्या हरियाणा राज्यातील हिस्सार) या नव्याने स्थापन केलेल्या शहरातील पाण्याची तीव्र टंचाई सोडविण्यासाठी त्याने यमुना व सतलज नद्यांचे पुराचे पाणी अडवायचे व ते हिस्सारला द्यायचे यासाठी १३५५मध्ये हा कालवा खणला. या कालव्यामुळे या नवीन शहरास समृद्धी प्राप्त झाली. हिवाळी पिके ही कल्पना मूर्त स्वरूपात प्राप्त झाली. 'शम्स ई सीराज' या तत्कालीन लेखकाच्या लेखनात या शहरातील नागरिकांना सुलतानाने उत्पादित मालापैकी १/१० माल कराच्या रूपात द्यावा, अशा प्रकारचा आदेश दिला, असा उल्लेख आहे.

फिरोजशहा सन १३८८मध्ये मृत्यू पावला. लोधी घराण्याचा (इ.स.१४५१ ते १५२६) सुलतान मोहंमद (फिरोजशहाचा नातू) जुन्या दिल्लीत बादशाहा म्हणून वावरत

होता. समरकंद येथील प्रसिद्ध मोगल राजा तैमूर याने सन १३९८मध्ये उत्तर भारतावर आक्रमण करून दिल्ली काबीज केली. सन १४०५पर्यंत उत्तर भारत त्यांच्या जुलूम जबरदस्तीखाली होता. तैमूर हे इस्लामधर्म स्वीकारणाऱ्या पहिल्या काही अग्रणी मोगलातील एक होते. दिल्लीत स्थिर सरकार नव्हते व सन १४१४पर्यंत मोठ्या प्रमाणावर दुष्काळ टंचाईची परिस्थिती होती. यानंतर सय्यद या पंजाबच्या सुभेदाराने १४१४मध्ये सत्ताग्रहण केले. त्याच्या वंशजांनी सन १४५१पर्यंत राज्य केले. त्या वेळी बहालाल लोधी या पंजाबच्या सुभेदाराने दिल्ली काबीज केली. या वंशातील शेवटचा राजा इब्राहिम लोधी होता. लोधीच्या कारकिर्दीत शेतीव्यवस्था सुरळीत चालू होती व शेतपिके मुबलक प्रमाणात येत होती, असे तत्कालीन इतिहासकारांच्या लेखनावरून दिसून येते; परंतु, त्यांचे श्रेय तेव्हाच्या नियमित पावसालाच देता येते. सिंचन सोई उपलब्ध करण्याकडे लोधी राजवटीने काही विशेष प्रयत्न केल्याचे दिसत नाही.

तत्कालीन स्वतंत्र राजवटी म्हणजे बंगाल, गुजरात, माळवा व काश्मीर होय. इ.स. १५७६ ते १८३८ या कालावधीत बंगालमध्ये स्वतंत्र राजवट होती. जलालुद्दीन हुसेनशाह हे बंगालच्या प्रसिद्ध राजांपैकी एक राजे होते. या राजवटीत जनतेला शांतता व समृद्धी मिळाली होती, तरी सिंचन व शेती या क्षेत्रांत बंगालमध्ये भरीव कार्य झाल्याचे आढळून येत नाही. गुजरातमध्ये मुझफ्फर शाह या इस्लाम धर्म स्वीकारलेल्या रजपूत राजाने व त्याच्या वंशजांनी इ.स. १४०१ ते १५३७ या कालावधीत स्वतंत्र राजवट निर्माण केली. अकबराने १५७४मध्ये गुजरात मोगल साम्राज्यास जोडला. शेती-सिंचनाच्या गुजरातमधील पद्धतीबद्दल काहीही उल्लेख आढळत नाही. सन १४०१ ते १५३१ या काळात माळव्यात स्वतंत्र राजवट होती. दिलावरखान धुरी हा माळव्याचा पहिला स्वतंत्र राजा होता. इतर सर्व मुस्लीम राज्यकर्त्यांप्रमाणे माळव्याच्या सुलतानांनीसुद्धा शेती व सिंचनाच्या कामामध्ये फारसा रस घेतला नाही. काश्मीर हे (इ.स.१०८९ ते १५८६) पाचशे वर्षांपेक्षा जास्त काळ स्वतंत्र राज्य होते. जयसिंह व कोटाराणी हे प्रसिद्ध राज्यकर्ते. शैनुद्दीन (इ.स. १४२० ते १४७०) हा काश्मिरचा सुप्रसिद्ध राजा. त्याने सार्वजनिक बांधकामे मोठ्या प्रमाणावर केली. निराधार लोकांसाठी घरे, मोफत दवाखाने, सर्व जाती-जमातींसाठी लंगर (भोजनशाळा) व सिंचनाची कामे केली. एका तत्कालीन लेखकाने लिहिल्याप्रमाणे अचलापूर, नादशैला, बीजबिहारा, आदवीन इ. कालवे शेती उत्पादन वाढविण्यासाठी काढण्यात आले. अशा विस्तृत प्रमाणावरील सिंचनाच्या पाण्यामुळे बऱ्याच पडीक जमिनी पुन्हा लागवडीखाली आल्या. अकबराने १५८६मध्ये काश्मीरवर कब्जा केला.

मोगलकालीन भारतीय शेती व सिंचनाबाबत काही बाबी दिसून येतात, त्या म्हणजे १४८२-१५३०दरम्यानच्या झेहीरूद्दीन मोहंमद बाबर मोगल साम्राज्याचा पहिला राजा. त्याचे 'बाबरनामा' नावाचे आत्मचरित्र तुर्की भाषेत तयार केले होते. त्यामध्ये त्याने

भारताच्या हवामानाविषयी, लोकपोशाख, अन्न, पाणी, पिके, नैसर्गिक संपत्ती इ. निरीक्षणे नोंदविली आहे. त्यावरून सिंचनव्यवस्थेबद्दल जागरूकता दिसून येते. साधारणपणे नदीच्या पाण्याचा सिंचनासाठी वापर होत नाही, हे पाहून तो आश्चर्यचकित झाला होता. उलट, विहिरी व तलाव सिंचनासाठी खणण्यात येत होते. जवळजवळ सर्व पिके खरीप आहेत व हिवाळी पिकांना सिंचनाची जास्त जरुरी नाही असे त्याला दिसून आले. उपसा सिंचनाबाबत बाबराने पर्शियन चक्र व चरसा सिंचनाचे वर्णन केले. पर्शियन चक्राचे दोर बैल ओढतात व चक्रावरील पाण्याने भरलेली गाडगी एका पाटात रिक्त होतात व हे पाणी शेतात पुरविले जाते. चरसा पद्धतीचेही वर्णन बाबराने केले. या पद्धतीत जेव्हा बैल दोर ओढतात, तेव्हा पाण्याने भरलेली बादली वर येते व पाणी शेतात पसरते, असे म्हटले आहे.

बाबराच्या मृत्यूनंतर हुमायून (इ.स.१५३० ते १५४०) गादीवर आला. त्या काळातील सिंचनाच्या व शेतीच्या कामासंबंधीची निश्चित माहिती उपलब्ध नाही. त्यानंतर शेरशहा सुरीचा अल्पकाळ ठरला. अकबर (इ.स.१५५६ ते १६०५) व जहाँगीर (इ.स. १६०५ ते १६२८) या सर्व मोगल सम्राटांपैकी अकबर हा सर्वश्रेष्ठ सम्राट होता. अकबराने सार्वजनिक हितार्थ अनेक कामे केली; परंतु, त्याच्या कारकिर्दीतील सिंचनपद्धतीबद्दल तत्कालीन इतिहासकारांचे लेखनात उल्लेख नाही. जहांगिराच्या कारकिर्दीबाबत असेच सांगता येईल. शाहजहान (इ.स.१६२८ ते १६५८) हा सुलतान फिरोजशाह तुघलकाने ३०० वर्षांपूर्वी खणलेल्या पश्चिम यमुना कालव्याच्या पुनर्स्थापनेसाठी प्रसिद्ध आहे. सुलतानच्या मृत्यूनंतर हा कालवा हळूहळू गाळाने भरला गेला व त्यामुळे वापरात येत नव्हता. शाहजहानने या कालव्याच्या दुरुस्तीसाठी सूचना दिल्या. याशिवाय कालव्याच्या उगमापासून आणखी एक नवीन कालवा खणण्याचे हुकूम दिले. त्यामुळे उत्तर भारतातील कोरडवाहू जमिनीला सिंचनाच्या सोयी उपलब्ध झाल्या. इ.स.१६३७ ते १६४४ या काळात त्याने हसली किंवा लाहोर (बारीदुआब) हा कालवा खणला. हा कालवा १७७ कि.मी. लांब व ३० फूट रुंदीचा होता व ५०० घ.फू. प्रति से. (क्युसेक्स) इतकी त्याची विसर्गक्षमता होती. रावी नदी ज्या ठिकाणी सपाटीच्या प्रदेशात उतरते, त्या ठिकाणापासून या कालव्याची सुरुवात झाली. उत्तर भारतातील बऱ्याच मोठ्या क्षेत्रास या कालव्याचे लाभ मिळाले.

थरच्या वाळवंटात जमिनीखाली बांधलेल्या टाक्या, कुंड आजही आढळतात. पावसाचे पाणी या कुंडात गोळा केले जाते व नंतर टंचाईच्या काळात पिण्यासाठी वापरले जाते. ही पद्धत जैसलमेर येथे पालिवाल यांनी १५ व्या शतकात विकसित केली.

तसेच मध्य व पश्चिम हिमालयात पर्वतावरील झऱ्यांचे पाणी 'कुल्स' नावाच्या कालव्याद्वारे शेतीसाठी वापरले जाई. मेघालयात २०० वर्षांपूर्वीची जलसंचय पद्धत आजही अस्तित्वात आहे. झऱ्यांचे पाणी बांबूंच्या नलिकांद्वारे झाडांना देण्यात येते. यामधून

ठिबकपद्धतीसारखे थेंब थेंब पाणी पडते. याचाच पुढे ठिबक सिंचनपद्धतीत विकास झाला. महसूदशाहने (इ.स.१७१९ ते १७४८) पूर्व यमुना कालवा खणला. त्यामुळे उत्तर भारतातील काही भागास सिंचनाचे लाभ मिळू लागले. देखभालीअभावी पुढे हा कालवा गाळाने भरला. त्या काळातील अस्थिर राजवट व अराजकांच्या परिस्थितीमुळे शेती किंवा सिंचनाबाबत काहीही उल्लेखनीय गोष्टी घडल्या नाहीत.

औरंगजेबाच्या कारकिर्दीत सर्वसामान्य जनता व शेतकरी यांच्या कल्याणासाठी त्याने काहीही योजना काढल्या नाहीत. त्याच्या ३९ वर्षांच्या कारकिर्दीत शेती व सिंचनाच्या सोयी उपलब्ध करून देणेबाबत त्याने काहीही कार्य केलेले नाही. पहिला बहादूरशाहा (इ.स.१७०७ ते १७१२), जहाँगीरशाह (इ.स.१७१२) व फारूक शायर (इ.स.१७१२ ते १७१९) हे एकापाठोपाठ दिल्लीच्या तख्तावर आले. सिंचन व शेतीसाठी या तिघांनी काहीही केले नाही. महमूदशाह याने १७२५मध्ये पूर्व यमुना कालवा खणला. त्यामुळे उत्तर भारतातील काही भागांस सिंचनाचे लाभ मिळू लागले. देखभालीअभावी पुढे हा कालवा गाळाने भरला. त्या काळातील अस्थिर राजवट व अराजकतेच्या परिस्थितीमुळे शेती किंवा सिंचनाबाबत काहीही उल्लेखनीय गोष्टी घडल्या नाहीत.

हिमाचल प्रदेशात पूर्वी नदी-नाल्यावर तात्पुरता दगडी बंधारा घालून पाणी शेतीकडे वळविले जात असे. पिक कापणीला आल्यानंतर पाणी पुरवठा करण्याचे काम संपल्यानंतर बंधारा पुन्हा काढून घेतला जात असे त्यास 'कोहल पद्धत' म्हटले जाते. हिमाचल प्रदेशात शेतकरी गटाच्या प्रमुखाला 'कोहली' म्हटले जाते. सिंचनाचेसाठी, पाणी देण्यासाठी कोहली मंडळांकडून काम केले जाते. स्वातंत्र्यानंतर लोकसहभाग कमी झाल्याने ही पद्धत मोडकळीस येऊ लागली.

हरियानात 'नदी पद्धत' महत्त्वाची मानली जाते. या पद्धतीत गावकरी एका ठरावीक दिवशी एकत्र येऊन ओढ्या-नाल्यावर दगडाच्या साहाय्याने कच्चा बंधारा घालत असे त्याला 'नदी' असे स्थानिक नाव देण्यात आले होते. अशा बांधलेल्या बंधाऱ्यावरून चर खोदून खालच्या पातळीवर शेतीला पाणी सिंचनासाठी वापरत असे.

तसेच ज्या ठिकाणी जमीन खोलगट असते तेथे नैसर्गिकपणे तलाव निर्माण होऊन त्यातील पाणी अशाच पद्धतीने सिंचनासाठी वापरले जात असे त्याला 'अबी सिंचन पद्धत' म्हटले जाते.

उत्तरप्रदेशात 'हारा पद्धत' ही डोंगराळ भागात दिसून येते. काही लोकांनी (ठेकेदार) स्वखर्चाने पाणी साठविण्याचे बंधारे बांधले तसेच कालवे खोदले. शेतकऱ्यांना पाणी पुरवठ्यासाठी शेतकऱ्यांबरोबर लेखी करार केले जात असे. त्या मोबदल्यात शेतकऱ्यांकडून पिकांचा १/६ ते १/८ हिस्सा दिला जात असे. सध्या हा मोबदला कमी दिला जातो कारण ठेकेदार पाणी उपलब्ध करून देणे, एवढेच काम करतो.

दक्षिण बिहारमध्ये 'आहर आणि पिने' पद्धत दिसून येते. तीन बाजूने बांधलेला व पाणी आत येण्यासाठी चौथी बाजू मोकळी ठेवलेल्या तलावाला 'आहर' असे म्हटले जाते. दोन्ही बाजू एक किलोमीटर पेक्षा जास्त बांधून असे अनेक 'आहर' तयार केलेले आहेत. अशा एका तलावातून तीनशे ते चारशे हेक्टर क्षेत्र सिंचनाखाली येते. पिने म्हणजे मोठ्या आकाराचे समांतर कालवे पावसाळ्यात पुराचे पाणी साठवून वापरण्यासाठी पिने कालव्याचा वापर होतो. हे कालवे तीस किलोमीटरपर्यंत असतात. त्यामुळे शेतीला पाणी उपलब्ध होते. सध्या आहर व पिने गाळाने भरलेले दिसतात तर काहींमधील गाळ काढलेला आहे.

बंगाल तसेच आसामातील पश्चिम भाग तेथे डोंगराळ भाग व तेथे अनेक ओढे-नाले आहेत. नदी/नाल्यावर कोणताही बंधारा न घालता, काठ फोडून तेथून पाटचाऱ्याद्वारे पाणी घेऊन शेतीला पाणी दिले जाते. त्याला 'जाम्पोई' अथवा 'डांग पद्धत' म्हटले जाते. तसेच पिण्याच्या पाण्यासाठी जमीन खोदून छोटे तलाव तयार करीत असे. त्यांना 'डोंग' असे म्हटले जाते. सप्टेंबर, ऑक्टोबरमध्ये तलावातील पाणी सिंचनासाठीसुद्धा वापरत. ब्रह्मपुत्रेच्या खोऱ्यातील ही महत्त्वाची पद्धत मानली जाते.

दिल्ली आणि यमुनेच्या खोऱ्यात 'डीग पद्धत' दिसून येते. यमुनेचे पाणी अग्र्याला वळविलेल्याचे उल्लेख आहेत. गोपाळसागर व रूपसागर तलाव हे डीग पद्धतीचे स्वरूप आजही दिसून येते. कालव्याच्या साहाय्याने विहिरी पाण्याने भरण्याची व्यवस्था केली जात असे, त्या विहिरींना 'दीघी' असे म्हटले जाते.

अरुणाचल प्रदेशात झरे आणि ओहोळातील पाणी तात्पुरते बंधारे बांधून, अडवून, तेथून ते शेतीकडे वळविले जाते. त्याला 'अपंटनीस' असे म्हटले जाते. येथे भाताचे पीक खाचरांमधून घेतले जाते.

नागालँडमध्ये 'अंगामी पद्धती'मध्ये झरे, ओहोळ अडवून आणि ते वळवून शेतकऱ्यांनी सपाट केलेल्या शेतीला पाणी पुरविण्याची पद्धत होय. जर वाटेत खळगे, नाले आले तर बांबूंच्या पाईपांचा वापर केला जात असे.

मिझोराममध्ये घराच्या छतावर पडणारे पावसाचे पाणी उतरते छत असेल तेथे पत्र्याच्या पन्हाळीने व उभ्या पाईपाने जमिनीतील टाकीत सोडतात. पिण्याच्या पाण्यासाठी ही पद्धत वापरतात तर डोंगरातून वाहत येणारे ओहोळ व झरे अडवून शेताला पाणी दिले जाते त्याला 'झूम' असे म्हणतात. हीच पद्धत नागालँडमध्येसुद्धा वापरली जाते.

मध्यप्रदेशात संबळपूरमध्ये गावासाठी तलाव बांधला जात असे. मोठ्या तलावाला 'कट' असे म्हटले जाते, तर शेताजवळच्या जलप्रवाहाला दोन्ही बाजूने बांधून तात्पुरता अडथळा निर्माण करून, जलसाठा केला जातो. पाऊस संपल्यानंतर या पद्धतीचा वापर केला जातो, त्याला 'मुंड' असे म्हटले जाते.

राजस्थानमध्ये पक्के बांधकाम करून पाण्याची टाकी केलेली असते त्याला 'कुंड'

म्हटले जाते. हे कुंड लहान-मोठ्या आकाराचे असतात. हे कुंड दगड, वीटा अथवा फेरोसिंमेटमध्ये बांधलेली असतात. आतून चुन्याच्या साहाय्याने प्लास्टर केलेले असते. ह्या टाकीचे वर हवेसाठी जागा असते.

तसेच राजस्थानात तलाव म्हणजे 'जोहड पद्धत' महत्त्वाची मानली जाते. सध्या राजिंदर सिंग यांनी जोहडचे पुनरुज्जीवन केले त्यामुळे पाण्याची उपलब्धता मोठ्या प्रमाणात होऊ लागली आहे.

जेथे पर्जन्य कमी आहे तेथे राजस्थान, गुजरात मधील कच्छ येथे पाणी साठविण्याचे विविध प्रकार दिसून येतात. निसर्गत:च खोलगट, टणक जमीन व स्वत:चे पाणलोट क्षेत्र असलेला हा भाग म्हणजे 'तोबा' होय. जिथे खोलगट भाग नसेल तेथे कृत्रिमरीत्या खोलगट भाग करून पाणी साठविले जाते. हे पाणी मनुष्य आणि प्राण्यांसाठी उपयोगी पडते. प्रत्येक गावात असे चार, पाच तोबा असतात. तसेच थरच्या वाळवंटात झिरपणाऱ्या पाण्याचा उपयोग ते साठविण्यासाठी केला जातो. त्यासाठी जलाशयाशेजारी बारा मीटरपर्यंत खोल विहीर खोदली जाते व त्या विहिरीवर लाकडी फळ्या टाकल्या जातात. तीन बाजूंनी मातीचे बांध बांधून एका बाजूस पाण्यासाठी मोकळी जागा ठेवली जाते त्यामुळे मोठा बंधारा तयार होतो त्याला 'खादीन' असे म्हणतात. जैसलमेर भागात आजही अनेक 'खादीन' असून शेतीला पाणीपुरवठा केला जात आहे.

राजस्थानात जलसाठ्यांतर्गत अथवा लहान बंधाऱ्यात विहीर खोदतात. विहिरीत गाळ जाऊ नये म्हणून विहिरीला कठडा बांधला जातो. त्यामुळे पाणी जास्तकाळ मिळू शकते. पुणे जिल्ह्यातसुद्धा असे प्रयोग केलेले आहेत. पाण्याच्या बाष्पीभवनासाठी असे प्रयत्न केले आहेत.

राजस्थानात रपट पद्धतीत एका बाजूला दगडी बंधारा असलेला साठवण तलाव वापरला जातो. वाहणारे पाणी या बंधाऱ्यात जमा होते मात्र तो गाळाने लवकर भरतो. राजस्थानात तीर्थाच्या स्थळी कुंडे दिसून येतात मात्र ती गाळाने भरलेली दिसून येतात.

राजस्थानातील कुंभलगढ किल्ल्यावर पाणी असून, किल्ल्याच्या जवळ दोन मोठे तलाव आहेत. तसेच पाण्याचे कुंडसुद्धा आहेत. चितोड किल्ल्यावर सध्या बावीस तलाव पहाता येतात. किल्ल्यावरील पाणी तलावात साठवून ठेवले जात असे. महाराष्ट्रातील धुळे जिल्ह्यातील थाळनेर किल्ला व राजस्थानातील रणथंभोरच्या किल्ल्यात खापराच्या पाईपलाईन होत्या.

दक्षिण भारत :

तुंगभद्रा नदीच्या दक्षिण तीरावर सन १३३६मध्ये पहिल्या हरिहरने विजयनगरचे राज्य स्थापन केले. (इ.स.१३३६-१५४६) त्याने शेती व्यवसायाला मोठे प्रोत्साहन

दिले. त्या काळात लोकांना जमिनी लागवडीखाली आणण्यासाठी राजकीय पाठिंबा होता. पहिला बुक्क (इ.स.१३३५-१३७७) हा विजयनगरचा दुसरा राज्यकर्ता होता. त्याने सिंचनाची कामे मोठ्या प्रमाणावर सुरू केली. कडाप्पा जिल्ह्यातील पोरूमामतीसा तलाव किंवा अनंतराजसागर त्यांपैकी जास्त प्रसिद्ध पावले. त्यांचे बांधकाम सन १३३७मध्ये सुरू झाले. मातीच्या धरणाची लांबी १३७२ मीटर होती व जलाशय ४१.४ चौ.कि.मी. क्षेत्रात पसरला होता. तळाला हे धरण १० मी. उंच, ४५.७ मी. रुंद होते व वरील भागातील रुंदी ३.७ मी. होती. पहिल्या बुक्कच्या काळातील मिळालेल्या शिलालेखावर धरणाची जागा कशी निवडावी, याच्या कसोट्या दिल्या आहेत. खालील दोष टाळण्यासाठी काळजी घ्यावी, असे त्यामध्ये दिले आहे.

अ) जलकुंभातून पाण्याचा झिरपा होणे.

ब) दोन राज्यांच्या सीमेवरील जागा निवडणे.

क) क्षारयुक्त जमिनी.

ड) धरणाच्या मध्यातील उंचवट्याचा भाग.

इ) अपुरा पाणीपुरवठा.

ई) सिंचनक्षमतेबद्दल जास्त किंवा कमी अंदाज बांधणे व पाण्याचा जादा पुरवठा, ज्यामुळे बांधण्याला भगदाडे पडू शकतील.

या कसोट्या आजही उपयुक्त ठरतात.

पहिला व दुसरा देवराय आणि कृष्णदेवराय हे विजयनगर साम्राज्याचे सुप्रसिद्ध राज्यकर्ते होते. कोरडवाहू जमिनीच्या मोठ्या पट्ट्यामध्ये कृषिउत्पादन वाढावे म्हणून त्यांनी सिंचनास मोठ्या प्रमाणात प्रोत्साहन दिले. सन १५२२मध्ये त्याने सुप्रसिद्ध कोरंगळ धरण व त्याखालील कालवे बांधले. बसवन्ना कालवेसुद्धा त्यांच्याच कारकिर्दीत वाढविण्यात आले. हे दोन्ही कालवे अजून वापरात आहेत. होस्पेट जवळच्या सांद्रु टेकडीवर एका प्रचंड जलाशयाचे संस्मरणीय काम त्याने जो. दे. पोंटे या पोर्तुगीज अभियंत्याच्या मदतीने केले.

दक्षिणेची बहामनी राजवट ही (इ.स.१३८८ ते १४२२) या काळात पहिला अल्लाउद्दीन सुलतान याने दक्षिण भारतात उत्तरेतील लोधी राज्य व दक्षिणेतील विजयनगरचे साम्राज्य या टप्प्यावर 'बहामनी' राज्याची स्थापना केली. बहामनी राजांनी पूर्वेकडील प्रांतात कालव्याखालील सिंचनव्यवस्था निर्माण केली. दक्षिणेकडे दोन स्वतंत्र राजवटी झाल्या. १) गोवळकोंडा कुतुबुद्दीन घराणे (इ.स.१५१८ ते १५८८) या काळात त्यांनी सिंचन किंवा शेतीबाबत घेतलेल्या पुढाकाराबाबत काहीही माहिती उपलब्ध नाही. २) विजापूर (इ.स.१५८४ ते १६८६) या कालावधीत आदिलशाही घराण्याने विजापूर व भोवतालीच्या प्रदेशावर सत्ता गाजवली. औरंगजेबाने हे राज्य इ.स. १६८६मध्ये आपल्या

साम्राज्यास जोडले. आदिलशाही घराण्याने सिंचन व शेतीबाबतच्या सुधारणांबद्दल काही विशेष कामगिरी केल्याचे दिसत नाही.

कर्नाटकात जलसंचयाच्या विविध पारंपरिक पद्धती आढळतात. उदा. अराकिर, बोलाकिर, देविकिर, काटे, कुंटे व कोला, इत्यादी. त्या राज्यात परवापरवापर्यंत असंख्य तलाव होते व तेथे आजही ४०,००० तलाव अस्तित्वात आहेत.

उत्तर मलबारमधील कासारगोड जिल्ह्यात जलसिंचनाची 'सुरंगम' नावाची विशिष्ट पद्धत आहे. यात टेकडीभोवती छोटे कालवे अथवा चर खोदले जातात. पावसाचे पाणी या कालव्यात जमा होते व जमिनीत मुरते. जमिनीत मुरलेल्या पाण्याचा नंतर उपयोग केला जातो. लहान टेकड्यांच्या प्रदेशात आजही हा प्रयोग अल्पखर्चात राबविला जाऊ शकतो. कर्नाटकामधील उत्तर कन्नडमध्ये 'मालनाड पद्धत' महत्त्वपूर्ण ठरते. दगडी बंधारा असा बांधला जातो की, दगड घडवून व एकमेकांना अडकवून ठेवले जातात, जेणेकरून पाणी गळून जाऊ नये. या बंधाऱ्यातील पाणी सिंचनासाठी दिल्यानंतर त्या बंधाऱ्याच्या आतील क्षेत्रात शेती केली जाते.

उत्तर कर्नाटकमध्ये शेतकऱ्यांनी छोटे छोटे उथळ पाणी साठविणारे बंधारे बांधले व ते पाणी शेतीसाठी उपयोगात आणले. भात शेतीसाठी या पाण्याचा वापर होत असे. ओढे, नद्या, झरे यांवर एकाखाली एक बंधारे घातले जात असे. चऱ्याच्या साहाय्याने ते पाणी शेतात नेले जात असे. एका शेतातून दुसऱ्या शेतात पाणी नेले जात असे त्या पद्धतीला 'मतल' असे म्हटले जाते; तर लहान लहान शेत खाचरांना 'बेट्टु' म्हटले जाते.

आंध्रप्रदेश, केरळ, तमिळनाडूमध्ये वाळूची धरणे बांधली जातात. या पद्धतीत जलसाठा असणाऱ्या भागात खोल खड्डा खणून प्लास्टिकचा कागद उभा केला जातो व तो बुजून टाकला जातो. पावसाच्या पाण्याबरोबर वाळू त्या बंधाऱ्यात साठते व काही वर्षांने तो बंधारा वाळूने भरतो. वाळूच्या पोकळीत पाणी साठले जाते व परिसरात विहिरी खोदल्या जातात व त्यांना पाणी उपलब्ध होते. त्या पाण्याचा उपयोग पिण्यासाठी व शेतीसाठी केला जातो.

उत्तर केरळातील मलबार जिल्ह्यात 'सुरंगम पद्धत' वापरली जात असे, त्याचा उपयोग पिण्याचे पाणी आणि सिंचनासाठी ते उपलब्ध होत असे. सुरंगम म्हणजे खडकात खोदलेला आडवा बोगदा/विहीर होय. सुरंगमचे शेवटचे टोक हे तळ्यात, विहिरीत अथवा तलावात सोडले जात असे.

केरळ किनारपट्टीवर खारे पाणी नदीच्याद्वारे खोलवर आत जाऊ नये म्हणून नद्यांची तोंडे बांधली त्यामुळे आपोआपच साठवण तलाव निर्माण झाले. समुद्राला समांतर कालवा खोदला आणि हे सर्व पाणी एकमेकांना जोडले व जास्तीचे पाणी

'ओव्हर फ्लो' पद्धतीने समुद्राला सोडले. अशा या समांतर कालव्याला 'पल्लियाल' असेही म्हटले जाते.

भारतातील अंदमान-निकोबार बेटांवर बांबूच्या पाटाचा वापर करत असे. पाणी साठविण्यासाठी खोदलेल्या खड्ड्याला टणक लाकडाचा वापर (फळ्या) अस्तरिकरणासाठी केला जात असे व त्यात पाणी साठविले जाते. बांबूच्या पाटाचासुद्धा पाणी पुरवठा करण्यासाठी वापर केला जात असे. तसेच छोटे छोटे साठवण कुंडसुद्धा होते मात्र ही पद्धत आता संपण्याच्या मार्गावर आहे.

भारतात अनेक मंदिरात तलाव असल्याचे दिसून येते. तसेच बिहारमधील नालंदा विद्यापीठात वेगवेगळ्या इमारतींवरील पाणी गोळा करून ठेवण्यासाठी एकशेदहा तलाव होते.

महाराष्ट्रात छत्रपती शिवाजीमहाराजांनी प्रत्येक किल्ला बांधताना पावसाचे प्रमाण, दुर्गाची रचना, खडकाचा प्रकार पाहून डोंगरमाथ्यावर कातकी हौदे खणून, तर उतारावरील खडकात कपारी खोदून बारमाही पाण्याची सोय केली. तसेच सिंचन तलाव व पिकांच्या बाबतीत विशेष काळजी घेतल्याचे दिसून येते. सतराव्या शतकात जाधव घराण्याने (लखुजी जाधव) बुलढाणा जिल्ह्यात सिंदखेड राजा येथे मोती तलाव व चांदणी तलावातून सिंचनाची सोय केली होती. शाहू छत्रपतींनी सिंचनासाठी बंधारे बांधले. तसेच सिंचनासाठी अहल्याबाई होळकर यांनी फडसिंचन पद्धतीला चालना दिली. तसेच नवीन बंधारे बांधले.

पेशव्यांनी महाराष्ट्रात पिण्याच्या पाण्यासाठी सोयी केल्या. १७४५मध्ये मोठा दुष्काळ पडला. पुण्यात पाण्यासाठी फारच हाल होऊ लागले. त्या वेळी पुण्यामध्ये पेशव्यांच्या व सरदारांच्या बागा होत्या. या बागांना विहिरीतून मोटेने पाणी दिले जात असे. त्या वेळी सर्व बागांच्या मोटा बंद करावयास लावून विहिरीतील पाणी रयतेस देण्याचा हुकूम काढला. पेशव्यांनी गावोगावी गावतळी बांधली व त्याखाली आड खणून पाण्याचा स्रोत निर्माण केला. त्यामुळे पिण्याच्या पाण्याचा बराचसा प्रश्न सुटला. पेशव्यांनी तलाव बांधले. पुण्याच्या पाणीपुरवठ्यासाठी दिवे घाटाच्या पायथ्याशी व कात्रज येथे तलाव बांधले. सरदार रास्ते यांनी कोंढव्याला तलाव बांधून त्याचे पाणी नळाने स्वतःच्या रास्ते वाड्यात आणले. पर्वतीच्या पायथ्याशी तळ्याचे काम सन १७४५मध्ये पेशव्यांनी सुरू केले. हे तळे बांधल्यावर बाजूच्या आडांना व विहिरींना मुबलक पाणी लागले. ब्रह्मेंद्रस्वामींनी इंदापूर, नातेपुते, यवत, माळशिरस या ठिकाणी तलाव बांधले. कसबे पाल (गणपती) हे तळे चिमाजी महादेव व माधवरावांनी बांधले. तसेच मानोली, सातगिरे, इंदापूर, राजवळी, कोंढवे-बुद्रुक, कामण, वसई येथे तळी बांधली. तसेच पाणपोया बांधल्या. उदा. पाबळ, वेळु, खंबाटकी घाट त्याबरोबर बनेश्वर व जामखेडला बंधारे बांधले.

महाराष्ट्रातील मध्ययुगातील जलसिंचन व्यवस्था

सिंचनाची जुनी, उत्तम व्यवस्था मराठवाड्यामध्ये बीड शहराजवळ 'खजाना' विहिरींमधून कार्यान्वित झालेली असे. ही व्यवस्था इ.स. १५७२ साली २१२ हेक्टर शेती ओलिताखाली आणण्यासाठी निर्माण करण्यात आली होती. बीड शहराच्या दक्षिणेकडे साधारणत: ६-७ कि.मी. अंतरावर बिंदुसरा नदीच्या उजव्या काठावर व बालाघाट डोंगराच्या पायथ्याशी ही विहीर खोदली आहे. या विहिरीचा व्यास साधारणत: २० मी. असून चौकोनी चिऱ्यांच्या दगडांनी ती बांधलेली आहे. बिंदुसरा नदीच्या पात्राकडून भूगर्भात दोन अर्ध्या कि.मी. लांबीचे बोगदे खोदून भूजल विहिरीत घेतले. विमोचकाद्वारे मातीच्या नळांमधून बिंदुसरा नदीचे पात्र जमिनीच्या पोटातून ओलांडून नदीच्या डाव्या किनाऱ्यावरील बीड शहरापर्यंतचे क्षेत्र कालव्याद्वारे सिंचनाखाली आणले आहे. अलीकडच्या काळात बीड शहराच्या वाढीमुळे या खजाना विहिरीखालील सिंचनक्षेत्र कमी होत असल्याचे दिसते. खानदेशात फडपद्धतीच्या सिंचनव्यवस्थेमुळे सोळाव्या शतकाच्या मध्यापर्यंत कापूस, तांदूळ पिकविण्यात मोठे यश मिळाले होते, असे ऐतिहासिक उल्लेखातून समजते. पुढे सतराव्या आणि अठराव्या शतकात फडपद्धतीला राणी अहल्याबाई होळकर यांच्या कारकिर्दीमध्ये राजाश्रय मिळाला. राणी अहल्याबाईंनी काही नवीन बंधारे बांधले. त्या पद्धतीत नदीवर बंधारे बांधून अडविलेले पाणी कालव्याद्वारे सिंचनासाठी वळविले जाते. सिंचनाखालील क्षेत्रात चार भाग केले जात असत आणि त्या प्रत्येक भागाला 'फड' असे म्हटले जात असे. १९७५ नंतर 'फड पद्धत' उतरणीला लागली. आज ती काही प्रमाणात आहे. एका फडासाठी अनेक लाभधारक असत. अहमदनगरच्या निजामशाहीतील शेवटचा पंतप्रधान मलिकंबर याने पाण्याच्या विकासाचे खूप प्रयत्न केले. त्याने सैन्य, रयत व अन्य लोकांसाठी देवगिरी किल्ल्यासमोरील सुलतान टेकडीच्या पायथ्याशी एक मीटर उंचीची व साधारणत: दोन कि.मी. लांबीची भिंत पायथ्यापासून सुलतान टेकडीच्या मध्यापर्यंत बांधली. पावसाचे पाणी अडवून वक्र नलिकेच्या माध्यमातून ते पाणी किल्ल्यात खेळविले होते. दुसऱ्या योजनेमध्ये पाच पर्वतांच्या बाजूच्याच दरीत भिन्न पातळीवरती तलाव शृंखला निर्माण करून, तेथून कालवे काढून व मातीच्या नळाद्वारे किल्ल्यात पाणीपुरवठा करण्याचा प्रयत्न केलेला होता. (इ.स.१६०५ ते १६२७) याच पद्धतीच्या योजना औरंगाबाद, औसा, कंदार, नळदुर्ग इ. ठिकाणी राबविल्या.

मालगुजारी पद्धतीचे: तलाव नांदेड, परभणी, लातूर व उस्मानाबादच्या काही भागांत बांधले गेले होते.

मालगुजारी तलाव : वैनगंगेच्या खोऱ्यात चंद्रपूर, गडचिरोली, भंडारा व नागपूर या जिल्ह्यांत जवळजवळ दहा हजार तलाव 'कोहळी' या जातीच्या लोकांनी संपूर्णत: खासगी उपक्रमातून म्हणजेच स्वत:चा पैसा, श्रम वापरून बांधले असल्याचे समजते. या

तलावाखाली बावड्या (विहीरी) बांधल्या गेल्या होत्या. तलावाच्या शृंखलेची निर्मिती करताना गावाच्या चारही बाजूंनी तलाव निर्माण केले गेलेले आहेत. तलावावरील पुराचे पाणी सांडव्यातून वाहण्याची जी पातळी असते ती गावाच्या खाली राहील, याची पण काळजी घेतल्याचे दिसून येते. त्यामुळे पुराच्या पाण्याचा धोका गावाला पोहोचत नाही. एका तलावातील पाणी दुसऱ्या व त्याचे तिसऱ्या तलावात अशी शृंखला निर्माण करून पाण्याचा नाश न होता, त्या पाण्याचा पुन्हा वापर करण्याचे तंत्र वापरण्यात आलेले आहे. जमिनीवर पाण्याचे साठे निर्माण करून भात या पिकास पाऊस वेळेवर न आल्यास पूरक व्यवस्था म्हणून पाणी देण्यासाठी उसाचे पीक काढून गुळाचे उत्पादन करण्यासाठी हे तलाव बांधले गेले होते. (मालगुजारी तलाव - लहान लहान नाले-ओढ्यांवर ७-८ मीटर उंचीचा मातीचा बांध घालून सुमारे ३००० घनमीटरपर्यंत पाण्याचा साठा करण्यात येतो. याला 'मालगुजारी तलाव' म्हणतात.) एकेका तलावाखाली १०० ते ३०० हेक्टर जमीन सिंचनखाली येत असे. १९५२ पासून या मालगुजार तलावाची मालकी पाटबंधारे विभागाकडे व आता जलसंधारण विभागाकडे आली आहे.

शिवाजीमहाराज शेतकऱ्यांच्या पिकांची विशेष काळजी घेत. त्यांनी वनराईही निर्माण केली. कोकणातील सिंधुदुर्ग जिल्ह्यात धर्मापूर येथे शिवकालीन (इ.स.१६५०) मातीचे धरण आजही अस्तित्वात आहे. पाणी साठवून कालव्याद्वारे वितरणाच्या माध्यमातून सिंचनव्यवस्था राबविण्याची पद्धत बुलढाणा जिल्ह्यात सिंदखेडराजा जेथे मोती तलाव व चांदणी तलाव या नावाने प्रसिद्ध असलेल्या तलावाखाली दिसून येते. हे तलाव सतराव्या शतकात जाधव घराण्याने (लखुजी जाधव) बांधले असावेत. अशीच समकालीन व्यवस्था जालना शहराच्या पश्चिमेकडे असलेल्या मोती तलावात केल्याचे दिसते. पाणी वाहून नेण्यासाठी खापराच्या नलिका वापरल्याचे दिसून येते. तलावाचा उपयोग जालना शहराला पाणी पिण्यासाठी केला जातो. तसेच या तलावाचा उपयोग सिंचनासाठीसुद्धा (विहिरींच्या माध्यमातून) केला जात असावा. साधारणत: याच काळामध्ये अहमदनगर, जुन्नर या ठिकाणी पिण्याच्या पाण्याची व्यवस्थाही नळ टाकून केली होती. पेशव्यांच्या काळात पुण्याजवळ कात्रजच्या घाटातून जमिनीखालील नळातून पाणी आणून पुणे शहरासाठी पुरविण्याची व्यवस्था केली गेली. पेशव्यांच्या काळात पेशव्यांनी पिण्याच्या पाण्याची व्यवस्था शेतीसाठी बंधारे, प्रवाशांसाठी पाणपोया व जमीनसुधारणांकडे लक्ष दिले होते.

महाराष्ट्रात खानदेशातील 'फडसिंचन' पद्धत आजही सक्षम आहे. वर उल्लेख केलेल्या उदाहरणांवरून असे लक्षात येते की, पारंपरिक जलसंचयाच्या या पद्धती शेकडो वर्षे कार्यरत होत्या. त्या जवळजवळ खर्चविरहित होत्या. शेकडो वर्षांच्या प्रदीर्घ कालखंडातही त्यांचे अस्तित्व टिकून आहे. अशा पद्धतींचा शोध घेणे व शक्य असेल तेथे जलव्यवस्थांचे पुनरुज्जीवन करणे गरजेचे आहे.

मध्ययुगीन कालखंडात देवगिरी-दौलताबादमध्ये जलव्यवस्थापन पद्धती राबविली होती. या व्यवस्थेचे पुनरुज्जीवन करून दौलताबादच्या खंदकांचे व हत्ती हौदांचे नव्याने पुनर्भरण करता येईल. या परिसरातील अनेक तलावांचे पुनर्भरण करून वेरूळ-औरंगाबाद परिसर हरित ठेवता येईल.

माथा ते पायथा (Top to Bottom) ही जलसंधारणाची कल्पना जुनीच आहे; परंतु, ती आज नवीन वाटते. उपलब्ध नैसर्गिक परिस्थितीचा विचार करून यादव राजवटीमध्ये देवगिरीच्या डोंगरदऱ्यात शक्य तेथे तलावांच्या शृंखला निर्माण करण्यात आल्या. वसाहतीनिहाय तलावांचे आरक्षण करण्यात आले. पावसाची अनिश्चितता लक्षात घेऊन भरपूर पाणीसाठा करण्यात आला. अहमदनगरच्या निजामशाहीच्या कालखंडात मलिकंबरने जलअभियांत्रिकी ज्ञानाचा उपयोग करून तेथील जलव्यवस्थापनेवर नियंत्रण प्राप्त केले. वाढत्या लोकसंख्येची गरज भागविण्यासाठी गुरुत्वाकर्षण तत्त्वाचा अवलंब करून, आवश्यक त्या ठिकाणी पाणीपुरवठा केला.

देवगिरी-दौलताबाद - औरंगाबाद शहराच्या उत्तरेला औरंगाबाद-धुळे रस्त्यावर १५ कि.मी. अंतरावर दौलताबाद म्हणजे ऐतिहासिक देवगिरीचा किल्ला आहे. यादवकालीन महाराष्ट्राची राजधानी देवगिरी येथे होती. सपाट भूप्रदेशातील एका उंच टेकडीवर असणाऱ्या या मैदानी, तसेच डोंगरी अशी दोन्ही प्रकारची वैशिष्ट्ये असलेल्या दुर्गाची निर्मिती यादव घराण्याने केली. मात्र, नंतर अनेक राजघराण्यांचा या दुर्गाशी निकटचा संबंध आला. यादवांच्या काळात हे शहर केवळ महाराष्ट्राची प्रादेशिक राजधानी होती. त्या पुढील काळात महंमद तुघलकाने त्याच्या साम्राज्याची राजधानी दिल्लीहून येथे हलविली होती.

पाणीपुरवठा - देवगिरी व कटक या दोन शहरांच्या परिसरातील संशोधकांना संशोधन करताना पाणीपुरवठा योजनांचे अनेक अवशेष आढळले. ते बहुधा वेगवेगळ्या कालखंडातील असावेत. माती अथवा दगडात बांधलेले पाण्याच्या नळांचे तुकडे, तुटलेले पाण्याचे बंब, उघडे कालवे, लहान लहान बांधांचे व धरण भिंतींचे अवशेष, तळी, विहिरी, उच्छ्वासाचे बंब, अनेक लहान-मोठी कुंडे, हौद, तलाव इ. विविध बाबींचे अवशेष वेगवेगळ्या भूपातळीवर येथे आढळतात.

देवगिरी परिसराचा विद्यापीठाने केलेला अभ्यास व संशोधनानुसार या परिसरात वेगवेगळ्या भूपातळीवर मोठ्या क्षमतेचे चार तलाव आढळून आले.

देवगिरी व परिसरातील लोकसंख्येला पाणीपुरवठा विहिरी, दगडात कोरलेले टाके व तलाव यातून होत असे.

यादव राजवटीमध्ये (इ.स.११८७ ते १३२०) देवगिरीच्या डोंगरदऱ्यात शक्य तेथे तलावांच्या शृंखला निर्माण करण्यात आल्या. तलावाचे आरक्षण करण्यात येत असे.

पावसाची अनिश्चितता लक्षात घेऊन भरपूर पाणीसाठा करण्यात येत असे. वर्षा जलसंधारणाची कामे माथा ते पायथा अशा पद्धतीने केली जात. शेजारच्या डोंगरावरील पाणी उलट्या वक्र नलिकेद्वारे (Syphon) किल्ल्यात नेल्याचे देवगिरी येथे पाहावयास मिळते. अशी योजना आशिया खंडातील एकमेव आहे. मध्ययुगातील देवगिरी-दौलताबाद येथे शोधकामात पाणीपुरवठा योजनांचे अनेक अवशेष आढळले, पाण्याच्या नळाचे तुकडे, पाणी निवळण्याच्या किंवा गाळण्याच्या हौदांचे अवशेष, मोडलेले, तुटलेले पाण्याचे बंब, उघडे कालवे, लहान लहान बांधांचे व धरण भिंतींचे अवशेष, तळी, विहिरी, उच्छ्वासाचे बंब, अनेक लहान-मोठी कुंडे, हौद, तलाव इ.चे अवशेष वेगवेगळ्या भूपातळीवर आढळले आहेत. दौलताबाद किल्ल्यावर पावसाशिवाय इतर कोणताही पाण्याचा स्रोत नव्हता. त्यासाठी मोती टाका व हाती टाका या दोन टाक्या खडकात खोदण्यात आल्या. देवगिरी व कटक उपनगरात १०० पेक्षा जास्त विहिरी यादवांच्या काळात खोदल्या होत्या. त्यानंतर निजामशाहीच्या काळात मलिकंबरने पाणीप्रश्न सोडविण्यासाठी डोंगरावरील पावसाचे पाणी अडविण्याची योजना आखली. ती म्हणजे दगडी बांध टाकून, डोंगराचे पाणी अडवून ते पाणी चरावाटे वाहात नेऊन साठवण हौदात साठवत. तेथून वितरण टाकीत पाणी नेत असे. किल्ल्यावर पाणी नेण्यासाठी खंदकातून मोटेच्या साहाय्याने उचलत असत. तसेच डोंगराच्या दरीत दगडी बांध घालून एकाखाली एक जलाशय निर्माण केले होते.

महाराष्ट्रात तसेच भारतात मंदिराच्या आवारातील पाणी एकत्र करून ते कुंडात अथवा तलावात साठविण्याची पद्धत आहे. खोदकाम करून व मंदिराच्या बांधकामासाठी दगड वापरून झाल्यावर त्या ठिकाणी तलाव बांधले आहेत. उदा. त्र्यबंकेश्वर (नाशिक), लोणार (बुलढाणा), अजंठा-वेरूळ विखरण (धुळे) इ. ठिकाणी तळी मंदिरासमोर बांधलेली आहेत. तसेच डोंगराळ भागात कृत्रिमरीत्या तलाव निर्माण करून त्यातून किल्ल्याच्या संरक्षणासाठी पाणी वापरणे हा महाराष्ट्रात एक महत्त्वाचा मार्ग होता.

वक्रनलिकेद्वारे उंचावरच्या ठिकाणाहून पाणी खाली आणून पुन्हा तेवढ्याच उंचीपर्यंत पाणी वर चढते, ही पद्धत औरंगाबाद जिल्ह्यातील दौलताबादच्या किल्ल्यावर आज पहावयास मिळते. अशी पद्धत १४-१५ व्या शतकापासून वापरण्यास सुरुवात झाली होती.

पाणी मिळविण्याच्या कितीही पद्धती असल्या तरी खात्रीचे पाणी मिळविण्यासाठी विहिरी, आड, बारव, पायविहीरी हे महाराष्ट्रात महत्त्वाचे मार्ग आहेत.

थोडक्यात, मध्ययुगापासून ब्रिटिश काळ सुरू होईपर्यंत महाराष्ट्रात सिंचनासाठी पाणीवितरणाच्या पद्धती वेगवेगळ्या प्रकारच्या होत्या. मात्र, राजांकडून सिंचनविकासाला प्राधान्य दिले गेले. जनताच सिंचनाची देखभाल व व्यवस्थापन पाही. सिंचनासाठी तलाव

तसेच मराठवाड्यात खजाना विहीरी, विदर्भात मालगुजारी तलाव, खानदेशात फडपद्धत त्याचबरोबर डोंगरात टाक्या तसेच नळाने पाणीपुरवठा शहराला होत असल्याचे दिसून येते.

तसेच आड, बारव, विहिरी, सरोवर, कुंड, वक्रनलिका त्याबरोबरच कोकणात झऱ्याचे पाणी ओळवून सिंचनासाठी वापरत असे.

२.५ : ब्रिटिशकालीन जलनीती

ब्रिटिशांच्या सुरुवातीच्या काळामध्ये छोटे तलाव व वळण बंधारे यांचा प्रारंभी उपयोग करून नाल्यातील व नदीतील वाहत्या पाण्याचा व पावसाचा उपयोग करण्यासाठी प्रयत्न करण्यात आले. या काळातील काही सिंचनाच्या व्यवस्थेचे बंधारे आजवर उपयोगी होते. मात्र, ब्रिटिश राजवटीने शेतीला आवश्यक असणाऱ्या परंपरागत पाणीपुरवठ्याच्या साधनांच्या देखभालीकडे पूर्णपणे दुर्लक्ष केले. १८७०पर्यंत दख्खन प्रदेशात सिंचनाखालील जमिनीचे प्रमाण खूपच कमी होते. त्या वेळेपर्यंत ईस्ट इंडिया कंपनी सरकारने व नंतर काही काळ राणी सरकारने 'पैसा उपलब्ध नाही', हे कारण सांगून सिंचनासाठी काहीच प्रयत्न केले नाहीत. भारतात खासगी कंपन्यांनी पाटबंधारे योजना हाती घेऊन पाणीपुरवठ्याचा प्रयत्न केला; पण ही गुंतवणूक कायदेशीर नाही, असा अनुभव या कंपन्यांना आल्यामुळे पाटबंधारे योजनांसाठी खासगी भांडवल उभारणी करणे आवश्यक झाले. हे काम सरकारने हाती घेण्याशिवाय पर्याय नव्हता. दुष्काळावर उपाय करण्यासाठी पाटबंधाऱ्यांपेक्षा रेल्वेची अधिक गरज आहे; कारण त्यामुळे अन्नधान्याची ने-आण करता येते, अशी सबब पुढे करून इंग्रजांनी सैन्याच्या हालचालींना अत्यावश्यक अशा रेल्वे विकासाला प्राधान्य दिले. तसेच इ.स.१८७३ पासून भारतीय रुपयाचे अवमूल्यन होत होते, हेही भारताचा कच्चा माल स्वस्तात नेण्याच्या व पक्का माल भारतात खपविण्याच्या व्यापारातील तुटीच्या परिणामीच घडत होते. सरकार पाटबंधाऱ्यांसाठी इंग्लंडहून कर्जरूपाने पैसा उभा करू शकत नव्हते, ते या कारणामुळेच. त्यामुळे सिंचनाच्या योजना हाती घेतल्या जात नव्हत्या. इंग्लंडला कच्च्या मालाचा पुरवठा चालू ठेवून आणि पक्का माल इथे खपविण्यासाठी म्हणजेच इंग्लंडच्या अर्थव्यवस्थेला आवश्यक तेवढा तरी भारतात शेतीचा विकास घडणे गरजेचे होते. त्यामुळे ब्रिटिश सरकारने नाइलाजाने काही पाटबंधारे योजना हाती घेतल्या. एकोणिसाव्या शतकाच्या अखेरीच्या काळात म्हणजे इ.स.१८७० पासून पुढे खडकवासला धरण, मुठा कालवा, खोडशी बंधारा, कृष्णा कालवा व भाटघर धरण, नीरा डावा कालवा या योजना पूर्ण करण्यात आल्या. इ.स.१८६७ नंतर शासनाने स्वतंत्र पाटबंधारे विभाग स्थापन करून बांधकाम संघटना स्थापन केली. इ.स.१८६९मध्ये दहा वर्षांसाठी सर्वंकष सिंचन विकास नियोजन तयार केले. इ.स.१८६७च्या पुढे दहा

वर्षांत या योजनेवर ५२.८५ दशलक्ष डॉलर्स खर्च करण्यात आले. ही कामे उपयुक्त व समाधानकारक वाटल्याने त्यापुढील सिंचनाचे प्रकल्प शासकीय खर्चाने शासकीय संघटनेमार्फत करण्याचे धोरण राबविण्यात आले. एकोणिसाव्या शतकाच्या अखेरीस भीषण दुष्काळ पडल्याने नाइलाजाने ब्रिटिश सरकारला संरक्षक पाटबंधारे योजना हाती घ्याव्या लागल्या. महाराष्ट्रातील पहिले मोठे सिंचन काम म्हणजे १८७० साली सुरू केलेला 'कृष्णेचा कालवा' होय. खोडशी येथे बंधारा घालून कृष्णा नदीचे पाणी कालव्याद्वारे वापरले जाते. ब्रिटिशांनी सिंचनविषयक कायदेही तयार केले. ब्रिटिशांनी अभियांत्रिकी कामाबरोबरच सिंचनाच्या प्रशासनाचाही विचार केला होता. त्याकरिता, बॉम्बे इरिगेशन ॲक्ट १८७६, नॉर्थन इंडिया कॅनल्स् ॲन्ड ड्रेनेज ॲक्ट, बंगाल इरिगेशन ॲक्ट हे कायदे केले गेले. या कायद्यान्वये सध्याच्या सिंचन प्रशासनाचा पाया घातला गेला. तीच पद्धत थोड्याफार फरकासह आज चालू आहे. १८८०च्या दुष्काळ आयोगाने अशा शिफारशी केल्या की, वाढत्या दुष्काळाबाबत परिणामकारक उपाययोजना करण्यासाठी सरकारने दुष्काळी भागात शेतीला अवर्षणापासून संरक्षण मिळवून देण्यासाठी 'संरक्षण पाटबंधारे योजना' (प्रोटेक्टिव्ह इरिगेशन) हाती घ्याव्यात. या योजनांना सर्वोच्च प्राधान्य द्यावे आणि अशा पाटबंधारे योजनांचे यश केलेल्या गुंतवणुकीवर किती नफा मिळतो, असे न मोजता अवर्षणापासून दुष्काळी भागाला किती प्रमाणात संरक्षण मिळते, शेतीला किती स्थैर्य लाभते, उत्पन्नात किती वाढ होते, हे मोजावे. तसेच या आयोगाने असेही म्हटले, त्यामध्ये पाटबंधाऱ्यांना प्राधान्य द्यावे; परंतु, प्रत्यक्षात मात्र त्या काळात तुरळक पाटबंधारे योजना वगळता सर्व भर रेल्वेवरतीच देण्यात आला. इ.स.१८९८च्या दुष्काळ आयोगाने असे म्हटले आहे की, शेती उत्पादनात वाढ व दुष्काळात काहीसा प्रतिबंध या फायद्याखेरीज प्रकल्पाच्या गुंतवणुकीवर ६% दराने उत्पन्न मिळते. तरीदेखील इ.स.१८८२-१८८३ ते १८९५ या काळात पाटबंधारे योजनांपेक्षा निर्यातीसाठी कच्चा माल व अन्नधान्य बंदरात नेणे आणि आयात माल देशाच्या अंतर्गत भागात पोहोचविणे, तसेच भारतात आपल्या सत्तेची पकड मजबूत करणे आणि लष्कराची ने-आण करणे यासाठी रेल्वे ब्रिटिशांना जास्त महत्त्वाची होती; परंतु, दुष्काळाची भीषणता वाढतच होती. देशातील वातावरण या प्रश्नावर गंभीर बनत होते. त्यामुळे इ.स.१९०१मध्ये सरकारने पाटबंधारे आयोगाची नेमणूक केली. या आयोगाने पाटबंधाऱ्यावरील मोठा खर्च टाळण्यासाठी शेतकऱ्यांच्या पुढाकाराने विहिरी काढाव्यात व अगदी अत्यावश्यक असल्यास अवर्षणप्रवण भागात मोठ्या योजना हाती घ्याव्यात असे सुचविले.

महात्मा जोतिबा फुले यांनी इ.स.१८८३मध्ये तत्कालीन इंग्रज सरकारला शेतकऱ्यांची स्थिती सुधारण्यासाठी मृदासंधारण व जलसंधारण योजना राबविणे, विहिरींद्वारे शेतीला पाण्याची व्यवस्था करणे, जमिनीची बांधबंदिस्ती करून धूप थांबविणे, या सूचना

केल्याचे त्यांच्या 'शेतकऱ्यांचा आसूड' या प्रसिद्ध ग्रंथात आढळते. मुंबई प्रांत सरकारने इ.स.१९०२मध्ये एफ.एच. बिल यांना मुंबई इलाख्यातील घाटातील हमखास पाणी उपलब्ध होणारी ठिकाणे व त्या आधारे अवर्षणग्रस्त भागासाठी कोणत्या पाटबंधारे योजना हाती घेता येतील, याचा अभ्यास करण्यास सांगितले. त्या अहवालानुसार दारणा (अरचली), प्रवरा (भंडारदरा), गिरणा (चणकापूर) व पुढे नीरा उजवा कालवा इ. योजना हाती घेण्यात आल्या. त्यामुळे इ.स.१९४०पर्यंत नाशिक, अहमदनगर, पुणे, सातारा, सोलापूर या जिल्ह्यांतील एक लाख हेक्टरहून अधिक जमीन सिंचनाखाली आली. या काळात मराठवाड्यात इ.स.१९४० ते १९४८ काहीच नवीन कामे झाली नाहीत.

विदर्भात मात्र इ.स.१९०९ ते १९११मध्ये रामटेक, घोडझरी, नकेश्वर इ. योजना कार्यान्वित झाल्या. या काळात झालेल्या सिंचनविकास व काहीसे परिणामकारक निवारक उपाय यामुळे दुष्काळाची भीषणता आटोक्यात येताच सरकारने नव्या पाटबंधारे योजना हाती घेणे बंद केले. साधारणत: १९२५ पासून पुढे एकही योजना हाती घेण्यात आली नाही.

सिंचनाविषयीची कामे छत्रपती शाहूमहाराजांनी केली. त्यांनी भोगावती नदीवर राधानगरी धरण बांधायला सुरुवात केली. त्यांच्या बांधण्यात लोकांचा सहभाग होता. आत्ता सगळीकडे प्रसार झालेले 'कोल्हापूर पद्धतीचे बंधारे' याची सुरुवात प्रथमत: कोल्हापुरातील जनतेने केली आहे.

इंग्रज सरकारने पाटबंधारे विकासाचे धोरण संरक्षणात्मक सिंचन विकासापेक्षा उत्पादक किफायतशीर सिंचनावर भर देणारे होते. उदा. इ.स.१८८१ ते १८९१ या दहा वर्षांत पंजाबमध्ये १४,२०,००० एकर जमीन सरकारने सिंचनाखाली आणली. ही वाढ ८६% होती. उलट, शेजारच्याच दिल्ली-आग्रा भागात या दहा वर्षांत फक्त १,००,००० एकर जमीन सिंचनाखाली आली. मुंबई प्रांताच्या अवर्षणप्रवण भागात म्हणजे आत्ताच्या पश्चिम महाराष्ट्रात इ.स.१८७० ते १९३० या ५० वर्षांच्या काळात फक्त १,००,००० हेक्टर (२,४७,००० एकर) जमीन सिंचनाखाली आली. याचा अर्थ सरकारला अवर्षणग्रस्त भागाला संरक्षण देण्यास रस नव्हता. सरकारच्या मते, पंजाबातील भौगोलिक परिस्थिती अनुकूल असल्यामुळे असा विकास घडला. एफ. एच. बिल यांनी सुचविलेल्या सिंचन योजना नीरा डावा व उजवा कालवा, मुठा विस्तार, गिरणा, मुळा कालवा (नगर), भीमा-कुकडी-मीना, कृष्णा (धोम), कोयना (हेळवाक), कालवा (पालखेड), नाशिक कालवा (गंगापूर), दारणा उजवा कालवा (पिंपळगाव डुकरा), औंध (मुकणे), तापी (हटनूर) इ. होत. यांपैकी नीरा दोन्ही कालवे, गिरणा, प्रवरा या योजना वगळता बाकी कोणत्याही योजना सरकारने हाती घेतल्या नाहीत. इ.स. १९२९ ते १९३०च्या जागतिक महामंदीनंतर सरकारचा दृष्टिकोन बदलला. पाटबंधारे योजनांपासून सरकारला अधिक

लाभ कसा मिळवता येईल व पाटबंधारे योजनांखाली उपलब्ध होणाऱ्या पाण्याला शेतकऱ्यांकडून जास्तीत जास्त मागणी कशी येईल, याचा विचार करण्यासाठी सरकारने इ.स.१९१३मध्ये एक समिती नेमली. या समितीने या योजनांमधील सुमारे ८ कोटी एवढ्या गुंतवणुकीवर इ.स.१९२९-१९३०मध्ये सरकारला १.३३ दराने निव्वळ उत्पन्न मिळाल्याचे नमूद केले होते. या योजनेखालील ६५००० हेक्टर जमिनींपैकी ११००० हेक्टर जमिनीत उसाचे पीक घेतले जात होते. या योजनांवरील सरकारच्या एकूण मिळकतीच्या निम्मे उत्पन्न उसापासून मिळत होते. हंगामी पिकांना बाजारात मागणी व किफायतशीर भाव नसल्याने अशा पिकांसाठी पाणी विकत घेणे शेतकऱ्यांना परवडत नव्हते. १९३१च्या समितीने उसाखालील क्षेत्र वाढविले जावे, अशी शिफारस केली. त्यामुळे दख्खन प्रदेशात १९३१मध्ये जिथे एक साखर कारखाना होता, तिथे १९३१ ते १९३७पर्यंतच्या ६ वर्षांत ६ नवे कारखाने उभे राहिले. या काळात मोठ्या पाटबंधारे योजनांखालील २३००० हेक्टर जमीन उसाखाली आली. इ.स. १९३८च्या मुंबई पाटबंधारे आयोगाने (विश्वेश्वरय्या आयोग) आपल्या अहवालात कालवे सुरू केल्यापासून दुष्काळ निवारणावरील खर्चात मोठ्या प्रमाणात घट झाली असून, पाटबंधारे योजना दुष्काळग्रस्त क्षेत्राच्या संरक्षणाचा एक प्रभावी उपाय आहे, असे नमूद केले. गोदावरी, प्रवरा कालव्यांच्या प्रत्यक्ष व अप्रत्यक्ष लाभाबाबत प्रा. गाडगीळ यांनी गोखले अर्थशास्त्र संस्थेच्या सर्वेक्षणात पाटबंधाऱ्यांच्या कामाच्या यश-अपयशाचे मोजमाप केले. त्यांनी भांडवल गुंतवणुकीमुळे निर्माण झालेल्या रोजगार संधी, पशुधन व इतर साधनांचा वाढता वापर इ.चे लाभ विचारात घ्यावेत, असे स्पष्ट केले आहे. या काळात ब्रिटिश सरकारने कोणत्याही योजना हाती घेतलेल्या नाहीत, मात्र त्यांनी भारतात आधुनिक विज्ञान रुजविण्याचे काम केले. तसेच दुर्बिणीतून उंची मोजण्याचे यंत्र, नद्या व कालव्यातील पूल यांची देणगी भारतीयांना दिली.

स्वातंत्र्यपूर्व काळात गोदावरीवर (नांदूर-मधमेश्वर), प्रवरा (ओझर), नीरा (वीर), मुठा (खडकवासला), कृष्णा (खोडशी), तोरणा हे मोठे प्रकल्प व १५ मध्यम व लघुप्रकल्प असे एकूण जलाशय निर्माण करण्यात आले होते. यापासून २.७४ लक्ष हेक्टर सिंचनक्षमता निर्माण झाली. त्यासाठी १६.६० कोटी रुपये खर्च झाले. या काळात मातीची उंच धरणे बांधण्यात निर्दोष तंत्रज्ञानाअभावी मर्यादा पडत होत्या. त्यामुळे दगडी धरणे बांधण्यात आली; पण दगडी धरणांचे ज्ञान पण पुरेशा प्रमाणात विकसित झाले नव्हते.

थोडक्यात, ब्रिटिशांनी सिंचनविकासाला मर्यादितच महत्त्व दिले. मात्र, या काळात सिंचनासाठी आधुनिक तंत्रज्ञानाचा वापर केला गेला. सिंचन प्रकल्पाचे आकारमानही वाढले. त्याचबरोबर सिंचनासाठी आयोग नेमले गेले. सिंचन कायदे केले गेले व शासनामार्फत पाटबंधारे योजनेची कामे हाती घेण्यात आली, या बाबी दिसून येतात.

ब्रिटिश काळात जलसंपदेचा विकास मर्यादित प्रमाणात झाल्याचे वरील विश्लेषणावरून स्पष्ट होते. जलसंपदेचा विकास करायचा म्हटल्यास, विशेषत: महाराष्ट्रातील भौगोलिक तसेच कृषीविषयक माहिती लक्षात घेणे आवश्यक ठरते. तसेच शासकीय व नियोजनबद्ध पद्धतीने लोकाभिमुख असा जलसंपदेचा विकास घडविण्यासाठी काय केले, याचा विचार करायला हवा.

२.६ : भारत आणि महाराष्ट्रातील पाणी पद्धतीचे मूल्यमापन

या प्रकरणात आपण प्राचीन, मध्ययुगीन आणि ब्रिटिश कालीन सिंचन पद्धतीचा आढावा घेतला आहे. महाराष्ट्रासह संपूर्ण भारतात सिंचनपद्धती तसेच पिण्याच्या पाण्याच्या उपलब्धतेसाठी कोणकोणत्या कालखंडात कोणकोणत्या पद्धती अस्तिवात होत्या. त्या संदर्भात आपण त्या पद्धतींची तोंडओळख करून घेतलेली आहे. देशात शंभरच्या आसपास सिंचनपद्धती निश्चितच सापडतील; मात्र, त्यातील जेवढ्या उपलब्ध झाल्या तेवढ्या घेण्याचा प्रयत्न केलेला आहे. जवळ जवळ साठ पद्धतींची ओळख झालेली आहे. त्यामागील काही उद्दिष्टे होती. या विविध पद्धतींचे वेगळेपण जाणून घेऊन त्यातील समान पद्धती कोणत्या, त्याचीही त्या निमित्ताने माहिती होईल. विशेषत: महाराष्ट्रात सिंचनपद्धती कशा प्रकारची होती त्याची ओळख करून घेऊन कोणत्या पद्धतींचा आपल्याला सध्या विस्तार करता येऊ शकेल का? हे त्या निमित्ताने शोधावयाचे होते. तसेच देशातील सिंचन पद्धतीचा आढावा घेऊन त्यातून कोणत्या सिंचनपद्धती अधिक वापरल्या जात होत्या तेही समोर येईल, हा ही एक उद्देश होता. पंजाब, हरियानामध्ये धरणे आणि कालव्यांचाच जास्त वापर केला जातो. मात्र, देशात विविध राज्यात विविध पद्धतींचा वापर केला जात असल्याचे दिसून आले; तर तलाव, बंधारे, विहिरी यांना विविध राज्यात वेगवेगळी नावे असल्याचे दिसून आले.

प्रत्येक राज्यात स्थानिक पद्धतीनुसार सिंचनाची कामे केल्याचे दिसून येते. या पद्धती त्या त्या काळी अतिशय महत्त्वाच्या ठरल्या होत्या. आज त्यांची स्थिती दयनीय झालेली आहे. काही पद्धती नाहीशा होण्याच्या मार्गावर आहेत. आपण जर या जुन्या पद्धतींना जोड देऊन नवीन पद्धतींचा अवलंब केला तर फायदेशीर होऊ शकेल.

वेगवेगळ्या प्रदेशात पर्जन्यमान, हवामान आणि जमीन यानुसार वेगवेगळ्या पद्धतींचा वापर केला जात असे. त्यामध्ये काहीत साम्य होते तर काही वेगळ्या असल्याचे दिसून येते. त्याकाळातील लोकांनी सपाटीचा भाग, डोंगराचा भाग या बाबींचा विचार करून स्थानिक पातळीवर सिंचनाचा आणि पिण्याच्या पाण्याचा प्रश्न सोडविल्याचे दिसून येते. जलव्यवस्थापन हे स्थानिक पातळीवर लाभधारकांच्यावरच सोपविलेले होते. चर, कालवे, बंधारे यांची दुरुस्ती सामूहिकपणे करत असल्याचे दिसून येते.

मध्ययुगात राजांचासुद्धा सिंचन व्यवस्थेत सहभाग असल्याचे दिसून येते. तसेच पिण्याच्या पाण्याची व्यवस्था अनेक ठिकाणी संस्थानिक, राजे यांनी केल्याचे दिसून येते. पुराचे पाणी शेतात घेऊन पाण्याची व्यवस्था केल्याचे दिसून येते तसेच दुष्काळी तसेच डोंगराळ अशा भागात हे पाणी कालव्याद्वारे पोहचविण्याची व्यवस्था केल्याचे दिसून येते. डोंगराळ भागात सपाटीकरण करून तेथे चर अथवा कालव्याद्वारे अथवा बांबूचा अथवा खापराच्या नलिकेच्या साहाय्याने पाणी उपलब्ध करून दिले जात असे. केरळमध्ये खाऱ्या पाण्याशेजारी समांतर गोड पाण्याचे कालवे बांधून शेतीला व पिण्याच्या पाण्यासाठी त्याचा वापर केला जातो, ही पद्धत लक्षात राहण्यासारखी आहे. हे जलसिंचन व्यवस्थापन परंपरागत पद्धतीने रुजलेले असताना मागील शतकात त्या मोडकळीस आल्या. काही बंद झाल्या, काही बंद पडण्याच्या अवस्थेत आहेत. आज काही ठरावीक लोक सोडले तर सर्वच पावसावर अवलंबून आहोत. पाऊस पडला तरच आपली पिके येतात. पिण्याच्या पाण्याचा प्रश्न तर अधिकच बिकट! अशी स्थिती-स्वातंत्र्यानंतरची. सिंचन व्यवस्था प्रकरण ४ मध्ये स्पष्ट केलेली आहे. त्यावरूनसुद्धा आपल्याला पूर्वीच्या सिंचन पद्धतीतील व आत्ताच्या सिंचन पद्धतीतील फरक लक्षात येईल.

प्राचीन, मध्ययुगीन व काही ब्रिटिशकाळात पाणी साठविणे, ते वाहून नेणे व शेताला देणे या सर्वांचे व्यवस्थापन लाभधारक लोकांच्या हातात होते. ते गाव पातळीवरच केले जात असे. समाजात एकोपा दिसून येतो तशी स्थिती आता दिसून येत नाही. लोकांचा एकोपा कमी झाल्याचे दिसून येते. पूर्वी गाव काम करत असे आता सरकारचे काम आहे, असा समज केलेला दिसून येतो त्यामुळे बंधाऱ्यातील गाळ कोणी काढावा, असा प्रश्न निर्माण झाल्याचे दिसून येते. जुन्या योजना मरणासन्न अवस्थेत आहेत, काही संपलेल्या आहेत, ज्या काही थोड्याफार प्रमाणात आहेत त्या संपण्याच्या मार्गावर आहेत. त्यातील काही सरकारने हस्तक्षेप करून चालू ठेवलेल्या आहेत. मात्र, जुन्या पद्धती व नव्या पद्धतींची कोठेतरी सांगड घालणे आवश्यक आहे. जुने आहे म्हणून ते बंद करावे, त्याचे सध्याच्या काळात महत्त्व नाही असे समजून चालणार नाही. जुन्याच्या जागी नवीन व्यवस्था करणे आवश्यक आहे अथवा त्यात बदल करून अशा योजना पुनरुज्जीवित करणे आवश्यक आहे. जल व्यवस्थापन आता शेतकऱ्यांच्याऐवजी तज्ज्ञांच्या हातात, जलअभियंत्यांच्या हातात गेल्याचे दिसून येते. हा बदल शैक्षणिक व्यवस्थेमुळे निर्माण झाल्याचे दिसून येते.

सध्या वाढणारी लोकसंख्या, चैनीची जीवनशैली, पाण्याची वाढती मागणी, शेतीतील वाढती पाण्याची मागणी, औद्योगिकीकरण इ. मुळे पाण्याचे गणित सोडवावे लागणार आहे.

आपल्या पूर्वजांनी पाणी या विषयावर प्रथा, नियम करून वर्षानुवर्षे पाणी

साठविण्याचा प्रयत्न केला. समाजात सुसंवाद घडवून आणला. पाण्याची गरज स्वत: भागविण्याचा प्रयत्न केला त्यामुळे आपण त्याकडे डोळेझाक करून चालणार नाही. त्याकडे उघड्या डोळ्यांनी पाहिले पाहिजे.

विविध पद्धतींचा विचार केल्यास विहिरी, बंधारा, तलाव हे व्यक्तिगत, राजे, सरदार, गावकरी मंदिर समिती इ. नी बांधलेली दिसून येतात. त्यामुळे अधिकार व कर्तव्यसुद्धा ते पाळीत असे. कोणकोणत्या पद्धतीने पाण्याची उपलब्धता होते, हा एक आढावा असला तरी त्यातून आपल्याला 'पाणी' या विषयावर दिशा मिळण्यास निश्चितच मदत होईल.

महाराष्ट्रात तलाव, बंधारे यांचा विचार केल्यास तीन ते चार वेळा तलाव अथवा बंधारे भरू शकतात; तर ज्या ठिकाणी पर्जन्यमान जास्त आहे तेथे पाच ते सात वेळा तलाव भरू शकतात. हे तलाव भरतात, जिरतात, रिकामे होतात आणि पुन्हा भरतात. महाराष्ट्रात एकूण पडणाऱ्या पर्जन्यापैकी आठ ते दहा टक्केच पर्जन्य/पाऊस आडवू शकतो. मात्र, आपण तलावांची मालिका, शेततळ्यांची मालिका तयार केल्यास २५ ते ४० टक्के पाऊस अडवू शकू, म्हणजेच आपण चार पटींपेक्षा अधिक पाणी उपलब्ध करून घेऊ शकतो. थोडक्यात, पारंपरिक तलाव, बंधारे व पाणी साठविण्याच्या प्राचीन, मध्ययुगीन या पद्धतींचा सध्या मोठ्या प्रमाणात विस्तार केला तरीसुद्धा मोठ्या प्रमाणात पाणी उपलब्ध करून घेऊ शकतो, याचा विसर पडता कामा नये.

लहान बंधारे, मोठी धरणे, पाणलोटक्षेत्र विकास व सध्याच्या सिंचन पद्धतीबाबत प्रकरण ४ मध्ये सविस्तर विश्लेषण केलेले आहे. पाणी उपलब्धतेबाबत आपल्याला सध्यातरी सर्व पर्याय पुढे ठेवणे गरजेचे वाटते. नद्यांची अवस्था अतिशय बिकट दिसून येते. त्यामुळे कोणत्याही वादात न पडता शक्य तेथे त्या त्या पद्धतींचा वापर करणे आवश्यक आहे. जेणेकरून पाण्याची उपलब्धता होईल. अधिक योग्य पद्धतीने वाटप करता येईल, योग्य पद्धतीने वापर होईल आणि शुद्धता राखली जाईल. सध्या पाणी आणि पर्यावरण या दोन बाबी अतिशय महत्त्वाच्या ठरल्या आहेत. त्याकडे डोळे उघडे ठेवून पाहावे लागेल अन्यथा मानवाला गंभीर परिणामांना सामोरे जावे लागेल असे दिसते.

महाराष्ट्रातील पाण्याचा अभ्यास करताना महाराष्ट्रातील भौगोलिक स्थिती, हवामान, पर्जन्यमान, भूभाग, जंगले इ. बाबींची स्थिती जाणून घेणे महत्त्वाचे आहे. त्याचे विश्लेषण पुढील प्रकरणात केले आहे.

प्रकरण ३

महाराष्ट्रातील भौगोलिक स्थिती आणि पाणी

३.१ प्रास्ताविक
३.२ महाराष्ट्राचे भौगोलिक स्थान
३.३ हवामान
३.४ पर्जन्यमान
३.५ नदीखोरे
३.६ जमीन व भूशास्त्रीय स्थिती
३.७ पाण्याची उपलब्धता
३.८ भूजलसमस्या
३.९ जंगले, जमिनींचा वापर आणि कृषिविकास सद्य:स्थिती

३.१ : प्रास्ताविक

महाराष्ट्रात पश्चिम किनारपट्टी-कोकण, मध्यप्रदेश व उत्तर महाराष्ट्र, मराठवाडा व विदर्भ असे भाग येतात. मुंबई ही महाराष्ट्राची राजधानी आहे. महाराष्ट्रात पाऊस, विहिरी, कूपनलिका, धरणे, कालवे इत्यादी मार्गांनी सर्व पाण्याचा वाढता उपयोग होत असला तरी ओलिताखालील वाढ मर्यादितच आहे. गंगा-यमुनेच्या खोऱ्यातील उत्तरप्रदेश, बिहार, बंगालसारखा अथवा सतलज, रावी, बियास नद्यांच्या खोऱ्यातील पंजाब, हरियाणासारखा सुपीक व सपाट प्रदेश आणि भरपूर पाणीपुरवठा महाराष्ट्राला लाभलेला नाही. महाराष्ट्रात कोणतीही बारमाही नदी नाही. त्यामुळे पाटबंधारे योजना करताना साठवणुकीची क्षमता निर्माण करणे, धरणांची भिंत बांधणे व कालवे खोदणे असे सर्व मोठे खर्च करावे लागतात. तसेच महाराष्ट्राच्या विशिष्ट भौगोलिक रचनेमुळे पाणीपुरवठ्याची गरज असणारे दुष्काळी आणि बिनदुष्काळी भाग धरणाच्या योग्य जागेपासून लांब असल्यामुळे कालव्याचा खर्च वाढत जातो. बऱ्याच वर्षांपर्यंत पाटबंधारे विकासाची प्रगती सावकाश होत राहिली.

राज्याचे बहुतांश भूपृष्ठ बेसॉल्ट या अग्निजन्य खडकाचे बनले आहे. त्यामुळे पाणी जिरण्यास फार कमी वाव राहतो. त्याचबरोबर पाणलोटक्षेत्र विकास कामाची प्रगती सावकाश होत राहिली. सध्या पर्यावरण बदलामुळे पर्जन्यावर परिणाम होताना दिसून येऊ लागले आहेत. त्यासाठी नैसर्गिक परिस्थितीचा अभ्यास करून शास्त्रीय पद्धतीने उपाययोजना करणे आवश्यक आहे. सदरील प्रकरणात महाराष्ट्राचे भौगोलिक स्थान, हवामान, पर्जन्यमान, जमीन व भूशास्त्रीय माहिती, वने जमिनीचा वापर आणि कृषी विकास इ. माहितीचा सविस्तर ऊहापोह केला आहे.

यस्यां समुद्र उत सिंधुरापो यस्यामन्नं कृष्टय: संबभूवु:।
यस्यामिदं जिन्वति प्राणदेजत् सा नो भूमि: पूर्वपेये दधातु।

(अथर्ववेद, भूमिसूक्त, १२।१।३)

पृथ्वीवर सागर, महासागर, नदी, सरोवरे, झरे इत्यादी पाण्याचे स्रोत आहेत. या सर्व प्रकारांमुळे अन्न, फळे आणि वनस्पती इ. विपुल प्रमाणात आहेत. त्यामुळे सर्व जीवजंतू सुखी आहेत. त्यामध्ये शिल्प बनविण्यात कारागीर आणि शेतकरी शेतीमध्ये कार्यमग्न आहेत, तसेच इतर लोकसुद्धा आपापल्या कामात व्यस्त आहेत. आमच्या पृथ्वीने आम्हाला सदैव चांगल्या प्रकारे संपन्न बनवले आणि ऐश्वर्य प्राप्त करून दिले आहे.

... माता भूमि: पुत्रो अहं पृथिव्या:।
पर्जन्य: पिता स उ न: पिपर्तु।

(अथर्ववेद, भूमिसूक्त, १२।१।१२)

हे धरती माता, तू आमची आई आहे. आम्ही तुझी मुले आहोत. जीवन बनविण्यात, पावसाच्या रूपाने सर्व ठिकाणी हिरवेगार तयार करणारा पाऊस, वडिलांच्या सारखा आमचा सांभाळ (पोषण) करत आहे.

३.२ : महाराष्ट्राचे भौगोलिक स्थान

महाराष्ट्राचा अक्षांश विस्तार १५.८° उत्तर अक्षवृत्त ते २२.१° उत्तर अक्षवृत्त असून रेखांश विस्तार ७२.६° पूर्व रेखावृत्त ते ८०.९° पूर्व रेखावृत्त असा आहे.

महाराष्ट्राचे क्षेत्रफळ ३,०७,६९० चौ.कि.मी.आहे. भारताच्या एकूण क्षेत्रफळाच्या ९.३६% क्षेत्रफळ महाराष्ट्राचे आहे. क्षेत्रफळाचा विचार करता मध्यप्रदेश व राजस्थाननंतर महाराष्ट्र राज्याचा देशात तिसरा क्रमांक लागतो. राज्याला ७२० कि.मी. लांबीचा समुद्रकिनारा लाभलेला आहे. वायव्येस गुजरात राज्य व दादरा नगर हवेली हे केंद्रशासित प्रदेश, उत्तरेस व पूर्वेस मध्यप्रदेश, आग्नेयेस आंध्रप्रदेश व दक्षिणेस

गोवा व कर्नाटक ही राज्ये आहेत.

१ मे १९६० रोजी महाराष्ट्रात २६ जिल्हे, २३५ तालुके व ३५७७ खेडी होती. सध्या ३५ जिल्हे, ३५८ तालुके, ४३७२२ खेडी आहेत. महाराष्ट्राची लोकसंख्या २०११ मध्ये ११ कोटी २४ लाख एवढी होती. सध्या महाराष्ट्रात सहा प्रशासकीय विभाग व एकूण ३५ जिल्हे आहेत. १) कोकण विभाग : १. मुंबई शहर, २. मुंबई उपनगर, ३. ठाणे, ४. रायगड, ५. रत्नागिरी, ६. सिंधुदुर्ग, २) पुणे विभाग : ७. पुणे, ८. सातारा, ९. सांगली, १०. कोल्हापूर, ११. सोलापूर, ३) नाशिक विभाग : १२. नाशिक, १३. अहमदनगर, १४. धुळे, १५. नंदुरबार, १६. जळगाव, ४) औरंगाबाद विभाग : १७. औरंगाबाद, १८. जालना, १९. बीड, २०. परभणी, २१. हिंगोली, २२. उस्मानाबाद, २३. लातूर, २४. नांदेड, ५) अमरावती विभाग : २५. अमरावती, २६. बुलढाणा, २७. अकोला, २८. वाशिम, २९. यवतमाळ, ६) नागपूर विभाग : ३०. नागपूर, ३१. वर्धा, ३२. भंडारा, ३३. गोंदिया, ३४. चंद्रपूर, ३५. गडचिरोली.

३.३ हवामान

महाराष्ट्राचे हवामान उष्णकटिबंधीय मान्सून प्रकारचे आहे. कोकणचे हवामान सागरसान्निध्यामुळे वर्षभर सम-दमट असते. हवेत आर्द्रतेचे प्रमाण जास्त जाणवते. घाटमाथ्यावरील हवा थंड असते. पश्चिम महाराष्ट्रातील हवामान समशीतोष्ण, तर मराठवाडा, विदर्भ व नागपूरमध्ये विषम स्वरूपाचे हवामान असून, विविध ऋतूंमधील तापमानातील फरक खूप जाणवतो.

महाराष्ट्रात प्रामुख्याने मोसमी प्रकारचे हवामान आढळते. हवामानाचे एकूण चार ऋतू दिसून येतात.

१) हिवाळा - मध्य डिसेंबर ते फेब्रुवारी २) उन्हाळा - मार्च ते मे या दरम्यान, ३) पावसाळा - महाराष्ट्रात पाऊस प्रामुख्याने नैर्ऋत्य मोसमी वाऱ्यांपासून मिळतो. हे वारे जून ते सप्टेंबर दरम्यान पाऊस देतात. ४) ऑक्टोबर ते मध्य डिसेंबर हा पावसाळ्यानंतरचा काळ म्हणून ओळखला जातो. या काळात तापमान सामान्यपणे जास्त असते. ऑक्टोबरचा उष्मा सर्व प्रदेशभर मोठ्या प्रमाणावर जाणवतो. उन्हाळ्यात कोकणचे तापमान ३०° ते ३३° सेल्सिअस असते. पठारी भागात ३५° ते ४०° सेल्सिअसपर्यंत वाढते. नागपूर, अमरावती, खानदेश, मराठवाडा, विदर्भ येथील तापमान ४८° सेल्सिअसपर्यंत वाढते. हिवाळ्यात ते किमान ६° सेल्सिअसपर्यंत कमी होते. विदर्भ, मराठवाडा, अकोला, नागपूर, अमरावती, धुळे, जळगाव इ. ठिकाणी उन्हाळ्यात उष्णतेची लाट येऊन कित्येक लोक मृत्युमुखी पडतात.

सध्या नोव्हेंबर डिसेंबरमध्ये अवकाळी पाऊस पडत आहे. तसेच एप्रिल-मेमध्ये

अनेक ठिकाणी वादळी पाऊस पडतो. बऱ्याच वेळा तो गारांचा असतो त्यामुळे पिकांचे नुकसान होते.

३.४ : पर्जन्यमान

महाराष्ट्रात पावसाचे प्रमाण वेगवेगळ्या ठिकाणी कमी-अधिक आढळते. महाराष्ट्राची पावसाची सरासरी ९२० मि.मी. आहे, परंतु ती १३६० मि.मी. सध्या सांगितली जाते. तर भारताची सरासरी १००० मि.मी. आहे. जागतिक सरासरी ६०० मि.मी. आहे. महाराष्ट्रातील हवामान व पाऊस लक्षात घेता महाराष्ट्राचे तीन मुख्य विभाग होतात- १) भरपूर पावसाचा सह्याद्री पर्वताचा भाग व कोकण-या भागात २५०० ते ४००० मि.मी. एवढा पाऊस पडतो. २) पर्जन्यछायेचा विभाग-सह्याद्रीच्या पूर्वेपासून मराठवाड्यातील पश्चिमेकडील जिल्हे या भागात ४०० ते ७०० मि.मी. पाऊस पडतो. ३) निश्चित पावसाचे विदर्भ-मराठवाड्यातील पूर्वेकडील जिल्हे या भागात ७०० ते ९०० मि.मी.पाऊस पडतो. पर्जन्यछायेचा प्रदेश हा अवर्षणग्रस्त क्षेत्र म्हणून मानला जातो.

महाराष्ट्रात महाबळेश्वरसारख्या ठिकाणी ६००० मि.मी. पाऊस पडतो, तर सोलापूर, उस्मानाबाद या ठिकाणी ४०० मि.मी. पाऊस पडतो. इतके हे प्रमाण विषम आहे. ज्या ठिकाणी १००० मि.मी. पेक्षा कमी पाऊस पडतो व त्यातील ७५% पाऊस वर्षातल्या २ महिन्यांत पडतो, त्याला 'अवर्षणप्रवण' क्षेत्र असे भारत सरकारने म्हटले आहे. महाराष्ट्रात ८७ तालुके अवर्षणप्रवण आहेत. तेथे ३०० ते ४०० मि.मी. पाऊस पडतो. तोही वर्षातल्या १ ते २ महिन्यांतच पडून जातो. त्यामुळे डोंगरमाथ्यावरील पाऊस अडवून अवर्षणप्रवण भागाकडे वळवावा लागतो. महाराष्ट्राच्या बहुतेक भागांत वार्षिक पर्जन्यमानाच्या सुमारे ८५ ते ९८% पाऊस जून ते ऑक्टोबर एवढ्या काळातच होतो. राज्यात पडणारे एकूण पावसाचे पाणी ११३५० अब्ज घनफूट (टी.एम.सी.) आहे.

महाराष्ट्रातील खोरे निहाय नैसर्गिक पाण्याच्या उपलब्धतेचा विचार केल्यास गोदावरी खोऱ्यात ५०८८० द.ल.घ.मी. सरासरी उपलब्धता आहे (सर्वसाधारण). नर्मदा खोऱ्यात ५८० द.ल.घ.मी. (विपुलतेचे) तापी खोऱ्यात ९११८ द.ल.घ.मी. (तुटीचे) कृष्णा खोऱ्यात ३४०३२द.ल.घ.मी. (सर्वसाधारण) आणि कोकणातील पश्चिम वाहिनी नद्यांची खोरी यामध्ये ६९२१० द.ल.घ.मी. (अतिविपुलतेचे) असे चितळे समितीने १९९९मध्ये खोरे निहाय पाण्याची सरासरी उपलब्धता दर्शविलेली आहे. राज्यात एकूण १६३८२० द.ल.घ.मी. पाण्याची नैसर्गिक सरासरी उपलब्धता आहे.

कोकणात सरासरी २६७० मि.मी. पाऊस पडतो. जुलै व ऑगस्ट हे जास्तीत जास्त पावसाचे महिने आहेत. एका दिवसातील जास्तीत जास्त पर्जन्यमान ९४४ मि.मी. इतके झाल्याची नोंद २६ जुलै २००५ला मुंबईत झाली आहे.

कोकणात भरपूर पाऊस पडूनही उन्हाळ्यामध्ये पिण्याच्या पाण्याची टंचाई निर्माण होते. तसेच विदर्भ, मराठवाडा विभागांतही निश्चित पावसाचा विभाग असून एप्रिल-मे महिन्यांत पिण्याच्या पाण्याची टंचाई निर्माण होते. राज्यात दुष्काळाची वाढत जाणारी तीव्रता व वारंवारता पाहता कृत्रिम पावसाचे प्रयत्न करावे, अशी मागणी बरेच दिवस होत आहे; त्यानुसार २००३, २००४, २०१५मध्ये असे प्रयोग केले गेले ते बऱ्याच प्रमाणात यशस्वी झाले. मात्र, हे प्रयोग खर्चीक आहेत.

३.५ : नदीखोरे

महाराष्ट्र राज्यात एकंदर ४०० नद्या असून, त्यांची लांबी २०,००० कि.मी. (११९७४ मैल) आहे, तर नद्यांना मिळणाऱ्या नाल्यांची लांबी ११३११ कि.मी. आहे. कोकणातील नद्यांची लांबी १६०९ कि.मी. आहे.

सह्याद्रीमध्ये उगम पाऊन अनेक नद्या कोकणपट्टीतून वाहात पश्चिमेकडे समुद्राला मिळतात. या नद्यांचे उगमस्थान सह्याद्रीमध्ये साधारणपणे ५०० ते ७०० मीटर तलकांवर असून, या नद्या सुमारे १०० ते १५० कि.मी.चा वळणावळणाचा प्रवास करतात. अशा प्रमुख नद्या म्हणजे दमणगंगा, सूर्या, वैतरणा, उल्हास, कार्ला, पुंडलिका, काल, सावित्री, वशिष्ठी, शास्त्री, गड, करली, तिलारी व तेरेखोल या होत. या नद्यांच्या मुखाशी समुद्राचे पाणी आत आल्यामुळे 'खाड्या' तयार झाल्या आहेत. वसई, धरमतर, रोहा, महाड, चिपळूण, दाभोळ, जयगड, राजापूर, विजयदुर्ग ही जलवाहतुकीची जुनी बंदरे या खाड्यांच्या आधारानेच अस्तित्वात आली. या नद्यांची लांबी कमी, पावसाळ्यात पाणी भरपूर; परंतु, उन्हाळ्यात कोरड्या ठणठणीत, अशी नद्यांची स्थिती आहे. जमिनीची धूप व समुद्राच्या खाऱ्या पाण्याचे जमिनीवर आक्रमण, जमीन खचणे ही नैसर्गिक संकटे कोकणात नेहमीच भेडसावतात.

पठारावरील नद्यांमध्ये तापी व नर्मदा या दोन पश्चिमवाहिनी नद्या मध्य प्रदेशातून येतात व महाराष्ट्रानंतर गुजरात राज्यातून वाहतात. नर्मदा नदीने राज्याच्या उत्तर सीमेवरील धुळे जिल्ह्याच्या ५४ कि.मी. सीमारेषेस स्पर्श केला आहे. तापी नदी मध्यप्रदेशातून येऊन अमरावती जिल्ह्याच्या उत्तर सीमेवरून सुमारे ६५ कि.मी.पर्यंत वाहून पुन्हा मध्यप्रदेशात शिरते व जळगाव जिल्ह्यामध्ये महाराष्ट्रात दुसऱ्यांदा प्रवेश करून धुळे, नंदुरबार जिल्ह्यांनंतर गुजरातमध्ये प्रवेश करते. तापीला पूर्णा, गिरणा, बोरी, अनेर, पांझरा अशा उपनद्या आहेत. तापी नदीची महाराष्ट्रातील एकूण लांबी २०८ कि.मी. आहे. या सर्व नद्या-उपनद्यांनी मिळून खानदेशाची भूमी सुपीक झालेली आहे.

स्वतंत्रपणे उत्तर-दक्षिण वाहणारी नदी वैनगंगा. तिला पूर्वेकडून गडचिरोलीच्या डोंगरावरून येणाऱ्या चुलबंद, हुमण, दीना, खोब्रागडी या महत्त्वाच्या नद्या मिळतात.

पश्चिमेकडून कन्हाळा, वर्धा येऊन मिळतात. महाराष्ट्रातील वैनगंगेची लांबी ४७६ कि.मी. आहे. पूर्ववाहिनी मुख्य नदी म्हणजे गोदावरी. तिची स्वतंत्र उपनदी मांजरा. महाराष्ट्रातील सर्वांत अधिक लांबीची (९६८ कि.मी.) नदी गोदावरी-नाशिक जिल्ह्यात त्र्यंबकेश्वरजवळ उगम पाऊन नांदेड जिल्ह्यातील धर्माबादजवळ आंध्रप्रदेशात प्रवेश करते. गोदावरीला दारणा, प्रवरा, सींधफळा, पूर्णा, वर्धा, प्राणहिता या नद्या मिळतात. वर्धा व वैनगंगा यांचा संगम झाल्यावर या नदीस 'प्राणहिता' असे नाव आहे. नंतर प्राणहिताचा मुख्य गोदावरीशी संगम सिरोंचाजवळ आहे. मांजरा नदी बीड जिल्ह्यात उगम पावते. बीड, लातूर जिल्ह्यांमधून वाहत कर्नाटक, आंध्रप्रदेशमध्ये शिरते व नंतर पुन्हा महाराष्ट्रात येऊन नांदेड जिल्ह्यात गोदावरीला मिळते.

दक्षिण महाराष्ट्रातील मुख्य नद्यांमध्ये आग्नेय दिशेने वाहणारी भीमा व बव्हंशी उत्तर-दक्षिण वाहणारी कृष्णा, भीमा नदी पुणे जिल्ह्यात भीमाशंकरजवळ उगम पावते. पुणे, सोलापूर या जिल्ह्यांमधून ही वाहते. तिला मिळणाऱ्या मुख्य नद्या कुकडी, घोड, माण, पवना, नीरा व सीना आहेत. पंढरपूर येथे अर्धवर्तुळाकार वाहणाऱ्या भीमेला 'चंद्रभागा' म्हणतात. महाराष्ट्रातील भीमेची लांबी ४५१ कि.मी.आहे. कर्नाटक आंध्रप्रदेश यांच्या सीमेवर रायचूरजवळ भीमा कृष्णेला मिळते. कृष्णा नदी महाबळेश्वरजवळ उगम पावते. राज्यातील कृष्णा नदीची लांबी २८२ कि.मी.आहे. कृष्णेला पश्चिमेकडून कोयना व वेणा, पंचगंगा मिळतात; तर पूर्वेकडून येरळा मिळते. नरसोबावाडीजवळ पंचगंगा कृष्णेला मिळते व तेथूनच कृष्णा नदी कर्नाटकमध्ये शिरते.

संशोधनात कृष्णा खोऱ्यातील १९८१ ते २००० या एक वीस वर्षांतील पर्जन्यमान, बाष्पीभवन व पाण्याची वार्षिक उपलब्धता यांची स्थिती व पुढील २०४० ते २०६० या वीस वर्षांतील अंदाजाचा अभ्यास केल्यानंतर संशोधनात असे दिसून आले की, भविष्यात कृष्णा खोऱ्यात पावसाचे प्रमाण २०% ने कमी आढळेल; तर बाष्पीभवन ५% ने कमी होईल; तर पाण्याची उपलब्धता ३० ते ५० टक्क्यांनी कमी होईल. असे एका अभ्यासातून दिसून आले. पाच उपखोरी वगळता बाकीच्या संपूर्ण कृष्णा खोऱ्यामध्ये दुष्काळाचा कालावधी अनेक आठवड्यांनी वाढलेला असेल.

महाराष्ट्रात कोकणातील पश्चिमवाहिनी नद्या वगळता उर्वरित प्रदेश मुख्यत: कृष्णा, गोदावरी व तापी या तीन नद्या खोऱ्यांमध्ये येतो. उत्तरेकडील थोडा भाग नर्मदा खोऱ्यात मोडतो. तसेच वैनगंगेच्या पूर्वेकडील थोडा भाग महानदी खोऱ्यात मोडतो. काही मोठ्या उपनद्या या तीन मुख्य नद्यांना महाराष्ट्रात न मिळता महाराष्ट्राच्या बाहेर मिळतात. उदा.भीमा. ही तिन्ही खोरी संपूर्णपणे महाराष्ट्रात नाहीत, तर त्यांच्या उपखोऱ्यांच्या प्रदेशात महाराष्ट्राचा भूभाग बनलेला आहे. या उपखोऱ्यांचे पाण्याचे नियोजन स्वतंत्रपणे करता येऊ शकेल. या छोट्या-मोठ्या नद्या मिळून गोदावरी, कृष्णा, तापी, नर्मदा आणि कोकणातील सर्व

नद्या मिळून एक पाच अशी मोठी खोरी महाराष्ट्रात मानली जातात. चितळे आयोगाने या पाच प्रमुख खोऱ्यांची विभागणी २५ उपखोऱ्यांमध्ये केली असून, त्याचे ९ प्रभाग केले आहेत. जलसंपत्तीचे नियोजन व व्यवस्था उपखोरे-निहायच केली जाणार आहे.

नद्यांचा उपयोग हा अधिक व्यापक प्रमाणावर पाहिला पाहिजे. पिण्याच्या पाण्याबरोबर औद्योगिक वापर, वनविकास, शेती, बाष्पनिर्मिती, वाहतूक अशा अनेक मार्गांनी पाण्याचा वापर होतो. पाऊस, नद्या, तळी व भूजल या मार्गांनी महाराष्ट्रात जितकी पाण्याची क्षमता आहे, त्यांपैकी जेमतेम १५ टक्के पाण्याचाच वापर होतो. कोकणातील नद्यांमधून बरेच पाणी समुद्रास मिळते; कारण कोकणात पाऊस भरपूर व तो प्रदेश अरुंद व पश्चिमेकडे तीव्र उताराचा आहे.

३.६ : जमीन व भूशास्त्रीय स्थिती

कोणत्याही प्रदेशाची जमीन ही महत्त्वाची नैसर्गिक साधनसंपत्ती आहे. शेतीची उत्पादकता जमिनीवर अवलंबून असते. महाराष्ट्रात विविध प्रकारची जमीन/माती आढळून येते. महाराष्ट्रातील जमीन ही नद्यांच्या गाळाने बनलेली सुपीक मैदानी जमीन नाही. महाराष्ट्रात भीमा, कृष्णा, तापी नदीच्या खोऱ्यात काळी जमीन/माती आढळते. या मातीत कापूस, गहू, ऊस, ज्वारी, तंबाखू व जवस यांचे पीक चांगले येते. कोकणात व घाटाच्या आसपासच्या प्रदेशात लाल-तपकिरी चिकणमातीच्या जमिनी आढळतात. या भागातील जमिनीची प्रचंड धूप झाल्यामुळे मातीचे थर पातळ झालेले आहेत. या प्रदेशात काही ठिकाणी काळ्या जमिनी आढळतात. खानदेश, मराठवाडा व विदर्भात भुरकट काळ्या जमिनी आणि अधूनमधून खडक डोकावत असलेली उंच- सखल मैदाने आढळतात. या मातीत कपाशीचे पीक चांगले येते. कपाशीच्या काळ्या जमिनीची उत्पादकता थोडे अधिक पाणी दिल्यास वाढू शकते. मात्र, या जमिनीला अतिरिक्त प्रमाणात पाणी दिल्यास अथवा निचऱ्याची सोय न केल्यास पाणी तुंबणे, जमिनी दलदलीच्या किंवा चिबिड होणे, खारावणे इ. प्रश्न निर्माण होतात. त्यामुळे या जमिनीवर पाण्याचा वापर शास्त्रीय पद्धतीने करणे आवश्यक ठरते.

राज्यातील जमीन वर्षभर ओलावा टिकवून धरू शकणारी अशी कोठेही नाही. त्यामुळे अगदी भरपूर पावसाच्या प्रदेशात म्हणजे कोकण व घाट प्रदेशातदेखील उन्हाळ्यात पाण्याचा आणि जमिनीतील ओलाव्याचा तुटवडाच असतो. नोव्हेंबर ते मे या काळात राज्यात कोकण प्रदेशासह सर्वत्र पाण्याची टंचाई जाणवते. राज्याच्या बऱ्याचशा भागात वाहून जाणाऱ्या पाण्याचे तसेच बाष्पीभवनाचे प्रमाण जास्त आहे. राज्यात अशा प्रकारच्या पाण्याची टंचाई निर्माण होण्याला येथील भूशास्त्रीय परिस्थितीही काही प्रमाणात कारणीभूत आहे.

महाराष्ट्रातील एकूण ३०७.५८ लाख हेक्टर भौगोलिक क्षेत्रापैकी ८% थरांचे खडक (Sediments) १०% रूपांतरित खडक व ८२% डेक्कन ट्रॅप किंवा बेसॉल्ट अशी विभागणी आहे. म्हणजेच एकूण क्षेत्रफळाच्या २.५० चौ.लक्ष कि.मी. कठीण खडकांनी व्यापले आहे. उपग्रहाच्या छायाचित्राच्या अभ्यासावरून ३०% भूभाग म्हणजे सुमारे ९२ हजार चौ.कि.मी. हा अतिविच्छेदित व डोंगराळ भूपृष्ठरचनेने व्यापला आहे. या क्षेत्रात भूगर्भात मुरणाऱ्या पाण्याचे प्रमाण अत्यल्प आहे. तसेच ४०% भूभागही पठारी स्वरूपाचा आहे. म्हणजेच एकूण क्षेत्रफळांपैकी १.२३ लक्ष चौ.कि.मी. या क्षेत्रात मुरणाऱ्या पाण्याचे प्रमाण मध्यम स्वरूपाचे असून, भूजलाचा वापर हंगामी स्वरूपाचा राहतो. उरलेला ३०% भूभाग म्हणजे ९२ हजार चौ.कि.मी. नदी खोऱ्यातील सपाट भूभाग असून, या क्षेत्रात भूजल पुनर्भरणाची प्रक्रिया इतर भूभागांच्या तुलनात्मकदृष्ट्या चांगली आहेत. भूभागावर पाऊस पडला तरी पाणी मुरवण्याची किंवा साठविण्याची क्षमता कमी असल्याने ती निर्माण करणे तांत्रिकदृष्ट्या महत्त्वाचे आहे.

महाराष्ट्रात कठीण खडकांनी व्यापलेले क्षेत्र सर्वाधिक असल्यामुळे आणि त्यांच्या मूलभूत गुणधर्माबरोबरच भौगोलिक रचना व पर्जन्यमानातील दोलायमानामुळे भूजल उपलब्धतेवर मर्यादा आहेत. ही मर्यादा नेमकी किती, याबाबत मात्र वैज्ञानिकांमध्ये अजून मतभिन्नता आहे. भूजल संपत्तीच्या उपलब्धतेबाबत निश्चित आकडेवारी उपलब्ध व्हावी, किंबहुना, भूजलसंपत्तीचा अंदाज जास्तीत जास्त बिनचूक असावा, यासाठी केंद्र शासनाने वेळोवेळी भूजलतज्ज्ञांच्या समित्या नियुक्त करून, त्यासाठी मार्गदर्शक तत्त्वे निश्चित केलेली आहेत. पाण्याच्या भूजल अवस्थेतील मागणी वाढती आहे. त्याचे मुख्य कारण म्हणजे भूजलाच्या वापरातून वापर करणाऱ्याला जाणवणारी स्वयंनिर्भरता. त्याची परिणती भूजलाच्या अमर्याद उपशामध्ये होत असल्याने व भूजलाच्या एकूण उपलब्धतेबद्दल साशंकतेची स्थिती असल्याने त्याचा विचार तातडीने होणे आवश्यक आहे.

३.७ : पाण्याची उपलब्धता

राज्याच्या सर्वच भागातील जनतेला उन्हाळ्यात कमी-अधिक प्रमाणात पाणीसमस्येचा सामना करावा लागतो. पाणीटंचाईला भूजलसमस्या कारणीभूत असल्याची बाब प्रकर्षाने पुढे आली आहे. आत्तापर्यंत १९७३, १९७९, १९८४, १९८९ व १९९५ला भूजल मूल्यांकन करण्यात आले. सहावे भूजल मूल्यांकन १९९७मध्ये केंद्र शासनाने स्थापन केलेल्या 'ग्राउंड वॉटर एक्स्पर्ट समितीने' केले आहे. या समितीच्या आधारे भूजल सर्वेक्षण आणि विकास यंत्रणेचे संचालक राधेश्याम मोपलवार यांनी महाराष्ट्रातील भूसंपत्ती आणि जलव्यवस्थापनाचा अहवाल २८ जानेवारी २००४ रोजी मंत्रीमंडळ बैठकीत सादर केला. राज्यात एकंदर पुनर्भरणाचा ४३% भूजल उपसा असून, साधारणत: ५७%

जलसाठा भूगर्भात शिल्लक असल्याचे केंद्राच्या वॉटर एक्स्पर्टने अहवालात म्हटले आहे. ग्राउंड वॉटर एक्स्पर्ट समितीच्या मूल्यांकनानुसार राज्यात ३० लाख ८९ हजार ३५४ हेक्टर मीटर जलसाठा आहे. त्यांपैकी १३ लाख ३३ हजार ३४५ हेक्टर मीटर पाण्याचा उपसा होतो. त्यानंतर १८ लाख ९ हजार ९५६ हेक्टर मीटर पाणी शिल्लक राहते. सुरक्षित उपपाणलोट क्षेत्र १७६३, अर्धविकसित उपपाणलोट क्षेत्र - २७७ , विकसित उपपाणलोट क्षेत्र ७२ आणि अतिविकसित उपपाणलोट क्षेत्र १५ युनिट एवढे आहे. राज्यातील पाण्याच्या उपलब्धतेबाबत उपखोरे निहाय पाण्याची उपलब्धता यामध्ये सदरील माहिती दिलेली आहे.

३.८ : भूजलसमस्या

महाराष्ट्रात भूजलसमस्या निर्माण होण्यास पुढील गोष्टी कारणीभूत ठरल्या. अकार्यक्षम जलव्यवस्थापन, अतिखोल विंधन विहिरींद्वारे भूजलाचा अमर्याद उपसा, सिंचन विहिरींच्या संख्येत वाढ, गेल्या दोन दशकांत शेती, उद्योग व इतर शेती आधारित उद्योगांसाठी वाढती पाण्याची मागणी, नगदी पिकांसाठी अद्ययावत सिंचनपद्धतींचा वापर न करता पारंपरिक सिंचनपद्धतींचा वापर, पिकांसाठी आवश्यकतेपेक्षा जास्त पाण्याचा वापर, लहरी पर्जन्यमान आणि वाढती लोकसंख्या या बाबी होत.

वार्षिक सरासरी पर्जन्यमानाच्या किती टक्के पुनर्भरण होते, यासंबंधीचे अंदाज 'भूजल अंदाज समिती'तील १९८४च्या ढोबळ निकषाप्रमाणे पावसाच्या पाण्यापैकी साधारण १० ते १५%पर्यंत पाणी जमिनीत मुरते, असे मानले आहे. ग्राउंड वॉटर एस्टीमेशन मेथडॉलॉजी १९९७च्या अंदाजाप्रमाणे हे प्रमाण १२ ते १४%पर्यंत (सरासरी १३%) धरण्याबद्दल शिफारस केली आहे. बेसॉल्ट दगडामुळे व भूपृष्ठावरील काळ्या मातीमुळे पाणी मुरण्यास भूशास्त्रीय परिस्थिती बऱ्याच ठिकाणी फारशी अनुकूल नसल्यामुळे पाणी मुरण्याच्या प्रत्यक्ष क्षेत्रीय मोजणींना अनुसरून वारंवार दुरुस्त करणे आवश्यक आहे.

१९९८मध्ये वर्ल्ड वाईड फंडासाठी युनिसेफने गुजरात, महाराष्ट्र, उत्तरप्रदेश, तमिळनाडू व आंध्रप्रदेश या राज्यांचे सर्वेक्षण केले होते व अहवाल दिला होता. त्यात भविष्यकालीन पाणीटंचाईबाबत तीव्र चिंता व्यक्त केली होती. २०१७पर्यंत विहिरीच्या व पिण्याच्या पाण्याची टंचाई तीव्रतेने भासेल असे म्हटले आहे. 'पाण्याच्या थेंबाची किंमत तेलाच्या थेंबाच्या किमतीपेक्षा अधिक मोजण्याचा काळ फार दूर नाही.' असा इशाराही देण्यात आला आहे. २००१मध्ये दिल्लीत भरलेल्या पाणी परिषदेत वैज्ञानिक श्री. सुब्रह्मण्यम यांनी सरकारने पाणीपुरवठा योजनांकडे फारसे लक्ष दिले नाही, याबद्दल खेद व्यक्त केला होता.

३.९ : जंगले, जमिनींचा वापर आणि कृषिविकास सद्य:स्थिती

महाराष्ट्राच्या एकूण क्षेत्रफळापैकी २०% जमीन जंगलांनी व्यापली आहे, असा शासकीय अंदाज आहे; तर भारताची सरासरी २३% आहे. महाराष्ट्रातील जंगलांचे सहा प्रकार आहेत.

१) उष्ण कटिबंधीय सदाहरित अरण्ये : सह्याद्रीच्या घाटमाथ्यावर पश्चिम उतारावर आणि विशेषत: दक्षिण कोकणात अशा प्रकारची जंगले आढळतात. रानआंबा, जांभूळ हे मोठे वृक्ष रानकेळी, कारवी, नेचे इ. झुडपे आणि वेत इ.ची. गर्दी या जंगलात आढळते.

२) उष्ण कटिबंधीय अर्धसदाहरित अरण्ये : उष्ण कटिबंधीय सदाहरित अरण्ये व पानझडी वृक्षांची अरण्ये यामधील जोडभागात ही अरण्ये आहेत. ती तुटक स्वरूपात सह्याद्रीच्या पश्चिम उतारावर, पायथ्याकडील भागात व खंडाळ्यासारख्या ठिकाणी घाटमाथ्यावरही आढळतात. या अरण्यात सदाहरित व पानझडी या दोन्ही प्रकारचे वृक्ष आढळतात. किंडाळ, शेवरी, आइन, कदंब व काही प्रमाणात बांबू या जंगलांमध्ये आहेत.

३) पानझडी वृक्षांची अरण्ये : पानझडी अरण्ये व शुष्क पानझडी अरण्ये असे दोन प्रकार पडतात. गोंदिया, चंद्रपूर व भंडारा जिल्हे, सह्याद्रीचा पूर्व उतार, महादेव, हरिश्चंद्र व सातमाळ रांगा, धुळे जिल्ह्यातील सातपुडा पर्वत भाग आणि ठाणे जिल्ह्याचा डोंगराळ प्रदेश या भागात ही जंगले आहेत. साग, आईन, हिरडा, कुसुम, शेवरी, आवळा, शिरीष, पळस, खैर, शिसव, अंजन इ. जातींचे वृक्ष या जंगलांमध्ये आहेत.

४) उपउष्ण कटिबंधीय सदाहरित अरण्ये : पश्चिम घाटमाथ्यावर २५०० मि.मी. पेक्षा जास्त पाऊस असणाऱ्या प्रदेशात ही अरण्ये आढळतात. आंबा, हिरडा, अंजन, जांभूळ इ. वृक्ष या भागात असतात. भीमाशंकर, माथेरान, पाचगणी, महाबळेश्वर यांच्या परिसरात ही अरण्ये आहेत.

५) उष्ण कटिबंधीय काटेरी व खुरट्या वनस्पतींची अरण्ये : नगर, पुणे, सातारा, सांगली या जिल्ह्यांच्या पूर्व भागात सोलापूर, मराठवाडा व पश्चिम विदर्भात अशा प्रकारच्या वनस्पती आढळतात. काटेरी खुज्या वनस्पती व त्यांच्याबरोबर गवताळ माळराने असे दृश्य सर्वत्र दिसते. बाभूळ, बोर, खैर, निंब हे वृक्ष आणि तरवड, टाकळा, निवडुंग इ. झुडपे व अनेक प्रकारची गवते त्या भागात आढळतात.

६) मँग्रुव्ह प्रकारची अरण्ये : किनारपट्टीलगत समुद्रकाठच्या दलदलीच्या प्रदेशात व खाऱ्या जमिनीत मँग्रुव्ह (खारफुटी) प्रकारची जंगले आढळतात. यामध्ये चिपी, मारांडी झुडपे व तिस वृक्ष इत्यादी फक्त खाऱ्या जमिनीत वाढणाऱ्या जातीच आढळतात.

जंगलाखाली असलेल्या एकूण प्रदेशांपैकी ८०%पेक्षा अधिक जास्त प्रदेश वनखात्याच्या ताब्यात आहे. यातील जवळजवळ ६५% ते ७०% जंगले राखीव सुरक्षित आहेत. महाराष्ट्रातील जंगले चंद्रपूर, भंडारा, गोंदिया, अमरावती, यवतमाळ, धुळे, नंदुरबार, नाशिक, ठाणे, दक्षिण रत्नागिरी, सिंधुदुर्ग या भागांत केंद्रित झाली आहेत. विदर्भात सर्वांत कमी म्हणजे ४.५% जमीन जंगलाखाली आहे. गडचिरोली जिल्ह्यांचा सर्वांत जास्त भूभाग (९५%) वनाखाली आहे, तर लातूर जिल्ह्याचा सर्वांत कमी भूभाग (०.५२%) वनाखाली आहे. २०१३मध्ये महाराष्ट्रात ६१,७१४ चौ.कि.मी. क्षेत्रात वनक्षेत्र होते; तर भारतात ७,७१,८२१ चौ.कि.मी. वनक्षेत्र होते.

जंगलांचे महत्त्व

वने/जंगले ही अनेकदृष्ट्या महत्त्वाची असतात. पर्जन्यमान घटते का, याबाबत उलटसुलट मते मांडली जात आहेत; पण जंगले नष्ट होण्यामुळे वातावरणावर परिणाम आणि त्यामुळे आर्द्रता व पाऊस यामध्ये घट होण्याची शक्यता नाकारता येत नाही; पण जंगले नष्ट झाल्यामुळे पाण्याची टंचाई अधिक तीव्र होत असते, हे मात्र निश्चित! झाडे, पालापाचोळा व गवत यामुळे पावसाच्या पडणाऱ्या पाण्याचा वेग मंदावतो. ते हळूहळू जमिनीवर पडते. त्यामुळे पाणी वेगाने वाहून न जाता जमिनीत मुरण्यास अधिक वाव मिळतो. तसेच पाने, मुळे व गवत यामुळे जमिनीला संरक्षण छत्र मिळते व जमिनीची धूप होत नाही. गवत, पालापाचोळा कुजल्यामुळे माती तयार होण्यास मदत होते. या मातीचा पुरवठा सखल प्रदेशात होत राहतो. तसेच जंगलांमुळे जमिनीत मुरलेले पाणी हे हळूहळू नदीच्यानाल्यामध्ये उतरते. त्यामुळे नदीनाल्याद्वारे होणारा पाण्याचा पुरवठा अधिक काळ चालू राहतो. तसेच भूजलाची पातळी वाढल्याने विहिरींना अधिक पाणी मिळू शकते. तापमानातील विषमता कमी होते. हवेतील आर्द्रतेचे प्रमाण वाढते. पावसाचे प्रमाण वाढते. हवा स्वच्छ व निरोगी राहते. गुरांना चारा मिळतो. औषधी वनस्पती मिळतात. मात्र, जंगले नष्ट झाल्यास वाहून जाणाऱ्या पाण्याचे प्रमाण वाढते. तसेच जमिनीची प्रचंड धूप होते. ही माती नदीच्या प्रवाहाबरोबर आल्याने धरणे व बंधारे गाळाने भरून जातात. पाणी वेगाने वाहून गेल्याने भूजलाची टंचाई निर्माण होते. याशिवाय जंगलांचे इतरही महत्त्वाचे उपयोग असतात. जंगले व कुरणे नष्ट झाल्यामुळे पशुपालन, वनोत्पादने गोळा करणे, ग्रामीण व आदिवासी जनतेला होणारा इंधनपुरवठा,

लाकूड सामान, कागद इ. अनेक उद्योगधंद्यांना लागणारा कच्चा माल या साऱ्यावर अनिष्ट परिणाम होतो.

वनाखालील क्षेत्र

जंगलांचे हे अनन्यसाधारण महत्त्व लक्षात घेता ३३.३% जमीन जंगलाखाली असणे आवश्यक आहे. महाराष्ट्र शासनाच्या सांख्यिकी गोषवाऱ्यावरून असे दिसून येते की, १९५१-५२मध्ये ५८ लाख २७ हजार हेक्टर म्हणजे राज्य क्षेत्रफळाच्या १८.९% जंगल होते. २०१०-११मध्ये ६२,००० चौ.कि.मी. म्हणजे हे प्रमाण २० टक्क्यांवर आले आहे. चंद्रपूर वगळता महाराष्ट्रात इतरत्र आवश्यकतेपेक्षा निम्मेच क्षेत्र जंगलाखाली आहे. दुष्काळी जिल्ह्यातील जंगलाखालील क्षेत्र कमी होण्याचे कारण म्हणजे उपजीविकेसाठी अन्य साधन उपलब्ध नसल्यामुळे या जमिनी लागवडीखाली आणल्या गेल्या आहेत. आज जे क्षेत्र जंगलाखाली आहे असे दाखवले जाते, त्या सर्व क्षेत्रावर झाडे उभी आहेत असेही नाही. त्यातील सरकारदप्तरी 'जंगलाखालील' म्हणून नोंद असलेल्या कितीतरी जमिनी आज उजाड, उघड्याबोडक्या झालेल्या आहेत. या साऱ्यामुळे पाण्याचा व जमिनीचा योग्य वापर तसेच लोकांच्या उपजीविकेचा प्रश्न अधिक बिकट होत आहे. समारंभपूर्वक हजारो रोपे लावण्याव्यतिरिक्त या प्रश्नाकडे आजही फारसे लक्ष दिले जात नाही. राज्यात वनविभागाच्या ३३० रोपवाटिका आहेत.

महाराष्ट्र सरकार व खासगी संस्थांनी सामाजिक वनीकरण कार्यक्रम हाती घेतला आहे. सामाजिक वनीकरण विभागाद्वारे पर्यावरणाचे संतुलन राखण्यासाठी, जमिनीची धूप कमी करण्यासाठी, पावसाचे प्रमाण वाढविण्यासाठी, जंगल संपत्ती मिळविण्यासाठी, वनस्पतींवर आधारित उद्योगधंदे वाढविण्यासाठी, जंगलाचे संरक्षण करणे व त्यात वाढ करणे असे उपक्रम चालविले जातात. रस्ते, लोहमार्ग, कालवे, नद्यांचे प्रवाह, शाळा, महाविद्यालये, शासकीय मालकीच्या मोकळ्या जागा, नापीक जमिनी इ. ठिकाणी वृक्षारोपण केले जाते. १९९२ पासून सुरू केलेल्या खासगी पडीक जमिनीवर वृक्षलागवड, कुरण विकास योजना व वनशेतीला प्राधान्य दिले आहे. सन २००२मध्ये १४ हजार हेक्टर सार्वजनिक जमिनीवर व १२ हजार हेक्टर खासगी जमिनीवर वृक्षारोपण कार्यक्रम राबविण्यात आला. महाराष्ट्रात कुऱ्हाड बंदी योजना सुरू केली आहे. सामाजिक वनीकरण हा कार्यक्रम अधिक व्यापक करण्याबरोबरच लोकसहभाग वाढविण्याची गरज दिसते. झाडे जगवण्याचे तंत्र विकसित करणे गरजेचे वाटते. अलीकडे महाराष्ट्रात तापमान वाढत आहे. प्रदूषणाचा भीषण प्रश्न निर्माण झाला आहे. जमिनीची धूप वाढत आहे. या प्रश्नांची तीव्रता कमी करण्यासाठी वनसंरक्षणाची व वनसंवर्धनाची आवश्यकता आहे.

जमिनीचा वापर आणि कृषिविकास व सद्य:स्थिती

महाराष्ट्रातील लागवडीखाली येऊ शकणारे जमिनीचे क्षेत्र मर्यादित होण्यास सह्याद्री, सातपुड्याचे पर्वत, या पर्वताच्या पायथ्यावरील उतार, पठारावरील मातीच्या, तसेच पातळ मातीच्या विस्तृत जमिनी हे घटक दिसून येतात. काही भूभागांत कमी पर्जन्य आणि भूजलाचा तुटवडा या कारणांमुळे महाराष्ट्राचा विशेषत: अवर्षणप्रवण भागाचा मोठा भाग हा सर्वसाधारण कमी उत्पादक आहे. त्यामुळे बहुसंख्य शेतकरी कसाबसा निर्वाह करता येईल, एवढेच उत्पादन काढू शकतात.

भौगोलिक क्षेत्र आणि लोकसंख्येत (सन २००१) देशात महाराष्ट्राचा वाटा अनुक्रमे ९.३६ व ९.३२% आहे. १९९८-९९मध्ये राज्यातील ३ कोटी ७ लाख हेक्टर भौगोलिक क्षेत्रापैकी २ कोटी २२ लाख हेक्टर क्षेत्र लागवडीखाली होते, तर ओलिताखाली एकूण ३६ लाख ३० हजार हेक्टर एवढे होते. राज्यातील १९६०-६१मध्ये सिंचनक्षेत्र ६.५% होते, तर आता एकूण लागवडीखाली असलेल्या क्षेत्रापैकी २०१०-११मध्ये सिंचन क्षेत्र १७.९% एवढे आहे. देशातील सिंचनाखालील क्षेत्राचे प्रमाण ४६% एवढे आहे.

तक्ता क्र. ३.१ : शेतजमिनीचा विस्तार (लाख हेक्टरमध्ये)

क्र.	बाब	१९६०-६१	१९८०-८१	२०१०-११
१)	एकूण लागवडीखालील क्षेत्र	१८८.२३	२०२.७०	२२६.१
२)	सिंचनाखालील एकूण क्षेत्र	१२.२०	२५.१६	४०.५
३)	टक्केवारी	६.५	१२.४	१७.९

(संदर्भ - (म.आ.प.) २०११-१२ मुंबई पा. ३)

लागवडीखालील क्षेत्रात सावकाश वाढ होत आहे. ओलिताखालील क्षेत्र बऱ्यापैकी वेगळे वाढत असलेले दिसते. राज्याच्या पाटबंधारे आयोगाने ओलितक्षेत्राची क्षमता ६२ लाख हेक्टर असल्याचा अंदाज वर्तविल्यानंतरही आज सुमारे ३६ लाख हेक्टरच जमीन भिजते. एकूण लागवडीखालील क्षेत्रापैकी सुमारे २१% जमिनीवर दुबार किंवा अधिक पिके घेतली जातात.

सध्याच्या सिंचनपद्धतीमुळे फारच थोडे क्षेत्र भिजते, तसेच या प्रकारात काही पाणी वाया जाते. पाण्याची नेमकी मोजदाद न झाल्याने जमिनीत क्षारता वाढते व जमीन लागवडीतून बाद होते. तुषार व ठिबक सिंचनपद्धतीमुळे उपलब्ध पाण्याचा अधिक वापर होतो व जास्त जमीन ओलिताखाली येते. या पद्धतीने ३०% ते ५५% पाण्याची बचत होते, असे प्रयोगान्ती सिद्ध झाले आहे. या सिंचनपद्धतीने फलोत्पादनही अधिक करता

येणार आहे. यामुळे फळांच्या उत्पादनात ५% ते २५% वाढ होणार आहे. ठिबक सिंचन योजनेखाली आजपर्यंत ३१,००० हेक्टर क्षेत्र आणण्यात आले आहे.

शेतीविकासाची माहिती देणारी पैसेवारी पद्धत व दुष्काळी गावे जाहीर करण्याची पद्धत यांचा एकत्रित विचार करण्यासाठी शासनाने माजी मंत्री भगवंतराव गायकवाड यांच्या अध्यक्षतेखाली समिती नेमली होती. त्या समितीच्या शिफारशी सरकारने स्वीकारल्या आहेत.

शेती उत्पादन आणि उत्पादकता

अन्नधान्याच्या उत्पादनात महाराष्ट्र हे सुरुवातीपासूनचे तुटीचे राज्य आहे. आजही सुमारे २०% अन्नधान्याची गरज इतर राज्यांकडून आणि केंद्र सरकारकडून धान्य आयात करून भागवावी लागते.

तक्ता क्र. ३.२ : महाराष्ट्रातील मुख्य पिकांचे उत्पादन व दर हेक्टरी उत्पादन
(एकूण उत्पादन लाख टनांमध्ये, हेक्टरी उत्पादन किलोग्रॅममध्ये)

क्र.	बाब	१९६०-६१	१९७०-७१	२०१०-११
१)	ज्वारी (एकूण उत्पादन)	४२.२३	१५.५७	३४.५
	(हेक्टरी उत्पादन)	६७२	२७३	८५०
२)	गहू (एकूण उत्पादन)	४.०१	४.४०	२३.०
	(हेक्टरी उत्पादन)	४४२	५४२	१७६१
३)	तांदूळ (एकूण उत्पादन)	१३.६९	१६.२२	२७.०
	(हेक्टरी उत्पादन)	१०५४	१२२९	१७७६
४)	सर्व तृणधान्ये (एकूण उत्पादन)	६७.५५	४७.३६	१२३.२
	(हेक्टरी उत्पादन)	६३७	४५९	१३७१
५)	सर्व कडधान्ये (एकूण उत्पादन)	९.८८	९.७७	३१.०
	(हेक्टरी उत्पादन)	४२१	२६४	७६७
६)	ऊस (एकूण उत्पादन)	१०४	१४४	८५७.१
	(हेक्टरी उत्पादन)	६६९२४	८६५३१	८८८००

क्र.	बाब	१९६०-६१	१९७०-७१	२०१०-११
७)	कापूस (एकूण उत्पादन) (हेक्टरी उत्पादन)	२.८७ ११५	०.८२ ३०	७४.० ३२२
८)	भुईमूग (एकूण उत्पादन) (हेक्टरी उत्पादन)	७.९९ ७३९	५.८६ ६४९	४.६ १२८१

ज्यांची अन्नधान्याची गरज सर्वसाधारणपणे वार्षिक २०० लाख टनांची आहे. ऊस वगळता इतर पिकांची हेक्टरी सरासरी राष्ट्रीय सरासरीपेक्षा कमी आहे. उत्पादनातील आणि उत्पादकतेतील वाढ सावकाश असून, बऱ्याच बाबतीत घटही दिसून येते. १९६०-७०च्या दशकामध्ये प्रकर्षित शेतीचे उपाय योजून भारतातील बहुतेक राज्यांनी हरितक्रांतीच्या दिशेने वाटचाल केली; परंतु, महाराष्ट्रात याच दशकामध्ये कुंठितावस्था दिसते. कडधान्ये, गळिताची धान्ये यांच्या आघाडीवर परिस्थिती निराशाजनक आहे. एकूण उत्पादन व हेक्टरी उत्पादकता यात राज्यात दरवर्षी मोठी चढउतार दिसते.

सन २०१०-११मध्ये दर हेक्टरी गव्हाचे उत्पादन महाराष्ट्रात १७६१ कि.ग्रॅ. आहे. भारतात ते सरासरी अंदाजे २८९१ कि.ग्रॅ. आहे. रशिया, अमेरिका या देशांमध्ये हेच प्रमाण हेक्टरी ६००० कि.ग्रॅ. पेक्षाही अधिक आहे. एकूण अन्नधान्याचे राज्यात हेक्टरी उत्पादन ११८४ कि.ग्रॅ. आहे, तर देशात हेक्टरी १८९८ कि.ग्रॅ. आहे. देशातील कापसाच्या एकूण क्षेत्रापैकी १/३ क्षेत्र राज्यात आहे; परंतु, देशातील कापसाच्या फक्त २०% उत्पादन राज्यात होते. कापसाची राज्यातील हेक्टरी उत्पादकता भारताच्या हेक्टरी सरासरीच्या जेमतेम निम्मी आहे. महाराष्ट्र साखरेच्या उत्पादनात देशात आघाडीवर असला तरी उसाच्या हेक्टरी उत्पादनात त्यात चढउतार आहे. तृणधान्याची हेक्टरी उत्पादकता वाढविण्यासाठी केंद्र सरकारपुरस्कृत कार्यक्रम राज्यात १९९५ पासून राबविण्यात येत आहे. त्यासाठी प्रात्यक्षिके, सबसिडी, प्रशिक्षण असा कार्यक्रम आहे. उत्पादकतावाढ कार्यक्रमासाठी शेतीक्षेत्रात यांत्रिकीकरणाचा प्रसार केला जात आहे. केंद्र सरकारने या कार्यक्रमाचा पूर्णपणे पुरस्कार केला आहे.

तक्ता ३.३ : महाराष्ट्रातील अन्नधान्य उत्पादन

(लाख मे. टन)

वर्ष	उत्पादन	वर्ष	उत्पादन
१९६०-६१	६१	१९९७-९८	९७
१९७०-७१	५४	१९९८-९९	११६
१९८०-८१	९७	१९९९-००	१२१
१९९०-९१	११९	२०००-०१	९७
१९९१-९२	१२२	२००१-०२	११७
१९९२-९३	१३८	२००२-०३	९१
१९९३-९४	१३६	२००३-०४	१०२
१९९४-९५	१२५	२००५-०६	१२२
१९९५-९६	११८	२००६-०७	१२८
१९९६-९७	१४२	२०११-१२	११८

विकासामध्ये जमिनीच्या प्रत्येक इंचाचा वापर व्हायला पाहिजे. जपान, इस्राईल या देशांनी जमिनीचा थोडाही भाग वाया न घालविल्याने शेतीच्या विकासास तेथे गती मिळाली आहे. भारतात व महाराष्ट्रात अशी दक्षता घेतली जात नाही. जमीन दुष्काळी टापूत असणे, दुर्लक्षित असणे, पुरासारख्या कारणाने तात्पुरती नापीक झालेली असणे, कायद्याच्या अडचणीमध्ये किंवा खटल्यामध्ये अडकलेली असणे अशा कारणांनी लागवडीस योग्य जमीन पडून असते. वरचा थर सुधारून सपाटीकरण करून, ताल घालून जमीन नव्याने लागवडीखाली आणता येते. त्यासाठी बराच खर्च करावा लागतो. औद्योगिक वापर, रस्ते, खाणी, धरण, कालवे, घरबांधणी यांच्यामुळे लागवडीखालील जमीन कमी होते.

कृषिविकासाच्या कारणीभूत बाबी

एकंदरीत पाहता महाराष्ट्राचा कृषिविकास देशाच्या सरासरीपेक्षाही खूपच मागे आहे, असे दिसून येते. त्यामध्ये महत्त्वाचे कारण म्हणजे महाराष्ट्रातील शेती अजूनही मुख्यत: पावसावर अवलंबून आहे. पाऊस फार अनियमित असून, जवळजवळ ३५% शेती

अवर्षणप्रवण क्षेत्रात येते. त्याचबरोबर शेतीसाठी लागणारी विशिष्ट प्रकारची बियाणे, खते, औषधे, अवजारे पुरेशा प्रमाणात व वेळेवर उपलब्ध नाहीत. शेतीकरिता रस्ते व पीककाढणीनंतर हाताळणी, साठवणूक प्रक्रिया या मूलभूत सोयी अपुऱ्या आहेत. परिणामी, पतपुरवठा करणाऱ्या संस्था शेतकऱ्यांना कर्ज देण्यास उत्सुक नसतात.

१९९२ नंतरच्या आर्थिक सुधारणा, मुक्त आर्थिक व्यवस्था व जागतिक व्यापार यांचा विचार करता सिंचनाचा सखोल अभ्यास होणे गरजेचे आहे. महाराष्ट्रात वर्षभर सूर्यप्रकाश आहे. हवामानही चांगले आहे. त्यामुळे तिन्ही हंगामात पिके घेता येतात; परंतु, त्यासाठी सिंचनाची सोय असली पाहिजे. अपुऱ्या पावसामुळे ज्या ठिकाणी जिरायती पिके परवडत नाहीत, म्हणून जमीन पडीक ठेवली जाते, ते क्षेत्रसुद्धा पिकाखाली आणता येते. पिकाखालील क्षेत्र वाढवून उत्पादन वाढविण्यास वाव नसला तरी एकापेक्षा अधिक हंगामात पिके येऊ शकतील, म्हणून सिंचन सोयीत वाढ व विस्तार केला जाणे गरजेचे आहे. राज्यात उपलब्ध असलेल्या जमिनीचे व पाण्याचे शास्त्रीय पद्धतीने नियोजन करणे, शेती उत्पादनाला स्थैर्य मिळवून देऊन त्यामध्ये भरीव वाढ करणे व रोजगारनिर्मिती करणे इ. गोष्टी करणे आवश्यक आहेत.

महाराष्ट्रातील उपखोऱ्याची विभागणी पाणीटंचाई लक्षात घेऊन करणे गरजेचे आहे. महाराष्ट्राच्या लागवडयोग्य क्षेत्रापैकी १३% क्षेत्र पाण्याच्या अतितुटीचे व ३२% क्षेत्र तुटीचे असे ४५% क्षेत्र पाण्याच्या कमी उपलब्धतेचे आहे, तर ३४% क्षेत्रात पाण्याची उपलब्धता 'सर्वसाधारण' आहे. राज्यातील ६% क्षेत्र पाण्याच्या उपलब्धतेच्या दृष्टीने विपुलतेचे व १५% क्षेत्र अतिविपुलतेचे आहे. उपलब्ध पाण्याचे वाटप घनमापन पद्धतीने (मोजून देऊन) केल्यास महाराष्ट्रातील ६०% क्षेत्र सिंचनाखाली येऊ शकते. सामूहिक पद्धतीने फळबाग लागवड करणे, त्यासाठी सिंचनविकासाचा कालबद्ध कार्यक्रम राबवायला हवा. थोडक्यात, असे दिसून येते की, बागायती पट्टे वगळता इतर भागाचा म्हणजे पावसाच्या लहरींवर अवलंबून असलेल्या सुमारे ८२% शेतीक्षेत्राचा विकास ३५-४० वर्षांत म्हणावा तेवढा झालेला नाही. अशा स्थितीत जलसंपदाविकास आणि पाणलोट व जलसंधारणाला महत्त्व प्राप्त होते.

महाराष्ट्रातील पावसाची परिस्थिती आणि भूजल उपलब्ध होण्याबाबतच्या मर्यादा लक्षात घेऊन सिंचनविकासाकडे लक्ष देणे आवश्यक आहे. महाराष्ट्रातील वेगवेगळ्या विभागांतील जमिनीची प्रत आणि पाऊस सर्वसाधारणपणे पूरक नाही. चांगल्या प्रतीच्या जमिनी असलेल्या मराठवाडा व विदर्भ भागात पावसाचे प्रमाण कमी आहे. कोकणात व घाटात पावसाचे प्रमाण भरपूर पाऊस असूनही हलक्या प्रतिच्या जमिनी व उंचसखलपणा यामुळे त्याचा नीट फायदा घेता येत नाही. त्या ठिकाणी हलक्या प्रतीची तृणधान्ये घ्यावी लागतात. त्यामुळे त्या भागातील जमिनीची प्रत सुधारण्याची गरज आहे. चांगल्या प्रतीच्या

जमिनींना पाणीपुरवठ्याच्या सोयी केल्याने उत्पादनात वाढ होऊ शकेल; मात्र, जमिनी खराब होऊ नये (पाणथळ) यासाठी पाणीपुरवठा शास्त्रीय पद्धतीने करण्याची आवश्यकता आहे. तसेच जमिनीचा पोत टिकवून ठेवण्यासाठी नेहमी एकच पीक न घेता पिकात बदल केला पाहिजे. जंगलाखाली ज्या बरड जमिनी आहेत त्यावर वनशेती करणे, जंगले, कुरण वाढवणे शक्य होईल. त्यामुळे जंगलांचा विकास होईल. त्यासाठी पाण्याचे व जमिनीचे शास्त्रीय पद्धतीने नियोजन करणे आवश्यक आहे. महाराष्ट्र हे भौगोलिकदृष्ट्या वैविध्यपूर्ण राज्य आहे. जलसंपत्तीचा विचार करताना एकच योजना संपूर्ण राज्यभर अमलात आणणे शक्य नाही आणि सयुक्तिकही नाही. त्यामुळे विविध भौगोलिक परिस्थितीनुसार राज्यात पाणीयोजना राबविणे महत्त्वाचे ठरते. कोकणची जमीन, तिथल्या मातीचा पोत, जलसंवर्धनाची क्षमता आणि विदर्भातील स्थिती यात मोठे अंतर आहे. त्यामुळे कोकणासाठी आखलेल्या योजना विदर्भात राबवायच्या म्हटल्यास अपयश ठरलेले आहे. त्यामुळे त्या त्या भागांच्या रंगरूपानुसार जलविकासाचा आराखडा बनविणे अपेक्षित आहे.

जलसंपदेचा विकास झाल्याशिवाय शेतीचा संपूर्ण विकास घडू शकणार नाही. जलसंपदा हा शेतीविकासाचा महत्त्वाचा भाग आहे; म्हणजे सिंचनाच्या सर्व साधनांचा कमालक्षमतेपर्यंत विकास करून त्याचे विस्तृत प्रमाणावर वाटप करणे त्याला पर्याय नाही. त्या दृष्टीने स्वातंत्र्यानंतर सिंचन विकास किती झाला, हे जाणून घेणे आवश्यक आहे.

प्रकरण ४

महाराष्ट्रातील जलसंपदा

४.१ प्रास्ताविक
४.२ सिंचनविषयक धोरण (आयोग समित्या)
४.३ दुसरा सिंचन आयोग (महाराष्ट्र जल व सिंचन आयोग)
४.४ राज्यातील प्रमुख पाटबंधारे प्रकल्प
४.५ पाटबंधारे प्रकल्पांची प्रगती
४.६ सिंचनाखालील क्षेत्र आणि त्याच्या मर्यादा
४.७ नागरीकरण व पाण्याची गरज
४.८ राज्यातील पाटबंधारे विकास महामंडळे
४.९ सिंचनविकासाचे काही महत्त्वाचे टप्पे
४.१० सिंचनाची दिशा
४.११ सिंचनविषयक कायदा व नियम
४.१२ महाराष्ट्रातील जलसंपत्ती नियमन प्राधिकरण
४.१३ महाराष्ट्र सिंचन पद्धतीचे शेतकऱ्यांकडून व्यवस्थापन कायदा
४.१४ जलसंपदा विभाग - व्यवस्थापन
४.१५ पाणलोटक्षेत्र विकास आणि जलसंधारण
४.१६ भूजल विकास
४.१७ खासगीकरण
४.१८ जलसाक्षरता
४.१९ मोठी धरणे - फायदे व तोटे
४.२० पाणलोटक्षेत्र विकास - फायदे व मर्यादा
४.२१ पाणी प्रदूषण आणि उपाय

४.१ : प्रास्ताविक

सन १९३० नंतर १९५४ सालात गंगापूर जलाशय पूर्ण होईपर्यंत पंचवीस वर्षांत राज्यात कोठेही नवीन मोठे सिंचनकाम सुरू करण्यात आले नाही. वाढत्या लोकसंख्येस अन्नधान्याची कमतरता भासत होती. यामुळे शेतीतून उत्पन्न वाढविण्याची गरज निर्माण झाली. मोठी धरणे बांधण्यास परिस्थिती प्रतिकूल होती, मातीची उंच धरणे बांधण्याचा अनुभव अजिबात नव्हता. प्रकल्पाला लागणाऱ्या मातीचे संकलन, पर्जन्यमानाचा तपशील, भूस्तराचा तपशील इ. उपलब्ध नव्हता. पिकांना किती पाणी लागते, कोणते पीक घेणे किफायतशीर राहील इ. बद्दल अनभिज्ञता होती. पुराचे अनुमान बांधणे, कालव्याचे प्रवाहशास्त्र निश्चित करणे या व तत्सम जलशास्त्रीय ज्ञानाचीदेखील उणीव होती. अशा प्रतिकूल परिस्थितीत सुरुवातीला प्रामुख्याने अन्नधान्य कमतरतेवर मात करण्याच्या उद्देशाने प्रकल्पवार पीकरचना ठरविण्यात आली. मातीच्या धरणाचे तंत्रज्ञान परदेशातून आयात करण्यात आले आणि तंत्रज्ञानाचा उपयोग करून सर्वप्रथम गंगापूर हे मातीचे धरण बांधण्यात आले. त्यानंतर त्या अनुभवातून घोड, गिरणा, मुळा, पानशेत, दीना, इटियाडोह, बोर, मानार ही मोठ्या धरणांची कामे हाती घेण्यात आली. दगडी धरणाच्या बाबतीत मात्र पूर्वानुभवांचा उपयोग करून कोयना, वीर, येळदरी, सिद्धेश्वर इ. धरणांची कामे हाती घेण्यात आली.

स्वातंत्र्यानंतर सिंचनविकासाला चालना मिळाली. तत्पूर्वी ब्रिटिश कालखंडात सिंचनाचा विकास मर्यादित झाला. ब्रिटिशांनी स्वत:च्या साम्राज्यविस्तारासाठी व स्थिरतेसाठी थोडेफार सिंचन प्रकल्प विसाव्या शतकात सुरुवातीस हाती घेतले. स्वातंत्र्यानंतर भारतास अन्नधान्याची गरज सुरुवातीस भासू लागली. त्यामुळे शेती क्षेत्राला प्रथम योजनेत प्राधान्य दिले. सिंचनक्षेत्र वाढविल्याशिवाय आपण अन्नधान्याच्या बाबतीत स्वयंपूर्ण होणार नाही. त्या दृष्टीने प्रयत्न केले आणि तेथूनच खऱ्या अर्थाने भारतीय सिंचनाची वाटचाल सुरू झाली. विशेषत: स्वातंत्र्यानंतर सिंचनविषयक आयोग/समित्या, खोरेनिहाय उपलब्धता, शेतीविकास, मोठ्या, मध्यम, लघु पाटबंधारे योजना, सिंचनविषयक नियम, जलसंपत्ती नियम प्राधिकरण, सिंचन व्यवस्थापन, जलसंधारण, भूजलविकास, खासगीकरण, पाणलोट क्षेत्रविकास इत्यादींकडे लक्ष देण्यास सुरुवात झाली.

महाराष्ट्रात पाणी साठवून ठेवण्याच्या पद्धतींचा मर्यादित वापर झाल्याचे दिसून येते. जेव्हा भरपूर पाऊस पडतो तेव्हा ते पाणी साठवून ठेवणे आणि त्याच्या उपयोगाची व्यवस्था करणे हा जलसंपत्ती विकसित करण्याचा खात्रीलायक मार्ग आहे.

राज्याची वाढत जाणारी लोकसंख्या, नागरीकरण व औद्योगिकीकरण वेगवेगळ्या

क्षेत्रातील पाण्याची वाढती मागणी इ. मुळे दिवसेंदिवस पाण्याची मागणी वाढत आहे. मागणीच्या तुलनेत पुरवठा अतिशय कमी आहे.

राज्यात पाणी पुरवठ्या खालील क्षेत्र कमी राहिले कारण राज्यात कोणतीही बारमाही नदी नाही. राज्याचे भूपृष्ठ बेसॉल्ट या अग्निजल खडकाने बनले आहे. त्यामुळे पाणी जिरण्यास फार कमी वाव राहतो. अनेक वर्षांपर्यंत पाटबंधारे विकासाची प्रगती सावकाश झाली आहे. तसेच पाणलोट क्षेत्र विकास कामाची गती कमी आहे. पाण्याच्या वापराबाबत शेतकऱ्यांमध्ये मतमतांतरे आहेत. वैयक्तिक पातळीवर पाणी उपलब्धतेविषयी जागरूकता कमी दिसून येते. उदा. नदी, ओहोळ यातील जास्तीचे पाणी शेततळ्यात साठविणे, विहीर पुनर्भरण इ.

४.२ : सिंचनविषयक धोरण (आयोग-समित्या)

भारताची सामाजिक-आर्थिक प्रगती होण्यासाठी शेतीक्षेत्राचा, औद्योगिक क्षेत्राचा आणि सेवाक्षेत्राचा विकास होणे आवश्यक आहे. शेतीक्षेत्राचा विकास होण्यासाठी जलसंपदाविकास अत्यंत महत्त्वाचा आहे. त्यासाठी खात्रीशीर पाणीपुरवठ्याची योजना फारच आवश्यक आहे. पहिल्या आणि दुसऱ्या पंचवार्षिक योजनाकाळात एकूण सिंचनाखालील क्षेत्रात महाराष्ट्रात २६,००० हेक्टर जमीन वाढली. सिंचनविकास, सिंचनविषयक धोरण, कार्यपद्धती ठरविण्यासाठी आवश्यकतेनुसार विविध आयोग/समित्या स्थापन करून अहवाल तयार करण्यात आले, त्यातील काही अहवाल पुढीलप्रमाणे -

१) महाराष्ट्र राज्य सिंचन आयोग १९६२ (श्री. बर्वे)
२) अवर्षणप्रवणक्षेत्राची सत्यशोधन समिति १९७३ (श्री. सुकथनकर)
३) आठमाही पाणी वापर समिती १९७९ (श्री. देऊसकर, श्री दांडेकर, श्री. देशमुख)
४) कोकण बृहत् आराखडा १९८१ (श्री. स्वामिनाथन)
५) कोकण सिंचन विकास-उच्चाधिकार समिती १९८० (श्री. खताळ)
६) सिंचन व्यवस्थापनाबाबत उच्चाधिकार समिती १९८१ (श्री.जैन यांच्या अध्यक्षतेखाली)
७) राज्यातील प्रादेशिक अनुशेषविषयक दांडेकर समिती १९८४
८) कसबेकर अभ्यासगटाचा अहवाल १९८६
९) महाराष्ट्र जल व सिंचन आयोग १९९९ (डॉ. चितळे)

या सर्व समित्या व अभ्यासगटांनी सोपविलेल्या तत्कालीन विषयांचे विश्लेषण करून शासनास जे अहवाल सादर केले, त्या अहवालाचा शासनाला उपयोग झाला.

अ) १९६२ साली नेमलेल्या बर्वे समितीच्या शिफारशीसाठी महाराष्ट्रातील नद्यांपासून ७५% विश्वासार्हतेप्रमाणे ३९३० अब्ज घन फूट (टी.एम.सी.) पाणी उपलब्ध होऊ शकेल. कोकणातील प्रतिकूल भूरचनेमुळे बरेचसे पाणी वाया जात असल्यामुळे महाराष्ट्रातील एकूण पाण्यापैकी सुमारे १९०० अ.घ.फूट (टी.एम.सी.) म्हणजे ४८% पाणी वापरता येईल.

ब) महाराष्ट्रातील २ कोटी १२ लाख ४० हजार हेक्टर एवढ्या एकूण मशागत- योग्य क्षेत्रापैकी ५२ लाख ६१ हजार हेक्टर म्हणजे ३०% जमीन सिंचनाखाली येऊ शकेल.

क) या संपत्तीचा शक्य तितक्या अल्प कालावधीत पुरेपूर उपयोग करून घ्यावा व हे काम १९८०पर्यंत पूर्ण करावे. (सरकारने ही शिफारस १९६४मध्ये स्वीकारलेली होती.)

ड) ही संपत्ती सुमारे ३०% क्षेत्राला पुरेल एवढीच आहे; म्हणून राज्याला शक्य तितक्या अधिक क्षेत्राला तिचा फायदा मिळेल, अशा रीतीने ती विखरून देणे आवश्यक आहे.

इ) उपलब्ध जलसंपत्तीचा जास्तीत जास्त उपयोग करून घेण्याच्या दृष्टीने ५० टक्क्यांपर्यंत कमी विश्वासार्हता असलेल्या पाण्याचा उपयोग करावा, अशा तपशीलवार शिफारशी व सूचना केल्या. पाटबंधारे योजना १९८०पर्यंत पूर्ण कराव्यात, त्यामुळे जास्तीत जास्त ३०% क्षेत्र ओलिताखाली येईल असे आयोगाने नमूद केले. प्रत्यक्षात मात्र १९८०-८१पर्यंत फक्त २५ लाख १६ हजार हेक्टर म्हणजे १२.५% जमीन सिंचनाखाली आली, तर २०१४पर्यंत ते प्रमाण १८ टक्क्यांपर्यंत गेले, म्हणजे सिंचनविकास हा मंद गतीने होताना दिसून येतो.

१९७९च्या आठमाही सिंचन समितीने (दांडेकर, देउसकर, देशमुख समिती) उपलब्ध होऊ शकणाऱ्या पाण्याबाबतचा काही एक अंदाज मांडला आहे. त्यानुसार अगोदरच्या अंदाजापेक्षा सुमारे ३३% पाणी जादा उपलब्ध होऊ शकेल. त्यायोगे महाराष्ट्रातील काही नद्यांच्या खोऱ्यातील अधिक क्षेत्र सिंचनाखाली आणणे शक्य होईल. खोरेनिहाय हे क्षेत्र असे - गोदावरी सुमारे २५%, तापी ३६%, गिरणा ३८%, वैनगंगा ८८% इत्यादी समितीच्या या अंदाजाबाबत काही मतभेद व्यक्त केले जात आहेत. हे लक्षात घेऊनही पूर्वी केलेल्या अंदाजापेक्षा अधिक पाणी महाराष्ट्रामध्ये उपलब्ध होण्याची शक्यता आहे हे नक्की. आठमाही पाणीपुरवठा हे न्याय्य व समता दृष्टीने आवश्यक धोरण आहे, असा आग्रह १९८७-१९८८ या वर्षी धरला गेला; परंतु, ऊसउत्पादकाच्या विरुद्ध हे धोरण आहे, अशी टीका काही जणांनी केली. जून २००६पर्यंत सुमारे ४० हजार कोटी रुपये खर्च करून महाराष्ट्रात ४१.३२ लक्ष हेक्टर सिंचननिर्मिती केली आहे. सध्या राज्यात

१२४६ प्रकल्पांची कामे चालू असून त्यातून ३२.२१ हेक्टर सिंचननिर्मिती होईल.

परंतु, ऊस उत्पादकांच्या विरुद्ध हे धोरण आहे अशी टीका काही जणांनी केली.

४.३ : दुसरा सिंचन आयोग (महाराष्ट्र जल व सिंचन आयोग)

महाराष्ट्र जल व सिंचन आयोगाची स्थापना आंतरराष्ट्रीय कीर्तीचे जलसिंचनतज्ज्ञ डॉ. माधवराव चितळे यांच्या अध्यक्षतेखाली डिसेंबर १९९५मध्ये केली. या आयोगाचा अहवाल ऑक्टोबर १९९९मध्ये शासनास प्राप्त झाला. या अहवालात उपखोरेनिहाय नैसर्गिक उपलब्धता, सद्य:स्थितीविषयी अभ्यासपूर्ण असे विवेचन केले आहे. ते पुढीलप्रमाणे - महाराष्ट्रातील नैसर्गिक पाणी उपलब्धतेनुसार गोदावरी खोऱ्यात ५०८८० दशलक्ष घनमीटर एवढी पाण्याची उपलब्धता होत असून, त्यातील १९९६पर्यंत १२,७९५ द.ल.घ.मी. पाण्याचा वापर होत होता. तापी खोऱ्यात ९११८ द.ल.घ.मी. नैसर्गिक पाणी उपलब्ध असून त्यातील २,७४७ द.ल.घ.मी. पाण्याचा वापर होतो, तर नर्मदा खोऱ्यात ५८० द.ल.घ.मी. नैसर्गिक उपलब्धता असून, २४ द.ल.घ.मी. एवढेच पाणी वापरात आहे. म्हणजे पाण्याची उपलब्धता विपुल प्रमाणात दिसून येते. कृष्णा खोऱ्यात ३४,०३२ द.ल.घ.मी. एवढी नैसर्गिक उपलब्धता असून, ६,८८१ द.ल.घ.मी. एवढाच पाण्याचा वापर होता, तर कोकणातील पश्चिमवाहिनी नद्यांच्या खोऱ्यातील ६९२१० द.ल.घ.मी. एवढी नैसर्गिक उपलब्धता असून, त्यातून फक्त ३,०७६ द.ल.घ.मी. एवढाच पाण्याचा वापर होतो; म्हणजे कोकणातील पाण्याचा विकास करण्यास भरपूर वाव आहे. महाराष्ट्राचा विचार करता १,६३,८२० द.ल.घ.मी. एवढी नैसर्गिक उपलब्धता असून, त्यातील फक्त २५,५२३ द.ल.घ.मी. एवढाच पाणी वापर होतो. म्हणजे १५.५७% पाण्याचाच फक्त वापर होतो. जलसंपदाक्षेत्र विकासासाठी पाण्याचा अधिकाधिक वापर करण्यासाठी नैसर्गिक भूस्थिती पाहून योजना आखण्यास वाव आहे.

चितळे आयोगाने खोरेनिहाय प्रकल्पाची माहिती अहवालात दिली आहे. त्यांनी पूर्ण झालेले प्रकल्प, प्रगतिपथावरील प्रकल्प आणि भविष्यातील प्रकल्प अशी वर्गवारी करून एकूण सिंचनाखाली किती क्षेत्र येते, याची माहिती दिली आहे. आपल्या १९९९च्या अहवालात त्यांनी गोदावरी, तापी, नर्मदा, कृष्णा व कोकण खोऱ्यांतील प्रकल्पांची माहिती दिली आहे. या पाच खोऱ्यांतील पूर्ण झालेल्या प्रकल्पातून २४,०३,९४७ हेक्टर जमीन सिंचनाखाली आहे; म्हणजेच २४ लाख हेक्टर सिंचनाखाली असून, प्रगतिपथावरील प्रकल्पातील सिंचित क्षेत्र ३०,९७,१०६ हेक्टर आहे; म्हणजे ३१ लाख हेक्टर जमीन सिंचित होऊ शकते, तर भविष्यकालीन प्रकल्पांपासून १३,१९,७४१ हेक्टर म्हणजेच १३ लाख हेक्टर जमीन सिंचित होईल. आयोगाच्या अहवालात एकूण प्रकल्पांपासून सिंचित क्षेत्र ६८,२०,७९४ हेक्टर म्हणजेच ६८ लाख हेक्टर किंवा ६९ लाख हेक्टर एवढे

होईल. चितळे आयोगाने राज्याची अंतिम सिंचनक्षमता १२६ लक्ष हेक्टरपर्यंत जाऊ शकेल असे म्हटले असून, १९९९पर्यंत ५६.७५ लक्ष हेक्टरपर्यंत सिंचित क्षेत्र असावे, असे म्हटले आहे. त्यातील सिंचन प्रकल्पाद्वारे ३० लक्ष हेक्टर, विहिरींद्वारे २१ लक्ष हेक्टर पाणलोट विकासकामांद्वारे ४.५१ लक्ष हेक्टर, ठिबक तुषार सिंचन पद्धत (शासन) ०.५६ लक्ष हेक्टर आणि खासगी स्वखर्चाने ०.६८ लक्ष हेक्टरवर ठिबक सिंचनाचा वापर केला. अशी एकूण ५६.७५ लक्ष हेक्टर जमीन सिंचनाखाली आली, असे चितळे आयोगाने नमूद केले आहे. उर्वरित ६९.२५ लक्ष हेक्टर अतिरिक्त सिंचनक्षमता निर्माण करण्यासाठी आजच्या किमतीनुसार ६८,००० कोटी रुपये अपेक्षित आहेत. आयोगाने २०३०पर्यंतच्या मुदतीची प्रकल्पाची योजना मांडली. भविष्यात सिंचन विकासासाठी निधीची आवश्यकता असून विविध मार्गाने सिंचनक्षमता वाढविण्याचा प्रयत्न करावा लागेल, असे दिसते.

महाराष्ट्रात व विशेषत: मध्य व पश्चिम महाराष्ट्रात सातत्याने दुष्काळ पडणारा भाग आहे. ही अवर्षणप्रवण क्षेत्रे निश्चित करणे व तेथील समस्यांवर दीर्घकालीन स्वरूपाच्या उपाययोजना सुचविण्यासाठी शासनाने डॉ. व्ही. सुब्रह्मण्यम यांच्या अध्यक्षतेखाली समिती नेमली. या समितीने १९८७मध्ये आपला अंतरिम अहवाल सादर केला. राज्यात सध्या ८९ तालुके अवर्षणप्रवण जाहीर झाले. यात नवीन तालुके घालून ९४ तालुके अवर्षणप्रवण मानावे, असे समितीने सुचविले. पाऊसमान, जमिनीचा प्रकार व भूगर्भरचना अशी सर्व स्थानिक वैशिष्ट्ये लक्षात घेतली जावीत व तेथील कोरडवाहू शेतीस अधिक चालना मिळावी, हा सुचविलेल्या कार्याचा केंद्रबिंदू आहे. या समितीनेही आठमाही सिंचन धोरणाचा विचार जोरदार उचलून धरला आहे. साहजिकच तुषार व ठिबक सिंचनपद्धतीही समितीने उचलून धरली आहे. समितीचा रोजगार हमी योजनेतील ६५ टक्के खर्च आजकाल अवर्षणप्रवण क्षेत्रात होतो.

म. फुले कृषी विद्यापीठाने केलेल्या एका प्रयोगानुसार पारंपरिक पद्धतीने म्हणजे प्रवाहाने दिलेले पाणी व ठिबक सिंचनपद्धतीनुसार दिलेले पाणी यामध्ये पहिल्या पद्धतीत प्रवाह पद्धतीत पाणी वाया जाते. ठिबक पद्धतीने कापूस लागवडीत ५३% व ऊसलागवडीत ६०% पाण्याची बचत होते, असे आढळून आले आहे. केंद्र सरकार व राज्य सरकार व नाबार्डतर्फे तुषार व ठिबक सिंचनास मोठी सबिसिडी व अनुदान दिले जाते.

४.४ : राज्यातील प्रमुख पाटबंधारे प्रकल्प

महाराष्ट्रातील खोरे, नद्या व जिल्हे तसेच साठवणक्षमता पुढीलप्रमाणे सांगता येते.

तक्ता ४.१ : महाराष्ट्रातील प्रमुख पाटबंधारे प्रकल्प

क्र.	खोरे	नद्या	जिल्हे	साठवणक्षमता अब्ज घन फूट (टी.एम.सी.)
१)	गोदावरी खोरे	गोदावरी, पूर्णा, सिंधफणा, मांजरी, पैनगंगा, तेरणा, प्रवरा	औरंगाबाद, बीड, परभणी, यवतमाळ, उस्मानाबाद, अहमदनगर, नाशिक	१७९.५
२)	वैनगंगा खोरे	पेंच, गाढवी, वेणा, वाघ, वर्धा, काटेपूर्णा, बाण, पूस, दिना, वर्धा	नागपूर, गोंदिया, चंद्रपूर, अमरावती, यवतमाळ, अकोला, बुलढाणा	९४.६९
३)	तापी	गिरणा	नाशिक, जळगाव	२१.२३
४)	कृष्णा	कोयना, कृष्णा, वेण्णा, भोगावती, वारणा, दूधगंगा	सातारा, सांगली, कोल्हापूर	१८०.६३
५)	भीमा	भीमा, पवना घोड, मून	सोलापूर, पुणे	७७.१२
६)	कोकण	तानसा, भातसा, सूर्या, तिलारी, वैतरणा	ठाणे, कोल्हापूर	४४.५५

कोकण विभागात पर्जन्यमान अधिक असूनही साठवण क्षमता खूपच कमी दिसून येते.

राज्यात २०११च्या जनगणनेनुसार ५४.७६% लोकांची उपजीविका शेती व शेतीसंलग्न जोडधंद्यावर अवलंबून आहे. शेती पर्जन्यावर व हवामानावर अवलंबून आहे. शेतीचे नुकसान टाळण्यासाठी सिंचन प्रकल्पांना अनन्यसाधारण महत्त्व आहे. त्यामुळे पुरातन काळापासून सिंचन प्रकल्पांचा विकास केल्याचे दिसून येते. धरणातील पाणी

शेतापर्यंत पोहोचविण्यासाठी मुख्य कालवे, शाखाकालवे, वितरिका, उपवितरिका, लघुवितरिका, पोटचाऱ्यांचा समावेश सिंचन प्रकल्पांच्या रचनेत असतो.

४.५ : पाटबंधारे प्रकल्पांची प्रगती

महाराष्ट्रातील ओलिताखालील जमिनीचे एकूण लागवडीखालील जमिनीशी १९६०-६१ साली असलेले ६.५% हे प्रमाण आता हळूहळू वाढून २१.४४%पर्यंत वाढत गेले. पाऊस, विहिरी, कूपनलिकांसारख्या मार्गांनी सर्व पाण्याचा वाढता उपयोग होत असला तरी ओलिताखालील वाढ समाधानकारक नाही. राज्यात २०१०-११पर्यंत २२५ लक्ष हेक्टर लागवडी योग्य जमिनींपैकी ४८.२५ लक्ष हेक्टर म्हणजे २१.४४ लक्ष हेक्टर सिंचन क्षमता निर्माण झाली आहे. प्रत्यक्ष सिंचित क्षेत्र २९.२५ लक्ष हेक्टर एवढे झाले.

तक्ता ४.२ : पाटबंधारे प्रकल्पांची स्थिती (१ जानेवारी २०१२)

क्र.	बाब	मोठे	मध्यम	लघु
१)	पूर्ण झालेले प्रकल्प	३२	१८६	६३१४५
२)	बांधकामाच्या विविध टप्प्यांतील अपुरे प्रकल्प	५४	७२	७२४०
३)	वरील अनु. १ अनुसार निर्मिती सिंचनक्षमता (लाख हेक्टर)	२६.७	२८.५३	२८.४५

(संदर्भ - मआप)

मोठ्या प्रकल्पापासून (पूर्ण झालेले व अपूर्ण असलेले) २६.७ लाख हेक्टर क्षेत्र सिंचनाखाली येते, तर मध्यम प्रकल्पापासून २८.५३ लाख हेक्टर तर लघु प्रकल्पापासून २८.४५ लाख हेक्टर सिंचनाखाली येते. योजना पूर्ण झाल्यानंतर (पूर्ण झालेले प्रकल्प सोडून) मोठ्या प्रकल्पानंतर लघु प्रकल्पांमार्फत जास्त क्षेत्र सिंचनाखाली येते, हे दिसून येते. राज्यातील पाटबंधारे व पूरनियंत्रण योजनाकाळातील खर्च पुढीलप्रमाणे प्रस्तावित आहे.

राज्यात २०००-०१मध्ये मोठ्या, मध्यम व लघु प्रकल्पांचा पाणीसाठा २६, ७४८ द. ल. घ. मी. होता. २००६-०७पर्यंत त्यात वाढ होत गेली. मात्र, २००७ ते २००९पर्यंत एकूण पाणीसाठ्यात घट झालेली दिसून येते. २०००-०१च्या तुलनेत २००९-१० मध्ये

तक्ता क्र. ३ : पाटबंधारे प्रकल्पांची संख्या आणि निर्मित सिंचनक्षमता

बाब	जलसंपदा विभागाचे प्रकल्प				लघु प्रकल्प (स्थानिक स्तर)					
	मोठे	मध्यम	लघु (राज्य स्तर)#	एकूण	कोल्हापूर बंधारे	पाझर तलाव	उपसा जलसिंचन	लघु पाट बंधारे	इतर	एकूण लघु (स्थानिक)
अ) ३० जून, २०१४ रोजी प्रकल्पांची संख्या										
i) पूर्ण					१०,५७८	२१,२७८	२,६३९	२,५६८	३२,७१८	६९,७८१
ii)) प्रगतीपथावरील	१०५$	२९९$	३,५०७$	३,९११$	१,४७६	१,२१८	९०	५८१	५,१०६	८,४७१
ब) सिंचन क्षमता (लाख हेक्टर)										
i) जून, २०१३पर्यंत निर्मित	२५.८५*@	८.९८*@	१३.२०*@	४८.०३*@	३.१३	६.४८	०.३९	२.२९	३.९६	१६.२५
ii) २०१३-१४ मधील प्रत्यक्ष वापर	१२.९२++	३.०७++	५.४३++	२१.४२++	१.०६	---	०.१३	०.८१	---	२.००
iii) लाभ क्षेत्रातील विहिरींद्वारे २०१३-१४ मधील अतिरिक्त सिंचन क्षेत्र	८.२९	१.५१	१.३८	११.१८	---	---	---	---	---	---
एकूण वापरलेली सिंचनक्षमता	**२१.२१**	**४.५८**	**६.८१**	**३२.६०**	**१.०६**	**---**	**०.१३**	**०.८१**	**---**	**२.००**

आधार: १) जलसंपदा विभाग, महाराष्ट्र शासन, २) मुख्य अभियंता, लघु पाटबंधारे (स्थानिक), महाराष्ट्र शासन

$ पूर्ण व प्रगतिपथावरील घटकांची अस्थायी संख्या # उपसा योजना समाविष्ट * अस्थायी

@ चितळे समितीच्या शिफारशींनुसार मजविकें यांनी मुख्य अभियंता, जसंवि यांचेकडून प्राप्त माहितीवर आधारित केलेल्या परिगणनेनुसार.

++ प्रकल्प कालव्यांवरील उपसा व धरणातून नदीनाल्यांमध्ये सोडलेल्या पाण्यामुळे प्रत्यक्ष सिंचितक्षेत्र समाविष्ट

(संदर्भ - महाराष्ट्राची आर्थिक पहाणी २०१४-१५)

प्रकल्पिय पाणीसाठ्यात २४% वाढ झाली ती ३३२११ द.ल.घ.मी. एवढी झाली. २०००-०१मध्ये उपयुक्त पाणीसाठा ७१% एवढा होता. तो २००९-१०मध्ये ५८% एवढा झाला. यावरून असे दिसून येते की, प्रकल्पिय पाणी साठा वाढविण्यात व पर्यायाने उपयुक्त पाणीसाठा वाढविण्यात सरकारला व पर्यायाने पाटबंधारे विभागाला मोठे अपयश आल्याचे दिसून येते.

२०१०च्या पाण्याच्या उपलब्धतेचा विचार केला असता राज्यातील एकूण प्रकल्पिय पाणी साठ्यापैकी (३३२११ द.ल.घ.मी.) पुणे विभागात पाण्याची उपलब्धता सर्वांत जास्त म्हणजे ती १०७६२ द.ल.घ.मी. एवढी होती; तर सर्वांत कमी अमरावती विभागात २८८९ द.ल.घ.मी. एवढी होती.

तक्ता क्र. ४.४ : पंचवार्षिक योजनेतील खर्च तरतूद

क्र.	योजना	नियत खर्च (रु. कोटीत)	एकूण योजनेच्या खर्चाच्या टक्केवारीप्रमाणे
१)	पाचवी योजना (१९७४-१९७९)	४९२	१९
२)	सहावी योजना (१९८०-१९८५)	१४३७	२२
३)	सातवी योजना (१९८५-१९९०)	२२४०	२०
४)	आठवी योजना (१९९२-१९९७)	५६६८	२२
५)	नववी योजना (१९९७-२००२)	१५३९३	३३
६.	दहावी योजना (२००२-२००७)	६४१४	११

राज्यातील नवव्या पंचवार्षिक पाटबंधारे व पूरनियंत्रण योजनेवर नियोजनात एकूण योजनाखर्चाशी ३३% एवढी रक्कम असल्याने आत्तापर्यंतच्या योजनेपैकी सर्वांत जास्त रकमेची तरतूद केली गेली. दहाव्या योजनेत मात्र ही रक्कम कमी झालेली दिसून येते. ती एकूण योजना खर्चाशी फक्त ११% एवढीच आहे. वास्तविक दहाव्या योजेनत जास्त तरतूद करणे आवश्यक होते. कमी निधी उपलब्ध झाल्याने अनेक प्रकल्प अपुरे असल्याचे दिसून येते. कृष्णा खोऱ्यातील पाणीयोजना २००० सालापर्यंत पूर्ण करण्याच्या दृष्टीने रु. २५०० कोटींची आवश्यकता आहे; पण १९९७पर्यंतच्या आठव्या योजनेत राज्याने फक्त रु. ८०१ कोटींची तरतूद केली आहे. महाराष्ट्र शासन जलसंपदा खात्याला दरवर्षी ३ ते ४ हजार कोटी रुपये देणार आणि त्याच्या चार ते पाच पटीने कामे हाती घेणार, मग प्रकल्प

वेळेत कसे पूर्ण होणार? ४० हजार कोटींचे प्रकल्प आज अपूर्ण अवस्थेत आहेत, ते कधी पूर्ण होणार, दरवर्षी १० टक्के वाढ गृहीत धरली तर प्रकल्प आणखी १०० वर्षेसुद्धा पूर्ण होणार नाहीत. त्यासाठी काहीतरी मार्ग काढला पाहिजे.

४.६ : सिंचनाखालील क्षेत्र आणि त्याच्या मर्यादा

महाराष्ट्रात १९५१मध्ये २.७४ लक्ष हेक्टर सिंचनक्षेत्र होते. १९६०च्या स.गो. बर्वे यांच्या अध्यक्षतेखालील पहिल्या सिंचन आयोगाने भूपृष्ठीय पाण्यातून ५२.६१ लक्ष हेक्टर क्षेत्र ओलिताखाली येईल असे स्पष्ट केले तर १९९५मध्ये नेमलेल्या डॉ. मा. आ. चितळे आयोगाने १९९९मध्ये आपला अहवाल सरकारला सादर केला. त्यांच्या मते, भूपृष्ठावरील पाण्यापासून अंतिम सिंचन क्षमता ८५ लक्ष हेक्टर (लागवडीलायक क्षेत्राच्या ३८ टक्के) आणि भूजल वापर व ठिबक व तुषार सिंचनाचा वापर केल्यास ४१ लक्ष हेक्टर अशी एकूण राज्यात १२६ लक्ष हेक्टर (लागवड लायक क्षेत्राच्या ५६ टक्के) अंतिम सिंचनक्षमता निश्चित केली आहे. २०११पर्यंत राज्यात ४८.२५ लक्ष हेक्टर (८५ लक्ष हेक्टरच्या तुलनेत ५७%) सिंचनक्षमता निर्मिती झाली आहे. चितळे आयोगाच्या मते, सर्व मार्गांनी मिळून ५६% पेक्षा अधिक सिंचनक्षमता वाढणार नाही.

राज्यातील लागवड लायक क्षेत्र २२५.४२ लक्ष हेक्टर असून, २०११मध्ये सिंचनाखालील क्षेत्र ४८.२५ लक्ष हेक्टर होते; म्हणजेच एकूण सिंचनाचे प्रमाण २१.४०% एवढे झाले आहे.

राज्यात अद्यापही पर्जन्यावर ७८.६०% क्षेत्र अवलंबून आहे.

नागरीकरण व पाण्याची गरज

१९६१मध्ये ग्रामीण भागात ७१.७८% लोकसंख्या राहत होती तर नागरीभागात २८.२२% लोकसंख्या राहत होती. २०११मध्ये ग्रामीण भागात लोकसंख्या ५४.७६% राहत होती, म्हणजेच ही लोकसंख्या १७.०२% ने घटली आहे. तर नागरी लोकसंख्या ४५.२४% एवढी झाली. म्हणजे ही लोकसंख्या १७.०२% ने वाढली आहे. त्यामुळे नागरी लोकसंख्येसाठी पाण्याची गरज वाढणार आहे. त्यासाठी नागरी भागाच्या पाण्याची समस्या सोडविण्यासाठी येत्या काळात स्वतंत्र जलाशये निर्माण करावी लागणार आहेत. अन्यथा शेतीचा पाण्याचा प्रश्न आणि नागरीकरणासाठी (शहरी भागातील पाण्यासाठी) वाढलेली पाण्याची मागणी यामध्ये संघर्ष होण्याची शक्यता दिसून येते. त्यासाठी वाढत्या शहरीकरणासाठी शहरांनी स्वतंत्र, स्वत:ची जलाशये निर्माण करणे आवश्यक आहे. शेतीक्षेत्राला पाणी कमी पडू देता कामा नये यासाठी पाण्याचे नियोजन करावे लागेल व तशी यंत्रणा उभी करावी लागेल.

४.७ : महाराष्ट्रातील खोरे निहाय जलसंपत्ती

तक्ता क्र. ४.५ : महाराष्ट्रातील खोरे निहाय जलसंपत्तीची उपलब्धता

नदी खोऱ्याचे नाव	भौगोलिक क्षेत्र (लक्ष हे.)	लागवडी लायक क्षेत्र (लक्ष हे.)	वार्षिक सरासरी पाणी उपलब्धता (द.ल.घ.मी.)	वापरासाठी अनुज्ञेय पाणी वापर (द.ल.घ.मी.)
गोदावरी	१५२.८१	११२.५६	५०८८०	३४१८५
तापी	५१.२०	३७.३१	९११८	५४१५
नर्मदा	१.०५	०.०६	५८०	३०८
कृष्णा	६९.०३	५६.२७	३४०३२	१६८१८
कोकणातील पश्चिमवाहिनी नद्या	३३.२३	१८.६४	६९२१०	६९२१०
महाराष्ट्र एकूण	३०७.४२	२२५.४२	१,६३,८२०	१,२५,९३६

(संदर्भ - महाराष्ट्रजल व सिंचन आयोग - १९९९ विवरणपत्र ३.५.१)

कृषी नदी खोऱ्यातील पाण्याबाबत लवादाने पाणी वाटप निश्चित केले आहे. त्याचा पुढील अहवाल अपेक्षित आहे; तर कोकणातील पश्चिम वाहिनी नद्यांचे पाणी पूर्ण वापरण्यास मुभा आहे. भौगोलिक परिस्थितीमुळे या नद्यांच्या पाणी वापरावर मर्यादा दिसून येते त्यासाठी पूर्वेकडील भागात पाणी आणण्यासाठी प्रयत्न होणे आवश्यक आहे. राज्याच्या वाट्याला आलेल्या १,२५,९३६ द.ल.घ.मी. पाण्यापैकी ६९,२१० द.ल.घ.मी. (५५%) पाणी कोकणातील पश्चिमी वाहिनी नद्यांतून होते.

महाराष्ट्रातील पाण्याचा वापर

महाराष्ट्र जल व सिंचन आयोगाने विविध प्रयोजनार्थ पाण्याचा वापर काय असेल, याचा अंदाज घेतलेला आहे. १९९६मध्ये ग्रामीण व नागरी पेयजलासाठी २७६७.२२ द.ल.घ.मी. वापर होत होता तो २०३०पर्यंत ६१८४ द.ल.घ.मी. पर्यंत वाढणार आहे.

१९९६मध्ये भूपृष्ठीय व भूजलाचा सिंचनासाठी वापर ३१.३४५ द.ल.घ.मी. होत होता तो २०३०पर्यंत ८९६६२ द.ल.घ.मी.पर्यंत वाढणार आहे. म्हणजे तो एकूण पाणी वापराच्या ८६%पर्यंत वाढणार आहे.

जलविद्युतसाठी पाण्याचा वापर १९९६मध्ये ३११२ द.ल.घ.मी. एवढा होता. तो २०३०पर्यंत ३११२ द.ल.घ.मी. राहणार आहे.

उद्योगासाठी १९९६मध्ये पाण्याचा वापर १२४१.३ द.ल.घ.मी. एवढा होता तो २०३०पर्यंत ३२५४ द.ल.घ.मी.पर्यंत वाढणार आहे.

महाराष्ट्राचा १९९६मध्ये एकूण पाण्याचा वापर ३९४८३.७ द.ल.घ.मी. एवढा होत होता तो २०३०पर्यंत १०,३,७०५ द.ल.घ.मी. एवढा वाढणार आहे.

४.८ : राज्यातील पाटबंधारे विकास महामंडळे

राज्यातील सध्याची पाटबंधारे मंडळे, त्याचे सिंचनक्षमतेचे लक्ष्य पुढीलप्रमाणे-

तक्ता क्र. ४.६ : महाराष्ट्रातील पाटबंधारे मंडळे

क्र.	नाव	स्थापना	समाविष्ट पाटबंधारे प्रकल्प संख्या	एकूण निधी (रु.कोटी)	सिंचन क्षमतेचे लक्ष्य (लाख हे.)
१)	महाराष्ट्र कृष्णा खोरे विकास महामंडळ	जानेवारी १९९६	४०९	९५६४	१०.८५
२)	विदर्भ पाटबंधारे विकास महामंडळ	मार्च १९९७	९७	७६३०	११.००
३)	तापी पाटबंधारे विकास महामंडळ	मार्च १९९७	१७०	५१९७	५.२३
४)	कोकण पाटबंधारे विकास महामंडळ	डिसेंबर १९९७	५७	२९५९	०.८०
५)	गोदावरी मराठवाडा पाटबंधारे विकास	ऑगस्ट १९९८	२७४	३२६६	५.६१

(संदर्भ : मआप)

क्षेत्रविकास

पाटबंधाऱ्याच्या साहाय्याने नवी जलसिंचनक्षमता निर्माण केली गेली तरी यापासून जास्तीत जास्त उपयोग व्हावा यासाठी इतर अनेक दृष्टीने तयारी करावी लागते. नुसता

पाणीपुरवठा वाढवून उपयोग होत नाही तर जमिनीचे सपाटीकरण, पाण्याच्या निचऱ्याची सोय, शेतातून चर काढणे, रस्ते बांधणे, खते-बियाणे, पतपुरवठा यांच्या सोयी करणे अशा सर्व गोष्टी एकत्रितरीत्या पुरवाव्या लागतात; म्हणजेच विकासाचा सर्वस्पर्शी कार्यक्रम लाभक्षेत्रासाठी स्वीकारावा लागतो. पाचव्या पंचवार्षिक योजनेच्या काळात असे जलप्रदाय क्षेत्र विकास कार्यक्रम (Command Area Development) सुरू करण्यात आले आहेत. सध्या राज्यात दहा लाभक्षेत्र विकास प्राधिकरणे आहेत. आता प्राधिकरणामार्फत नाबार्ड पुनर्वित्त सेवा देते. जलव्यवस्थापनाची क्रमवार पद्धत लोकप्रिय करण्याचे कामही या यंत्रणेमार्फत होत आहे.

लघु पाटबंधारे

लघु पाटबंधारे योजनांमध्ये सिंचन तलाव, पाझर तलाव, कोल्हापूर पद्धतीचे बंधारे, उपसा सिंचन योजना, नलिकाकूप, जुन्या मालगुजारी तलावांचे आधुनिकीकरण व जलनिस्सारण, शिवकालीन तलाव इ. योजनांचा समावेश होतो. कोल्हापूर पद्धतीचे बंधारे आता राज्यात लोकप्रिय होत आहेत. हे बंधारे नदीच्या पात्रात पाणी अडविण्यासाठी बांधले जातात. त्यांना निराळे कालवे नसतात. हे पाणी लिफ्ट इरिगेशनने उचलले जाते. त्याचे प्रशासन पाटबंधारे विभाग किंवा जिल्हा परिषदांमार्फत होते. पाटबंधारे आयोगाच्या शिफारशींनुसार (१९६२) राज्यातील १२.३४ लाख हेक्टर जमीन लघु पाटबंधाऱ्यांनी ओलिताखाली आणता येणार होती. तथापि, सुधारित अंदाज ११.०९ लाख हेक्टर जमिनीचा आहे. याशिवाय भूगर्भातील जलसंपत्तीमुळे १८ लाख हेक्टर जमीन भिजू शकेल. ८४ लघुपाटबंधारे योजनांपैकी ८२ मागास भागांमध्ये आहेत. कृष्णा खोऱ्यात २००३मध्ये २३ लघु पाटबंधारे प्रकल्प सुरू करण्यात आले आहेत.

सध्या सिंचनक्षेत्रावर आधारित विविध विभाग सिंचनाची कामे करीत आहेत. त्याचे वर्गीकरण पुढीलप्रमाणे करता येते.

तक्ता क्र. ४.७ : सिंचनक्षेत्रावर आधारित प्रकल्पांचे वर्गीकरण

क्र.	पाटबंधारे प्रकल्पांचे वर्गीकरण	सिंचन/ लागवडलायक क्षेत्र	शासनाचा संबंधित विभाग
अ)	लघुपाटबंधारे प्रकल्प	१) १०० हे.पर्यंत २) १०० हे. ते २५० हे. पर्यंत ३) २५० ते ६५० हे. पर्यंत	ग्रामविकास विभाग, जिल्हा परिषद जलसंधारण विभाग पाटबंधारे विभाग व त्याच्या अंतर्गत विविध पाटबंधारे विकास महामंडळे
ब)	बृहत् लघुपाट-बंधारे प्रकल्प	६५० ते २००० हे. पर्यंत	पाटबंधारे विभाग व त्याच्या अंतर्गत विविध पाटबंधारे विकास महामंडळे
क)	मध्यम पाटबंधारे प्रकल्प	२००० हेक्टरपेक्षा जास्त पण १०००० हे. पर्यंत	पाटबंधारे विभाग व त्याच्या अंतर्गत विविध पाटबंधारे विकास महामंडळे
ड)	मोठे पाटबंधारे प्रकल्प	१०००० हेक्टरपेक्षा जास्त	पाटबंधारे विभाग व त्याच्या अंतर्गत विविध पाटबंधारे विकास महामंडळे

लघु पाटबंधारे प्रकल्प हे जिल्हा परिषद तसेच जलसंधारण विभागांना कामाच्या सोयीप्रमाणे १९९२ नंतर विभागून देण्यात आले. त्याचा फायदा पाणलोट क्षेत्र विकास कामे करताना होत आहे, तर लघु पाटबंधारे २५० हेक्टरपेक्षा जास्त क्षेत्र असणारे पाटबंधारे विभागाद्वारे नियंत्रित केले जातात. त्यामुळे कामामध्ये सुसूत्रपणा येऊ लागला आहे; परंतु, कामाच्या गतीचा विचार केल्यास निधीची रक्कम वाढविणे गरजेचे वाटते.

राज्यात वाघ, इटियाडोह, खडकवासला, मुळा हे प्रकल्प दुसऱ्या योजनेपासून सुरू झाले असून, अजून ते पूर्ण झाले नाहीत. जायकवाडी, भीमा, काळ, तुळशी, सूर्या, पेंच, वारणा, कृष्णा हे प्रकल्प तिसऱ्या योजनेत सुरू झाले व अजून अपुरेच आहेत. कुकडी व ऊर्ध्व गोदावरी प्रकल्प १९७० पासून अजून बांधकाम अवस्थेत आहे. सोलापूर जिल्ह्यातील दुष्काळी भागाला वरदान ठरणारे उजनी धरण व कालवे पूर्ण होण्यास एकविसावे शतक उजाडले आहे. पुणे जिल्ह्यातील चासकमान प्रकल्प पूर्ण होण्याला खूप उशीर झाला व कालवे अपुरे आहेत. जळगाव जिल्ह्यातील हतनूर येथील तापी प्रकल्प पूर्ण झाला; पण कालवे अपुरेच आहेत. राज्यातील २४ पाटबंधारे प्रकल्पांचा मूळ खर्च रु. ६४८ कोटी

होता, तो आता रु. २०६४ कोटींच्या पुढे वाढला आहे. या विलंबापायी शेतकी उत्पादन मागे पडले आहे. सिंचन प्रकल्प ठरावीक मुदतीबाहेर रेंगाळले असून, त्यांपैकी बहुतेक दुष्काळी भागात आहेत.

४.९ : सिंचनविकासाचे काही महत्त्वाचे टप्पे

सिंचनविकासासाठी विविध विभागांची भूमिका महत्त्वाची आहे. ते विभाग व महत्त्वाच्या घटना पुढीलप्रमाणे -

१) स्वतंत्र पाटबंधारे विभागांची निर्मिती - १९५८
२) मध्यवर्ती संकल्पचित्र संघटना - १९५८
३) महाराष्ट्र राज्याचा पहिला सिंचन आयोग - १९६०
४) अभियांत्रिकी संशोधन संस्था - १९५९
५) अभियांत्रिकी अधिकारी महाविद्यालय - १९५९
६) यांत्रिकी संघटनेची निर्मिती - १९६४
७) पाटबंधारे संशोधन व विकास संचालनालय - १९६९
८) राष्ट्रीय सिंचन आयोगाचा अहवाल - १९७२
९) वसंतदादा पाटील समितीचा अहवाल - १९७३
१०) लाभक्षेत्र विकासयंत्रणा निर्मिती - १९७४
११) नवा सिंचन कायदा - १९७६
१२) पुनर्वसन विस्थापितांसाठी पुनर्वसन कायदा - १९७६
१३) कृष्णा खोरे निवाडा - १९७६
१४) राष्ट्रीय कृषी आयोग - १९७६
१५) नर्मदा खोरे निवाडा - १९७६
१६) गोदावरी खोरे निवाडा - १९८०
१७) जल व भूमी व्यवस्थापन संस्था (औरंगाबाद) - १९८०
१८) धरण सुरक्षितता संघटनेची निर्मिती - १९८०
१९) महाराष्ट्र भूविकास महामंडळाचे खात्याकडे वर्गीकरण - १९८०

४.१० : सिंचनाची दिशा

महाराष्ट्रात भूपृष्ठीय आणि भूजल यामधून सिंचनासाठी उपलब्ध होणाऱ्या पाण्यातून एकूण १२६ लक्ष हेक्टर सिंचनक्षमता निर्माण होईल असे दुसऱ्या जल व सिंचन आयोगाने म्हटले आहे. त्यांपैकी भूपृष्ठीय पाण्यापासून निर्माण होणारी सिंचनक्षमता ८५ लक्ष हेक्टर

एवढी आहे. ती मोठे, मध्यम व लघु सिंचन प्रकल्पाच्या लाभक्षेत्रामध्ये निर्माण होणार आहे.

भूजलामधून एकूण ४१ लक्ष हेक्टर सिंचन निर्मितीपैकी ३३ लक्ष हेक्टर सिंचन प्रकल्पाच्या लाभ क्षेत्राबाहेर आणि ८ लक्ष हेक्टर कालव्याच्या लाभक्षेत्रामध्ये निर्माण होणार आहे असा अंदाज दर्शविलेला आहे. मात्र, त्यासाठी नियोजनपूर्वक काम केले पाहिजे; तर लाभक्षेत्राच्या बाहेर ज्या प्रदेशांमध्ये एकात्मिक पाणलोट क्षेत्र विकासाची कामे केली जाऊ शकतील त्या प्रदेशांमध्ये २४ लक्ष हेक्टर आणि ज्या ठिकाणी अशी कामे केली जाणार नाहीत त्या भागात ९ लक्ष हेक्टर इतकी सिंचनक्षमता निर्माण होणार आहे, असा अंदाज वर्तविलेला आहे. यावरून असे दिसून येते की, वर्तविलेल्या १२६ लक्ष सिंचन क्षेत्रापैकी भूपृष्ठीय पाण्यातून सिंचन प्रकल्पाद्वारे अनुमानित केलेले ८५ लक्ष हेक्टर इतकेच सिंचनक्षेत्र शाश्वत असेल. राज्यातील लागवडीलायक एकूण क्षेत्र २२५ लक्ष हेक्टर असून, सिंचन प्रकल्पाच्या लाभक्षेत्राबाहेरील क्षेत्र १४० लक्ष हेक्टर (६२.२%) इतके असून, त्यांपैकी फक्त ३३ लक्ष हेक्टर म्हणजे २३.५७% इतके सिंचनक्षेत्र भूजलामधून निर्माण होऊ शकणार आहे. म्हणजेच सिंचन प्रकल्पाच्या लाभक्षेत्राबाहेरील १०७ लक्ष हेक्टर क्षेत्र म्हणजे एकूण लागवडीलायक २२५ लक्ष हेक्टर क्षेत्राच्या ४७.५५% क्षेत्र कायमस्वरूपी पावसावर अवलंबून राहणार आहे.

भविष्यात त्यामुळे जास्तीत जास्त क्षेत्र सिंचन प्रकल्पात समाविष्ट करण्याची लोकांची मागणी राहणार आहे. त्यामुळे सूक्ष्म सिंचन पद्धत अनिवार्य करणे जास्त फायदेशीर ठरू शकते आणि भूजलातून ४१ लक्ष हेक्टर सिंचनाखाली आणण्यासाठी नियोजनपूर्वक काम करावे लागणार आहे. लाभ क्षेत्राबाहेरील क्षेत्रासाठी राज्यात जलसंधारण प्रकल्पांना महत्त्व दिले जात आहे. जलसंधारण कामामुळे सिंचनाचे प्रश्न सुटल्याची कमी उदाहरणे आहेत. याचा विचार करता जलसंधारण कार्यक्रमाची फेररचना करणे महत्त्वाचे आहे. सूक्ष्मसिंचन पद्धत सर्व राज्यात अनिवार्य करणे महत्त्वाचे असल्याचे दिसून येते त्यामुळे पडलेल्या पावसाच्या पाण्याचा पूर्ण क्षमतेने वापर होऊन सिंचनाखालील क्षेत्र वाढण्यास मदत होणार आहे.

राज्यातील सिंचनासाठीच्या पाण्याचे प्रश्न फक्त मोठ्या सिंचन प्रकल्पाद्वारे सुटू शकणार नाहीत कारण भौगोलिक रचनेमुळे मोठे प्रकल्प उभारण्यात मर्यादा येतात. राज्यात ज्या भागात जास्त पाऊस पडतो त्या ठिकाणी धरणासाठी उपयुक्त स्थळे नाहीत; तर ज्या भागात योग्य धरणस्थळे आहेत त्या ठिकाणी पाण्याची उपलब्धता होऊ शकत नाही. त्यामुळे ज्या ठिकाणी मोठी धरणे होऊ शकणार नाहीत तेथे लहान क्षमतेची धरणे घेणे महत्त्वाचे ठरते. त्यामुळेच देशातील सर्वांत जास्त सिंचन प्रकल्प राज्यात आहेत. २००९मध्ये देशात पूर्ण झालेल्या मोठ्या व मध्यम प्रकल्पांची एकूण संख्या ४७११

एवढी होती. त्यांपैकी महाराष्ट्रात १६७६ धरणे होती. इतर राज्यांच्या तुलनेनच धरणांची संख्या जास्त असूनही निर्मिती सिंचित क्षेत्र फक्त ४८.६१ लक्ष हेक्टर इतके कमी आहे. त्यावरून आपल्या लक्षात येते की, राज्यात सिंचित क्षेत्र निर्माण करण्यात अडचणी आहेत आणि त्यासाठी नियोजन करून त्या दूर करणे महत्त्वाचे ठरणार आहे.

गेल्या काही वर्षांत राज्यातील सर्वच प्रदेशात पाणी टंचाईची तीव्रता वाढत आहे. अवर्षण प्रवण भागात तर ती अधिकच गंभीर झाली आहे. त्यामुळे सध्या अपूर्ण सिंचन प्रकल्प पूर्ण होण्यासाठी जनतेची आणि लोक प्रतिनिधींची जोरदार मागणी आहे. त्यातच निधीचा प्रश्न महत्त्वाचा ठरत आहे. वास्तविक सरकारने सिंचन प्रकल्पांना प्रथम प्राधान्य देऊन देशांतर्गत अथवा देशा बाहेरून निधी उपलब्ध करून अपूर्ण कामे पूर्ण केली पाहिजेत जेणेकरून वेळेत प्रकल्प पूर्ण होतील मात्र तसे होताना दिसत नाही. प्रयत्न अपुरे पडतात, असे म्हणावे लागते.

सिंचन प्रकल्पातील पाण्याची अनियमितता

राज्यात सर्व सिंचन प्रकल्पांवर प्रवाही सिंचन पद्धत अवलंबली जाते. या पद्धतीनुसार पिकांना दर १५ दिवसाला कालव्यातून आवर्तनाद्वारे पाणी देणे अपेक्षित असते. एका हंगामात ६ ते ७ आवर्तने देणे अपेक्षित असते परंतु तसे राज्यात कोणत्याच प्रकल्पावर होत नाही, असे दिसून येते. एका हंगामात दोन अथवा तीन आवर्तने दिली जातात. ३० ते ४० दिवसातून पिकांना सध्या पाणी दिले जाते. पिकांना मात्र १० ते १५ दिवसातून पाण्याची गरज असते. अन्यथा पिके पाण्याअभावी जळू लागतात. तसेच त्यांची उत्पादकता कमी होते. त्यामुळे शेतकरी संतापतात हे त्याचे मुख्य कारण आहे.

४.११ : सिंचनविषयक कायदा व नियम

पाण्याच्या वापरासंबंधी भारतीय घटनेत तरतुदी केल्या आहेत. अलीकडे दोन घटनादुरुस्त्यांमुळे राज्यव्यवस्थेला केंद्र सरकार, राज्य सरकार व पंचायत राज्य असे त्रिस्तरीय स्वरूप प्राप्त झाले आहे.

भारताच्या घटनेत पाण्याच्या न्याय्य वाटपाबाबत कलम ३८ व ३९ अन्वये व्यक्ती-व्यक्तींमधील क्षेत्रामधील व लोकसमूहांमधील विषमता कमी करण्याबाबत राज्याने झटून प्रयत्न करायचे आहेत आणि लोककल्याणाचे संवर्धन करण्यासाठी सुविधा आणि संधी यांच्यातील विषमता नाहीशी करण्यासाठी प्रयत्नशील राहावयाचे आहे.

आंतरराष्ट्रीय विधी संघटनेने जी मार्गदर्शक तत्त्वे (१९९२) सुचविली आहेत, त्यानुसार 'सम न्याय वाटप' याचा अर्थ 'सर्वांना समान वाटा' नव्हे, तर सर्वांसाठी 'न्यायोचित वाटा' असा आहे. त्यामुळे विविध क्षेत्रांना द्यावयाचा पाण्याचा हिस्सा हा त्या क्षेत्राच्या

गरजा, हवामान, लोकसंख्या अशा अनेक घटकांचा विचार करून संकलित ठरवायच्या आहे. त्या त्या क्षेत्रातील पिण्याच्या पाण्याच्या आणि स्वच्छतेच्या ज्या गरजा आहेत, त्या पूर्ण करण्यासाठी प्रथम अग्रक्रम देऊन, नंतर त्या क्षेत्रातील सामूहिक गरजांना प्राधान्य द्यावयाचे आहे.

बर्वे आयोगाने (१९६२) महाराष्ट्रात पाण्याची उपलब्धता अत्यंत मर्यादित असल्यामुळे प्रत्येक खोऱ्यात सिंचन सोईंचे विकेंद्रीकरण व्हावे व सिंचन प्रकल्पाच्या लाभक्षेत्रात पाण्याचे समन्यायी वाटप व्हावे असे सुचविले होते.

बर्वे आयोगाने सिंचनासंबंधीच्या किंवा पाण्यासंबंधीच्या कायद्याचा ऊहापोह केलेला नव्हता. १९७२च्या केंद्रीय सिंचन आयोगाच्या अहवालात मात्र स्वतंत्र असे त्याविषयी प्रकरण दिले आहे.

भारतीय घटनेत (Constitution of India) सातव्या अनुसूचीच्या राज्यांच्या अखत्यारीतील विषयासंबंधीच्या सूची क्र.२मध्ये नोंद क्रमांक १७मध्ये खालीलप्रमाणे उल्लेख करण्यात आलेला आहे.

'पाणी म्हणजे पहिल्या सूचीतील नोंद क्रमांक ५६च्या उपबंधाच्या अधिनतेने पाण्याचे साठे, जलसिंचन व कालवे, जलनिस्सारण व बंधारे, पाण्याची साठवण व जलशक्ती होय.'

पहिल्या सूचीतील नोंद क्र. ५६ अन्वये केंद्र शासनाची जबाबदारी 'आंतरराज्यीय नद्या व नद्यांची खोरी यांचे विनियमन व विकास' ज्या व्याप्तीपर्यंत सार्वजनिक हितार्थ संघराज्याच्या नियंत्रणाखाली असणे समयोचित आहे, असे संसदेने कायद्याद्वारे घोषित केले असेल त्या व्याप्तीपर्यंत 'विनियमन व विकास' अशा शब्दांत स्पष्ट करण्यात आलेली आहे.

केंद्र शासनाने पहिल्या यादीतील ५६व्या नोंदीच्या व कलम २६२च्या आधारावर आंतरराज्य विवादासंबंधी दोन अधिनियम केलेले आहेत.

अ) नदी मंडळाचे अधिनियम १९५६, ब) नद्यांच्या पाण्याबाबत राज्या-राज्यांतील विवादासंबंधी अधिनियम १९५६.

पाण्याबाबत विवादासंबंधीच्या कायद्यात १९७६मध्ये दुरुस्ती केलेली आहे व तिच्यामुळे लवादांच्या निवाड्यातील कलमांची अंमलबजावणी करण्यासाठी प्राधिकरणे (Authorities) नेमण्याची तेव्हापासून सोय झाली आहे. पूर्वी तशी सोय नव्हती.

जलसंपत्ती व तिच्या वापरासंबंधीचे राष्ट्रीय धोरण व मार्गदर्शक तत्त्वे मांडणारी राष्ट्रीय जलनीती १९८७मध्ये राष्ट्रीय जलसंपदा परिषदेने ठराव मंजूर केली आहे.

महाराष्ट्र पाटबंधारे अधिनियम १९७६ सिंचनाशी रास्त संबंध असलेला प्रमुख कायदा आहे. महाराष्ट्र सिंचन कायदा १९७६ अन्वये फक्त भूपृष्ठीय पाण्याच्या वापराबाबतचे

कायदे अस्तित्वात आहेत. महाराष्ट्र शासनाची प्रशंसनीय बाब म्हणजे भूजलाचा उपसा करणेबाबतचा कायदा सन १९९३मध्ये अस्तित्वात आला. त्याचबरोबर सन १९९५मध्ये त्याचे नियमसुद्धा तयार करण्यात आले. ज्यामुळे भूजल पाण्याचा उपसा करण्यावर बंधन घालून पिण्याच्या पाण्यासाठी साठा राखीव ठेवण्यात येईल. त्यामुळे भूजल पाण्याचा उपसा करण्याबाबत योग्य व उचित कायदा करणे गरजेचे झालेले आहे. २००५मध्ये महाराष्ट्र जलसंपत्ती नियम प्राधिकरण अस्तित्वात आला.

सिंचन कायद्याशिवाय खालील कायद्यांचे जलसंपत्ती व तिच्या वापराशी प्रत्यक्ष वा आनुषंगिक संबंध आहे.

१) भूमिसंपादन अधिनियम १८९४
२) प्रकल्पग्रस्तांच्या पुनर्वसनाचे महाराष्ट्र अधिनियम १९८६
३) महाराष्ट्र महसूल अधिनियम १९६६
४) मुंबई भूसुधारणा योजना अधिनियम १९४२
५) महाराष्ट्र भूजल (पिण्याच्या पाण्यासाठी नियंत्रण) अधिनियम १९९३
६) जल (प्रदूषण नियंत्रण) अधिनियम १९७४
७) महाराष्ट्र जिल्हा परिषद व पंचायत समिती अधिनियम १९६१
८) मुंबई ग्रामपंचायत अधिनियम १९५८
९) महाराष्ट्र जिल्हा नियोजन समिती अधिनियम १९९८
१०) महाराष्ट्र वन (संवर्धन) अधिनियम १९८०
११) महाराष्ट्र मत्स्य व्यवसाय अधिनियम
१२) महाराष्ट्र खार भूविकास अधिनियम १९७९

जलनीती कायदा

महाराष्ट्र सरकारने जुलै २००२मध्ये राज्य जलनीतीचा मसुदा तयार केला आणि अधिकृत जलनीती जुलै २००३मध्ये जाहीर केली. महाराष्ट्रातील पाण्याची आणि दुष्काळाची समस्या पाहता एका जलनीतीची गरज होती. राज्य जलनीतीच्या रूपात शासनाने धोरण जाहीर करून अधिकृतपणे काही उद्दिष्टांशी बांधिलकी व्यक्त केली आहे.

जागतिकीकरण आणि खासगीकरणाच्या आजच्या काळात या जलनीतीमध्ये अंगभूत मर्यादा आहेत आणि त्या स्पष्टपणे लक्षात घ्याव्या लागतील. मात्र, गेल्या २५-३० वर्षांतील चळवळींच्या व अन्य रेट्यांमुळे पर्यावरण समतोल, समन्यायी वाटप, लोकसहभाग आणि एकात्मिक नियोजन बहुक्षेत्रीय दृष्टिक्षेपाचा अवलंब अशाही काही मुद्द्यांचा या नीतीमध्ये अंतर्भाव झालेला आहे. राज्यात सरासरी १ कोटी ६४ लाख हेक्टर मीटर पाणी उपलब्ध आहे. स्रोतांद्वारे फारसे पाणी मिळत नाही. त्यामुळे राज्याला

मुख्यत: राज्यातच पडणाऱ्या पावसाच्या पाण्यावर अवलंबून राहावे लागते. हा पाऊस कोठे ४० सें.मी., तर कोठे ६०० सें.मी. एवढा विषम आहे. राज्याचा ४०% भाग अवर्षणप्रवण, तर ७% भाग पूरप्रवण आहे. याचा विचार करता जलनीतीने एक पंचसूत्री मांडली आहे. त्यामध्ये जलनीतीचा नवीन आराखडा अवलंबणे, नोकरशाहीच्या हस्तक्षेपाशिवाय पाण्याचा उत्तम प्रकारे वापर करणे शक्य व्हावे, म्हणून स्थिर व निश्चित स्वरूपाचे हक्क प्रदान करणे, विकेंद्रीकरणासाठी राज्य व खोरे स्तरांवर नवीन संस्थात्मक व्यवस्था निर्माण करणे, नवीन तंत्रज्ञानाचा विकास व प्रसार करणे आणि सिंचन व्यवस्थापनात शेतकऱ्यांना प्राधिकार देण्यासाठी अधिनियम बनवणे व प्राधिकरणांची निर्मिती करणे या मुद्द्यांचा समावेश आहे. पाणी घनमापन तत्त्वावर व केवळ पाणीवापर संस्थांमार्फत देण्याची योजना यामध्ये आहे. तसेच सिंचन व्यवस्थापनात महिलांचा सहभागदेखील विचारात घेतला पाहिजे, असा उल्लेख आहे. पाण्याचा पुनर्वापर, प्रदूषणावर उपाययोजना, प्रकल्पांचे स्थिर चिन्हांकन तसेच 'जललेखा परीक्षण' (वॉटर ऑडिट) असेही काही उपाय या जलनीतीने सुचविले आहेत. अवर्षणप्रवण क्षेत्रात सिंचन प्रकल्पांचे नियोजन व नियमन करताना आठमाही पीकपद्धतीचा अवलंब करण्यात येईल आणि टंचाईच्या परिस्थितीत पाण्याची तूट लक्षात घेऊन निरनिराळ्या क्षेत्रात तसेच प्रवाहाच्या वरच्या व खालच्या दिशेला पाण्याचे समन्यायी वाटप करण्यात येईल, असेही स्पष्टपणे म्हटले आहे. ही जलनीती पाणी वापराचे हक्क निर्माण करण्याविषयी स्पष्टपणे निर्देश करते.

'राज्य पाण्याच्या हक्कांसाठी एका सुनिश्चित अशा पारदर्शक व्यवस्थेची स्थापना करील की, ज्या व्यवस्थेमध्ये राज्याचे कोणतेही अभिकरण किंवा प्राधिकरण एकतर्फी बदल करू शकणार नाही.' ही हमी देण्याबरोबरच अशा हक्कांचे व्यवस्थापन, वापर व हस्तांतरण करण्याचे अधिकार त्यात अंतर्भूत असतील.

बर्वे आयोगापासून आठमाही सिंचन समितीपर्यंत अनेकांनी महाराष्ट्रात ३०% पासून ७२%पर्यंत जमीन सिंचनाखाली येऊ शकेल, असे अंदाज दिले आहेत. अगदी अलीकडे चितळे आयोगाने (महाराष्ट्र जल व सिंचन आयोग) दिलेल्या अंदाजानुसार भूजल व पृष्ठजल मिळून राज्यातील ५५ ते ६०% जमीन सिंचनाखाली येऊ शकते; पण आजही महाराष्ट्राचे केवळ १७.३% एवढेच क्षेत्र सिंचनाखाली आहे. एकंदरच जल व सिंचन नियोजनात असे अनेक प्रश्न आहेत की, ज्यावर जलनीतीने मूलगामी उपाय मांडणे आवश्यक होते. विशेषत: या क्षेत्राचा वेगाने विकास होण्याची व त्यामध्ये कार्यक्षमता आणि शिस्त येण्याची मोठी गरज आहे.

कालवा सिंचनाचे सुमारे ७५% पाणी ४% क्षेत्र असलेल्या ऊसशेतीला दिले जाते आणि काही शहरांची झालेली अफाट वाढ यामुळे पाणीवापराची मक्तेदारी निर्माण झाली

आहे. अशा परिस्थितीत पाणीक्षेत्रात खासगी भांडवलाला वाव दिल्यामुळे पाण्याचे केंद्रीकरण आणखी वाढेल. परिणामी दुष्काळ निर्मूलन, समन्यायी पाणीवाटप, प्रादेशिक असमतोलाचे उच्चाटन यांसारखे मुद्दे निरर्थक बनतील.

पाण्याच्या खासगी दावेदारांना माहितीयंत्रणेतील आधार सामग्रीचा उपयोग करण्याची पूर्ण मुभा दिली जाणार आहे. पाण्याची शुल्कआकारणी करताना ती घनमापन तत्त्वावर आकारण्यात येईल, हे योग्य आहे. मात्र, पाणीपट्टी ही सर्व प्रशासकीय तसेच पायाभूत गरजांचा पूर्ण किंवा अंशत: भांडवली खर्च भरून काढण्यासाठी केली जाईल, असेही ही जलनीती म्हणते. याचा अर्थ आज बहुराष्ट्रीय कंपन्या व जागतिक वित्तव्यापार संस्था, ज्या 'पूर्ण खर्च वसुली' तत्त्वाचा आग्रह धरत आहेत, त्याचा अवलंब महाराष्ट्रामध्ये केला जाईल, हे उघड आहे. या जलनीतीने पाणीवापराचा जो प्राधान्यक्रम निश्चित केला आहे, तो महाराष्ट्राच्या विकासाच्या, शेतीच्या आणि लोकांच्या दृष्टीने चिंताजनक ठरणार आहे. पहिला प्राधान्यक्रम घरगुती वापराचा आहे. मात्र, दुसरा प्राधान्यक्रम शेतीसिंचनाला न देता तो उद्योगक्षेत्राला देण्यात आला आहे आणि सिंचनाला मात्र तिसरा प्राधान्यक्रम! राष्ट्रीय जलनीतीप्रमाणे राज्य जलनीतीमध्ये दुसरा प्राधान्यक्रम सिंचनाला का दिलेला नाही, असा प्रश्न उपस्थित होतो. यामध्ये उघडपणे उद्योगक्षेत्राला झुकते माप देण्याचा उद्देश स्पष्ट होतो.

४.१२ : महाराष्ट्रातील जलसंपत्ती नियमन प्राधिकरण

पाणीसमस्येवर उपाययोजना करण्यासाठी महाराष्ट्र शासनाने नुकतीच जलसंपत्ती प्राधिकरणाची स्थापना केली आहे. त्याद्वारे प्राधिकरणाच्या माध्यमातून राज्याची पाणी समस्या सोडविण्याचा प्रयत्न केला जाणार आहे. आता जलसंपत्ती प्राधिकरणामुळे पाण्याचे समन्यायी वाटप होईल. शेतकऱ्यांना हक्काचा पाण्याचा कोटा मिळेल. त्यासाठी शेतकऱ्यांना आपण कोणती पिके घ्यायची हे आधी ठरवावे लागेल; जर उसाचे पीक लावले आणि पाणीच ६०% आले तर समन्यायी वाटपामुळे उसाला लागणारे पाणी कमी होणार. म्हणून भविष्यात ऊस व केळी अशी जादा पाणी लागणारी पिके ठिबक सिंचनावर घेण्याचे बंधनकारक केले आहे. प्राधिकरणाच्या माध्यमातून आता वॉटर ऑडिटलाही महत्त्व दिले जाणार आहे. यामुळे पाण्यासाठी ज्या वेगवेगळ्या प्रयोजनार्थ मागण्या असतात म्हणजे घरगुती, औद्योगिक वापरासाठी, शेतीसाठी त्याचबरोबर वेगवेगळ्या पिकांकरिता लागणाऱ्या पाण्याचे प्रमाण वेगवेगळे असते. केळी आणि उसाला जास्त पाणी लागते. त्यामुळे या पिकांसाठी पाण्याचा दर जास्त असला पाहिजे. जी पिके कमी पाण्यात येतात त्यांच्या पाण्याचा दर कमी असला पाहिजे. हे आता जलसंपत्ती प्राधिकरण ठरवणार आहे.

यामध्ये कोणताही वादाचा प्रसंग उद्‌भवला आणि नवीन निर्णय घेणे आवश्यक ठरले तर प्राधिकरण सर्वांचेच म्हणणे ऐकून निर्णय देईल. प्राधिकरण स्वायत्त असल्यामुळे त्यामध्ये राजकीय हस्तक्षेप होणार नाही. पाण्याच्या संदर्भात मार्गदर्शक तत्त्वे कोकण, विदर्भ, मराठवाडा, खानदेश, पश्चिम महाराष्ट्र या सर्वांनाच बंधनकारक असतील. प्राधिकरणाच्या माध्यमातून पाणीवापर संस्थांना त्यांच्या हक्कांचा पाणी वाटा उपलब्ध करून दिला जाईल. त्या त्या भागातील शेतकऱ्यांनी एकत्र येऊन अशा पाणी वापर संस्था स्थापन करावयाच्या आहेत. या संस्थांना शासनाकडून पाणी पुरवण्यात येईल. अशा संस्थांच्या माध्यमातून शेतकऱ्यांना मोजून पाणीपुरवठा केला जाईल. भविष्यात वैयक्तिक शेतकऱ्याला धरणाचे पाणी फक्त पाणीवापर संस्थांच्या मार्फतच दिले जाईल. पाण्याची पाणीपट्टी वसूल करण्याचे बंधन संस्थांवर राहील. आत्तापर्यंत धरणे, कालवे यांच्या देखभालीएवढे उत्पन्न पाणीवापराच्या शुल्कातून मिळत नव्हते. मात्र, आता धरण आणि कालव्याच्या देखभालीचा पूर्ण खर्च पाणीपट्टीतून भागविण्यासाठी शेतकऱ्यांची मते विचारात घेऊन प्राधिकरणाकडून पाणीपट्टीचे दर निश्चित केले जाणार आहेत.

पाण्याचा काळा बाजार करणाऱ्यांना प्रथम दंड व नंतर कारावासाची तरतूद या कायद्यात केली आहे.

प्राधिकरण आल्यामुळे आता कालवा भौगोलिकदृष्ट्या ज्या ज्या भागातून जात असेल त्या त्या सर्व भागांत समन्यायी पद्धतीने पाणी दिले जाईल. त्यामध्ये भेदभाव केला जाणार नाही. मात्र, ज्या भागात धरणच नाही तिथे अडचणी येणार. यासाठी दोन विचार मांडले आहेत- १) पाणलोटक्षेत्राचा विकास करून (पाणी अडवा पाणी जिरवा) पाण्याची उपलब्धता वाढविणे, २) उपसा सिंचनाद्वारे पाणी उपलब्ध करून देणे.

महाराष्ट्र जलसंपत्ती नियमन प्राधिकरण अधिनियम २००५ अंतर्गत (MWRRA Act 2005) :

(Maharashtra Water Resources Regulatory Authority Act 2005) महाराष्ट्र जलसंपत्ती नियमन प्राधिकरण कायदा २००५ हा मे २००५मध्ये लागू करण्यात आला आहे. त्यानुसार ऑगस्ट २००५मध्ये महाराष्ट्र जलसंपत्ती प्राधिकरणाची स्थापना करण्यात आली आहे. सध्या हे प्राधिकरण कार्यरत आहे. या कायद्यामध्ये राज्यातील जलसंपत्तीचे वाटप, वापर, व्यवस्थापन व नियंत्रण करण्याबाबतच्या तरतुदी आहेत.

महाराष्ट्रात उपलब्ध असलेल्या जलसंपत्तीचा काटेकोरपणे वापर होण्यासाठी शेतकऱ्यांना ठिबक सिंचन किंवा पाणीबचत करण्याच्या तंत्राचा वापर केल्याशिवाय त्यांना कालव्याद्वारे बारमाही पिकांसाठी पाणी उपलब्ध केले जाणार नाही. हे तत्त्व या कायद्यात नमूद केले आहे.

भविष्यकाळात प्राधिकरणाच्या कायद्यातील तरतुदींनुसार उपखोऱ्यातील सर्व धरणांत पाण्याचे समन्यायी तत्त्वावर वाटप केले जाणार आहे. त्यामुळे टंचाई काळातसुद्धा उपखोऱ्यातील हक्कदारांना समन्यायी तत्त्वावर पाणी हक्काने मिळेल. नवीन प्रकल्प सुरू करताना खरोखरीच पाणी उपलब्ध आहे काय, हे पाहूनच त्या प्रकल्पाला मान्यता दिली जाईल. प्राधिकरणाचे नदी-खोऱ्यातील पाण्याच्या गुणवत्तेवरही नियंत्रण राहील. नदी-खोरे अभिकरण आणि जल उपभोक्ता यांच्यातील विवादांचे निराकरण प्राधिकरण करेल.

प्राधिकरण कायद्यातील मुख्य तरतुदी

अ) राज्यातील भूजल व भूपृष्ठजल यांचे अपवाहन, साठवण व वापर यासाठीचे हक्क व त्यांचे निकष निश्चित करणे.

ब) सार्वजनिक जलसाठ्यातून 'एकूण व मोठ्या प्रमाणात पाण्याचा हक्क' देणे, म्हणजेच घाऊक व ठोक पाणी उचलून घेण्याच्या अधिकारांचे वाटप करणे. हे हक्क घनमापन (पाणी मोजून) तत्त्वावर दिले जातील.

क) पाणीटंचाईच्या काळात प्रकल्प, उपखोरे आणि नदीखोरे स्तरावर उपलब्ध पाण्याच्या वितरणाचे प्राधान्य निर्धारित करणे.

ड) पाण्याची दरपद्धती (जलप्रशुल्क पद्धती) आणि पाणीपट्टी आकारण्याचे निकष ठरविणे. पाणीपट्टीमध्ये प्रशासकीय कार्यचालन व परीक्षणाच्या संपूर्ण खर्चाची वसुली होईल, तसेच प्रकल्पाच्या भांडवली गुंतवणुकीची अंशत: वसुली होईल, असे दर निश्चित केले जातील.

इ) कोणत्याही पाणीवापर गटाच्या पाण्याच्या वाट्यात वा अधिकारात बदल करायचा झाल्यास त्याने जलसंधारण व कार्यक्षमता वाढवण्यासाठी इतर सर्व प्रयत्न झाले आहेत, हे जाहीर करावे लागेल आणि त्याचवेळी हेही जाहीर करावे लागेल की, 'मुक्त अर्थव्यवस्थेअंतर्गत हस्तांतरणाद्वारे पाणीविषयक हक्कात वाढ करण्याच्या सर्व संधी आजमावून पाहण्यात आल्या आहेत.'

पाण्याच्या नियोजन-नियमनाचे सर्व अधिकार या प्राधिकरणाकडे सोपविण्यात आले आहेत. येत असलेल्या बहुराष्ट्रीय कंपन्या, लोकशाही यादृष्टीने नवी रचना लोकांच्या दृष्टीने समन्यायी ठरेल हे पाहिले जाईल. महाराष्ट्राच्या सिंचन कायद्यात त्रुटी दिसून येते. ती म्हणजे या कायद्यात मुख्यत: विचार केला आहे तो पाटाने पाणी देण्यासंबंधीचा व त्यांच्याशी संबंधित विहिरी आणि उपसा-सिंचन इ.चा. तसेच या कायद्याचा संकुचित अर्थ लावीत पाट-मोट संबंधावर म्हणजे शेतकऱ्याने कालव्याचे पाणी व विहिरींचे पाणी एकत्रित वापरण्यावर बंदी असल्याचे सांगितले गेले आहे. दुसरे म्हणजे, सिंचन जलाशयाची/तलावाची आणि नदीनाल्यांची मालकी सिंचन खात्याकडे घ्यायची तर

अशी अधिसूचना काढावी लागते. राज्यातल्या सर्व नदी-नाल्यांबाबत ही कारवाई पूर्ण झाली आहे का, याचा पत्ता नाही. पाटबंधारे खात्याने आजवर केवळ मोठ्या-मध्यम प्रकल्पांच्या नदी-ओढ्यावर अधिसूचना काढल्या आहेत. लघु पाटबंधाऱ्यांच्या नदी-ओढ्यांना अधिसूचना करू नये, असा निर्णय घेतला आहे. त्यामुळे राज्यातल्या कोणत्या जलस्रोतांवर नेमकी कोणाची मालकी आहे, असा प्रश्न उपस्थित होतो. याबाबत चितळे आयोगाने असे म्हटले आहे की, ''सिंचन तलावाची मालकी कोणाकडे, तलावातील पाण्यावर अधिकार कोणाचा, तलावातील पाण्याची गुणवत्ता वेळोवेळी कोण तपासतो, त्याचे संनियंत्रण कोण करते, पाण्याचे वाटप न्याय्य पद्धतीने कसे व्हावयास हवे, यावर सिंचन कायद्यात स्पष्टता नाही.''

तिसरे म्हणजे, या कायद्यात पिकाची पेरणी केल्यापासून पीक काढेपर्यंत पिकाला पाणी द्यावे, अशी तरतूद आहे. शेतकऱ्याला पाणी द्यायचे सिंचन खात्याने एकदा मान्य केले की, खाते त्याला बांधील राहते; पण पाणी किती व कोणत्या पिकाला द्यावे हे ठरविण्याचे आणि पाण्यात काटकसर करण्यासाठी किंवा पाण्याची नासाडी थांबविण्यासाठी पाणी बंद करण्याचे काही अधिकार कालवा अधिकाऱ्यास या कायद्याने दिलेले असले तरी त्यासंबंधीच्या नियमांचा अभाव आहे आणि काही ठिकाणी संदिग्धता आहे. एखाद्या प्रकल्पातून सिंचनाची सुरुवात झाल्यानंतरही २०-२० वर्षे लाभक्षेत्राची अधिसूचना काढली जात नाही. त्यामुळे लाभक्षेत्रातील जमिनी परस्पर बिगरशेती करणे, कालवा अधिकाऱ्याला शेतात पाय टाकू देण्यास कायद्याने नकार देणे, असे प्रकार शेतकरी करू शकतात.

कालव्यापासून ३५ मीटर अंतरावरील विहिरी या सिंचन कायद्याखाली येतील असे म्हटले आहे, म्हणजे अशा विहिरीतील पाणी कालव्याचे मानले जाईल, असा याचा अर्थ आहे; पण या तरतुदीची कधीही अंमलबजावणी झाली नाही. तज्ज्ञांनी असेही म्हटले आहे की, हे तत्त्व कालव्याच्या वरच्या बाजूच्या विहिरींना लागू शकते, हे कोणत्या निकषांवर?

आता सिंचनव्यवस्थापन हे पाणीवापर संस्थांच्या ताब्यात देण्यात येणार आहे. चितळे आयोगाने याबाबत केलेली शिफारस अशी - '२०१०पर्यंत अशी सिंचनव्यवस्था निर्माण केली पाहिजे की, ज्यात पाण्याचा एक थेंबही शेतकऱ्याला थेट दिला जाता कामा नये. सिंचनासाठीचे सर्व पाणी शेतकऱ्यांच्या पाणीवापर संस्थांच्या मार्फतच शेतात पोहोचले पाहिजे.' यासाठी सिंचन व्यवस्थापनामध्ये शेतकऱ्यांच्या सहभागाच्या कायद्याचा एक मसुदाही २००२मध्ये तयार करण्यात आला आहे. या कायद्यात पाणी मोजून द्यावे, पाणीवापर संस्थांना पाण्याचे वाटप करण्याचे निकष घालून देऊन पाण्याचे समन्यायी वाटप करण्यास मदत करावी, तसेच पाणीवाटप यंत्रणेच्या देखभालीसाठी जबाबदारी वाटली जावी. याविषयी अनेक तरतुदींचा त्यामध्ये समावेश आहे. लघु वितरिकेपासून

मुख्य कालव्यापर्यंत पाणीवापर संस्थांच्या सहकारी यंत्रणेची रचना कशी असावी व तिचे काम कसे चालावे या विषयीही तरतुदी आहेत. पृष्ठजल व भूजल या दोन्हींचा समावेश पाणी वापर संस्थांच्या अखत्यारित असावा, असेही या कायद्याने सुचविले आहे.

पुढील काळात जलसंपत्तीसाठी पाणलोटक्षेत्र विकास आणि स्थानिक जलसाधने विकसित करण्यावर भर द्यावा लागणार आहे. यातील गावाच्या शिवारातील पाण्याविषयीचे अधिकार व निर्णय तत्त्वत: ग्रामपंचायत-ग्रामसभांकडे आले आहेत. १०० हेक्टर सिंचनक्षेत्र असलेल्या छोट्या योजनांचा कारभार ग्रामपंचायतीकडे सोपवावा, अशी चितळे आयोगाची शिफारस आहे. या पाण्याचा वापर संपूर्ण गावासाठी होण्याच्या दृष्टीने सिंचन व्यवस्थापनात ग्रामपंचायतीचा सहभाग कसा राहणार, हा एक महत्त्वाचा प्रश्न आहे. त्यासाठी लोकसहभाग महत्त्वाचा ठरणार आहे.

पाणीवापर खरोखरच सहकारी तत्त्वावर चालवावयाचा असेल तर वरपासून-खालपर्यंत लोकांचे सामूहिक नियंत्रण हवे. याउलट, जर वर वितरणाची व्यवस्था कंपन्या किंवा कंत्राटदार यांच्या ताब्यात असेल, तर पाणीवापर संस्था या फक्त घाऊक ग्राहक व ठोक पाणी पुरवठादार बनतील. त्यासाठी 'सरकार, सार्वजनिक क्षेत्र, स्थानिक स्वराज्य संस्था, पाणीवापर संस्था आणि लोकचळवळी, स्वयंसंस्था' यांच्या सुसूत्र रचनेतून खरा लोकसहभाग कसा साकारावा, पाण्याच्या नियोजनासाठी याचा विचार करावा लागेल.

पिण्याचे पाणी व सिंचनाचे पाणी प्राधान्यक्रम

महाराष्ट्रात १८-५-२०११च्या शासन निर्णयानुसार सध्या पिण्यासाठी प्रथम, शेतीसाठी द्वितीय आणि शेवटी उद्योगासाठी असे प्राधान्य दिलेले आहे. राज्यात पिण्याचे पाणी आणि औद्योगिक क्षेत्रासाठी लागणारे पाणी यासाठी पाणी पुरवठा करणाऱ्या स्वतंत्र यंत्रणा निर्माण केलेल्या आहेत. या यंत्रणा सिंचन प्रकल्पातीलच पाणी घेत आहेत. त्यासाठी संबंधित विभागांची परवानगी घेऊन शासन पातळीवर मान्यता दिली जाते. परंतु, पिण्यासाठी आणि औद्योगिक वापरासाठी स्वतंत्र जलाशये निर्माण केलेली नाहीत. सध्याच्या पाणी टंचाईच्या वाढत्या समस्येमुळे आपल्याला अशी स्वतंत्र जलाशये निर्माण करावी लागतील. त्यासाठी आत्तापासून स्वतंत्र नियोजन करणे आवश्यक आहे. कारण हा कळीचा मुद्दा ठरू शकतो. त्यासाठी योग्य ती खबरदारी भविष्याच्या हितासाठी घ्यावी लागेल.

राज्य जलनीती कायदा - MMISF Act 2005 आणि MWRRA Act 2005

नवीन कायद्यात सिंचन व्यवस्थापनातील शासकीय यंत्रणेचा हस्तक्षेप कमी केला आहे. शेतकऱ्यांच्या हिताच्या अनेक तरतुदी नवीन कायद्यात केलेल्या आहेत. राज्य

जलनीतीची कायद्याची पुस्तके सर्वत्र उपलब्ध आहेत. मात्र, त्यातील महत्त्वाच्या तरतुदी पुढीलप्रमाणे -

१) कलम २.२ नुसार राज्यातील जलसंपत्तीच्या व्याख्येत सर्व प्रकारचे जल, भूपृष्ठीय अथवा भूजल आणि राज्यामधील सर्व पाणलोट क्षेत्र व जलधारणक्षम स्तर यांचा समावेश केलेला आहे.

२) कलम २.२.१ नुसार पाणी वापराची जबाबदारी त्यांच्या कायदेशीरदृष्ट्या मान्यताप्राप्त संघटनांद्वारे अथवा सेवा पुरवठादाराद्वारे वाढविण्यात येईल. त्यांना जलसंपत्ती नियोजन व विकासकार्यात परिणामकारकपणे सहभागी करून घेण्यात येईल.

३) कलम २.२.२ नुसार सिंचन व्यवस्थापनात शेतकऱ्यांचा सहभाग अनिवार्य केला पाहिजे आणि फक्त पाणी वापर संस्थांना घनमापन पद्धतीने पाणी पुरवठा करण्यात आला पाहिजे. पाणी वापर संस्थेच्याद्वारे सिंचन प्रणालीचे व्यवस्थापन केले जाईल. पाणी वापरसंस्था या वितरिका व प्रकल्पस्तरावर करून त्याचा महासंघ स्थापन करतील, हे महासंघ कालव्याचे, वितरिकांचे व सुविधांचे परिचालन व परिरक्षण करण्यास जबाबदार राहतील.

४) कलम २.२.४ नुसार ज्या ठिकाणी पेयजलाचे पर्यायी अथवा पुरेसे साधन उपलब्ध नसेल त्या ठिकाणी बहुउद्देशीय प्रकल्पात आवर्जून घरगुती पाण्याच्या घटकाचा अंतर्भाव केला जाईल. कोणत्याही उपलब्ध पाण्यात मानव व पशुधन यांच्या पेयजलाच्या गरजेस प्राधान्य देण्यात येईल.

५) कलम २.२.५ खासगी क्षेत्राचा सहभाग प्रत्येक नदीखोऱ्यात खासगी व वाणिज्यिक उद्योगाचा आणि त्यांना जलसुविधा पुरविण्याचा पूर्ण व प्रभावी सहभाग साधला जाईल.

६) कलम २.८ अवर्षण क्षेत्रात मृदबाष्प संवर्धन विषयक उपाययोजना करून, बाष्पीभवनामुळे होणारा पाण्याचा ऱ्हास कमी करून, तसेच शक्य तेथे अतिरिक्त असणाऱ्या भूपृष्ठीय जलाचे परिवहन करून, अवर्षणाची तीव्रता कमी करण्यात येईल. (शेततलाव, नाला सरळीकरण, पाझर तलाव, कोल्हापूर पद्धतीचे बंधारे इ. करून)

जल संपत्ती विकासाच्या योजना तयार करताना अवर्षण प्रवण क्षेत्राच्या गरजांना प्राधान्य देण्यात येईल. ठिबक व तुषार सिंचनासारख्या आधुनिक सिंचनाच्या पद्धतींना प्रोत्साहन देण्यात येईल.

सिंचन प्रकल्पाचे नियोजन व नियमन करताना आठमाही पीक पद्धतीचा अवलंब करण्यात येईल.

७) कलम २.९ नुसार अवर्षण प्रवणक्षेत्रामध्ये एकात्मिक पाणलोट क्षेत्र विकास कार्यक्रमाला प्रोत्साहन देण्यात येईल.

८) कलम ३.० नुसार राज्यातील जनतेला अधिकाधिक आर्थिक व सामाजिक लाभ देण्यासाठी, राज्यातील जलसंपत्तीचा वापर, तिचे संवर्धन आणि व्यवस्थापन करण्यात येईल.

९) कलम ३.२ नुसार जलसंपत्ती विकास प्रकल्प हे खोऱ्यातील सध्याचा व भविष्यातील गरजांचा विचार करून, बहुउद्देशीय प्रकल्प म्हणून खोरे/उपखोरे यातील एक विकास घटक म्हणून घेण्यात येईल.

१०) कलम ३.४ नुसार पाण्याच्या वापरासाठी ज्या खोऱ्यात पाण्याचे दुर्भिक्ष आहे अशा खोऱ्यात विपुलता असलेल्या इतर खोऱ्यातून पाणी वळविणे, भूजलाचे कृत्रिम पुनर्भरण करणे, पावसाच्या पाण्याचे संकलन यांसारख्या अपारंपारिक पद्धतींचा अवलंब करण्यात येईल.

११) कलम ४.१ नुसार पाण्याच्या हक्कासाठी एका सुनिश्चित अशा पारदर्शक व्यवस्थेची स्थापना करण्यात येईल. त्या व्यवस्थेमध्ये राज्याचे कोणतेही अभिकरण अथवा प्राधिकरण एकतर्फी बदल करू शकणार नाही.

१२) कलम ४.४ नुसार पाणी वापर करणाऱ्या सर्व संस्थांकडून त्यांना जलसेवा पुरविण्याचा समुच्चयित खर्च भरून काढण्यासाठी पाण्याचे शुल्क निर्धारित करणारी पारदर्शक व्यवस्था राज्य निर्माण करेल. मान्यता दिलेल्या जलशुल्क व्यवस्थेच्या आधारे निर्धारित केलेले पाण्याचे दर घनमापन तत्त्वावर आकारण्यात येतील.

राज्यजल नीती कायद्यात शेतकऱ्यांनी पाणी वापर संस्था स्थापन करून, त्या संस्थेद्वारे पाणी मागणी करण्याचे बंधनकारक केले आहे. पाणी वापर संस्थेला घनमापन पद्धतीने पाणी मोजून देणे बंधनकारक आहे. तसेच संस्थेच्या कार्यक्षेत्रातील लागवडीयोग्य क्षेत्राच्या प्रमाणात पाण्याची हक्कदारी देऊन, त्या प्रमाणात घनमापन पद्धतीने पाणी पुरविण्याची जबाबदारी शासन यंत्रणेवर दिलेली आहे. तसेच पाणीपट्टीची आकारणी वैयक्तिक शेतकऱ्यांना करण्याऐवजी पाणी वापर संस्थेस घनमापन पद्धतीने पुरविलेल्या पाण्यावर केली जाणार आहे. घनमापन पद्धतीने पाणी मोजून दिल्यानंतर त्या मर्यादेमध्ये कोणतीही पिके घेण्याचे स्वातंत्र्य लाभधारकांना दिलेले आहे. सिंचन व्यवस्थापनातील शासन यंत्रणेचा हस्तक्षेप कमी केलेला आहे. शेतकऱ्यांच्या हिताच्या अनेक तरतुदी या नवीन कायद्यात केलेल्या आहेत.

४.१३ : महाराष्ट्र सिंचन पद्धतीचे शेतकऱ्यांकडून व्यवस्थापन कायदा २००५ (Maharashtra Management of Irrigation System by Farmer Act 2005) (MMISF Act 2005)

शेतकऱ्यांना सिंचन व्यवस्थापनात सहभागी करून घेण्यासाठी सिंचन व शेती ही संकल्पना पुढे आली. शेतकऱ्यांना सिंचन व्यवस्थापनात सहभागी करून घेण्याची शासनाची भूमिका अधिक मूर्त स्वरूपात आणण्यासाठी व कच्छ भागातील शेतकऱ्यांना हक्काच्या पाण्याची शाश्वती देण्यासाठी महाराष्ट्र सिंचन पद्धतीचे शेतकऱ्यांकडून व्यवस्थापन कायदा २००५ हा मे २००५ पासून लागू करण्यात आला आहे. या कायद्यानुसार पारंपरिक सिंचन पद्धतीवर निर्बंध आलेले आहेत. नवीन कायद्यानुसार वैयक्तिक शेतकऱ्याला थेट पाणी देता येणार नाही तर फक्त पाणी वापर संस्थेलाच घनमापन पद्धतीने पाणी उपलब्ध करून दिले जाईल. पाणी वापर संस्थेस त्यांच्या हक्कानुसार घनमापन पद्धतीने पाणी पुरविण्याची जबाबदारी शासनयंत्रणेवर असून, वैयक्तिक शेतकऱ्यांना त्यांच्या हक्काचे पाणी समन्यायी पद्धतीने पुरविण्याची जबाबदारी पाणी वापर संस्थेवर सोपविलेली आहे.

नवीन कायद्यानुसार पाणी वापर संस्थेची नोंदणी करण्याचे अधिकार कार्यकारी अभियंत्यांना दिले आहेत. त्यामुळे पाणी वापर संस्था स्थापन करणे सोयीचे झाले आहे. या नवीन कायद्याची पुस्तके सर्वत्र उपलब्ध आहेत. परंतु, त्यातील काही बाबी पुढील प्रमाणे -

१) कलम ४ (२) नुसार पाण्याचा जास्तीत जास्त वापर होण्यासाठी ठिबक व तुषार सिंचन पद्धती सुरू करणे, भूजलाचा उपयोग सुरू करण्यासाठी शेतातील शेततळी आणि सामुदायिक प्रकल्पांचा विकास करणे. संस्थेच्या लाभक्षेत्रातील शेती उत्पन्नाचे पणन व त्यावर प्रक्रिया करणे, दुग्ध व्यवसाय व मत्स्य व्यवसायासारखे जोडधंदे तसेच सिंचन व शेतीच्या बाबतीत लाभक्षेत्रातील शेतकऱ्यांच्या हिताच्या कोणत्याही कार्यक्रमात संस्थेस सहभागी होता येईल.

२) कलम ५ नुसार पाणी वापर संस्था घटित करण्याच्या प्रयोजनार्थ, सिंचन पद्धतीचे शेतकऱ्यांकडून व्यवस्थापन व्हावयाच्या क्षेत्रातील, सिंचन प्रकल्पाच्या लाभक्षेत्राचा आराखडा निश्चित करता येईल. तसेच पाणी वापर संस्थांच्या सीमांमध्ये वेळोवेळी बदल करता येतील.

३) कलम ६ (१) नुसार कार्यकारी अभियंता या पदाच्या दर्जापेक्षा कमी दर्जा नसलेल्या कालवा अधिकाऱ्यास, सिंचन योग्य लाभक्षेत्राखालील जमिनीमध्ये, लघुवितरिका स्तरावरील पाणी वापर संस्थांच्या लाभक्षेत्राची निश्चिती करता येईल. अशा क्षेत्रास लघुवितरिका स्तरावरील पाणी वापर संस्थेचे कार्यक्षेत्र म्हणून घोषित करता येईल.

४) कलम ९ (१) ते (९) यामध्ये पाणी वापर संस्थेच्या व्यवस्थापन समितीची रचना, निवडणूक प्रक्रिया व नियुक्तीबाबत तरतुदी दिला आहेत.

५) कलम २३ (१) व २ नुसार पाणी वापरसंस्थेला पाणी मोजून देण्यासाठी, पाणी पुरवठ्याच्या जागी कालव्यावर योग्य मोजणी करणारे साधन अथवा साधने पुरविण्याचे व ती योग्य काम करीत असल्याबद्दल वेळोवेळी खात्री करून घेण्याची जबाबदारी कालवा अधिकाऱ्यावर राहील.

६) कलम ४५ नुसार पाणी वापर संस्थेला अनुज्ञेय हक्काच्या पाण्याच्या प्रमाणात अथवा यथास्थिती, देय पाण्याच्या प्रमाणात वेगवेगळी पिके घेण्याचे स्वातंत्र्य असेल.

७) कलम ३९ (१) नुसार प्रत्येक उपसा सिंचन योजनेसाठी पाणी वापर संस्था स्थापन करण्यात येईल.

८) कलम ४६ नुसार उपसासिंचन पाणी वापर संस्थांना मुख्य कालव्यातून पाण्याचा थेट उपसा करता येणार नाही. उपसा सिंचन पाणी वापर संस्थांनी स्वत:च्या खर्चाने बांधलेल्या अंतर्ग्रहण विहिरीत गोळा करून ते पाणी तेथून योजना करून, प्रवाही पद्धतीने त्या उपसा सिंचन पाणी वापर संस्थांना उपलब्ध करून देण्यात येईल.

९) कलम ४७ (१) नुसार उपसा सिंचन पाणी वापर संस्था प्रवाहाचे मोजमाप करण्यासाठी प्रमाणित जलमापकाची (वॉटर मीटर) स्वत:च्या खर्चाने तरतूद करतील, ते बसवतील व त्यांची देखभाल करतील. त्याचे अंशमापन करतील परंतु पाण्याचा उपसा करण्याच्या प्रत्येक साधनासाठी स्वतंत्र जलमापक असेल.

१०) कलम ४९ नुसार समुचित प्राधिकरण उपसा सिंचन पाणी वापर संस्थांसाठी घनमापन पद्धतीने स्वतंत्र पाण्याचा दर निश्चित करील.

मूल्यमापन :

सद्य:स्थितीत जलनीतीला अकरा वर्षं झालेली आहेत; तर महाराष्ट्र जलसंपत्ती नियम प्राधिकरण कायदा आणि महाराष्ट्र सिंचन पद्धतीचे शेतकऱ्यांकडून व्यवस्थापन कायदा हे दोन्ही कायदे २००५मध्ये लागू करण्यात आले. मात्र, त्यातील महत्त्वाच्या तरतुदींची अंमलबजावणी झालेली नाही, त्यामुळे या कायद्याचा उद्देश सफल झालेला दिसून येत नाही. बहुतांश सिंचन प्रकल्पावर १९७६च्या सिंचन अधिनियमानुसारच पारंपरिक पद्धतीने सिंचन व्यवस्था चालू असल्याचे दिसून येते. नवीन सिंचन कायद्यात पाणी वापरणाऱ्यांच्या हितासाठी अनेक तरतुदी केलेल्या आहेत. जसे पाण्याचे हक्क, पिकाचे स्वातंत्र्य, शेवटच्या भागातील शेतकऱ्यांना पाण्याची हमी, समन्यायी पाणी वाटप, शासकीय हस्तक्षेप कमी घनमापन पद्धतीने पाण्याचा पुरवठा, सूक्ष्म सिंचन पद्धतीचा

पुरस्कार आणि अवर्षण प्रवण क्षेत्रासाठी ठोस आणि पाण्याचा एकात्मिक पद्धतीने वापर इ.चा समावेश केलेला आहे. याची अंमलबजावणी झाल्यास राज्यातील सिंचनास नवी दिशा मिळू शकेल. त्यासाठी पाणी वापर संस्थांनी आणि लाभधारकांनी पुढाकार घेतला पाहिजे, त्यामुळे पाणी वापर संस्थांची जबाबदारी वाढणार आहे. सिंचनक्षेत्र मोजणे, पाणीपट्टी वसूल करणे, पाणीपट्टी आकारणे इ. कामे पाणी वापर संस्थेला करावी लागणार आहेत. गेल्या १० वर्षांत या कायद्यांची अंमलबजावणी होण्यासाठी प्रशासन आणि लाभधारक यांपैकी कोणाकडून आग्रहाची भूमिका मांडली गेली नाही. या कायद्याबाबत अनेक लोक अनभिज्ञ आहेत. तसेच याबाबत उदासीनता दिसून येते.

नवीन कायद्यात सूक्ष्मपद्धतीने पिकांना पाणी देण्यासाठी दररोज गरजेनुसार पाणी पुरवावे लागते. सध्या वितरण व्यवस्थेतून दररोज पाणी पुरवठा करणे शक्य होत नाही. या अडचणीचा विचार करून योग्य ते बदल करणे आवश्यक आहे. नवीन कायद्यातील तरतुदींची अंमलबजावणी करण्यासाठी महाराष्ट्र जलसुधार प्रकल्पांतर्गत MWSIP असलेल्या २८३ प्रकल्पांवर पथदर्शी म्हणून राबबिला जात आहे. जुन्या प्रकल्पांवर २००६ पासून राबविला जातो. मात्र, राज्यातील सर्व प्रकल्पांवर राबविणे गरजेचे आहे.

राज्यात सिंचनाबाबत नवीन कायद्याबाबत जागृती होणे आवश्यक आहे तसेच यातील तरतुदी वास्तववादी व व्यवहार्य करण्यासाठी मोठे प्रयत्न होणे आवश्यक आहे. पाणी वापर संस्था स्थापन करण्यात समाजाचा एकोपा महत्त्वाचा असतो. सध्या सामाजिक अस्थिरतेत व राजकारणामुळे अशा संस्थांना अडचणी येत आहेत.

४.१४ : जलसंपदा विभाग - व्यवस्थापन

सिंचनक्षमतेत सर्वांत अधिक भाग जलसंपदा विभागाच्या योजनांचा आहे. त्यासाठी त्या खात्याची वाढही मोठ्या प्रमाणात झालेली आहे. महाराष्ट्रात पाटबंधारे प्रकल्पांचे अन्वेषण/बांधकाम आणि परिचालन/व्यवस्थापन यासाठी खालीलप्रमाणे आस्थापना कार्यरत आहे.

तक्ता क्र. ४.८ : पाटबंधारे विभागाचे व्यवस्थापन

क्र.	आस्थापना	संख्या	नियंत्रण अधिकारी
१)	प्रादेशिक कार्यालये	११	मुख्य अभियंता
२)	मंडळ कार्यालये	५६	अधीक्षक अभियंता
३)	विभागीय कार्यालये	२९२	कार्यकारी अभियंता
४)	उपविभागीय कार्यालये	२१००	उपविभागीय अभियंता

जलसंपदा विभाग

या क्षेत्रीय कार्यालयावर नियंत्रण ठेवण्यासाठी व साहाय्य करण्यासाठी मंत्रालयीन जलसंपदा पाटबंधारे विभाग खोरेनिहाय पाटबंधारे विकास महामंडळे आणि महाराष्ट्र अभियांत्रिकी संशोधन संस्था (MERI), मध्यवर्ती संकल्पचित्र संघटना (CDO), जल व भूमी व्यवस्थापन संस्था (WALMI), व पाटबंधारे संशोधन व विकास संचालनालय (DIRD) यांसारख्या आस्थापना स्वतंत्रपणे कार्यरत आहेत. याशिवाय जिल्हा परिषदा, लहान पाटबंधारे योजनांचे बांधकाम व व्यवस्थापन मदत करतात. त्यासाठी त्यांच्याकडे सिंचनासाठी व पाण्याच्या इतर विकासासाठी एक एक सिंचन विभाग कार्यकारी अभियंत्याच्या आधिपत्याखाली कार्यरत आहे. रोजगार हमी योजनेमार्फत बांधल्या जाणाऱ्या पाझर तलाव आणि गावतळ्यांच्या प्रशासकीय मंजुरीचे अधिकार महसूल खात्याकडे असून, पिण्याच्या पाण्याचे आरक्षण पाटबंधारे खात्याच्या नियंत्रणाखालील तलावामधून जिल्हाधिकारीच करतात. याशिवाय केवळ पिण्याच्या पाण्यासाठी किंवा औद्योगिक गरजा भागविण्यासाठी बांधलेल्या तलावातील पाण्याचे नियंत्रण महाराष्ट्र जीवन प्राधिकरण, महाराष्ट्र औद्योगिक महामंडळ, महानगरपालिका किंवा महाराष्ट्र विद्युत मंडळ, टाटा विद्युत कंपनी यांसारख्या संस्था करतात. पाणलोटक्षेत्र विकासाची कामे ग्रामीण विकास व जलसंधारण विभागातर्फे हाताळली जात आहेत व भूजल विकासकामांचे नियोजन व नियंत्रण भूजल यंत्रणेद्वारे स्वतंत्रपणे होत आहे.

अशा प्रकारे नवीन तलाव/पाणीसाठे निर्मितीसाठी मंजुरी देण्याचे व त्यातील पाण्यावर नियंत्रण ठेवण्याचे किंवा भूजल पुनर्भरणाचे व वापराचे अधिकार महाराष्ट्रात विविध खात्यांच्या अधिकाऱ्यांत व संस्थांत विभागले गेले आहेत. मात्र, त्यांच्यातील परस्पर समन्वयाचा अभाव प्रकर्षाने जाणवतो. नवीन कामांना प्रशासकीय व तांत्रिक मान्यता देण्याचे अधिकार पण महाराष्ट्रात इतस्तत: विखुरलेले आढळतात. काही कामांना जिल्हा परिषदा, तर काही कामांना जिल्हाधिकारी आणि महसूल आयुक्त प्रशासकीय मान्यता देतात.

याशिवाय नदीपात्रातून पाणीउपसा करण्यासाठी परवानगी देण्याच्या अधिकाराचा वापर सिंचन अथवा अन्य प्रकल्पांमुळे अधिसूचित केलेल्या क्षेत्रात पाटबंधारे खाते, तर उर्वरित इतर ठिकाणी महसूल खाते करीत असते. पाण्याच्या एकत्रित सिंचनासाठी सर्व विभागांचा समन्वय असणे आवश्यक आहे; कारण सिंचनाचा विकास सर्वांचेच ध्येय आहे; परंतु, कोण, कोठे व कसे काम करते, इतर विभाग कोणत्या योजना हाती घेतात, हे एकत्रितरीत्या नियोजनासाठी आवश्यक आहे. त्यासाठी सर्वांच्याच नियंत्रणासाठी स्वतंत्र नियंत्रण विभाग समन्वयासाठी असणे आवश्यक वाटते.

सिंचनक्षमता

सिंचनक्षमता म्हणजे (Irrigation Potential) सिंचनाखाली येऊ शकणारे वार्षिक सरासरी पीकक्षेत्र. यात हंगामी तसेच दुहंगामी व बारमाही पिकांचे क्षेत्र वर्षातून एकदाच मोजले जाते व या तिन्हींची एकत्रित बेरीज सिंचनक्षमता म्हणून सांगितली जाते. अशी ही बेरीज बहुतेक वेळा सिंचित भूक्षेत्रापेक्षा जास्त भरते; कारण एकाच भूखंडावर पाठोपाठ हंगामी/दुहंगामी पिके घेतली गेली तर भूक्षेत्र तेवढेच राहिले तरी 'पीकक्षेत्रा'ची मोजणी दोनदा होऊन त्याची बेरीज भूक्षेत्रापेक्षा जास्त होते.

सिंचनाच्या क्षेत्राचा विचार करताना सिंचनक्षमतेचा विचार करावा लागतो. त्याचा उपयोग सिंचनाखालील क्षेत्र निश्चित करण्यासाठी होतो.

४.१५ : पाणलोटक्षेत्र विकास आणि जलसंधारण

भूजलाचा विचार करताना, कालव्याच्या लाभक्षेत्राबाहेरील क्षेत्राचा विचार करताना, एकात्मिक पाणलोटक्षेत्र विकासातील कामे सिंचनासाठी महत्त्वाची ठरतात. विशेषत: अवर्षणप्रवण भागासाठी १९८३ नंतर पाणलोट आधारित कामांना सुरुवात झाली. मात्र, ही कामे एकत्रित न होता विसकळीत स्वरूपात झाली. त्यामुळे त्याचा म्हणावा तसा परिणाम दिसून आला नाही. त्यानंतर शासनाने १९९२ साली जलसंधारण विभाग स्थापन केला, या संदर्भातील माहिती प्रकरण ६ मध्ये दिलेली आहे.

४.१६ : भूजल विकास

महाराष्ट्रातील भूशास्त्रीय रचना लक्षात घेऊन त्याप्रमाणे आवश्यक तो भूजलविकास तसेच त्याचे नियोजन करण्याचे प्रयत्न थोडेफार झाले; परंतु, महाराष्ट्रातील विशेषत: दख्खन प्रदेशातील भूजलाचा मर्यादित साठा गेल्या तीस-पस्तीस वर्षांतील भरमसाट उपशामुळे कमी झालेला आहे. भूजल साठा वाढविण्यासाठी बांधबंदिस्ती, पाझर तलाव हे नेहमीचे प्रयत्न महाराष्ट्रात पुरेसे झालेले नाहीत. त्यासाठी पाणलोटक्षेत्र विकास; जलसंधारण, तसेच पाटबंधारे योजनांचा झपाट्याने विकास करण्याची गरज आहे. १९९९मध्ये २१ लक्ष हेक्टर इतकी जमीन विहिरीच्या पाण्याखाली भिजत होती. राज्याला भूपृष्ठीय १६४ अब्ज घनमीटर आणि भूजल २०.५ घनमीटर पाणी मिळते. राज्यात पडलेल्या पावसापैकी १५ ते २० टक्के पाणी जमिनीत मुरते. ३० ते ३५ टक्के पाणी जमिनीवरून वाहून जाते.

२००९-१०मध्ये विहिरीवरील ८.८७ लाख हेक्टर इतके सिंचन क्षेत्र होते. भूजलविकासाला महत्त्व देऊन नियोजनात्मक रीतीने विकास साधणे, त्यासाठी विविध मार्गांचा अवलंब करावा लागेल. त्याचबरोबर भूजलउपशाबाबत काहीएक नियोजन आणि

नियंत्रण करण्याची गरज आहे. अशा एकंदर नियोजनाद्वारे भूजल सिंचनाखाली आणखी जमीन आणणे शक्य आहे.

महाराष्ट्राची सिंचनव्यवस्था ही उत्तर किंवा दक्षिण भारताच्या सिंचनव्यवस्थेसारखी साधी व सरळ नसून, ती फार गुंतागुंतीची आहे. कारण महाराष्ट्रातील उंचसखल भूभाग, लाभ क्षेत्रातील पिकांची विविधता, पिकांच्या पेरणीच्या विविध वेळा, लाभक्षेत्रातील जमिनीचे विविध प्रकार, पर्जन्यमानातील वेग, लाभक्षेत्रातील विविध ठिकाणच्या जमिनींची पाणी धरून ठेवण्याची वेगवेगळी क्षमता व एकाच प्रकारच्या जमिनीतून पाणी शोषून घेण्याची पिकांची वेगवेगळी क्षमता, यामुळे एकाच प्रकारच्या जमिनीत वेगवेगळ्या पिकांकरिता लागणाऱ्या पाण्याच्या आवर्तनाचा कालावधी वेगवेगळा असतो व पाण्याची लागणारी मात्रा निरनिराळी असते. या सर्व बाबी विचारात घेऊन, त्याचा योग्य तो समन्वय साधून सिंचन व्यवस्थापन बसवावे लागते. वहनव्यवस्थेची क्षमता ठरविताना संकलित पीकरचना, आवर्तनाचा कालावधी व पिकांची पाण्याची गरज या गोष्टी लक्षात घ्याव्या लागतात. या साऱ्या गोष्टींचा विचार करता सिंचनविकासासाठी विविध बाबींचा विचार करूनच वाटचाल करणे फायदेशीर ठरू शकते. त्यासाठी सतत दूरदृष्टी ठेवून, योग्य पद्धतीचा अवलंब करून, सिंचित क्षेत्र वाढवणे गरजेचे वाटते.

४.१७ : खासगीकरण

सन १९९१-९२ पासून केंद्र सरकारने सुरू केलेल्या खासगीकरणातील मोहिमेनुसार राज्य शासनाद्वारे हाती घेण्यात येत असलेले अनेक उपक्रम खासगी भांडवल गुंतवणुकीसाठी उपलब्ध करून देण्यास सुरुवात झाली आहे. या धोरणाला अनुसरून पाटबंधारे प्रकल्प गुंतवणुकदारांना उपलब्ध करून देण्याचा प्रस्ताव शासनाने विचारात घेतला आहे.

विभागामार्फत पाणलोटाची कामे सुरू केली. शासन, स्वयंसेवी संस्थांचे योगदान चांगल्या स्वरूपाचे मिळत आहे. पाणलोटक्षेत्र कामामुळे १३% अतिरिक्त क्षेत्र सिंचनाखाली येईल, असे चितळे आयोगाने म्हटले आहे. पाणलोटक्षेत्रांसंबंधी अधिक माहिती पुढील पाणलोटक्षेत्र विकास आणि जलसंधारण या प्रकरण ६ मध्ये दिली आहे. पाणलोटातील कामे झाल्यानंतर २५% क्षेत्र अधिक सिंचनाखाली येते, हे अनेक गावांतील संशोधनांमधून दिसून आले आहे.

१९८० नंतरच्या कालखंडात धरणे/प्रकल्प बांधकामांबरोबरच सिंचन व्यवस्थापनेच्या सुधारणांवर भर देण्याचा प्रयत्न झाला. पूर्ण झालेल्या प्रकल्पांची देखभाल, दुरुस्ती व पाण्याच्या सुयोग्य वापराचा विचार पुढे आला. राज्याच्या वेगवगेळ्या भागांमध्ये, शेतकऱ्यांमध्ये पाण्याच्या अग्रहक्काबद्दलची जागृती निर्माण झाली. याचबरोबर पिण्याच्या व उद्योगधंद्यांसारख्या बिगरसिंचन वापरासाठी मोठ्या प्रमाणावर पाण्याची मागणी पुढे

आली. सिंचनक्षमता कमी होण्याची काही कारणे म्हणजे खरीप हंगामातील अपुरा वापर, पीकरचनेतील बदल, धरणस्थळी येण्यातील घट, बिगरसिंचनासाठी वापर, कालवा व वितरणव्यवस्थेची अपुरी देखभाल व दुरुस्ती, शेतीचे तुकडे; रानबांधणी न करणे इ. सांगता येतील.

पाणीवापर संस्था

शासनाच्या अलीकडच्या धोरणानुसार सिंचनव्यवस्थेत पाणीवापर संस्थांचा सहभाग घेण्यात येत आहे. गती मात्र मंद आहे. शेतकरी पुढे येत नाहीत. १९९९मध्ये कार्यरत पाणीवापर संस्था २०६ असून, या पाणीवापर संस्थांना हस्तांतरित झालेले क्षेत्र ७८३५६ हेक्टर इतके होते, तर नोंदणी झालेल्या संस्था २५० होत्या. आज महाराष्ट्रात २९२० पाणीवापर संस्था असून, त्याखाली ११४१.३९ हजार हेक्टर जमीन येते. पाणी वापर संस्था स्थापण्यासाठी शेतकऱ्यांनी पुढे येणे आवश्यक असून, त्यासाठी शासनाने जनजागृती करणे महत्त्वाचे ठरते.

पाणलोटक्षेत्र विकास कार्यक्रमाची आवश्यकता व उपयुक्तता

गेल्या सुमारे १०० वर्षांत दरवर्षी पडलेल्या पावसाची आकडेवारी अभ्यासली असता असे दिसून येते की, सध्याच्या काळातही पूर्वीप्रमाणेच व पूर्वीइतकाच पाऊस पडतो. मात्र, अनेकांच्या बोलण्यातून असे येते की, 'अलीकडील काळात पावसाचे प्रमाण कमी होत चालले आहे. पूर्वी भरपूर पाऊस पडत होता.'

एखाद्या भागात नेहमी सरासरीपेक्षा अनेक वर्षे कमी पाऊस पूर्वीसुद्धा पडत होता. त्याचवेळी अन्य भागात नेहमीच्या सरासरीपेक्षा अधिक पाऊस पडत असे. त्यामुळे पूर्वीच्या काळातसुद्धा दुष्काळ पडत होता. कमी पाऊस पडलेल्या भागात पुढील वर्षी नेहमीपेक्षा अधिक पाऊस पडत असे. असाच प्रकार सध्याही घडतो. त्यामुळे अलीकडच्या काळात पावसाचे प्रमाण कमी झाले आहे, असे म्हणता येत नाही.

अवर्षणप्रवण भागातील पाण्याचा प्रश्न सोडविण्यासाठी जेथे पाण्याची उपलब्धता अधिक आहे, त्या भागातील पाणी कालव्याद्वारे अवर्षणप्रवण भागात आणले पाहिजे. मात्र, नैसर्गिक कारणांमुळे काही भागात पाणी आणणे शक्य नाही. अशा परिस्थितीत अवर्षणप्रवण भागात जो काही थोडाफार पाऊस पडतो, त्याचे पाणी अडवून जमिनीत मुरविणे हा प्रभावी व परिणामकारक उपाय आहे. त्यासाठी 'पाणलोटक्षेत्र विकास' कार्यक्रम राबविणे आवश्यक आहे.

सुमारे २.५ सें.मी. मातीचा थर तयार होण्यास १००० वर्षे लागतात, असे तज्ज्ञांचे मत आहे.

जमिनीची धूप होण्याची कारणे

१) जमिनीचा तीव्र उतार
२) जोराचा पाऊस
३) शेतातील बांधबंदिस्ती व देखभालीकडे होणारे दुर्लक्ष
४) पुरामुळे नदीच्या पात्रात होणारा बदल
५) पावसाळ्यात डोंगर, कडे व दरडी कोसळणे
६) वादळी वारा
७) शेती मशागत करण्याच्या अयोग्य पद्धती
८) जंगलतोड व अनिर्बंध चराई इ.

धूप होण्याचे दुष्परिणाम

१) मातीचे सूक्ष्म कण वाहून गेल्यामुळे जमिनीची पाणी धारण करण्याची क्षमता कमी होते.
२) धूप होण्यामुळे जमिनीच्या वरच्या थरातील माती त्यामधील पिकांच्या वाढीसाठी आवश्यक असलेल्या अन्नद्रव्यांसह वाहून जाते. त्यामुळे उत्पादकतेवर अनिष्ट परिणाम होतो.
३) तलाव, धरणे यामध्ये गाळ साचल्याने त्यांची पाणी साठवण्याची क्षमता कमी होते; त्यांचे आयुर्मान घटते.

खासगी भांडवल गुंतवणुकदारांना आकर्षक वाटतील अशा अनेक सवलती उदा. प्रकल्प विस्थापितांच्या पुनर्वसनाचे प्रश्न शासनाने ताबडतोब सोडवून व भूसंपादन करून, प्रकल्पासाठी मुक्त जागा उपलब्ध करून देणे, जलाशयात मत्स्यव्यवसाय व जलक्रीडेस (Water Sports) परवानगी देणे, प्रकल्पाच्या जवळ पर्यटन व हॉटेल, हॉटेलच्या व्यवसायासाठी १० हेक्टरपर्यंत जागा दीर्घ मुदतीच्या भाडेपट्ट्याने उपलब्ध करून देणे, प्रकल्पावर प्रासंगिक जलविद्युत प्रकल्पाला (Incidential Power) मान्यता देणे, धरणातील पाणीसाठ्याचा औद्योगिक वापर करण्यास परवानगी देणे इ. अशा अतिशय आकर्षक अटी अंतर्भूत करून, जाहीर निविदा बोलावून, गुंतवणुकदारांना निर्यंत्रित करण्यात आले. त्याच्या बदल्यात त्यांनी स्पर्धात्मक निविदा सादर करून, धरणाच्या विमोचकापाशी सिंचनासाठी पाणीपुरवठ्याची दरनिश्चिती करण्याचे ठरले. पुढील वितरणव्यवस्था शासनातर्फे करण्याचे नियोजित होते, त्यासाठी कोकणातील सुंगडेवाडी (कर्जत-रायगड) व अंबोली (अलिबाग) हे दोन बृहत् लघुपाटबंधारे प्रकल्प प्रायोगिक तत्त्वावर घेण्यात आले होते; परंतु, या प्रयोगाचे फलित जवळजवळ शून्य असल्याचे निदर्शनास आले आहे. त्याचे प्रमुख कारण म्हणजे खासगी भांडवल गुंतवण्याचा विचार करताना त्या

भांडवलावर किमान आर्थिक परतावा अपेक्षित असतो. त्या दृष्टीने विचार केल्यास शासनाने निर्धारित केलेल्या सिंचन पाणीपट्टीच्या तुलनेत गुंतवणुकदाराने करावयाच्या पाणीपुरवठ्याचा येणारा प्रति घनमीटर खर्च कितीतरी पटीने अधिक संभवतो. नगदी पिके घेणाऱ्या शेतकऱ्यांशिवाय इतर कोणत्याही सामान्य शेतकऱ्याला या दराने पाणी घेणे शक्य होणार नाही. थोडक्यात म्हणजे, अर्थसाहाय्य अंतर्भूत असलेल्या पाणीपट्टीच्या दराने सिंचन पाणीपुरवठा करणारे पाटबंधारे प्रकल्प हे शासनातर्फेच राबविले जाणे आवश्यक ठरते. त्याचप्रमाणे पाण्याच्या खासगीकरणाला राज्यातील पाणीपरिषदेचा विरोध आहे; कारण पाणी ही नैसर्गिक संपत्ती आहे व तिचे समान व न्याय्य वाटप झाले पाहिजे. तसे न झाल्यास तो सामाजिक गुन्हा आहे, असे परिषदेचे मत आहे.

सध्या अनेक बहुराष्ट्रीय कंपन्या पाण्याच्या वापरात गुंतलेल्या आहेत. या कंपन्या देशादेशातील जलस्रोत विकत घेऊन पैसे मिळवत आहेत. भारतात खासगीकरणाची उदाहरणे पाहता खासगीकरणाद्वारे पाणीपुरवठ्याला विरोधाचीच भावना दिसते.

छत्तीसगडच्या शिवनाथ नदीच्या ४० कि.मी. लांबीवरील पाण्याचा एका खासगी कंपनीने ताबा घेतला असून, लोकांना या परिसरात येण्यास, पाणी वापरण्यास, मासेमारी करण्यास बंदी घातली आहे. असे खासगीकरणाचे नमुने लोकांना सावध करीत आहेत. खासगीकरणास जलनीतीत बदल करणे, हेही एक कारण आहे. 'सर्वांसाठी पाणी, गरिबांसाठी पाणी, असे म्हणत असताना खासगीकरणामुळे पिण्याच्या पाण्याचा प्रश्न सुटेल का, हा प्रश्न निर्माण होतो. 'जलस्वराज्य' पिण्याच्या पाण्यासाठी व 'जलसेवासुधार' हा सिंचन क्षेत्राच्या सुधारणेसाठी प्रकल्प आला आहे. सिंचन सुविधा निर्माण होण्यासाठी बहुराष्ट्रीय अथवा स्वदेशी कंपन्यांनी सिंचनासाठी पैसे गुंतवावेत व त्याद्वारे शेतीचा विकास हा त्यामागील हेतू असला तरी पाण्याचे खासगीकरण महाराष्ट्रात कितपत साध्य होईल, हे काळच ठरवेल, असे वाटते.

खासगीकरणासाठी १९९० पासून जागतिक बँकेने अर्जेंटिना, चिली, मेक्सिको, मलेशिया, नायजेरिया अशा अनेक देशांमध्ये दबाव आणायला सुरुवात केली. त्यासाठी बहुराष्ट्रीय कंपन्यांना साहाय्य व हमी मिळवून देण्याचे धोरणही जागतिक बँकेने ठेवले आहे. उदा. चिली या देशास कर्ज देताना जागतिक बँकेने अट घातली की, पाणीपुरवठा सेवा ही सुएझलिऑनेज या पाणी कंपनीकडे सोपवावी व तिला ३३% नफ्याची हमी द्यावी. जगभर आणि भारतात जलनीती आणि कायदे यांच्या माध्यमातून पाण्याचे खासगीकरण आणि मोठे जलसाठे घाऊक भाडेपट्टीने देणे याविषयी अनेक तरतुदी पुढे रेटल्या जात आहेत. भारतात महाराष्ट्र, आंध्र, कर्नाटक, राजस्थान, तमिळनाडू या राज्यांतील ३० ठिकाणी असे 'सहयोग करार' आकार घेत आहेत. भारतीय उपखंडात जागतिक बँकेने जी विकासकर्जे दिली आहेत, त्यांपैकी २०% पाण्यासंदर्भात आहेत. महाराष्ट्र

सरकारला जागतिक बँकेने 'जलसेवा सुधार' योजनेसाठी मंजूर केलेले १५०० कोटी रुपयांचे कर्ज हे याचाच भाग होता. या कर्जापोटी महाराष्ट्र सरकारने त्यांच्या धोरणात व विविध कायद्यांत खासगीकरण सुकर करण्यासाठी बदल करावेत अशा अटी आहेत. हीच पद्धत जगभर राबवली जात आहे. आधी पाणीपुरवठा सेवा सुधारण्यासाठी कर्ज द्यायचे आणि मग सुधारित योजना खासगी कंपन्यांकडे सोपवणे बंधनकारक करायचे, ही जागतिक बँकेची नीती दिसून येते.

आता आंतरराष्ट्रीय नाणेनिधीचे पाण्याच्या संदर्भात इ.स. २००० मध्ये कर्जे दिलेल्या ४० देशांचा विचार करता त्यातील १२ देशांना पाणी खासगीकरणाची किंवा 'पूर्ण खर्च वसुली'चे तत्त्व लागू करण्याची अट होती. यामध्ये अंगोला, बेनिन, गिनी बिसॉ, नायजर, रवांडा, टांझानिया यांसारखे छोटे देश होते. कर्जे देताना 'दारिद्र्यनिवारण व विकास सुविधा' या योजनेखाली कर्जे दिली. येत्या काळात स्थानिक, प्रादेशिक व राष्ट्रीय कायदे आणि घटनात्मक तरतुदी या निरर्थक ठरतील आणि पाण्याचे व्यवहार हेही व्यापारी करारातून नियंत्रित केले जातील, हे स्पष्ट आहे.

खासगीकरणामुळे लोकांचा पाण्याचा हक्क तर उखडला जातो; पण त्याचबरोबर त्यांच्या रोजगारावरही धाड येते. जगभर सार्वजनिक क्षेत्रात साधारणत: १००० नळ कनेक्शनमागे ५ ते १० कर्मचारी असतात; पण खासगी कंपन्या हे प्रमाण २ ते ३ वर आणतात, याला ते 'कार्यक्षमता वाढवणे' असे म्हणतात. ब्रिटनमधील खासगीकरणानंतर पाणी कंपन्यांच्या ५ वर्षांच्या हिशेबाची तपासणी केल्यावर असे आढळून आले की, पाणी कंपन्यांचा नफा त्याच्या मुख्य पालक कंपन्या (पॅरेन्ट कंपनी) स्वत:च्या भागधारकांना सढळपणे लाभांश देण्यासाठी आणि नव्या कंपन्या विकत घेण्याच्या सट्टेबाजीसाठी वापरत होत्या. एवढेच नाही तर, शिल्लक पुन्हा मूळ पाणी कंपनीलाच कर्ज म्हणून देत होत्या! एकंदर जगभरात एका बाजूला मक्तेदारी निर्माण होतानाच दुसऱ्या बाजूने जनता या आक्रमणाला प्रत्युत्तर देताना दिसून येते. १९९६मध्ये अर्जेंटिना, १९९८मध्ये जर्मनी, २०००मध्ये अमेरिका, मॉरिशस, जर्मनी येथे पाणीसेवेच्या खासगीकरणाचे प्रस्ताव धुडकावले गेले किंवा खासगी प्रकल्प रद्द करावे लागले. पनामामध्ये १९९९ साली निवडणुकीत लोकांनी राष्ट्राध्यक्षांचा पराभव केला, त्याचे कारण म्हणजे ते पाण्याच्या खासगीकरणाची बाजू घेत होते. पोलंडमध्ये लोझ शहराच्या नगरपालिका निवडणुकीत १९९४ साली लोकांनी सत्ताधारी पक्षाचा पराभव केला; कारण त्याने पाणी खासगीकरणाचा प्रस्ताव मांडला होता.

याच काळात महाराष्ट्रात सांगलीमध्ये असाच संघर्ष झाला. ऑगस्ट १९९९मध्ये आय.एल.एफ.एस. कंपनीने सांगली महापालिकेशी काही पत्रव्यवहार केला. राज्य सरकारने सुखटणकर समिती स्थापन केली. समितीने एक कार्यशाळा घेऊन २००० साली

मिरज-कुपवाड-सांगली महापालिकेच्या पाणीपुरवठ्याचे खासगीकरण करण्याची शिफारस केली. नोव्हेंबर २००० साली या म.न.पा.ने तसे ठराव केले. पुढे या साऱ्यात जनतेची १० कोटी रुपयांची फसवणूक होत आहे, असा आरोप ठेवून राजकीय कार्यकर्त्यांनी व लोकांनी आंदोलन छेडले. पुढे हा करार २००३मध्ये रद्द झाला. पाण्याच्या मक्तेदारीचा हा संघर्ष लोकांच्या मुस्कटदाबीपर्यंतच न थांबता बोलिव्हियातील मोठे शहर कोचाबम्बा याच्या पाणीपुरवठ्यासाठी अडीच कोटी डॉलरचे कर्ज देताना जागतिक बँकेने खासगीकरणाची आणि पाणीपट्टी वाढविण्याची अट घातली.

आता पाण्यामध्ये येणाऱ्या बहुराष्ट्रीय कंपन्या आणि 'सर्व राष्ट्रीय जनता' यातील वादविवाद असा संबंध दिसून येण्याचा काळ वाटतो.

४.१८ : जलसाक्षरता

पाणीटंचाईची ओरड उन्हाळ्यात सार्वजनिक स्वरूपात होते. विशेषत: ग्रामीण भागातील महिलांना पाणीप्रश्नाची भावना तीव्र आहे; कारण सर्वाधिक झळ महिलावर्गालाच बसते. पाणीटंचाईच्या काळात टँकर सुरू केले जातात; परंतु, त्यासाठी शासनाच्या नियमांची पूर्तताही करावी लागते. तसेच सिंचनासाठी पाण्याची गरज असते. वारंवार उद्भवणारी अवर्षणाची परिस्थिती, अपुरा व अवेळी पडणारा पाऊस यामुळे पाण्याच्या नियोजनाला महत्त्व प्राप्त होते, जलसंधारणाला महत्त्व प्राप्त होते. पाण्याचा प्रत्येक थेंब वाचविणे महत्त्वाचे आहे. पाण्याच्या बचतीचे महत्त्व पटले तर आपोआपच त्याच्या कुटुंबात पाणी वाचविण्यास सुरुवात होईल. त्यासाठी शाळा, महाविद्यालयांनी प्रत्येक विद्यार्थ्याला पाण्याचे महत्त्व कळण्यासाठी जलसाक्षरतेची गरज आहे.

जलसाक्षरतेसाठी विविध बाबींचे महत्त्व लक्षात घ्यावे लागते. ग्रामीण भागात पुनर्भरण, पाण्याच्या उपशाचे नियोजन, उन्हाळ्यासाठी राखीव भूजल इ.चा विचार करावा लागतो. त्याचबरोबर पाण्याचा पुनर्वापर करणे महत्त्वाचे आहे. वाढते शहरीकरण, औद्योगिकीकरण यामुळे पाण्याचा वापर वाढला आहे. पाण्याची गरज लक्षात घेता पर्यायी स्रोत म्हणून सांडपाण्याचे सिंचन व इतर बाबींसाठी पुनर्वापर करणे आवश्यक आहे. जलसाक्षरतेसाठी पुस्तिका, घडीपत्रके तयार करून प्रबोधनासाठी वाटप करणे आवश्यक आहे. या पुस्तिकेत नागरी भागासाठी तांत्रिक तसेच आर्थिक (भांडवली खर्च, दुरुस्ती खर्च, पाण्याच्या दरातून होणारी वसुली इ.) तपशील नागरिकांपुढे मांडणे आवश्यक आहे. पाण्याच्या सुयोग्य वापरासाठी पाणीनाश थांबविण्यासाठी पुस्तिकेत सूचना देणे आवश्यक आहे, पाणीपुरवठा व जलनिस्सारण तपशील प्राध्यापक, डॉक्टर, अभियंते, जलतज्ज्ञ, पर्यावरणतज्ज्ञ, विविध संस्था यांच्या माध्यमातून चर्चासत्रे घेणे (महाविद्यालये, स्वयंसेवी संस्था, रोटरी क्लब इ.) आवश्यक आहे.

सध्या घरावर पडणारे पावसाचे पाणी साठविण्याची व वर्षभर वापरण्याची नवी व चांगली कल्पना रूढ होत आहे. राजस्थान, सौराष्ट्र या प्रदेशात जमिनीत हौद बांधून या पावसाच्या पाण्याचा साठा करायचा व पावसाळ्यानंतर पुढे ६-७ महिने तेच पाणी वापरायचे ही पूर्वीची पद्धत नव्याने विकसित करून वापरण्यासारखी आहे.

ग्रामीण भागात जलयोजना चालविण्यासाठी येणारा खर्च व दुरुस्ती खर्च, ग्रामपंचायतीचे पाण्याच्या करापासूनचे उत्पन्न इ. जनतेसमोर मांडल्यास ते फायदेशीर ठरू शकते.

जलसाक्षरतेत सिंचन तसेच पिण्याच्या पाण्यासंबंधी विविध योजना कशा राबविण्यात येतील, त्यांचा फायदा काय होतो याचे प्रबोधन होणे गरजेचे आहे. विशेषत: अवर्षणप्रवण भागात जलसंधारणाची कामे, त्याबद्दल जागृती होणे आवश्यक आहे. शाळा, महाविद्यालये, स्वयंसेवी संस्था, ग्रामपंचायत इ. माध्यमांतून जलसाक्षरता, सिंचनसाक्षरता राबविणे आवश्यक आहे. त्यामुळे पाण्याचे महत्त्व व उपयोग यांची सांगड घालता येईल. त्याचबरोबर ठिबकसिंचन, तुषारसिंचन, इ. बाबत जागृती करणे गरजेचे आहे.

४.१९ : मोठी धरणे - फायदे व तोटे

फायदे

१) धरणासाठी लागणाऱ्या खर्चाची रक्कम बऱ्याच मोठ्या लाभक्षेत्रावर विभागली जात असल्याने दर हेक्टरी सिंचनाचा खर्च कमी येतो. सध्या प्रति एकरी रुपये २५००० ते ४०००० इतका खर्च येतो.

२) जादा पाऊस पडणाऱ्या क्षेत्रात धरण बांधून कमी पावसाच्या प्रदेशात कालव्याद्वारे पाणी नेता येते.

३) पाण्याच्या भरपूर साठ्यामुळे धरणापासून काढलेल्या कालव्यांद्वारे फार मोठ्या क्षेत्राला सिंचनाचा लाभ होतो.

४) मोठ्या प्रमाणात व खोल पाणीसाठ्यामुळे बाष्पीभवनाचे प्रमाण कमी असते.

५) जलविद्युत प्रकल्पासाठी पाण्याचा वापर करता येतो.

६) वापर न होता वाहत जाणारे पावसाचे पाणी मोठ्या प्रमाणात अडविण्यासाठी दुसरा कोणताही पर्याय उपलब्ध नाही.

तोटे

१) सिंचनाचा फायदा विशिष्ट भागातच केंद्रित होतो.

२) पाण्याखाली बुडणाऱ्या क्षेत्राचे कायमचे नुकसान होते.

३) प्रकल्प अनेक वर्षे रेंगाळल्याने खर्चात वाढ होते.

४) कालव्याचे पाणी असले की शेतीला भरमसाट पाणी दिले जाते व त्यामुळे जमिनी क्षारयुक्त बनून नापीक होतात.
५) धरणामुळे विस्थापित झालेल्या लोकांना पुनर्वसनाद्वारे योग्य न्याय मिळत नाही.
६) पाण्याखाली बुडणाऱ्या वृक्षांचा नाश होऊन पर्यावरणाचा समतोल ढासळतो.

४.२० : पाणलोटक्षेत्र विकास - फायदे व मर्यादा

फायदे

१) प्रकल्प पूर्ण होण्यास अल्प काळ लागतो. त्यामुळे खर्चात फारशी वाढ होत नाही. शिवाय अल्पकाळात प्रकल्प पूर्ण होत असल्याने त्याचे लाभ मिळण्यास लवकर सुरुवात होते.
२) मोठ्या धरणाच्या तुलनेत पाणलोटक्षेत्र विकासामुळे पाण्यात बुडणारे क्षेत्र अगदी नगण्य असते.
३) पाण्याची उपलब्धता मर्यादित असल्याने पाण्याचा काटकसरीने वापर केला जातो. त्यामुळे पाण्याचा अपव्यय व जमिनी क्षारयुक्त होण्याचा संभव कमी असतो.
४) पुनर्वसनाचा प्रश्न उपस्थित होत नाही.
५) स्थानिक पातळीवर कमी खर्चात देखभाल होऊ शकते.
६) गावाच्या पाणलोटक्षेत्रातील पावसाच्या पाण्याचा गावासाठीच उपयोग करून घेणे शक्य होते.
७) पाणलोट क्षेत्र विकास कार्यक्रम स्थानिक पातळीवर निगडित असल्याने त्यामध्ये लोकांचा सहभाग असतो व लोकांच्या सहभागामुळे योजना यशस्वी होण्यास मदत होते.
८) पिण्याच्या पाण्याचा प्रश्न सुटण्यास मदत होते.
९) एका मोठ्या धरणासाठी होणाऱ्या खर्चात अनेक गावांचा पाणलोट क्षेत्र विकास करता येतो.
१०) जमिनीची धूप कमी होते.

मर्यादा

१) गाव हे पाणलोटक्षेत्र विकासाचे कार्यक्षेत्र असल्याने प्रत्येक गावाच्या शिवारात पाणलोटक्षेत्र विकासाच्या दृष्टीने योग्य जागा उपलब्ध होतीलच असे नाही.
२) शेतीसाठी वर्षभर सातत्याने हव्या त्या प्रमाणात पाण्याची उपलब्धता होण्याची शाश्वती नसते.
३) अवर्षणप्रवण भागात मुळातच पाऊस कमी, अनियमित व अनिश्चित असतो. २

ते ३ वर्षांने टंचाईची स्थिती, तर एखाद्या वर्षी बऱ्याच प्रमाणात कमी पाऊस पडल्याने दुष्काळी परिस्थिती असते. त्यामुळे पाणलोटक्षेत्र विकासापासून मर्यादित प्रमाणात लाभ होतो.

४) वापर न होता वाहून जाणारे पावसाचे पाणी फक्त अंशत:च अडविले जाते.

मात्र, यासाठी पिकांचे नियोजन, पाणी वापरण्याची पद्धत इ. गोष्टी महत्त्वाच्या ठरतात. तसेच कृत्रिमरीत्या पाणलोटातील कामे करावी लागतात.

४.२१ : पाणी प्रदूषण आणि उपाय

पाणी आणि पाणी प्रदूषण रोखण्यासाठी उपाय

मानवी जीवनाची संकल्पना पाण्याशिवाय व्यर्थ आहे. आपल्या शरीरात ६०% वजन पाण्याचे असते. ४% पाणी पृथ्वीवर आहे. बाकीचे पाणी समुद्र, हिमपर्वत रूपाने आहे. पृथ्वीवर फक्त ०.३% पाणी शुद्ध स्वरूपात आहे. कारखान्यातील सोडलेल्या दूषित पाण्यामुळे प्रदूषण वाढत आहे. २५,००० लोकांना दररोज पाण्याची उपलब्धता कमी किंवा प्रदूषित पाण्यामुळे मृत्युला सामोरे जावे लागते. जे पाणी जीवनाचे रक्षण करते तेच प्रदूषित पाणी मृत्युला महत्त्वाचे कारण बनत आहे. विकसित औद्योगिक देशांना प्रदूषित पाण्याचा सामना करावा लागत आहे. पाण्याचे प्रदूषण रोखण्यासाठी वैज्ञानिक प्रयत्न करत आहेत. त्यासाठी कोट्यवधी रुपयांचा खर्च होत आहे. विकसनशील देशात पाच बालकांपैकी चार बालके पाण्याच्या दुर्गंधी अथवा प्रदूषणामुळे निर्माण झालेल्या उदा. पोटात जंत होणे, मलेरीया, पेचिरा, हेजा, पीलिया इत्यादींमुळे मृत्युमुखी पडत आहेत.

पाणी/जलप्रदूषण रोखण्यासाठी उपाय

१) गावातील प्रदूषित पाणी नदी, तलावांमध्ये सोडू नये. त्यासाठी खड्डे खोदून त्यात ते पाणी सोडणे. त्यामुळे जलप्रदूषण रोखले जाईल.

२) पाणी शुद्ध करण्यासाठी जलशुद्धीकरण यंत्राचा वापर करणे.

३) नदी, नाल्यांमध्ये मलमूत्र, काडीकचरा, प्रदूषित पदार्थ तसेच कारखान्यांचे दूषित पाणी सोडू नये.

४) नदीमध्ये सोडणाऱ्या दूषित पाण्यावर उपाय योजणे आवश्यक आहे. प्रत्येक कारखान्यामध्ये पाण्याचे शुद्धीकरण करणारे संयंत्र बसवणे आवश्यक आहे.

५) जलप्रदूषण निवारण आणि नियंत्रण अधिनियम १९७४ हा जलप्रदूषण कायदा तयार करण्यात आला आहे. तो प्रभावीपणे लागू करणे आवश्यक आहे. त्यासाठी प्रत्येकाचे सहकार्य आवश्यक आहे.

६) जलप्रदूषण रोखण्यासाठी चौकशी आणि लक्ष ठेवण्यासाठी समिती स्थापन करणे आवश्यक आहे. त्यामध्ये सामाजिक कार्यकर्ते, सरकारी अधिकारी, प्रदूषणविरोधी समितीचे सदस्य तसेच नागरिकांना त्यामध्ये सहभागी करून घेणे.

७) विहीर/आडाला झाकण तयार करणे, तसेच विहिरीच्या पाण्यात औषधे टाकून शुद्ध करणे आणि ते पाणी उकळून पिणे.

८) लोकांना समस्येच्या जागृतीसाठी सहभागी करून घेणे आणि त्याचा त्यामध्ये सक्रिय सहभाग महत्त्वाचा ठरतो.

थोडक्यात, स्वातंत्र्यानंतर पंचवार्षिक योजना सुरू होऊन सिंचनासाठी आर्थिक तरतूद सुरू झाली. जलसंपदेच्या विकासासाठी विविध आयोग/समित्या नेमल्या. तसेच मोठ्या, मध्यम, लघु पाटबंधारे योजना सुरू झाल्या, त्यातून सिंचित क्षेत्र वाढत गेले. जलसंधारण खात्याची निर्मिती व पाणलोटक्षेत्र विकास कार्यक्रम राबविला जात आहे. ठिबक, तुषार पद्धत त्याचबरोबर सिंचनविषयक कायदे, पाटबंधाऱ्यांच्या विकासासाठी विविध यंत्रांची निर्मिती, पाण्याच्या वापरासंदर्भात कृष्णा खोरे मंडळाची स्थापना, भूपृष्ठीय व भूजल विकासासाठी योजना, त्याचप्रमाणे केंद्र सरकारने १९९१-९२ पासून खासगीकरणाचा स्वीकार केल्यापासून सिंचनाचे खासगीकरणाबाबतचे प्रयोग इत्यादी सिंचन विकासाचा आढावा घेता दिसून येते की, सिंचनविकास, पिण्याचे पाणी व पाण्याचा वापर यासाठी जलसाक्षरता महत्त्वाची ठरते. त्यासाठी जनतेचे प्रबोधन महत्त्वाचे आहे, लोकसहभागही महत्त्वाचा ठरतो.

स्वातंत्र्यानंतर सिंचनविकासासाठी अनेक प्रकल्प राबविले गेले, वेगवेगळे आयोग नेमले गेले. त्यांची अंमलबजावणी करण्यात येत आहे. परंतु, अद्यापही दुष्काळास/अवर्षणास तोंड द्यावे लागत आहे. त्यामुळे जनजीवन विसकळीत होत आहे. त्यासाठी दुष्काळ म्हणजे काय, केव्हापासून दुष्काळ पडतो आहे व सध्याची स्थिती काय आहे व त्यावरील केलेल्या उपाययोजना हे पुढील पाचव्या प्रकरणात पाहू.

प्रकरण ५

महाराष्ट्रातील दुष्काळ व त्यावरील उपाययोजना

५.१ प्रास्ताविक
५.२ ब्रिटिश पूर्वकालीन दुष्काळ व उपाय
५.३ ब्रिटिशकालीन दुष्काळ व उपाययोजना
५.४ स्वातंत्र्योत्तर महाराष्ट्रातील दुष्काळ व उपाययोजना
५.५ दुष्काळ व टंचाई परिस्थिती
५.६ दुष्काळ निर्मूलनाचे विविध दृष्टिकोन (उपाययोजना)

५.१ : प्रास्तविक

ऑक्टोबर २०१५मध्ये महाराष्ट्रात सरकारने १४७२० गावे दुष्काळी जाहीर केली व नंतर १४२० गावे दुष्काळी जाहीर केली. अशी एकूण १६१४० गावे जाहीर केली व डिसेंबर २०१५मध्ये २०,००० गावात दुष्काळी स्थिती असल्याचे जाहीर केले. यावरून सध्याच्या महाराष्ट्रातील दुष्काळाच्या स्थितीची जाणीव होते. त्याचबरोबर कधी अवकाळी पाऊस तर कधी गारपीट अशी स्थिती दिसून येते. हवामान बदलामुळे पर्जन्यावर परिणाम होत असल्याचेही दिसून येत आहे. गावोगावी पाण्यावरून संघर्ष होताना दिसून येत आहे. महाराष्ट्रात आजही ८२% क्षेत्र जिरायत स्वरूपाचे दिसून येते. राज्यातील ४१,८०० गावांपैकी ३८६१२ गावांमध्ये पाण्याची कमी-जास्त समस्या आहे. समस्याग्रस्त गावे- ठाणे, रत्नागिरी, सिंधुदुर्ग अशा भरपूर पावसाच्या प्रदेशातसुद्धा आहेत.

नुकतेच महाराष्ट्रातील १२३ तालुके दुष्काळग्रस्त घोषित करण्यात आले आहेत. वार्षिक पर्जन्यमान इतर राज्यांच्या तुलनेने बरेच कमी म्हणजे ७५० मि.मी. पेक्षाही कमी आहे. याशिवाय पाऊस उशिरा सुरू होणे, पावसात दीर्घकाळ खंड पडणे; पावसाची तीव्रता अतिशय विषम असणे, पावसाळा लवकर संपणे असे अनेक प्रकार घडतात.

भारतात जेव्हा जेव्हा मोठे दुष्काळ पडले आहेत, त्या वेळी तीच परिस्थिती

महाराष्ट्रातही राहिली. ब्रिटिशपूर्व (प्राचीन व मध्ययुगीन) काळात भारतातील समाज इतर कोणत्याही समाजाप्रमाणे पूर्णत: शेतीवरच अवलंबून होता. विणकर, चांभार, सुतार, कुंभार इ. कारागिरांचा व्यवसाय जरी मोठ्या प्रमाणावर अस्तित्वात असला तरी तो पूर्णपणे शेतीशी निगडित होता. शेती पूर्णपणे पावसावर अवलंबून होती. त्या काळात विहिरी, छोटे तलाव व बंधारे वगळता मोठ्या सिंचनाच्या सोयी, विज्ञान-तंत्रज्ञान, औद्योगिक प्रगतीअभावी अस्तित्वात येणे शक्यच नव्हते. उपजीविकेसाठी इतर मार्गही उपलब्ध नव्हते. अशा वेळी अवर्षणाच्या परिणामी अन्नधान्याची टंचाई निर्माण होऊन दुष्काळ पडत होते. दुष्काळाची कारणे वेगवेगळी दिसून येतात. अतिवृष्टी आणि गारपीट झाल्याने, पिकांवर कीड पडल्यामुळे, तसेच टोळधाडी, प्लेग, एन्फ्ल्यूएंझा अशा रोगांच्या साथीमुळे गावेच्या गावे मृत्युमुखी पडत. त्यामुळे शेतीची कामे थंडावत असत. मध्ययुगीन काळ हा राजे, सरदार, सरंजामदार यांच्यात वारंवार होणाऱ्या युद्धाचा काळ होता. या युद्धातील सैनिकी कारवायांमुळे मैलोन्मैल शेते उद्ध्वस्त होत आणि गावेच्या गावे लुटली जात. या साऱ्याच्या परिणामी अन्नधान्याची फार मोठ्या प्रमाणावर टंचाई निर्माण होई. तसेच या काळात दळणवळणाच्या सोयी उपलब्ध नव्हत्या. त्यामुळे भरपूर अन्नधान्य उपलब्ध असलेल्या ठिकाणाहून दुष्काळी भागाकडे अन्नधान्याची तातडीने व मोठ्या प्रमाणावर ने-आण करणे शक्य नसे. त्यामुळे अन्नधान्याची टंचाई दूर करून दुष्काळाची तीव्रता कमी करणे शक्य होत नसे. अवर्षण हे नैसर्गिक आहे. 'पाऊस कमी वा अनियमित पडल्यामुळे आवश्यक तेव्हा गरजेपुरते पाणी उपलब्ध नसणे म्हणजे अवर्षण होय.' या नैसर्गिक आपत्तीचा शेती व अर्थव्यवस्थेवरील परिणाम जेव्हा लोकांना खायला अन्न, प्यायला पाणी आणि हाताला काम न मिळण्यामध्ये होतो, तेव्हा दुष्काळ पडतो; पण हे तेव्हाच घडते, जेव्हा पाणीपुरवठ्याच्या, शेतीच्या आणि एकंदर उपजीविकेच्या सामाजिक व्यवस्थेवर अवर्षण परिणाम करू शकते व करते. बहुसंख्य लोकांची उपजीविकेची पातळी सर्वसाधारण परिस्थितीदेखील इतकी किमान असते की, अवर्षणाच्या परिणामी शेतीची स्थिती खालावताच ती पूर्णपणे कोलमडून पडते. सदरील प्रकरणात दुष्काळाबाबत स्वातंत्र्यपूर्व काळ, ब्रिटिश काळ आणि स्वातंत्र्यानंतरच्या काळात काय परिस्थिती होती, तसेच त्यावरती कोणकोणत्या उपाययोजना केल्या, हे जाणून घेण्याचा प्रयत्न केला आहे.

५.२ : ब्रिटिश पूर्वकालीन दुष्काळ व उपाय

प्राचीन, मध्ययुगीन भारतातील दुष्काळाचे अनेक उल्लेख वेद, रामायण, बौद्धकथा, जातककथा, चाणक्याचे अर्थशास्त्र, कल्हणाचे राजतरंगिणी, विविध संतांचे अभंग इ. वाङ्मयातून आढळतात.

सिंधुसंस्कृतीचा लय झाला, तो इ.स.पू. २००० पासून सुरू झालेल्या दुष्काळामुळे.

नगरे उजाड पडली आणि लोक पशुपालन आणि थोडीफार शेती यावर कशीबशी गुजराण करू लागले. महाराष्ट्रात ताम्रपाषाणयुगीन संस्कृती इ.स.पू. १५०० ते १२०० या काळात बहरली होती; परंतु इ.स.पू. १२०० पासून दुष्काळ पडण्यास सुरुवात झाली व जवळजवळ सर्व भारतात अशी परिस्थिती दिसू लागली.

मार्कंडेय पुराणातील देवीमाहात्म्यात तर शंभर वर्षे चालणाऱ्या म्हणजेच दीर्घकाळ टिकणाऱ्या दुष्काळाचे वर्णन आहे. या संदर्भात इ.स. ६२१ ते १००० या पावणेचारशे वर्षांच्या काळात नाईलची पातळी १२८ वर्षे खाली गेल्याची नोंद आहे. म्हणजे सर्वसाधारणपणे दर तिसऱ्या वर्षी दुष्काळ ठरलेला. यावरून नाईलच्या पुराच्या नोंदी आपल्याला उपयुक्त आहेत, याची कल्पना येते. पावणेचारशे वर्षांच्या काळात फक्त भारतातच हलाखीची परिस्थिती नव्हती, तर साऱ्या जगात आशिया, आफ्रिका आणि युरोपात आर्थिक ऱ्हास सुरू झाला होता.

भारतात मोठे दुष्काळ इ.स. ९४१, १०२२, १०३३ या साली पडले होते. पुढे इ.स.११४८ ते ११५९ ह्या अकरा वर्षांच्या प्रदीर्घ दुष्काळात लाखो लोक मरण पावले. उत्तर भारतात इ.स.१३४४मध्ये झालेल्या दुष्काळामुळे महंमद तुघलकाने आपली राजधानी दिल्लीहून दौलताबादला आणली, अशी इतिहासात नोंद आहे. पुढे काही वर्षांनंतर तीव्र टंचाईमुळे त्याने राजधानी पुन्हा दिल्लीला नेली, असे सांगितले जाते.

भारतात मोठे दुष्काळ अवर्षणामुळे उद्‌भवले. त्यामध्ये महाराष्ट्रही असे. काही मोठ्या महाराष्ट्रव्यापी दुष्काळाचे उल्लेख म्हणजे इ.स.१३९६ ते १४०८ हा दुर्गादेवीचा बारा वर्षांचा दुष्काळ. या दुष्काळात दख्खन पठारावरील लोकांना माळवा गुजरातकडे मोठ्या प्रमाणावर स्थलांतर करावे लागले. कृष्णा खोरी उजाड पडली. त्यातून शेती सावरायला २५-३० वर्षे लागली. इ.स. १४६०चा दुष्काळ 'दामाजीपंत दुष्काळ' म्हणून महाराष्ट्रात ओळखला जातो. त्यानंतर १५२०च्या डळमळीत राजकीय परिस्थितीमुळे उद्‌भवलेला दुष्काळ, इ.स.१५५८-९८, इ.स.१६२९-३१ ही वर्षे तीव्रदुष्काळाची होती. १७०३-६, १७१३, १७४७-४९ व ८७ आत्ताच्या मराठवाडा प्रदेशात वरील दुष्काळाव्यतिरिक्त पडलेले हे मोठे दुष्काळ होते. इ.स.१७९० ते ९२ सालातील महाराष्ट्रव्यापी दुष्काळ पुणे, नगर भागात इ.स. १७९४पर्यंत टिकला. १७९०-९२ याच काळात 'दुष्काळाची कामे' या कल्पनेची सुरुवात झाली. विशेष म्हणजे पश्चिम महाराष्ट्रात शिवराज्य स्थापनेनंतर इ.स. १७९०पर्यंत सुमारे १५० वर्षांच्या काळात दुष्काळाचे उल्लेख सापडत नाहीत. या काळात अवर्षण होतच असणार; पण स्वराज्यस्थापनेमुळे या प्रदेशात जे राजकीय स्थैर्य निर्माण झाले त्यामुळे शेतीमध्ये व एकंदर आर्थिक जीवनातही काहीसे स्थैर्य प्राप्त झाले असावे व अवर्षणाचे मोठ्या दुष्काळात रूपांतर झाले नसावेसे वाटते.

दुष्काळाचे परिणाम व उपाययोजना

दुष्काळाचे परिणाम एवढे भीषण असत की, अन्नधान्य आणि पाण्याच्या अभावी गावेच्या गावे ओस पडत आणि हजारो लोक मृत्युमुखी पडत. अन्न आणि पाण्यासाठी लाखो लोकांना स्थलांतर करावे लागे. या आपत्तीमुळे अक्षरश: सगळे समाजजीवन उद्ध्वस्त होऊन जाई. शेतकरी, कारागीर, बलुतेदार यांसारख्या कष्टकरी जनतेला शिलकीच्या धान्यावर फार तर एखादे वर्षं निभावून नेता येई; पण त्यापेक्षा दीर्घकाळ दुष्काळ पडल्यास या वर्गातील लोकांवर उपासमारीची वेळ येत असे. त्यामुळे दुष्काळात माणसांनी पिठात हाडाची भुकटी मिसळून खाल्ल्याचे आणि नरमांस भक्षण केल्याचे अनेक उल्लेख आढळतात. प्रसंगी स्वत:च्या बायकामुलांना आणि स्वत:ला विकण्याची पाळी येत असे. यातून दुष्काळाच्या तीव्रतेची आणि भीषणतेची कल्पना येऊ शकेल. दुष्काळात दागदागिने वा इतर मालमत्ता गहाण ठेवून सावकाराकडे कर्ज काढण्याची वेळ येत असे. चारा आणि पाण्याअभावी गुरेढोरे मोठ्या संख्येने मृत्युमुखी पडत. या काळात शेती ही पूर्णत: निसर्गाच्या लहरींवर अवलंबून असल्यामुळे 'दुष्काळ' ही खरोखरच नैसर्गिक आपत्ती होती. अशा परिस्थितीत त्या वेळच्या शासकांना म्हणजे राजे-महाराजे वा नबाब बादशाहांना या आपत्तींवर तात्पुरत्या उपाययोजना करण्याचे प्रयत्न करणे एवढेच करता येत असे.

उपाययोजना

अनेक प्रसंगी राजांनी दुष्काळी परिस्थितीत जनतेला शक्य ते साहाय्य केल्याचे दिसते. यामध्ये अन्नधान्य उपलब्ध करून देणे, पिण्याच्या पाण्याच्या सोयी करणे, अपंग, वृद्ध व गरिबांसाठी साहाय्य देणे, गुरांना चारा उपलब्ध करून देणे इ. सोयी केल्या जात. त्यासाठी राज्यातून होणारी अन्नधान्याची निर्यात थांबवणे, अन्नधान्य आयात करणे व स्वस्त दरात ते लोकांना उपलब्ध करून देणे इ. उपाय केले जात. त्याचबरोबर शेतसारा माफ करणे, उपजीविकेसाठी रस्ते, महाल अथवा किल्ल्यांची बांधकामे काढणे, मोठ्या प्रमाणावर सैन्य भरती करणे इ. गोष्टी राजांनी केल्याचे दिसते. त्याचबरोबर नवीन हंगामात शेतकऱ्यांना बी-बियाणे, अवजारे, बैल आणि जादा जमीन उपलब्ध करून देत असत. असे उपाय सर्वच राजे वा सरंजामदार करत असत. यातील बरेचसे राजे व सरंजामदार दुष्काळातही जनतेची पिळवणूक करत. तथापि, अनेक राजांनी दुष्काळ निवारणासाठी उपाय केल्याचे आढळते. उदा. १६२९-३१च्या दुष्काळात शहाजहानने निवारागृहे सुरू केली. गरीब जनतेला अन्नधान्य व पैशांचे वाटप केले. दोन वर्षांसाठी कर माफ केले. १६६१च्या दुष्काळात औरंगजेब स्वत: दुष्काळनिवारण कार्यावर देखरेख करत होता. दुष्काळनिवारणासाठी त्याने पंजाब व बंगालमधून मोठ्या प्रमाणावर धान्य आयात केले.

जनतेला अत्यंत कमी दराने विकले. ज्यांना धान्य विकत घेणे शक्य नसे त्यांना मोफत धान्य वाटले. याच दुष्काळात उदयपूरच्या महाराणा राजसिंगाने नाल्याचे पाणी अडविण्यासाठी लाखो रुपये खर्च करून, नाल्यावर संगमरवरी मनोरा आडवा टाकला आणि तीन मैल लांबीचा मातीचा बंधारा घातला. शिवाजीमहाराजांच्या स्वराज्यस्थापनेच्या काळात पुण्याच्या आसपासच्या प्रदेशात नवी जमीन लागवडीखाली आणली गेली. १८०२-०३च्या महाराष्ट्रातील दुष्काळात पेशव्यांनी बऱ्याच मोठ्या प्रमाणात धान्य खरेदी केले. जमीन महसुलात सूट दिली. याशिवाय जमीनदार, व्यापारी, सावकार इ. धनिक वर्गातील लोकांच्या खासगी धर्मादाय कार्यातून दुष्काळग्रस्त जनतेला अन्नधान्य, पाणपोया, निवारागृहे अशाप्रकारच्या सोयी उपलब्ध करून दिल्या. तथापि, या काळात विज्ञान-तंत्रज्ञानाच्या अभावी मोठ्या प्रमाणात सिंचनसुविधा, औद्योगिक उत्पादनव्यवस्था, सेवाक्षेत्र, प्रचंड उत्पन्न देण्याची शेतीची तंत्रे, दळणवळणाच्या सोयी इ. गोष्टी अस्तित्वात आलेल्या नसल्यामुळे दुष्काळाचे पूर्णपणे उच्चाटन करणे शक्य नव्हते.

५.३ : ब्रिटिशकालीन दुष्काळ व उपाययोजना

ब्रिटिशांचा भारतातील विस्ताराबरोबर व्यापार वाढला. तसेच रस्ते, रेल्वे, पोस्ट व तार यांसारखी वाहतुकीची व संपर्काची साधने यांचा विस्तार झाला. ब्रिटिशांनी आधुनिक तंत्रज्ञान आणि भांडवली उत्पादनपद्धतीच्या आधारे जलसिंचन व्यवस्था, शेती आणि उद्योगधंदे याकडे लक्ष दिले नाही. ब्रिटिश सत्तेचा विस्तार होत गेला, तसतसे ब्रिटिशांनी शेतकऱ्यांकडून भरमसाट दराने शेतसारा गोळा करण्यास सुरुवात केली. सारा गोळा करण्यासाठी जमीनदार व मध्यस्थ नेमले. भारतातून इंग्लंडला शेतीव्यतिरिक्त माल निर्यात करण्यावर सरकारने बंदी घातली. भारतातून अन्नधान्य आणि ताग, कापूस, चहा, तीळ इ. शेती उत्पादनातील कच्चा माल निर्यात होऊ लागला, तर इंग्लंडच्या गिरण्या, कारखान्यातील कापड, चामड्याच्या वस्तू, भांडी इ. स्वस्त तयार माल भारतात खपवला जाऊ लागला. त्यामुळे भारतातील विणकर, चर्मकार, तांबट इ. कारागिरांचा माल खपेनासा होऊन, ते कारागिरीचा व्यवसाय गमावून बसले. या साऱ्यांच्या परिणामी एकीकडे शेती उद्ध्वस्त होऊन शेतकरी मोठ्या प्रमाणात कंगाल झाले, तर कामधंदे नसल्यामुळे हे सर्व शेती व्यवसायाकडे वळले. त्यामुळे शेतीवरचा लोकसंख्येचा भार वाढला. अशा परिस्थितीत भारतीय अर्थव्यवस्थेची दुष्काळासारख्या नैसर्गिक आपत्तींना तोंड देण्याची क्षमता वाढणार कशी? थोड्याशा अवर्षणामुळेदेखील शेतीव्यवस्था कोलमडू लागली. परिणामी, ब्रिटिश सत्तेच्या भारतातील विस्ताराबरोबर इथे पडणाऱ्या दुष्काळाची व्याप्ती, तीव्रता आणि वारंवारता वाढत गेली. सन १७६५ ते १८५८ या केवळ ९३ वर्षांच्या काळात भारतात १४ मोठे दुष्काळ पडले व चार वेळा भीषण टंचाईची परिस्थिती निर्माण

झाली. भारतात ११ व्या शतकापासून ते १४ व्या शतकापर्यंत ४०० वर्षांच्या काळात १४ मोठे दुष्काळ पडले, तर ब्रिटिश राजवटीखाली शंभर वर्षांपेक्षा कमी काळात १४ मोठे दुष्काळ पडले, ही गोष्ट विशेष लक्ष देण्यासारखी आहे. त्यानंतरच्या १८६० ते १९०८ या ४८ वर्षांत २० वर्षांहून अधिक काळ देशभर दुष्काळाचे थैमान चालू होते. दुष्काळामध्ये बळी पडलेल्यांची संख्या पुढीलप्रमाणे -

तक्ता क्र. ५.१ : दुष्काळातील मृत्युची संख्या

दुष्काळाचे वर्ष	दुष्काळग्रस्त प्रदेश	बळींची संख्या (लाखात)
१८३८	उत्तरप्रदेश	८.००
१८६५	ओरिसा व बंगाल	१५.००
१८६९	दिल्ली, आग्रा प्रदेश व राजपुताना	१५.००
१८७६-७८	द. भारत, म्हैसूर, मद्रास प्रांत, मुंबई प्रांत	५२.५
१८९६-९७	उत्तर व दक्षिण भारत	७.५
१८९९-१९०१	उत्तर व दक्षिण भारत	१०.००

भारतामध्ये १८०० ते १९०० या शंभर वर्षांत सर्व छोट्या-मोठ्या दुष्काळामुळे एकूण किमान २ कोटी १४ लाख लोक मृत्युमुखी पडले असावेत, असा अंदाज आहे. या काळात भीषण दुष्काळात सातत्याने होरपळून निघणाऱ्या प्रांतांपैकी दख्खन प्रांत होता. सन १८०१ ते १९२१ या १२० वर्षांच्या काळात महाराष्ट्रात ३४ दुष्काळ पडले. त्यातील १८०२-०४चा दुष्काळ सैनिकी कारवायांमुळे पडला. तो वगळता इतर सर्व दुष्काळाचे तात्कालिक कारण अवर्षण होते. त्यातील काही मोठे दुष्काळ व दुष्काळग्रस्त जिल्हे पुढीलप्रमाणे- सन १८१७-२० हा दुष्काळ. कुलाबा, सोलापूर, पुणे व उस्मानाबाद जिल्ह्यांत होता. सन १८२४-२६ हा दुष्काळ पश्चिम महाराष्ट्र व मराठवाड्याचा काही भाग, सन १८३२-३६ पश्चिम महाराष्ट्र, खानदेश व मराठवाड्यातील जिल्ह्यांमध्ये पडलेले वेगवेगळे दुष्काळ १८४४-४६ आणि सन १८५५-५६मध्ये पश्चिम महाराष्ट्र, खानदेश व मराठवाड्यातील जिल्हे. सन १८६२ हा दुष्काळ पश्चिम महाराष्ट्र व औरंगाबाद, उस्मानाबाद जिल्हे, सन १८६७-६९ आणि सन १८७१-७३ विदर्भातील विविध जिल्ह्यांत दुष्काळ होता. सन १८७६-७७ हा दुष्काळ संपूर्ण भारतात होता. त्यात महाराष्ट्र होरपळून निघाला. मुंबई प्रांतात ८ लाख बळी पडले. एकोणिसाव्या शतकातील आजवरचा सर्वांत मोठा व

भीषण दुष्काळ असे याचे वर्णन केले गेले.

याचा परिणाम म्हणजे पुणे, नगर भागात शेतकऱ्यांचे सावकारीविरोधी उठाव झाले. एकट्या पुणे जिल्ह्यातून ११ लाख लोकांना मुंबई, गुजरात, कऱ्हाड भागात स्थलांतर करावे लागले. सन १८७७-७९ या काळात औरंगाबाद, वर्धा, भंडारा हे जिल्हे दुष्काळी होते. सन १८९१-९५ या वर्षांतील विदर्भातील वेगवेगळे दुष्काळ सन १८९६-९७मध्ये भारतव्यापी भीषण दुष्काळ पडला. संपूर्ण महाराष्ट्र होरपळून निघाला. १८९९ ते १९०१ भारतातील १९ व्या शतकातील 'सर्वांत भीषण दुष्काळ' असे सरकारने वर्णन केले. यात १० लाखांहून अधिक बळी पडले. १० लाख जनावरे मृत्युमुखी पडली. २ कोटी ८० लाख लोकसंख्या दुष्काळग्रस्त, तर ४६ लाख लोक दुष्काळी कामावर होते. यातही संपूर्ण महाराष्ट्र होरपळून निघाला. त्यामुळे सरकारला १८८०, १८९८ व १९०१ असे तीन दुष्काळ निवारणासाठी परिणामकारक उपाययोजना करण्यास सरकारने सुरुवात केली. अवर्षणाचे रूपांतर दुष्काळात होऊ नये म्हणून त्यासाठी तीन बाबी सुचविण्यात आल्या - १) जास्तीत जास्त शेतीक्षेत्र सिंचनाखाली आणून अवर्षणमुक्त करणे. २) शेतीक्षेत्राला पूर्ण आर्थिक स्थैर्य मिळवून देणे. ३) बिगरशेती व्यवसायाचा व औद्योगिक क्षेत्राचा असा विकास करणे की, ज्यायोगे भरघोस व सुदृढ शेतीविकास साधता येईल आणि शेतीतील अतिरिक्त लोकसंख्येला खात्रीचा रोजगार उपलब्ध होईल. त्याप्रमाणे एकोणिसाव्या शतकाच्या अखेरीस व विसाव्या शतकाच्या सुरुवातीस हाती घेतलेल्या काही पाटबंधारे योजनांमुळे ग्रामीण भागात रोजगारनिर्मिती झाली. पाणीपुरवठ्यामुळे दुष्काळी भागातील थोड्या शेतीक्षेत्राला स्थैर्य प्राप्त झाले. याच काळात सरकारी कर्जाच्या मदतीने मोठ्या शेतमालकांनी विहिरी, बांधबंदिस्ती अशाप्रकारची शेतीविकासाची कामे हाती घेतल्यामुळेही ग्रामीण भागात काही एक रोजगारनिर्मिती होऊ लागली. त्यामुळे सन १९०७-०८ नंतर दुष्काळाची तीव्रता कमी झाली. महाराष्ट्रामध्ये माणसे बळी पडणे थांबले; पण दुष्काळ चालूच राहिले. विसाव्या शतकाच्या पूर्वार्धात महाराष्ट्रात साधारणपणे दर तीन वर्षांनी दुष्काळ पडत होते. त्यातील दुष्काळ पुढीलप्रमाणे -

तक्ता क्र. ५.२ : विसाव्या शतकातील पूर्वार्धातील दुष्काळ

सन	दुष्काळग्रस्त भाग
१९०१-०३	पश्चिम महाराष्ट्र, ठाणे, भंडारा
१९०५-०६	पश्चिम महाराष्ट्र
१९१०-१४, १९१६-१८	पश्चिम महाराष्ट्र, मराठवाडा व विदर्भातील वेगवेगळ्या जिल्ह्यांत वेगवेगळ्या वर्षी पडलेले दुष्काळ.
१९२०-२१	नगर, नाशिक, पुणे, धुळे, बीड, परभणी, अकोला, वर्धा.
१९२२-२४, १९२५-२७	पश्चिम महाराष्ट्रातील अनेक जिल्ह्यांत वेगवेगळ्या वर्षी पडलेला दुष्काळ.
१९३४-३६, १९३७-३९	पश्चिम महाराष्ट्रातील व विदर्भातील वेगवेगळे दुष्काळ.
१९४०-४२	संपूर्ण महाराष्ट्र
१९४४-४८	पश्चिम महाराष्ट्रातील विविध जिल्ह्यांतील वेगवगेळे दुष्काळ.

ब्रिटिशकाळात दुष्काळांमध्ये निर्माण झालेली प्रचंड अन्नधान्यटंचाई आणि भाववाढ यामुळे उपासमार होऊन आणि दुष्काळात उद्‌भवलेल्या रोगाच्या साथीने लाखो लोक बळी गेले. चाऱ्याच्या आणि पाण्याच्या अभावी लाखोंच्या संख्येने गुरेढोरे मृत्युमुखी पडली. ग्रामीण बेकारीमध्ये प्रचंड वाढ झाली. लाखो लोकांना उपजीविकेसाठी स्थलांतर करावे लागले. या काळातील ब्रिटिशांच्या धोरणामुळे शेतकरी मोठ्या प्रमाणावर कर्जबाजारी झाले, लाखो शेतकऱ्यांनी शेतजमिनी गमावल्या आणि ते भूमिहीन व शेतमजूर बनले. याशिवाय दागदागिने, शेतीची अवजारे, बैलबारदाना गमवावा लागला. अशा दुष्काळग्रस्त जनतेला अन्नधान्य व उपजीविकेची साधने उपलब्ध करून देण्यासाठी ब्रिटिश शासनाने कोणत्या उपाययोजना केल्या, त्या पुढीलप्रमाणे -

ब्रिटिशकालीन दुष्काळावरती उपाययोजना

ब्रिटिशांचे दुष्काळावरती उपाय विशेषत: शेती साहाय्य, अन्नधान्य पुरवठा व दुष्काळी कामे या विषयीचे धोरण पुढीलप्रमाणे दिसून येते.

शेती साहाय्यासाठी ईस्ट इंडिया कंपनीने सुरुवातीस दुष्काळात सारा माफ करण्याचे

धोरण स्वीकारले, पण नंतरच्या काळात विशेषत: १८५८मध्ये भारतात इंग्लंडच्या राणीने रीतसर सरकार स्थापन झाल्यानंतर मात्र ताठर धोरण स्वीकारले. त्यामुळे दुष्काळात साऱ्याची रक्कम उभी करण्यासाठी शेतकऱ्यांना सावकारांकडून कर्ज काढावी लागत. १८७५-७६मध्ये पुणे-नगर भागातील शेतकऱ्यांनी सावकारविरोधी उठाव करून, सावकाराचे वाडे व त्यांची दप्तरे जाळून टाकली. या उठावाची चौकशी करण्यासाठी ब्रिटिश सरकारने नेमलेल्या आयोगाने असे मत व्यक्त केले की, शेतसाऱ्याच्या ओझ्यामुळे शेतकरी अतिशय कर्जबाजारी झाले व असंतोषातून हा उठाव झाला. १८९६-९७च्या मोठ्या दुष्काळातही सारावसुली सुरू होती. त्याचवेळी दुष्काळात उपासमारीने पडणारे बळी थांबविण्यासाठी उपाययोजना केली. दुष्काळ निवारणाच्या संदर्भात १८९६मध्ये ब्रिटिशांनी 'फॅमिन रिलीप कोड' तयार केला. १९०२ पासून मुंबई प्रांतात सरकारने सारा माफ करण्याची अथवा सारा भरण्याला तात्पुरती स्थगिती देण्याची पद्धत सुरू केली. ब्रिटिशकाळात दुष्काळानंतरच्या शेतीच्या हंगामामध्ये शेतीची कामे पुन्हा सुरू करण्यासाठी शेतकऱ्यांना कसल्याही प्रकारची मदत दिली जात नसे. १९०१च्या दुष्काळ आयोगाच्या शिफारशीनुसार तसेच राजकीय परिस्थितीच्या दडपणामुळे नंतरच्या काळात विहिरींसाठी कर्जे, बैल व गाई या स्वरूपाचे साहाय्य देण्यास सुरुवात झाली.

अन्नधान्य पुरवठ्याबाबत ईस्ट इंडिया कंपनीने दुष्काळात काही प्रमाणात धान्यनिर्यातीस प्रतिबंध करून, त्याची आयात करण्याचे व भावांवर नियंत्रण ठेवण्याचे काम केले. पुढे मात्र हे धोरण कंपनीने सोडून दिले. राणी सरकारचा अंमल सुरू झाल्यानंतर १८६०च्या पुढे व्यापारात हस्तक्षेप न करण्याचे धोरण दुष्काळातसुद्धा चालू ठेवले. दुष्काळ असूनही अन्नधान्य निर्यात चालूच होती. दुष्काळात स्थानिक पातळीवर अन्नधान्य व्यापार व किमतीवर नियंत्रण घालण्याचे काही प्रयत्न केले गेले. मुंबई इलाख्यातील काही नगरपालिकांनी स्वस्त धान्य दुकाने घालण्याचे काही प्रयत्न केले. दुष्काळ नसलेल्या भागात भरपूर धान्यसाठा उपलब्ध असतो. तो दुष्काळी भागात पोहोचण्यासाठी वाहतूकव्यवस्था (रेल्वे इ.) असली पाहिजे, असे सरकारचे म्हणणे होते. प्रत्यक्षात मोठ्या व्यापाऱ्यांनी साठेबाजीसाठी वाहतूक सोयींचा उपयोग करून घेतला. त्यामुळे त्यांची मक्तेदारी निर्माण होऊन प्रचंड भाववाढ होत असे व बाजारात धान्य उपलब्ध असले तरी, दुष्काळग्रस्त जनतेला ते घेणे परवडत नसे. त्यामुळे दुष्काळी जनतेच्या उपासमारीत भर पडत असे.

दुष्काळामुळे पीकहानी झाल्यामुळे लोकांचा उपजीविकेचा मार्ग बंद होत असे. शेतकरी कुळे, कारागीर, बलुतेदार यांच्यावर उपासमारीचा प्रसंग येत असे. लोकांना उपजीविकेसाठी तात्पुरता मार्ग उपलब्ध करून देण्यासाठी दुष्काळी कामे काढणे गरजेचे होते. ब्रिटिश सरकारने १९३७-३८ पासून अशी कामे काढण्यास सुरुवात केली.

दुष्काळनिवारणाच्या कामामागील तत्त्व 'प्रत्येक जीव वाचवणे' हे आहे, असे सरकारने जाहीर केले. मजुरांना विद्यमान परिस्थितीत आरोग्य रक्षणास पुरेल इतकी किमान रक्कम मजुरी म्हणून द्यावी, असे दुष्काळ आयोगाने म्हटले होते. १८६० पासून पुढच्या काळात दुष्काळी कामावरील मजुरीचे दर कमीत कमी ठेवण्यात यावेत, असा अधिकृत नियम सरकारने केला; कारण दुष्काळी कामाचे उद्दिष्ट लोकांना उपासमारीपासून वाचविणे एवढेच आहे, असे कारण सरकारने दिले होते. मजुरीमध्ये वृद्ध, मुले, अथवा अपंग अशांचा विचारही केलेला नव्हता. १८६५-६६पर्यंत अशा व्यक्तींना सरकार कोणत्याही प्रकारचे आर्थिक साहाय्य देत नसे, मात्र, १८६८-६९ पासून सरकारने असे साहाय्य देण्यास सुरुवात केली; पण तीदेखील तुटपुंजी असे. दुष्काळ निवारणाकडे सरकारने अधिक लक्ष देण्यास सुरुवात केली, त्यामुळे मजुरीत काही बदल करण्यात आले. १९१२च्या दुष्काळनिवारण संहितेप्रमाणे मजुरीचे दर - खणणारा : १८ छटाक (१०२३ ग्रॅम), वाहून नेणारा : १४ छटाक (७९५ ग्रॅम), काम करणारी मुले : १० छटाक एवढ्या धान्याच्या किमतीएवढे ठरविण्यात आले. त्यात अवलंबून असणाऱ्या व्यक्तीसाठी वेगळे धान्य धरण्यात आले व कमाल मजुरीची मर्यादा कुटुंबात दोन कमावत्या व्यक्ती आणि त्यांच्यावर तीन अवलंबून असलेल्या व्यक्ती धरून ठरवण्यात आली. मजुरीच्या या पद्धतीबरोबरच अपंग, वृद्ध, बालके या व्यक्तींसाठी असलेली आर्थिक साहाय्याची पद्धत बंद करण्यात आली. मजुरीच्या दरामध्ये अशा काही सुधारणा करण्यात आल्या, तरी किमान मजुरी न देता केलेल्या कामाप्रमाणेच देण्याचे, तसेच कामाचे स्वरूप जास्तीत जास्त कष्टप्रद ठेवण्याचे धोरण पुढेही चालू राहिले. दुष्काळात ब्रिटिशांनी जे धोरण राबवले ते साम्राज्याचे हित डोळ्यांसमोर ठेवूनच. कृष्णा खोऱ्यात वारंवार पडणाऱ्या दुष्काळावर उपाय म्हणून कृष्णा नदीवर धरण बांधून कालवे काढण्याची शिफारस ऑर्थर कॉटनने केली. ते काम १८५३मध्ये झाले. विसाव्या शतकाच्या सुरुवातीपर्यंत मात्र काही आर्थिक बदल आणि राष्ट्रीय चळवळीचे राजकीय दडपण यामुळे त्यांना दुष्काळ निवारण धोरणात काही बदल करावे लागले. यानंतरच्या काळात दुष्काळाची भीषणता कमी झाली; पण त्यांची वारंवारता घटली नाही, असेच या इतिहासावरून दिसते.

भारताला स्वातंत्र्य मिळाले; पण दुष्काळ पडणे थांबले नाही. भारतात आणि महाराष्ट्रात स्वातंत्र्योत्तर काळातही दुष्काळ पडतच आहे.

५.४ : स्वातंत्र्योत्तर महाराष्ट्रातील दुष्काळ व उपाययोजना

स्वातंत्र्योत्तर महाराष्ट्रातील दुष्काळ

भारताला १९४७मध्ये स्वातंत्र्य मिळाले. ब्रिटिशांच्या वसाहतवादी राजवटीत दुष्काळाची समस्या अधिकच तीव्र आणि व्यापक झाली. त्यांच्याकडून दुष्काळ निर्मूलन

होणे अपेक्षित नव्हते. स्वातंत्र्यप्राप्तीनंतर व विशेषत: १९६० मधील महाराष्ट्र राज्य स्थापनेनंतर हा प्रश्न सुटण्याच्या मार्गाला लागेल, अशी सर्वांचीच अपेक्षा होती. दुष्काळ निर्मूलनाबाबत आणि दुष्काळ पडेल तेव्हा त्याच्या दुष्परिणामांचे निवारण करण्याबाबत सरकारने वेगळी धोरणे स्वीकारली. मात्र, अवर्षणाचे परिणाम अद्यापही अनेक खेड्यांत दिसून येतात.

स्वातंत्र्यानंतर महाराष्ट्रात गेल्या पन्नास-पंचावन्न वर्षांत १९५२-५३, १९५६-६६, १९७०-७३, १९८५-८७, २००१-०४ असे पाच मोठे दुष्काळ पडले. स्वातंत्र्यपूर्व काळात ढोबळमानाने दर सात ते दहा वर्षांनी मोठ्या दुष्काळाचा फेरा येत असे. स्थानिक स्वरूपाचे दुष्काळ दर दोन-तीन वर्षांनी पडत. आजदेखील त्यात काही बदल झालेला नाही. गेल्या पंचावन्न वर्षांत पाच मोठे दुष्काळ पडले. म्हणजेच सरासरी सात ते दहा वर्षांनी एक मोठा दुष्काळ पडलेला आहे, तर स्थानिक स्वरूपाचे दुष्काळ महाराष्ट्रात सतत पडत आहेत. गेल्या पंचावन्न वर्षांत महाराष्ट्रात कोठेही दुष्काळी परिस्थिती नाही, असे एकही वर्ष गेलेले नाही. दरवर्षी किमान एक-दोन जिल्ह्यांतील हजार-पाचशे गावांमध्ये दुष्काळ असतोच. सरकारने वेळोवेळी प्रसिद्ध केलेल्या अहवालातून व आकडेवारीद्वारे ते स्पष्ट होते. सरकारने दुष्काळी स्थितीचा विचार करण्यासाठी नेमलेल्या सुखटणकर समितीने सादर केलेल्या अहवालावरून स्पष्ट होते.

सन १९४६-४७मध्ये नगर, सोलापूर, सातारा, नाशिक, जळगाव जिल्हे दुष्काळग्रस्त होते, तर सन १९४७-४८मध्ये सातारा, सन १९४९-५० नागपूर, औरंगाबाद, उस्मानाबाद, सन १९५०-५१मध्ये कुलाबा, सातारा, भंडारा, चंद्रपूर, सन १९५१-५२ मध्ये सांगली, धुळे, सन १९५२-५३मध्ये सोलापूर, सातारा, सांगली, नाशिक, धुळे, बीड, भंडारा, सन १९५३-५४मध्ये नगर, सोलापूर, सातारा, सांगली, भंडारा, सन १९५४-५५मध्ये सोलापूर, भंडारा, सन १९५५-५६मध्ये नागपूर, १९५६-५७मध्ये नाशिक, सन १९५७-५८मध्ये सांगली, नाशिक, सन १९५८-५९मध्ये सांगली, नाशिक, सन १९५९-६०मध्ये नाशिक, परभणी, औरंगाबाद, बुलढाणा.

महाराष्ट्र राज्य अस्तित्वात आल्यानंतर हीच परिस्थिती दिसून येते. १९६०-६१ पासून १९८१-८२पर्यंत जिल्हावार दुष्काळग्रस्त गावांची संख्या पुढीलप्रमाणे पाहायला मिळते. यावरून परिस्थितीची पुरेशी कल्पना येते.

तक्ता क्र. ५.३ : महाराष्ट्रातील दुष्काळग्रस्त गावांची संख्या (१९६०-६१ ते १९८१-८२)

वर्ष	दुष्काळग्रस्त गावांची संख्या	वर्ष	दुष्काळग्रस्त गावांची संख्या
१९६०-६१	२०८	१९७१-७२	१४६९५
१९६१-६२	४९६०	१९७२-७३	२९८१८
१९६२-६३	७८४	१९७३-७४	९६८६
१९६३-६४	१२७५	१९७४-७५	४३१७
१९६४-६५	११४४	१९७५-७६	१४३८
१९६५-६६	१६१५१	१९७६-७७	६८०
१९६६-६७	७०४०	१९७७-७८	१०९४
१९६७-६८	४०८३	१९७८-७९	७०४२
१९६८-६९	९६२	१९७९-८०	३११७
१९६९-७०	२०२६	१९८०-८१	८१५३
१९७०-७१	२२९९२	१९८१-८२	२६६४

(संदर्भ - सुखटणकर समितीचा अहवाल, १९७३ व जिल्हा सांख्यिकी १९७२-७३ ते १९८१-८२)

१९८२-८३ पासून १९८७पर्यंत तीन वर्षे दुष्काळ वर्षे म्हणून जाहीर केली. १९८६-८७मध्ये सरकारने प्रथम १४,२११ गावे दुष्काळी असल्याचे जाहीर केले; पण नंतर हा आकडा २४०००च्या वर गेला. पुढील काळातही गावे टंचाईग्रस्त म्हणून जाहीर होतच होती. विशेषत: १९९२, १९९६-९७ नंतर २००१ पासून टंचाईग्रस्त गावांची संख्या वाढू लागली. एकविसाव्या शतकात सुरुवातीपासूनच अवर्षणाला तोंड देण्याची वेळ आली. २००१ पासून २००४पर्यंत दुष्काळी स्थिती असल्याचेच आपल्याला दिसून येते. जून २००१मध्ये २०,००० गावे व लहान-मोठ्या वाड्यांना तीव्र पाणीटंचाईला तोंड द्यावे लागत होते. ४ लाख लोक रोजगार हमीवर काम करत होते. ऑगस्ट २००२मध्ये ३३ जिल्ह्यांत सर्व तालुके, सर्व गावांत दुष्काळसदृश स्थिती जाहीर केली. राज्यात कोकण,

नाशिक, पुणे, औरंगाबाद, विभागात ६५७९ गावात खरीप हंगामात ५० पैसे किंवा त्यापेक्षा कमी पैसेवारी आढळली. एप्रिल २००२मध्ये १ हजार ७७ गावे ८४२ वाड्या टंचाईग्रस्त होत्या, तर २७ हजार ६५४ गावे व २५६०८ वाड्यांना पाणीटंचाई जाणवत होती. जानेवारी २००३मध्ये २६३ टँकर्सने पिण्याच्या पाण्याचा पुरवठा सुरू होता. २००३-०४मध्ये ११ जिल्ह्यांत ७५ तालुक्यांत दुष्काळ होता. यामध्ये प्रामुख्याने पुणे, सोलापूर, सातारा, सांगली, औरंगाबाद, बीड, जालना, लातूर, उस्मानाबाद आणि नाशिक या जिल्ह्यांचा समावेश होता. २००४मध्ये पाऊस पडूनही डिसेंबरमध्ये ९००० गावे टंचाईग्रस्त जाहीर करावी लागली. सन २००५मध्ये चांगला पाऊस होऊनही खानदेशात दुष्काळ परिस्थिती निर्माण झाली. धुळे, नाशिक, नगर, पुणे, सोलापूर, उस्मानाबाद, बीड, बुलढाणा या जिल्ह्यांतील अनेक गावांत पाणीटंचाई सुरूच आहे. अशा रीतीने महाराष्ट्रातील दुष्काळाची समस्या ही वरवर भासते तशी अधूनमधून उद्‌भवणारी समस्या नसून, ती कायमस्वरूपी समस्या बनलेली आहे. जी वर्षे सर्वसाधारणपणे दुष्काळी मानली जात नाहीत वा अधिकृतपणे 'दुष्काळी' म्हणून जाहीर केलेली नसतात, अशा वर्षांत देखील महाराष्ट्रातील अनेक खेडी दुष्काळग्रस्त असतात, हे यापूर्वी दिलेल्या तक्त्यातून दिसून येते. १९७३-७४ ते १९८१-८२ ही वर्षे दुष्काळी मानली गेलेली नाहीत; पण या वर्षांत महाराष्ट्रातील एकूण खेड्यांपैकी २% पासून ते २५%पर्यंत गावे दुष्काळी परिस्थितीत सापडलेली होती. महाराष्ट्रात साधारणपणे दर ७ ते १० वर्षांनी मोठ्या दुष्काळाचा फेरा येतो, त्यात ६५% ग्रामीण जनता होरपळून निघते. याशिवाय दर २-३ वर्षांनी छोटे स्थानिक दुष्काळ पडत असतात आणि जी वर्षे अधिकृतपणे दुष्काळी नसतात किंवा चांगल्या पावसाची असतात, अशा वर्षातसुद्धा महाराष्ट्रात किमान २ ते २५% खेडी दुष्काळात असतात. सरकारला दुष्काळ समितीने दिलेल्या अहवालानुसार सरकारने महाराष्ट्रातील ८७ तालुके कायम अवर्षणप्रवण म्हणून निश्चित केले आहेत. ही संख्या आता १४२ पर्यंत जाईल, असे काही अभ्यासकांचे मत आहे. केंद्राने ९८ तालुके मान्य करण्यापर्यंत ही परिस्थिती पोहोचली आहे.

महाराष्ट्रात ऑगस्ट २००९मध्ये अनेक भागात दुष्काळाचे संकट निर्माण झाले. मात्र ऑक्टोबर-नोव्हेंबर २००९मध्ये पडलेल्या पावसाने ते काहीसे दूर झाले. सुरुवातीला ऑगस्ट २००९मध्ये १५८ तालुके टंचाईग्रस्त म्हणून जाहीर केले होते.

२०१२-१३मध्ये १४७२ गावे दुष्काळग्रस्त होती.

२०१५-१६मध्ये २०,००० गावे दुष्काळग्रस्त जाहीर झाली आहेत.

२०१५-१६मध्ये सरकारने सुरुवातीस १४७२० गावे दुष्काळग्रस्त जाहीर केली व नंतर १४२० गावे जाहीर केली.

थोडक्यात, दुष्काळाची व्याप्ती आणि तीव्रता कमी झाल्याचे दिसत नाही, तर दुष्काळ

ही महाराष्ट्रातील 'कायमस्वरूपी' समस्या बनली आहे. स्वातंत्र्योत्तर काळात दुष्काळाची समस्या शिल्लक असली तरी, दुष्काळाचे परिणाम आणि सरकारचे निवारणविषयक धोरण कोणत्या स्वरूपाचे आहे, हे पाहणे उद्बोधक ठरेल.

उपाययोजना

दुष्काळामुळे अनेक लोक मृत्युमुखी पडल्याचे स्वातंत्र्याअगोदरच्या दुष्काळी स्थितीचा आढावा घेताना दिसून आले. आज दुष्काळ पडला तरी, लोक मृत्युमुखी पडणार नाहीत. ब्रिटिशांनी १९०७-०८ पासून दुष्काळनिवारण उपाय केले होते. स्वातंत्र्यानंतर अवर्षणकाळात लोकांच्या जनजीवनावर परिणाम झाल्याचे दिसून येते. दुष्काळामुळे शेतीची तसेच गरीब, मध्यम शेतकरी आणि शेतमजुरांची स्थिती अन्नधान्य, चारा व पाणी यांची टंचाई रोजगार या संदर्भातील स्थितीचा विचार महत्त्वाचा ठरतो.

१) शेती :

दुष्काळामुळे पीकहानी होते व त्याचा परिणाम दिसून येतो. तो पुढील माहितीवरून कळून येतो. महाराष्ट्रातील लागवडीखालील क्षेत्रात १९६५-६६मध्ये २ लाख ४१ हजार हेक्टरने घट झाली, तर सन १९७०-७३ या तीन दुष्काळी वर्षांत ही घट ४६ लाख हेक्टर एवढी होती. या तीन वर्षांत ७५ लाख टन एवढे अन्नधान्याचे उत्पादन बुडाले. सन १९८०-८१, सन ८२-८३, सन ८४-८५ व सन ८६-८७ या चार वर्षांत मिळून ७० लाख टन अन्नधान्याचे उत्पादन बुडाले. सन २००३-०४ या वर्षात अन्नधान्याच्या उत्पादनात घट झाली आणि अन्नधान्य फक्त १०५.१ लाख टन एवढे होईल, असा अंदाज मांडला गेला. शेतीउत्पादन वाढण्यासाठी नवीन तंत्राचा वापर करण्यात येत असताना अवर्षणकाळात उत्पादनघट, शेतकरी, शेतमजुराचा रोजगार, अन्नधान्य प्रश्न, जनावरांना चारा मिळत नाही, याकडे दुर्लक्ष करून चालणार नाही.

१९७२च्या दुष्काळी भागात १३% पशुसंख्येची म्हणजे २१ लाख ८० हजार जनावरांची विक्री वा मृत्यूमुळे हानी झाली. त्यांपैकी ६ लाख गुरे मृत्युमुखी पडली. दुष्काळामुळे शेतकऱ्यांची झालेली हानी भरून काढता यावी, शेतकरी पुन्हा शेतीकडे वळावा म्हणून काही प्रयत्न करणे गरजेचे असते.

शासनाने जनावरांच्या रक्षणासाठी चारातगाई सुरू करून त्याचप्रमाणे कडबा, पेंड, अखाद्य गहू यांसारखे खाद्य जनावरांना पुरवणे, शेतकरी व शेतमजुरांची गुरे वाचवण्याचा योग्य मार्ग म्हणजे चारा व पाण्याच्या पुरेशा सोयी असलेल्या गुरांच्या छावण्या उघडणे. सरकार गुरांच्या छावण्या उघडते, त्याचप्रमाणे काही स्वयंसेवी संस्था, तसेच काही संघटना गुरांच्या चाऱ्यापाण्याची सोय करतात. १९७२-७३च्या दुष्काळात जेव्हा एकूण पशुहानी २२ लाख एवढी झाली, त्या काळात नगर, पुणे, सांगली, सोलापूर,

सातारा व नाशिक या सहा दुष्काळी जिल्ह्यांत ५९ हजार गुरे क्षमतेच्या छावण्या उघडल्या. गुरांच्या देखभालीसाठी सोय मालकाने करावी, असा नियम केला होता. या छावण्यांमध्ये फक्त १६ हजार गुरे दाखल झाली. १९८६-८७मध्ये ८० लाख २३ हजार गुरे दुष्काळग्रस्त होती. सरकारने २० हजार क्षमतेच्या छावण्या उघडल्या. जनावरांच्या देखभालीसाठी माणूस ही अट आहेच. २००३-०४मध्ये गुरांच्या ६८१ छावण्या होत्या. त्यात ७ लाख ४५ हजार १६९ जनावरे होती. यावरून दुष्काळाची तीव्रता अद्यापही कमी झाल्याचे दिसून येत नाही.

गाई, म्हशी वा बैल अशी जनावरे विकत घेण्यासाठी, तसेच विहिरी खोदण्यासाठी आता बँकांकडून कर्ज मिळत असल्याने सरकारची जबाबदारी कमी झाली. या सर्व परिस्थितीत दुष्काळात, तसेच नव्या हंगामाच्या कामांसाठी लागणारे बियाणे, अवजारे, खावटी (पोटाला लागणारे धान्य) इ. साठी शेतकरी, शेतमजुरांना इतर व्यक्तींकडून कर्ज काढण्याशिवाय गत्यंतर राहात नाही. त्यामुळे गरीब, मध्यम शेतकरी आणि शेतमजूर कर्जबाजारी अवस्थेत दिसतो.

थोडक्यात, शेतीचे उत्पादन घटणे, मालमत्तेची हानी होणे, त्यामुळे विकासाला खीळ बसली जाते. त्यावर उपाय केले तरी खऱ्या अर्थी निवारण होत नाही.

२) अन्नधान्य :

स्वातंत्र्यानंतर सरकारने अन्नधान्यविषयक परिस्थिती सुधारण्यासाठी अत्यावश्यक वस्तूंसंबंधी कायदा आणि किमती नियंत्रित करण्यासाठी नियम केले. सरकार आवश्यक तेव्हा अन्नधान्य आयात करण्याचे व निर्यातीवर निर्बंध घालण्याचे कामही करते. सरकारने मोठ्या प्रमाणात स्वस्त धान्य दुकाने उघडलेली आहेत. सरकारी गोदामात अन्नधान्याचा साठा उपलब्ध असतो. ब्रिटिशकाळात होती तशी आता अन्नधान्याची टंचाई नाही. मात्र, दुष्काळाच्या वेळेस लोकांना पुरेसे अन्नधान्य मिळत नाही. ब्रिटिशकाळात एकीकडे अन्नधान्याचे उत्पादन फारच कमी होते. निर्यातीमुळे ते आणखी कमी प्रमाणात उपलब्ध होत होते, तर दुसरीकडे लोकांची क्रयशक्ती कमी होत होती. मात्र, आज शेतीविकास, हरितक्रांती या साऱ्यामुळे भारतात पुरेसे अन्नधान्य उपलब्ध आहे. मात्र, रोजगार नसल्याने लोकांना उपासमार सहन करावी लागते.

३) पिण्याचे पाणी :

दुष्काळात नेहमीच पिण्याच्या पाण्याची टंचाई निर्माण होत आहे. गेल्या तीस-पस्तीस वर्षांत हा प्रश्न हळूहळू जास्त बिकट बनत गेलेला आहे. १९६५-६६च्या दुष्काळात काही गावांना बैलगाड्यांनी पाणी पुरवावे लागले होते. १९७२-७३च्या दुष्काळात अनेक गावांना टँकरने पाणी पुरवावे लागले. १९८६-८७मध्ये ३५०० पेक्षा जास्त गावांना पाणी

पुरवावे लागले. २००३-०४ मध्ये ७५ तालुक्यांत ४ हजार २२६ टँकरने पाणीपुरवठा करावा लागला. १२,४८५ गावांना टँकरने पाणी पुरवावे लागले. तसेच अकरा हजार वस्त्यांना टँकरने पाणीपुरवठा केला. सरकारने अनेक वर्षांपूर्वी राज्यातील १७००० हून अधिक गावे पिण्याच्या पाण्याच्या बाबतीत कायम 'समस्याग्रस्त' आहेत, असे जाहीर केलेले आहे. म्हणजे जवळजवळ ४५% खेड्यांमध्ये सर्वसाधारण परिस्थितीदेखील पिण्याच्या पाण्यासाठी कठीण असते. दुष्काळात ती आणखीच बिकट होते, असे असून १९६० पूर्वी ग्रामीण भागात पिण्याच्या पाण्याचा प्रश्न सोडविण्यासाठी शासनाचा अल्प सहभाग होता. 'एक गाव एक पाणवठा' या सामाजिक जाणिवेपुरता मर्यादित होता. मात्र, त्यानंतर शासनाचे पाणीपुरवठ्यावर आधारित कार्यक्रम सुरू झाले. या योजना राबविण्यासाठी काही विभागांची निर्मिती करण्यात आली. आजमितीला महाराष्ट्र जीवन प्राधिकरण, भूजल सर्वेक्षण विकास यंत्रणा, राज्यातील जिल्हा परिषदेतील पाणीपुरवठा व स्वच्छता विभाग आणि या सर्वांच्या नियंत्रणासाठी मंत्रालयातील पाणीपुरवठा व स्वच्छता विभाग कार्यरत आहे. दरवर्षी टंचाईच्या तात्पुरत्या उपाययोजनांवर १०० कोटींचा खर्च होतो. २००३-०४मध्ये हा खर्च २०० कोटींच्या पुढे गेला. १९६० पासून ग्रामीण पाणीपुरवठा योजनांसाठी आत्तापर्यंत १६ हजार ६०० कोटी रुपये शासनाने खर्च केले. पैशांअभावी पिण्याच्या पाण्याच्या योजना लांबणीवर पडत आहेत. त्यामुळे लोकांच्या हालअपेष्टा वाढतच आहेत व पाण्याच्या टंचाईला सामोरे जावे लगात आहे, तर दुसरीकडे राज्यातील भूशास्त्रीय परिस्थिती पाहता जमिनीत मुरणाऱ्या पाण्याचे प्रमाण व भूजलाची पातळी अत्यंत कमी आहे. गेल्या ३०-३५ वर्षांत शेतीसाठी पाण्याचा उपसा प्रचंड वाढला आहे. त्यामुळे विहिरींपासून पिण्याच्या पाण्याचा होणारा पुरवठा दिवसेंदिवस कमी होत चाललेला आहे. त्यावरही कोणतेच निर्बंध नाही. पिण्याच्या पाण्यासाठी शासनाचा विंधन विहिरींसाठी खूप खर्च होत आहे. पिण्याच्या पाण्यासाठी महाराष्ट्रात 'जलस्वराज्य प्रकल्प' आणि 'आपलं पाणी' या योजनांद्वारे पाणीपुरवठा केला जात होता. सन २००४-०५मध्ये राज्यातील ९५ तालुक्यांत या हंगामात सरासरीपेक्षा जास्त पाऊस झाला असून, यवतमाळ, चंद्रपूर, नांदेड आदी आठ जिल्ह्यांतील २६ तालुक्यांत मात्र दुष्काळाची स्थिती कायम होती.

४) रोजगार हमी आणि दुष्काळी कामे :

दुष्काळ निवारण अथवा अवर्षणप्रवण काळात उपाययोजनांचा प्रमुख भर दुष्काळी कामे काढण्यावर राहिला आहे. दुष्काळातून तरून जाण्यासाठी, उपासमार टाळण्यासाठी आजही दुष्काळग्रस्तांना दुष्काळी कामांचा आधार मिळतो.

राज्यात १९६५-६६मध्ये दुष्काळी कामावरील मजुरांची संख्या ५ लाख ५१

हजार, १९७१-७२मध्ये ४९ लाख ४७ हजार (सुमारे ५० लाख) म्हणजे दुष्काळग्रस्त लोकसंख्येच्या २५% एवढी होती. १९८६-८७मध्ये मजुरांची संख्या ९ लाखांच्या आसपास होती. २००३-०४मध्ये मजुरांची संख्या ११ लाख ३९६ एवढी होती. १९७२च्या दुष्काळी वर्षानंतर रोजगार हमी कामावर एवढे मजूर आले होते. १९५२मध्ये प्रथम दुष्काळी कामावर किमान मजुरी ठेवण्यात आली होती आणि ती कमाल मजुरी ठरवली गेली. ती एका कुटुंबात दोन मिळवत्या व तीन अवलंबून असलेल्या व्यक्ती धरून मजुरीचे दर ठरविताना माणशी जे धान्य धरण्यात आले, एवढ्या धान्याच्या किमतीवरून मजुरी रोख स्वरूपात दिली जाई. पुढे मात्र मजुरीची पद्धत काढून टाकण्यात आली. झालेल्या कामाच्या प्रमाणातच मजुरी देण्याची पद्धत सुरू झाली. सध्या झालेल्या कामाची मजुरी व अधिक धान्यही दिले जाई.

थोडक्यात, दुष्काळी परिस्थितीत मदतीची अत्यंत गरज आहे. रोजगार हमी योजनेचा प्रायोगिक तत्त्वावर कार्यक्रम १९६२मध्ये एका गावात घेण्यात आला व १९७२ नंतर राज्याला 'रोजगार हमी योजना' लागू करण्यात आली. या योजनेत पाझर तलाव, नालाबंडिंग, लघुसिंचन तलाव, मोठ्या व मध्यम धरणांच्या कालव्यांची कामे, गावातील वनीकरण, दगड फोडणे, रस्ते, भूमिगत बंधारे, जमिनीचे सपाटीकरण, सामाजिक वनीकरण, पाणलोटक्षेत्र विकासातील कामे इ. केली जातात. रोजगार हमी योजना १९७२ पासून सुरू झाल्यानंतर मार्च ८७पर्यंत १९३.५९ कोटी मनुष्य दिवस एवढा रोजगार निर्माण झाला. मार्च १९८६पर्यंत १ लाख १८हजार कामे पूर्ण करण्यात आली. ग्रामीण बेकारांना रोजगार पुरवण्यासाठी ही योजना सरकारने सुरू केली. २००२-०३मध्ये रोजगार हमी योजनेची ७२०० कामे सुरू होती. त्यावेळी २ लाख २१ हजार ७५४ मजूर कामावर होते. २००३-०४मध्ये १५ हजार ९६ कामावर, ११ लाख ३९६ मजूर काम करीत होते.

रोजगार हमीखालील कामे प्रामुख्याने बांधकाम या प्रकाराखाली येत असल्याने बांधकाम उद्योगातील किमान वेतन रोजगार हमी कामावर दिले जायला हवे. दुष्काळग्रस्त जनतेला दुष्काळाच्या भीषण परिस्थितीतून बाहेर पडता येईल, लोकांना त्यांचे आरोग्य आणि शारीरिक क्षमता या प्रतिकूल परिस्थितीतून देखील टिकवून धरता येईल इतके अन्नधान्य आणि इतर सोयी-सुविधा दिल्या जाणे आवश्यक आहे. पुरेशा किमान वेतनाची तरतूद करणे आवश्यक आहे. हे वेतन ठरवताना ते कामाच्या प्रमाणात देण्याची पद्धत बंद करायला हवी. रोजगार हमी योजनेत जास्तीत जास्त जलसंधारणाची कामे हाती घेणे आवश्यक आहे. फळबाग लागवड कार्यक्रम रोजगार हमी योजनेद्वारे राबविला जातो. त्याची व्याप्ती वाढवणे आवश्यक आहे. अवर्षणप्रवण भागात त्यामुळे रोजगारनिर्मितीला वाव आहे.

५) विमायोजना :

सर्वंकष पीक विमायोजना शासनाने १९८५च्या खरीप हंगामापासून अवर्षणप्रवण क्षेत्रासह सर्वत्र राबविण्यात येत आहे.

६) अवर्षणप्रवण क्षेत्र योजना :

महाराष्ट्र शासनाने १९७४-७५ पासून अवर्षणप्रवण भागासाठी विकासात्मक कामांसाठी कार्यक्रम हाती घेतला आहे. त्याद्वारे कृषी, सिंचन, पशुसंवर्धन, दुग्धव्यवसाय, मत्स्यव्यवसाय, वने, कुरण विकास, सामाजिक वनीकरण, कायमस्वरूपी पाणी योजना याद्वारे विकासात्मक कामे केली जातात.

७) शासनाचे दुष्काळ निवारण धोरण :

दुष्काळ जाहीर करण्याचा निकष अथवा कसोट्या ब्रिटिशांनी निश्चित केलेल्या नव्हत्या. जेव्हा पावसाअभावी पिके करपून लोकांवर उपासमारीची वेळ येत असे आणि दुष्काळाची ओरड सुरू होत असे तेव्हा सरकारी अधिकारी चाचणी कामे काढत. या कामावर मोठ्या संख्येने लोक आल्यास मग दुष्काळ जाहीर होईपर्यंत पावसाळ्याची सुरुवात होई. १९०१च्या दुष्काळी आयोगाने शेतकऱ्यांना सारा माफ करण्याचा प्रश्न आला तेव्हा सर्वसाधारण पीक बारा आणे धरले गेले व सहा आण्यांपेक्षा कमी धरले गेले असल्यास सारा माफ करण्याचे ठरले. ही आणेवारी तलाठी किंवा मंडळ निरीक्षक यांच्यावर सोपवली.

१९६०च्या समितीने टंचाई जाहीर करण्यासाठी पर्जन्यमान, पूर्वी टंचाई जाहीर झालेली असणे व आणेवारी या तीन निकषांचा वापर करावा अशी शिफारस केली; पण पर्जन्यमान मोजण्याची साधने उभारण्यापलीकडे सरकारने दुर्लक्ष केल्यामुळे प्रत्यक्षात आणेवारी, पैसेवारी हाच प्रमुख निकष वापरला जात आहे. १९५२-५३ पासून ६०-६१पर्यंत सरकार दुष्काळविषयक वार्षिक अहवाल प्रसिद्ध करीत आहे. ती पद्धत पुढे बंद पडली. सुखटणकर समितीने असेही म्हटले आहे की, सरकारने आकस्मिक योजना तयार ठेवावी व लागोपाठ तीन वर्षे टंचाईला तोंड देण्यासाठी आवश्यक ते चारापाणी, अन्न, रोजगार, छावण्या व साधने यांची व्यवस्था करावी; परंतु सरकारने अशी योजना केली आहे का?

चितळे आयोगाने अवर्षणप्रवणग्रस्त क्षेत्रे ठरवताना असे सूचित केले की, पर्जन्यमान, दुष्काळाची वारंवारता, सिंचन सोयी आणि महसुलात तूट हे निकष मानावेत. आज केंद्राच्या व्याख्येप्रमाणे ज्या तालुक्यात ११२.५ सें.मी. पेक्षा कमी पाऊस पडतो व जिथे ३०% पेक्षा कमी सिंचनक्षेत्र आहे असे तालुके अवर्षणप्रवण म्हणून निवडले जातात; पण ज्या तालुक्यात ३०%भाग सिंचित आहे. तिथे उरलेल्या ७०% भागाला अवर्षणाचा

फटका बसूनही तो भाग 'अवर्षणप्रवण' मानला जात नाही. त्यामुळे या निकषांकडे सरकारने पुरेशा गांभीर्याने बघणे आवश्यक आहे. सुखटणकर समितीने (१९७३) अवर्षणप्रवण क्षेत्रासाठी मृद व जलसंधारणाची कामे पाणलोटक्षेत्र आधारावर करण्यात यावीत व जमिनीच्या वर्गवारीप्रमाणे मृद व जलसंधारणाच्या विविध जैविक व अभियांत्रिकी उपाययोजना कराव्यात असे म्हटले आहे. तसेच वनीकरणाचे कार्यक्रम मोठ्या प्रमाणात घेऊन त्यात लोकसहभागाला महत्त्व दिले होते. त्यानंतर सुब्रह्मण्यम समितीने (१९८७) अवर्षणप्रवण क्षेत्राबाबत लघुसिंचन योजनांच्या जलग्रहण क्षेत्रातील जमिनीची धूप कमी व्हावी व तलावामध्ये गाळ साचू नये म्हणून वृक्षलागवड व गवताची लागवड यांसारखे कार्यक्रम राबवावेत, त्याचप्रमाणे योग्य ते चिरेबंदी बंधारे किंवा मातीचे साठवण तलाव, नालाबांध, शेततळी, पाझर तलाव इ. उपचार शक्यतो एका नाल्यावर साखळी स्वरूपात बांधून त्यात पावसाचे पाणी साठवावे व त्याखाली विहिरी बांधून विस्तृत क्षेत्राला सिंचनाची सोय उपलब्ध करून द्यावी, अशी सूचना केली आहे. त्यानंतर केंद्र शासनाने नेमलेल्या प्रो. हनुमंतराव समितीने (१९९४) अवर्षणप्रवण क्षेत्र बाबींवर विकास व एकात्मिक पडीक जमीन विकास कार्यक्रमांची अंमलबजावणी व प्रभावाचा अभ्यास करून अशी शिफारस केली की, या तिन्ही कार्यक्रमांसाठी मार्गदर्शक सूत्रे, उद्दिष्टे, खर्चाचे निकष, धोरण हे एकच असावे व ते सर्व पाणलोट विकास कार्यक्रमांना लागू व्हावे. अशा प्रकारे आयोग व समित्या यांचा अभ्यास शिफारशी व क्षेत्रीय कार्यानुभव त्याद्वारे पाणलोट विकासाची संकल्पना तयार झाली व सध्या पाणलोट क्षेत्रांतर्गत उपचार पद्धती राबविल्या जात आहेत.

नवीन दुष्काळ विषयक योजना :

युती सरकारने २०२५-१६मध्ये २०१९पर्यंत दुष्काळ मुक्तीसाठी अल्पकालीन व दीर्घकालीन उपाययोजना आखलेल्या आहेत. त्यामध्ये -

१) दुष्काळ निवारणासाठी 'जलयुक्त शिवार योजना' आखलेली आहे.

२) तसेच उपलब्ध पाण्याचे ऑडिट करून सिंचन व बिगर सिंचन पाण्याचा त्यामध्ये समावेश केलेला आहे.

३) दुष्काळग्रस्तांना ३९२५ कोटी रुपयांची शेतकऱ्यांना थेट मदत; तसेच एकूण दुष्काळ मदत ७ हजार कोटी रुपयांची असेल.

४) शेततळ्यांच्या प्लास्टिक मल्पिंगसाठी १६ हजार रु. प्रति हेक्टर देणार.

५) एकात्मिक पाणलोटावर अधिक भर.

६) पुढील पाच वर्षांत २.५० लक्ष शेततळी ५०,००० सिमेंट नालाबांध, एका वर्षात ५००० गावांना दुष्काळमुक्त करणार.

७) पुढील काळात ५ लक्ष सोलर पंप शेतकऱ्यांना देणार.

८) पुढील पाच वर्षांत १० लक्ष हेक्टर सूक्ष्मसिंचनाखाली आणण्याचा निर्धार केलेला आहे.

९) पाण्याच्या साठ्यासाठी गाळ काढण्याचा कार्यक्रम मोठ्या प्रमाणात घेतला जाणार आहे.

अशा प्रकारे सिंचन सुविधेविषयी महत्त्वाचे निर्णय शासनाने घेतले आहेत.

५.५ : दुष्काळ व टंचाई परिस्थिती

राज्यातील ४१,८०० खेड्यांपैकी ३८,६१२ खेड्यांमध्ये पाण्याची कमी-जास्त समस्या आहे. समस्याग्रस्त गावे ठाणे, रत्नागिरी, सिंधुदुर्ग अशा भरपूर पावसाच्या प्रदेशातसुद्धा आहेत.

माणसाची दैनिक सरासरी ४० लीटर पाण्याची गरज राज्यातील २/३ लोकसंख्येच्या भागात नाही. जर पाण्याचा पुरवठा एक मैलापेक्षा जास्त दूर असेल व पाणी जर अशुद्ध असेल तर ते गाव 'समस्याग्रस्त' समजले जावे, असा निकष आहे.

सरकारने १९७२-७३च्या दुष्काळानंतर बंधारे घातले; पण बंधाऱ्यांमध्ये माती व गाळ साठत गेल्याने पावसाचे सरासरी प्रमाण कमी न होताही पाण्याची टंचाई वाढत जाते. जंगले व झाडे कमी झाल्याने जमिनीत पाणी मुरण्याचे प्रमाण कमी झाले आहे. उसासारख्या पिकास सर्व नियम उल्लंघून जादा पाणी वापरणे, बेसुमार विहिरी खोदणे यामुळे प्रश्न अधिक बिकट बनला आहे. राज्यातील जलसंपत्तीचा विकास व नियोजनासंबंधीचे धोरण निश्चित करण्यासाठी मुख्यमंत्र्यांच्या अध्यक्षतेखाली जलसंपत्ती विकास प्राधिकरणाची स्थापना झाली आहे. टंचाईवर उपाययोजना करणारी कामे हा आता राज्यात सर्वसाधारण प्रशासनाचा भाग झाला आहे; परंतु, त्यातही काही गोष्टी सरकार गंभीरपणे घेत नाही. टंचाईनिवारण कार्यक्रमाचा एक भाग म्हणून तेथील २५% लोकसंख्येस रोजगार पुरविण्याच्या योजना असाव्यात, असे सुखटणकर समितीने नोंदविले होते; पण प्रत्यक्षात १०% लोकसंख्येपर्यंत ही अशी कामे पोहोचत नाहीत.

एक गोष्ट अशी दिसून येते की, १९७२-७३ नंतर दुष्काळाला प्रतिबंध व्हावा म्हणून कोणतीही दीर्घकालीन योजना तडीला नेल्याचे आढळत नाही. गेल्या चाळीस वर्षांत सरकारने पाणीप्रश्नाच्या सोडवणुकीसाठी ५०,००० कोटी रुपये खर्च केले तरी टँकरद्वारे पाणीपुरवठा होणाऱ्या गावांची संख्या दरवर्षी वाढत आहे.

अवर्षणप्रवण क्षेत्र-महाराष्ट्रातील अवर्षणप्रवण क्षेत्र १,२३,८०० चौ.कि.मी. असून, ते राज्याच्या एकूण क्षेत्रफळाच्या सुमारे ४० टक्के आहे.

सुब्रह्मण्यम समितीच्या अहवालानुसार पश्चिम महाराष्ट्रातील ४४, उत्तर महाराष्ट्रातील २२ व मराठवाड्यातील २८ असे एकूण ९४ तालुके अवर्षणप्रवण आहेत. सध्या ही संख्या १२३ तालुक्यांपर्यंत गेली आहे.

शेतीसाठी सिंचनाची आवश्यकता

प्राचीन काळापासून सिंचनाच्या सोयी करण्याचा प्रयत्न झाला आहे. विविध कारणांमुळे महाराष्ट्रातील शेतीसाठी पाण्याच्या सोयी करणे आवश्यक आहे.

१) पावसाचा अनियमितपणा व अनिश्चितता - पाऊस केव्हा पडेल, किती पडू शकेल याविषयी निश्चितता नसते. पावसाच्या या लहरीपणाचे परिणाम पर्जन्यछायेच्या प्रदेशात तीव्रपणे जाणवतात. त्यामुळे महाराष्ट्रातील अवर्षणप्रवण भागात सिंचनाच्या सोयींची नितांत गरज आहे.

२) पावसाचे विषम वितरण - महाराष्ट्रात जून ते सप्टेंबर या कालावधीत बहुतांश पाऊस पडतो. त्याचे राज्याच्या विविध भागांतील वितरण अत्यंत विषम आहे. वर्षाच्या ज्या काळात पावसाचा अभाव असतो, त्या वेळी कमी पावसाच्या भागात महाराष्ट्रात सिंचनाची नितांत गरज आहे.

३) उत्पादकता वाढविण्यासाठी - राज्याची व देशाची लोकसंख्या प्रचंड वेगाने वाढत असल्याने शेतीच्या उत्पादकतेत सातत्याने वाढ होणे आवश्यक आहे. बागायती शेतीची उत्पादकता कोरडवाहू शेतीच्या उत्पादकतेच्या साधारण ६ पट असते. यावरून शेती व्यवसायातील पाण्याचे महत्त्व लक्षात येते.

४) दुष्काळावर उपाय - पावसाचा अभाव हे दुष्काळाचे कारण दुष्काळाच्या इतिहासावरून दिसते. त्यामुळे दुष्काळाची शक्यता व तीव्रता कमी करण्याचा उपाय म्हणजे जलसंपदा निर्माण करणे होय.

५) पूरनियंत्रण - पावसाळ्यातील नद्यांना पूर येतात. त्यामुळे जीवित, मालमत्ता, शेतीतील पिके इ.चे प्रचंड नुकसान होते. तसेच जमिनीची धूप होऊन अपरिमित हानी होते. मात्र, नद्यांवर धरणे बांधल्याने नदीचे पाणी अडविले जाऊन साठविले जाते व पुराचा धोका टळतो. धरणाच्या पाण्याचा उपयोग पिण्यासाठी व शेतीसाठी करता येतो.

६) शेतमालावर आधारित कारखान्यांचा विकास - उद्योगधंद्यांना शेती उत्पादनापासून कच्चा माल मिळतो. उदा. साखर, कापड, फळप्रक्रिया उद्योग, तेलगिरण्या, डाळी तयार करणे इ. साठीच्या मालाचे मोठ्या प्रमाणावर उत्पादन सिंचनाच्या सोयींमुळे शक्य होते.

दुष्काळाचे/अवर्षणाचे दुष्परिणाम

अवर्षणाचे पर्यवसान दुष्काळात होते व त्यामुळे समाजातील लोकांवर त्याचा विपरीत परिणाम होतो. समाजात अनेक अनिष्ट प्रकार उद्भवतात. त्यातील काही दुष्परिणाम पुढीलप्रमाणे -

दुष्काळामुळे अन्नधान्याचे उत्पादन पुरेसे होत नाही व त्या अन्नधान्य कमतरतेमुळे लोकांना स्वत:च्या उपजीविकेसाठी रोजगारासारख्या कामावर जावे लागते. शिवाय दुष्काळाचे इतर परिणाम लोकांवर अतिशय खोलवर रुजलेले दिसून येतात. मी केलेल्या संशोधनानुसार पुढील दुष्परिणाम दिसून आले आहेत.

१) पौष्टिक अन्नाच्या दर्जात बदल - दुष्काळाच्या स्थितीत अन्नधान्याची कमतरता असते. दुष्काळाच्या परिस्थितीमध्ये जीवन जगण्यासाठी पौष्टिक अन्न मिळत नाही. दिवसातून एकदाच कसेबसे जेवण मिळते. अन्नधान्याच्या अपुऱ्या पुरवठ्यामुळे अन्नाच्या दर्जातही बदल होतो.

२) स्थलांतर व कुटुंबाची ताटातूट - दुष्काळामुळे/अवर्षणामुळे स्वत:च्या उपजीविकेसाठी लोक एका ठिकाणाहून दुसऱ्या ठिकाणी जातात. त्यामुळे स्थानांतर घडून येते. दुष्काळामुळे एवढा मोठा परिणाम होतो की, व्यक्ती स्वत:चे अन्न शोधण्यासाठी अनेक ठिकाणी अन्नासाठी फिरतो (स्थलांतरित होतो). त्याचे कुटुंब विभक्त होऊन तो पुष्कळदा कायमचाच कुटुंबापासून दूर जातो व त्यामुळे कुटुंबाची ताटातूट होते.

३) मानसिक विसकळीतपणा - दुष्काळामुळे लोकांना सर्व नवीन प्रकारांना तोंड द्यावे लागत असते. व्यक्तीचे नेहमीप्रमाणे जनजीवनाशी असणारे संबंध तुटतात. त्याचप्रमाणे त्यांना मानसिक ताणाला सामोरे जावे लागते.

४) अवर्षणकाळात मोठ्या शेतकऱ्यांनासुद्धा (१० ते २५ एकरांपुढील) रोजगार हमी कामावर जावे लागले आहे. शेतकऱ्यांनी सावकारांकडून कर्जे घेतल्यामुळे बऱ्याचशा शेतकऱ्यांना त्यांच्या मर्जीतच राहून त्यांची कामे करावी लागतात.

५) रोगराई - दुष्काळामध्ये निकृष्ट प्रतीचे अन्न खावे लागत असल्यामुळे व्यक्तीस अनेक प्रकारचे रोग उद्‌भवतात व त्याचा परिणाम मृत्यूमध्येसुद्धा होऊ शकतो.

६) शारीरिक वजन कमी - अन्नधान्याच्या कमतरतेमुळे व पौष्टिक अन्न मिळत नसल्यामुळे तसेच मानसिक विसकळीतपणामुळे शारीरिक वजन कमी होते.

७) कर्जफेडीसाठी मालमत्तेचे हस्तांतर - उदरनिर्वाहासाठी व दुसऱ्याची देणी देण्यासाठी स्वत:ची मालमत्ता कमी किमतीमध्ये विकली जाते.

८) शासकीय योजना - दुष्काळ पडल्यानंतर लोकांच्या समजुतीसाठी अनेक उपाययोजना तयार करून, त्या राबविण्याचा प्रयत्न केला जातो; परंतु, अशा तात्पुरत्या योजनांमुळे कोणतेही ध्येय कायमस्वरूपी साध्य होत नाही. याशिवाय इतर अनेक दुष्परिणामांनाही सामारे जावे लागते.

अशा प्रकारे अवर्षणामुळे शेतकऱ्यांस, तसेच ग्रामीण जनतेस अपार दु:ख सहन करावे लागते.

५.६ : दुष्काळ निर्मूलनाचे विविध दृष्टिकोन (उपाययोजना)

दुष्काळी स्थितीवर उपाययोजना म्हणून अनेक सरकारी व निमसरकारी योजना तयार केल्या गेल्या आहेत. या योजनेमध्ये काही प्रमाणात मतभेद असले तरी, त्याचा उपयोग करून घेणे महत्त्वाचे आहे.

१) शेततळी - नद्या, ओढे, ओहोळ ज्या ठिकाणी असतील त्यांच्या कडेने पाणी साठविण्यासाठी शेततळ्यांची निर्मिती करावी व ते पाणी सूक्ष्म सिंचनाने उदा. ठिबक, तुषार, ग्रीन हाऊस या पद्धतीने पिकास देण्यासाठी वापर करावा. त्यामुळे संरक्षित असे पीक घेता येईल.

२) उपसासिंचन पद्धत - नद्या, ओढे लांब अंतरावर असेल तर उपसासिंचन पद्धतीने पाणी शेतामध्ये शेततळे करून साठवावे त्यामुळे संरक्षित सिंचनाची सोय होईल. सर्व सिंचन सूक्ष्मसिंचन पद्धतीने करणे, अनिवार्य करणे आवश्यक आहे.

३) रोजगार हमी योजना - या संदर्भातील माहिती मागील पानावर स्वातंत्र्योत्तर उपाययोजनांमध्ये दिली आहे. (पान नं. १३२ वर).

४) ठिबक व तुषार सिंचन पद्धती - पारंपरिक पद्धतीच्या जलसिंचनाच्या तुलनेने तुषार व ठिबक या दोन्ही पद्धतींमध्ये पाण्याची कितीतरी बचत होते. शिवाय या नवीन पद्धतीसाठी मोठ्या प्रमाणावर सपाटीकरण करावे लागत नाही व त्याबाबतच्या खर्चामध्येही बचत होते. तुषार सिंचनपद्धती सर्व प्रकारच्या पिकांसाठी उपयुक्त आहे. ठिबक सिंचनपद्धतीचा वापर केल्यास फळझाडे तसेच अन्नवृक्ष लागवड अधिक फलदायी ठरते. कृषी विद्यापीठामध्ये व अन्यत्र झालेल्या अभ्यासावरून असे दिसून येते की, ठिबक सिंचनामुळे निरनिराळ्या पिकांच्या बाबतीत सुमारे ६० ते ७० टक्के पाण्याची बचत होऊ शकते. तुषार सिंचन पद्धतीमुळे पाण्याची सुमारे ५० टक्के बचत होते. दोन्ही पद्धतीत पिकांच्या उत्पादनात सुमारे २० ते ३० टक्के वाढ होते.

राज्यातील सर्व शेतीला सूक्ष्म सिंचन (ठिबक, तुषार पद्धत) पद्धती बंधनकारक करणे. प्रवाही सिंचन पद्धती बंद करणे.

५) मध्यम व मोठ्या पाटबंधारे योजना - अनिश्चित व कमी पावसाच्या प्रदेशात वारंवार उद्भवणाऱ्या अवर्षणास तोंड देण्यासाठी तसेच तेथील शेतीला संरक्षण देऊन स्थानिक जनतेच्या जीवनमानात स्थैर्य आणण्यासाठी मध्यम व मोठ्या जलसिंचन योजना महत्त्वाच्या आहेत.

६) आठमाही पाणीपुरवठा - पाटाचे पाणी बारमाही देण्याऐवजी आठमाही पद्धतीने दिले तर जास्तीत जास्त क्षेत्राला पाणी मिळेल व पाण्याचे वाटप सामाजिक न्यायाला धरून होऊ शकेल.

७) अवर्षणप्रवण क्षेत्र कार्यक्रम व विकासाचे धोरण - अवर्षणप्रवण क्षेत्रामधील उपलब्ध नैसर्गिक साधनसामग्रीचा पूर्ण विकास करून, वारंवार पडणाऱ्या अवर्षणास तोंड देण्यासाठी तेथील जनतेला समर्थ करणे व त्यायोगे अवर्षणाच्या आर्थिक परिणामांची तीव्रता कमी करणे त्यासाठी अवर्षणप्रवण क्षेत्र कार्यक्रम १९७४-७५ पासून सुरू झाला. या कार्यक्रमांतर्गत खालील प्रकारची कामे लघु पाणलोट क्षेत्रांमध्ये राबविण्यात येतात.

१) जमिनीचे सर्वेक्षण, २) नाला बांधबंदिस्ती, मृदा संधारण व कोरडवाहू शेती विकास, ३) लघु सिंचन योजना, ४) वनीकरण, कुरण विकास, ५) दुग्धविकास, ६) मत्स्योत्पादन इ. ही कामे वृद्धिंगत करावीत.

८) कोल्हापूर पद्धतीचे बंधारे - या पद्धतीच्या बंधाऱ्यांवरून उपसा सिंचन (लिफ्ट इरिगेशन) पद्धतीचा अवलंब करता येतो. तसेच या बंधाऱ्यांमुळे विहिरींच्या पाण्याच्या पातळीत वाढ होते. तसेच जवळच्या गावांसाठी पिण्याचे पाणी उपलब्ध होते. या बंधाऱ्यांची उपयुक्तता लक्षात घेता कोल्हापूर पद्धतीच्या बंधाऱ्यांच्या मालिकाच अनेक ठिकाणी तयार करण्यात आल्या आहेत. इतरत्रही तशा मालिका तयार करणे आवश्यक आहे.

९) भूशास्त्रीय पाहणी - तलाव, पाझर तलाव होण्यापूर्वी जमिनीची शास्त्रीय पाहणी करून पाझर तलाव होण्यास अनुकूल स्थिती आहे की नाही, हे तपासून पाहणे महत्त्वाचे आहे. भूस्तर अनुकूल नसल्याने अनेक पाझर तलाव अनुपयुक्त ठरण्याची उदाहरणे आहेत.

१०) अर्थव्यवस्था उद्योगप्रधान व्हावी - शेतीप्रधान अर्थव्यवस्थेबरोबरच उद्योगक्षेत्रालाही अधिक महत्त्व देणे आवश्यक आहे. तरच दुष्काळाचा प्रश्न सुटण्यास मदत होईल.

११) पाण्याचे नियोजन - लोकसंख्येच्या प्रमाणात पाण्याचे नियोजन, वाटप शास्त्रशुद्ध पद्धतीने करणे आवश्यक आहे.

१२) फळबाग लागवड - रोजगार हमी योजनेकडे शेतात फळझाडे लागवड करणे. त्यामुळे रोजगार उपलब्ध होऊन फळबागांपासून अर्थार्जन निर्माण होऊ शकेल.

१३) पाण्याचा शास्त्रीय पद्धतीने वापर - पाण्याच्या प्रत्येक थेंबाचे नियोजन करणे आवश्यक आहे. सध्याच्या पिण्याच्या पाण्याचे, औद्योगिक वापरासाठीचे, शेतीच्या वापराचे इ.साठी शास्त्रीय पद्धतीने वापर करून त्याचे नियोजन व

व्यवस्थापन महत्त्वाचे आहे.

१४) नद्यांना जोडणारे कालव्यांचे जाळे - ज्या नद्या कायमस्वरूपी वाहतात त्यांचे प्रवाह बदलून ज्या नद्यांना बारा महिने पाणी नाही त्या नद्यांमध्ये त्यांचे पाणी सोडावे. त्यामुळे मोठ्या मोठ्या पुरांपासूनसुद्धा संरक्षण होऊ शकते. तसेच स्थानिक स्वरूपाचे प्रकल्पही हाती घेता येतील.

१५) शास्त्रीय व्यवस्थापन - पावसाचे पाणी जास्तीत जास्त जमिनीत मुरविणे महत्त्वाचे आहे. तसेच जमिनीची धूप थांबविणे, जमिनीचा कस वाढविणे, वनराया व जंगल वाढविणे, बांधबंदिस्ती करणे, वनशेती करणे इ. उपायांचा यामध्ये समावेश होतो.

१६) शेतीला जोडधंदा - शेतीला जोडधंदा महत्त्वाचा आहे. उदा. दुग्ध व्यवसाय, पशुपालन, इमुपालन, कुक्कुटपालन, हरितगृह इ. सुरू करून शेतीस हातभार लावता येतो.

१७) सहकारी पद्धतीने पाणी वापर - दुष्काळावर मात करण्यासाठी लोकांनी एकत्र येऊन सहकारी पद्धतीने पाणीवापर संस्था स्थापन करणे आवश्यक आहे.

१८) पाणलोटक्षेत्र विकास कार्यक्रम - या संदर्भातील माहिती पुढील प्रकरणात आहे. (प्रकरण सहा मध्ये).

१९) छतावरील पाणी साठवण - घरावरील छताचे पाणी एका टाकीमध्ये साठविल्यास त्या पाण्याचा संरक्षित पाणी म्हणून उपयोग होऊ शकतो. उदा. राजस्थानमध्ये अशी पद्धत आहे.

२०) छोट्या छोट्या बंधाऱ्यांची मालिका - नाल्याची खोली वाढवून व नाला रुंद करून त्या नाल्यावर छोट्या छोट्या बंधाऱ्यांची मालिका तयार करावी त्यामुळे विहिरींच्या पाण्याच्या पातळीत वाढ होऊन तसेच त्या नाल्यातील पाण्याचा उपयोग संरक्षित पाण्यासाठी होऊ शकतो.

२१) पाणी व्यवस्थापन - पाणी व्यवस्थापनात पाण्याचे संवर्धन, पाण्याची साठवणूक आणि पाण्याचा योग्य पद्धतीने वापर इ. बाबतचा समावेश होतो. पाण्याच्या व्यवस्थापनाला प्राधान्य क्रम देणे आवश्यक आहे. त्यासाठी विशिष्ट असे धोरण आखण्याची गरज आहे.

२२) जलसाक्षरता - शाळा, महाविद्यालयांनी प्रत्येक विद्यार्थ्याला पाण्याचे महत्त्व कळण्यासाठी 'जलसाक्षर' केले पाहिजे. जलसाक्षरतेसाठी पुनर्भरण, पाण्याच्या उपशाचे नियोजन, उन्हाळ्यासाठी राखीव भूजल तसेच पाण्याचा पुनर्वापर करणे इ. बाबींवर भर देणे. जलसाक्षरतेसाठी व्याख्याने, प्रात्यक्षिके तसेच पुस्तिका, घडीपत्रके तयार करून प्रबोधनासाठी वापर करणे आवश्यक आहे.

२३) नदी खोऱ्यांची जोडणी - नदी खोऱ्यांची एकमेकांना जोडणी साखळी पद्धतीने

केल्यास पाण्याची उपलब्धता निर्माण होईल.

२४) न्याय्य वाटपाचे धोरण - जलधोरणात पाणी शेतीसाठी किती, पिण्यासाठी किती, उद्योगांसाठी किती याच न्याय्य वाटपाचे धोरण आखणे आवश्यक आहे.

२५) विस्तारिकरण - ठिबक व डिफ्यूजर पद्धतीने प्रतिझाड प्रतिदिन एक ते दोन लीटर पाण्याने झाडे जगविली जातात. या पद्धतीचे विस्तारिकरण होणे आवश्यक आहे.

२६) स्वतंत्र जलाशये - मोठ्या शहरांनी पिण्याच्या पाण्यासाठी स्वतंत्र जलाशये निर्माण करावीत.

२७) कायमस्वरूपी पाण्याची सोय - शेतीसाठी पाण्याची कायमस्वरूपी सोय असावी. त्यासाठी शहरीकरण व औद्योगिकीकरणाचा अडसर येऊ नये.

२८) जास्त उत्पादन - कमी पाण्याच्या जास्त उत्पादन देणाऱ्या जाती शोधून काढणे तसेच पाण्याच्या वापरात काटकसर करणे, पिकांसाठी मल्पिंगचा वापर वाढविणे महत्त्वाचे आहे.

२९) पावसाप्रमाणे पिके - पावसाच्या क्षेत्राप्रमाणे पिके घेणे.

३०) ठिबक सिंचनाखाली पिके - शासनाने ८० ते ९० टक्के सबसिडी देऊन सर्व बारमाही पिके पहिल्या टप्प्यात ठिबक सिंचनाखाली आणणे आवश्यक आहे.

३१) पाण्याचे योग्य नियोजन : गुजरात राज्याने पाण्याचे योग्य नियोजन करून, पाण्याचा प्रश्न मोठ्या प्रमाणात सोडविण्याचा प्रयत्न केला. त्या राज्यापेक्षा आपल्या राज्यात दुप्पट पाऊस पडतो असे असूनही त्यांना यश येते मात्र आपल्याला दुष्काळाची तीव्रता अद्यापही कमी करता आली नाही. त्यासाठी पाण्याच्या नियोजनाला अग्रक्रम देऊन समस्या सोडविणे आवश्यक आहे.

३२) जलसाठे निर्माण करण्यावर भर - राज्यात तसेच प्रत्येक गावात जलसाठे निर्माण करण्यावर भर देणे आवश्यक आहे.

३३) पाणी प्रश्न - पाणी प्रश्न कृषीखात्याच्या अधिकारात असावा. सिंचनखात्याने पाणी अडविण्याचे काम करावे, धरणे बांधण्याचे काम करावे व कालवे बांधावेत व पुढील कार्यवाहीसाठी ते कृषीखात्याकडे सोपवावेत.

३४) साखळी बंधाऱ्यांची आवश्यकता - गावातील माणसांनी एक समिती तयार करून त्याद्वारे गावातील सर्व नाले शोधून, त्यांना खोल करून, त्यांची रुंदी वाढवून प्रत्येक नाल्यावर १० ते १५ साखळी बंधारे बांधावेत.

३५) कृषी विज्ञान मंडळांची स्थापना - कृषी विज्ञान मंडळे स्थापन करून दरवर्षीच्या पिकांबाबत कृषीखात्याच्या अधिकाऱ्यांद्वारे चर्चा घडवून आणणे.

३६) जल साक्षरतेची आवश्यकता - शेतकऱ्यांमध्ये तसेच ग्रामीण व शहरीभागातील नागरिकांमध्ये जलसाक्षरता मोठ्या प्रमाणात करण्याची गरज आहे.

३७) हवामान बदलाचे पर्जन्यावर होणारे परिणाम - हवामान बदलाचे पर्जन्यावर होणारे परिणाम याचा अभ्यास होणे गरजेचे आहे. तसेच भूपृष्ठाखालील पाण्याचे प्रदूषण हासुद्धा चिंतेंचा विषय आहे, त्यावर जनजागृती होऊन उपाय शोधावे लागतील.

३८) पाणी सुरक्षा योजना - अन्न सुरक्षेप्रमाणे सरकारने पाणी सुरक्षा योजना शेतकऱ्यांसाठी सुरू केली.

याशिवाय पुढील प्रकरणात उपाययोजना सुचविल्या आहेत.

थोडक्यात असे दिसून येते की, दुष्काळ निवारणासाठी/अवर्षणासाठी पाणलोट विकास कार्यक्रम पुढे येत आहे. त्या दृष्टीने पाणलोट व जलसंधारणाला महत्त्व प्राप्त होत आहे. त्या संदर्भात पुढील प्रकरणात माहिती दिली आहे. दुष्काळ/अवर्षणाची गंभीर समस्याही कायमस्वरूपी बनलेली आहे. त्यासाठी मोठे, मध्यम, लघु सिंचन प्रकल्प शासनाने हाती घेतलेले आहेत. त्याचप्रमाणे अवर्षणप्रवण क्षेत्र कार्यक्रम, पाणलोटक्षेत्र विकास कार्यक्रम, जलसंधारण राबविला जात आहे. दुग्धव्यवसाय, मासेमारी तसेच इतर बाबींवर शासन खर्च करीत आहे. यातून दुष्काळ हटणे शक्य आहे का? उपलब्ध निधीचा व साधनसामग्रीचा शास्त्रशुद्ध व योजनाबद्ध पद्धतीने वापर करणे गरजेचे आहे. अवर्षणप्रवणक्षेत्र कार्यक्रमाखाली रोजगार हमी योजनेखाली केली जाणारी कामे, तसेच मोठ्या, मध्यम, लघुसिंचन योजना, पाणलोटक्षेत्र विकास कार्यक्रम, जलसंधारण, शेती विकास, लघुउद्योग, ग्रामीण प्रक्रिया उद्योग इ. मध्ये गुंतविला जाणारा पैसा या साऱ्यांचा एकत्रित कार्यक्रम हाती घेणे आवश्यक आहे. मोठे पाटबंधारे प्रकल्प व शेती, वन यांवर आधारित प्रक्रिया उद्योग यांना प्राधान्य दिले पाहिजे. जलसाक्षरता ही सुद्धा महत्त्वाची आहे.

अवर्षणाचे पर्यवसान दुष्काळात होऊ नये म्हणून जलसंपदेखालील क्षेत्र जास्तीत जास्त वाढविणे, शेतीला आर्थिक स्थैर्य देणे, शेतीला जोडधंदे देणे, बिगरशेती व्यवसायाचा व औद्योगिक क्षेत्राचा विकास करणे इ. गोष्टी आवश्यक आहेत.

आजपर्यंत मोठ्या, मध्यम, लघु पाटंबधारे योजना राबविल्या जात आहेत. त्याचबरोबर जलसंधारणाचे कार्यक्रम चालू आहेत. मात्र, पेरणीखालील निव्वळ क्षेत्रापैकी ८१-८२% क्षेत्र कोरडवाहू आहे. या क्षेत्राचा विकास करण्यासाठी पाणलोटक्षेत्र विकास कार्यक्रम मोठ्या प्रमाणावर राबविणे आवश्यक आहे. जलसंधारणाची कामे मोठ्या प्रमाणावर घेण्याशिवाय पर्याय दिसत नाही. आजपर्यंत मृद व जलसंधारणाची कामे कोणत्या पद्धतीने झाली व कशा प्रकारे कार्यक्रम राबविला, याची माहिती जाणून घेणे महत्त्वाचे आहे.

प्रकरण ६

महाराष्ट्रातील पाणलोटक्षेत्र विकास आणि जलसंधारण

६.१ प्रास्ताविक
६.२ पाणलोट विकास संकल्पना
६.३ कोरडवाहू शेती आणि पाणलोटक्षेत्र विकास कामे
६.४ पाणलोटाशी संबंधित योजना
६.५ अवर्षण-पाणी व पाणलोटक्षेत्र
६.६ सिंचनविकासाच्या मर्यादा
६.७ पाणलोटक्षेत्र विकास कार्यक्रम आणि त्यात होणारे बदल
६.८ पाणलोटाचे व्यवस्थापन
६.९ पाणलोटक्षेत्रात केली जाणारी कामे
६.१० पाणलोटक्षेत्र देखभाल, दुरुस्ती आणि उपाययोजना
६.११ पाणलोट विकासातील तज्ज्ञ संस्था
६.१२ पाणी उपलब्धतेसाठी केलेले प्रयोग
६.१३ पाणी उपलब्धतेचे निष्कर्ष/उपाय
६.१४ जलयुक्त शिवार योजना

६.१ : प्रास्तविक

महाराष्ट्रातील जलसंपदा, दुष्काळ यांचा अभ्यास केल्यानंतर असे दिसून येते की, सरासरी पर्जन्यमान चांगले असले तरी, दुष्काळी स्थिती, टंचाई स्थिती सातत्याने दिसून येते. मोठी धरणे, मध्यम धरणे मोठ्या प्रमाणात बांधूनही राज्याचा पाण्याचा प्रश्न सुटलेला नाही. भारतातील एकूण धरणांपैकी महाराष्ट्रात सर्वांत जास्त धरणे बांधली गेलेली आहेत. तरीही पाण्याचा प्रश्न सुटलेला नाही. राज्यातील भौगोलिक स्थितीचा विचार करता भौगोलिक रचना सर्व ठिकाणी सारख्याच स्वरूपाची दिसून येत नाही. तसेच पर्जन्यमानसुद्धा

राज्यात सर्व ठिकाणी सारखेच आढळून येत नाही. राज्यात बेसॉल्ट खडक मोठ्या प्रमाणात असल्याने पाणी जमिनीत मुरण्याचे प्रमाण कमी आहे. त्यामुळे महाराष्ट्रात पाण्याच्या साठवणुकीला महत्त्व देणे गरजेचे आहे. पाणी साठवणुकीचा खर्च सुरुवातीच्या काळात अधिक असला तरी, तो फायदेशीर आहे. राज्यात १८ ते १९ टक्के क्षेत्र सिंचनाखाली आलेले आहे. उर्वरित पावसाच्या पाण्यावर अवलंबून आहे. त्यातही पिण्याच्या पाण्याची टंचाई निर्माण झाल्यास धरणातील पाणी पिण्यासाठी पूर्व विभागातील जिल्ह्यांना सोडावे लागते. उदा. सन २०१५-१६मध्ये पुणे, अहमदनगर, नाशिक जिल्ह्यातील धरणांचे पाणी मराठवाडा, विदर्भातील जिल्ह्यांना सोडावे लागले. त्यामुळे पाण्याचे व्यवस्थापन किती महत्त्वाचे आहे. हे सध्या आपण अनुभवत आहोत आणि त्या दृष्टीने राज्यात जलसंधारण तसेच पाणलोट क्षेत्र विकासास महत्त्व प्राप्त झाले आहे. पाणी आणि माती संधारणासाठी आपल्याला भौगोलिक स्थितीचा, पर्जन्याचा अभ्यास करून नियोजन करणे महत्त्वाचे ठरणार आहे. एकच योजना सर्व ठिकाणी राबवून प्रश्न सुटू शकत नाहीत, हे आजपर्यंतच्या अनुभवावरून दिसून आले आहे; जलसंधारणातील झालेल्या कामामुळे जे पाणी उपलब्ध होते त्यासाठी सूक्ष्मसिंचन, ठिबक, तुषार इ.चा वापर करणे आवश्यक आहे. तरच पाण्याचा काटकरीने आपण वापर करू शकू.

राज्यात टँकरने पाणीपुरवठा करावा लागणाऱ्या गावांची संख्या दरवर्षी वाढत आहे. भूगर्भातील पाण्याची पातळी दिवसेंदिवस कमी होत आहे; पाणी क्षारयुक्त होत चालले आहे. यासारख्या समस्यांची तीव्रता वाढतच आहे. पाणी आणि अन्न यासाठी युद्धे होतात की काय, अशी भीषणता निर्माण होत चाललेली आहे. यासाठी पाणी आणि अन्न यांची उपलब्धता महत्त्वाची आहे. मात्र, या परिस्थितीस अनेक घटक कारणीभूत आहेत. ते घटक पुढीलप्रमाणे -

१) वृक्षतोड व तापमानात वाढ यामुळे अनियमित पाऊस.

२) भूजलाचा अतिउपसा व कमी पुनर्भरण. तसेच धरणांसाठी जागा व आर्थिक तरतुदींचा अभाव. यामुळे सिंचनसुविधा कमी होणे.

३) जल व मृदासंधारणाच्या सुविधा कमी. तसेच लोकजागृती व लोकसहभाग कमी. यामुळे पडणाऱ्या पावसाच्या पाण्याचा पूर्ण वापर होत नाही.

४) जमिनीचा अयोग्य वापर आणि जमिनीचा होत चाललेला ऱ्हास; त्यामुळे जमिनीची उत्पादकता कमी होत आहे.

यावर उपाययोजना कराव्या लागतील. त्याबरोबरच अनियमित वीजपुरवठा अशा अडचणींमुळे 'पावसाच्या पाण्याचा सुयोग्य वापर करणे' हा एक उपाय आहे. त्यासाठी पाणलोटक्षेत्र विकास ही संकल्पना महत्त्वाची ठरते.

स्वातंत्र्य मिळाल्यानंतर भारतात जमिनीच्या संधारणासाठी विशेष कार्यक्रम राबविले

जात आहेत. शेतीच्या विकासासाठी कंटुरबंडिग, बांधबंदिस्ती, जमिनीचे सपाटीकरण इ. कामे मृदसंधारण विभागांतर्गत केली जात होती; परंतु, जमीन सुधारणेबरोबरच शेतीउत्पादन वाढीसाठी पाण्याच्या संधारणाची आवश्यकता भासू लागली. यातूनच भारतात पाणलोटक्षेत्र विकास कार्यक्रमाची संकल्पना जोम धरू लागली. १९८६ पासून भारत सरकार राष्ट्रीय पाणलोटक्षेत्र विकास कार्यक्रम राबवत आहे. तत्पूर्वी, महाराष्ट्रात १९८२-८३ पासून सर्वंकष पाणलोटक्षेत्र विकास कार्यक्रम सुरू झाला होता. महाराष्ट्रात १९९२ पासून जलसंधारण विभागांतर्गत पाणलोटक्षेत्र विकास कार्यक्रम राबविला जात आहे. हा कार्यक्रम मृद व जलसंधारण विभाग, सामाजिक वनीकरण विभाग, भूजल सर्वेक्षण, विकास यंत्रणा व लघु पाटबंधारे विभाग यांच्या वतीने एकत्रित राबवला जात आहे. २००९-१० पासून एकात्मिक पाणलोट व्यवस्थापन कार्यक्रम राबविला जात आहे.

दुसऱ्या जल व सिंचन आयोगाने सिंचन प्रकल्पाच्या लाभ क्षेत्राबाहेर भूजलातून ३३ लक्ष हेक्टर इतके सिंचनक्षेत्र निर्माण होईल असे म्हटले आहे. त्यांपैकी ज्या प्रदेशात पाणलोटाची कामे होणार आहेत त्यातून २४ लक्ष हेक्टर सिंचनक्षमता निर्माण होईल असे स्पष्ट केले व ज्या क्षेत्रात पाणलोटाची कामे होणार नाहीत तेथे ९ लक्ष हेक्टर सिंचनक्षमता निर्माण होईल असे म्हटले आहे त्यामुळे लाभ क्षेत्राबाहेरील प्रदेशात नियोजित सिंचन क्षेत्र निर्माण करण्यासाठी एकात्मिक पाणलोटाची कामे हाती घ्यावी लागतील. पाणलोट क्षेत्रात साखळी बंधारे, साठवण तलाव, नाला सरळीकरण तसेच शेततळी व विहिरी यांचा समावेश पाणलोट क्षेत्रात मोठ्या प्रमाणात करावा लागेल. त्यामुळे जलसंधारण कार्यक्रमाला महत्त्व प्राप्त झाले. सदरील प्रकरणात पाणलोटक्षेत्र विकास संकल्पना, कोरडवाहू शेती, अवर्षणप्रवण विकास कार्यक्रम, नवीन जलसंधारण कार्यक्रम व त्याचे व्यवस्थापन, पाणलोटक्षेत्रात राबविण्यात येणाऱ्या उपाययोजना, केंद्र व राज्याच्या योजना इ.चा विचार केला आहे.

६.२ : पाणलोट विकास संकल्पना

आज शेतीच्या नियोजनात पाणलोटक्षेत्राला महत्त्व प्राप्त झाले आहे. त्यासाठी पाणलोटक्षेत्राची व्याख्या व त्याआधारे पाणलोट विकास संकल्पना समजावून घेणे आवश्यक आहे.

१) प्रस्तुत लेखकाच्या मते, एका विशिष्ट भागात (ओहोळाद्वारे) पाणी नैसर्गिकरीत्या वाहत येऊन ओढ्याद्वारे वाहत जाते त्या संपूर्ण क्षेत्रास 'पाणलोट क्षेत्र' असे म्हणतात.

२) महाराष्ट्र शासन भूजल सर्वेक्षण आणि विकास यंत्रणेच्या टिपणीनुसार जमीन

सहसा कधी समपातळीत नसते. त्यात उंच-सखलपणा असतोच. डोंगर, पर्वत, टेकड्या, उंचवटे, घळी, खोरे अशी त्यात विभागणी असते. त्यामुळे पावसाचे पाणी उंच भागाकडून वाहत येऊन ओढ्याला मिळते, त्या सर्व भूभागास त्या ओढ्याचे 'पाणलोटक्षेत्र' असे म्हणतात.

३) डॉ. जनार्दन कदम आणि वराडे यांच्या मते, 'एखाद्या ठरावीक क्षेत्रात पडलेल्या पावसाचे वाहून आलेले पाणी एकत्र जमा होऊन एकाच ओहोळाद्वारे बाहेर पडते, त्या क्षेत्रास 'पाणलोटक्षेत्र' असे म्हणतात.'

४) ज्या एका विशिष्ट क्षेत्राचे पाणी नैसर्गिकरीत्या वाहत येऊन एका नाल्याद्वारे पुढे वाहते, त्या संपूर्ण क्षेत्रास 'पाणलोटक्षेत्र' असे म्हणतात.

या पाणलोटक्षेत्राच्या विविध व्याख्येवरून पाणलोटक्षेत्र संकल्पना स्पष्ट करता येते. साधारणपणे पाणलोटक्षेत्राचा आकार घोड्याच्या नालेप्रमाणे असतो. तीनही बाजूस चढ आणि एका बाजूस त्या पाणलोटाचे पाणी घेऊन जाणारे ओढे, ओहोळ असे पाणलोटाचे क्षेत्र पाणलोटात समाविष्ट करण्यात येते. पाणलोटक्षेत्रामध्ये साधारणत: वरील भागातील माळरान, अधिक उताराच्या व कमी खोलीच्या शेतीस उपयुक्त नसलेल्या जमिनी, तर त्या खाली अधिक खोलीच्या कमी उताराच्या सर्व प्रकारच्या जमिनी येतात.

थोडक्यात, गावाच्या परिसरात तीनही बाजूंनी चढ असतो व या सर्व क्षेत्रांतून वाहणारे ओढे-नाले या क्षेत्रात पडणारे पावसाचे पाणी घेऊन एका मुख्य नाल्याद्वारे त्या क्षेत्रातून बाहेर पडते, त्या क्षेत्रास 'पाणलोटक्षेत्र' असे म्हणतात.

पावसाच्या पाण्याचा थेंब पडल्यानंतर तो पडण्याच्या जागेवरच्या मातीच्या कणाला बरोबर घेऊन व अशा इतर थेंबांना घेऊन उताराच्या दिशेने प्रवास सुरू होतो (पाणी वाहू लागते). चढाकडून उताराकडे येत असताना एकत्र येणारे थेंब प्रवाहाचे स्वरूप धारण करतात. अनेक लहान प्रवाह बरोबर घेऊन पायथ्याशी येईपर्यंत ओढ्याचे स्वरूप धारण केले जाते. त्याचे स्वरूप मोठे होण्याच्या आधी अटकाव केल्यास माती जेथल्या तेथे थांबते व पाणी जमिनीच्या पोटात मुरते.

भूभागाच्या चढ-उतारानुसार उगमापासून संगमापर्यंत म्हणजेच माथा (उंच भागाकडून) ते पायथा (खोलगट भागापर्यंत) पाणी अडविण्याचे विविध उपाय करण्यात येतात.

पाणलोटक्षेत्र विकास

१) साधारणत: मोठ्या पाणलोटाचा आकार व त्याची रचना बेसिनपद्धतीच्या आकाराची असते. साधारणत: मोठ्या पाणलोटात लहान पाणलोटही असू शकतो.

हळूहळू तयार होणारा पाणलोट हा बेसिनपद्धतीप्रमाणे असतो. काही रेषा समतल दाखविल्या आहेत. त्या भागाच्या भूरचना (Topography) आकृतीत दर्शविल्याप्रमाणे आहेत. संशोधकांनी पाणलोटाचे साधारणत: तीन भाग सांगितले आहेत. त्यात १) पाणलोटाच्या सुरुवातीच्या चढाकडील अतिउताराचा भाग. २) पाणलोटाच्या मध्यावरील मध्यम उताराचा भाग. ३) नाल्याकडील सखल भाग यांचा समावेश होतो. पाणलोटक्षेत्रामध्ये भूभागाच्या चढ-उतारानुसार उगमापासून-संगमापर्यंत पाणी अडविण्यासाठी व मुरविण्यासाठी विविध उपचारपद्धतींचा अवलंब करण्यात येतो. मुख्यत: पाणलोट काही हेक्टरपासून काही हजार हेक्टरपर्यंत असू शकतो.

आकृती क्र. १

एका प्रातिनिधिक पाणलोटक्षेत्र विकासातील बांधकाम

(आकार ५०० ते १००० हेक्टर)

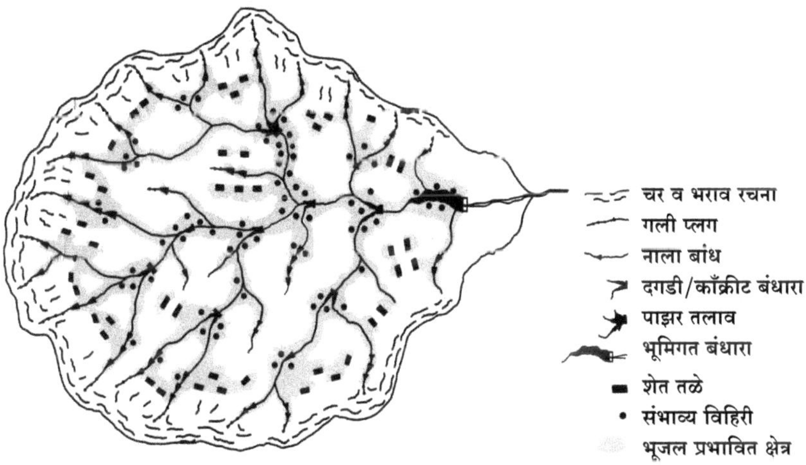

आर. एस. देशपांडे आणि रेड्डी यांनी १९९१मध्ये महाराष्ट्रातील पाणलोटक्षेत्र विकासाच्या अभ्यासात पुढील आकृतीद्वारे पाणलोटाचा आराखडा दर्शविलेला आहे.

आकृती क्र. २
पाणलोटक्षेत्र व्यवस्थेचे नियोजन आणि आराखडा

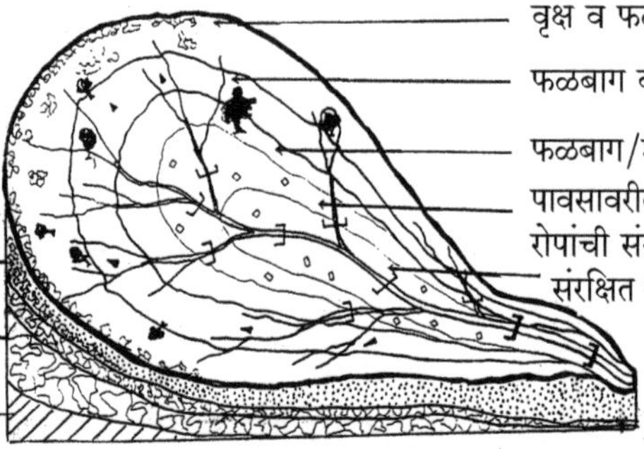

१) **वृक्ष व फळबागक्षेत्र :** पहिल्या प्रथम वरच्या भागात पाण्याच्या प्रवाहानुसार जंगलझाडी लागवड केली जाते. त्यामुळे मातीचे संधारण होते. त्यासाठी जंगलाची लागवड त्या भागात समपातळीवर केली जाते. उदा. झाडेझुडपे, ॲसिया, कॅच्यु, होलार इ. या भागात टेकड्यांवर नियोजनात्मक लागवड केली जाते.

२) **फळबाग व वनीकरण क्षेत्र :** दुसऱ्या भागात पहिल्या भागाखाली उतारावर माती थोपविण्यासाठी जमिनीच्या खोलीनुसार फळझाडे लागवड केली जाते, तसेच जैविक बांध व दगडी बांध डोंगरावरती घातले जातात.

३) **फळबाग/शेती व कुरण विकास क्षेत्र :** तिसऱ्या भागात फळबाग पिके, चांगले उत्पन्न देणारी गवते घेतली जातात. त्यामुळे मातीचे चांगल्या प्रकारे संधारण होते. उदा. आंबा, चिंच इ. फळझाडांबरोबरच स्टायलो हॅमाटा गवत, पवना, एटायटियल्स इ. सारखे गवत घेतले जाते.

४) **पावसातील कोरडवाहू पिकाचे क्षेत्र :** चौथ्या भागात पिकाची पद्धत प्रादेशिक कृषी हवामानानुसार केली जाते. त्यानुसार पर्जन्याधारित प्रदेशाच्या वैशिष्ट्याप्रमाणे मिश्रपिके व दुबार पिके घेतली जातात. रोपांची संख्या कमी असते. खरीप पिके मध्यम प्रतीच्या जमिनीमध्ये घेतली जातात. जैविक बांध व समतल रेषेचा चांगला उपयोग होतो. पिकांच्या पद्धतीनुसार पर्जन्याधारित प्रदेशात रब्बीची पिके संरक्षित पाण्यावर घेतली जातात.

५) **संरक्षित बागायत क्षेत्र (हंगामी बागायत क्षेत्र) :** हा पाणलोटाचा तळाचा भाग असून, त्याचे वैशिष्ट्य म्हणजे चांगल्या प्रतीची माती व पाण्याची चांगली

पातळी त्यामुळे बागायती पिके घेता येतात. हा परिणाम वरच्या भागात केलेल्या उपाययोजनांमुळे दिसून येतो. कृषी हवामानानुसार पिके घेतली जातात. संरक्षित पाणी असल्याने रोपांची संख्या जास्त असते.

अशा प्रकारे हे वर्गीकरण (प्रचलित पद्धतीने) सर्वसाधारणपणे पर्जन्याधारित भागासाठी पिके आणि फळबाग झाडांच्या नियोजनासाठी केले जाते. पाणलोट हे नैसर्गिक प्रदेशावर त्याच्या पाणी धरून ठेवण्याच्या क्षमतेशी निगडित असून, जैविक आणि मृदशास्त्राप्रमाणे लोकांच्या सहभागावर अवलंबून आहे.

२) प्रस्तुत लेखकांनी उपपाणलोटाचा आराखडा पुढीलप्रमाणे दर्शविला आहे. पडणारा पाऊस जेव्हा जमिनीवरून वाहू लागतो तेव्हा वाहणारे पाणी त्या क्षेत्रातून वाहणाऱ्या जलप्रवाहास मिळते. हा जलप्रवाह ओढा, नाला किंवा नदी असू शकतो. त्याला 'पाणलोटक्षेत्र' म्हणतात. या पाणलोटक्षेत्रात जलप्रवाहाच्या वरच्या भागातील जलाशयाचा समावेश होतो.

आकृती क्र. ३

उपपाणलोटक्षेत्र

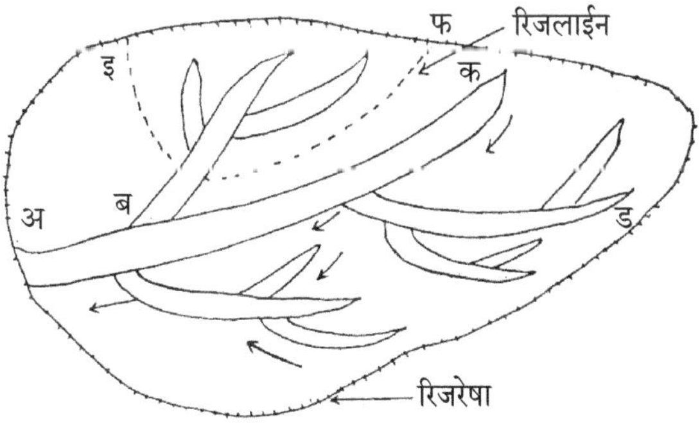

जमिनीचा प्रत्येक बिंदू कोणत्यातरी पाणलोटक्षेत्राचा भाग असतो. एकमेकांना लागून असलेल्या पाणलोटक्षेत्रांना विभागणारी एक रेषा असते. तिला सीमारेषा आकृती ३ मध्ये दाखविल्याप्रमाणे (Ridge Line) म्हणतात. पाणलोटक्षेत्राची सीमा निश्चित करणाऱ्या रेषेस 'सीमारेषा' म्हणतात. सीमारेषेवरील प्रत्येक बिंदू दोन्ही बाजूंच्या बिंदूपेक्षा उंचावर असतो. पाणलोटक्षेत्रात नाला, ओढे, ओहोळ असू शकतात, जसे मुख्य नाल्याला पाणलोटक्षेत्र असते तसेच ओढ्यांना व ओहोळांना त्याचे स्वतंत्र पाणलोटक्षेत्र असते. आकृतीमध्ये 'अबक' हा नाला आहे. 'क ड अ इ फ क' हे मुख्य नाल्याचे पाणलोटक्षेत्र आहे. तर 'ब इ फ ब' हे ओढ्याचे पाणलोटक्षेत्र आहे. मोठ्या

पाणलोटक्षेत्रांचा आकार व क्षेत्रफळ टोपोशिटवरून काढता येतो; पण लहान पाणलोटक्षेत्र प्रत्यक्ष पाहणीवरून गावाच्या नकाशावर आखावे लागते व नंतर त्याचे क्षेत्रफळ काढावे लागते.

पाणलोटक्षेत्र नैसर्गिक, भौगोलिक परिस्थितीप्रमाणे असल्यामुळे कमीत कमी किंवा जास्तीत जास्त अशी या क्षेत्राची मर्यादा असू शकत नाही. लहान ओढ्याच्या आधारित पाणलोटक्षेत्रात एखाद्या गावाचा, शिवाराचा समावेश असू शकतो, तर मोठ्या ओढ्याच्या पाणलोटक्षेत्रात ४-५ गावे येऊ शकतात.

पाणलोटक्षेत्र हे प्रादेशिक संधारण क्षेत्राशी निगडित असून, ते मुख्यत: पाण्याच्या स्रोतावर अवलंबून आहे. पाणलोट हा व्यवस्थापनाचा महत्त्वाचा भाग असल्याने त्याचा अभ्यास करणे गरजेचे आहे. प्रत्येक जिल्ह्यात भौतिक आणि जैविक मार्गाने पाणलोट व्यवस्थापनामधील अंतर्गत प्रक्रिया बदलत असते; म्हणून पाणलोटक्षेत्र विकासाचे व्यवस्थापन हा मार्ग अधिक सक्षम आणि मुख्यत: सामाजिकदृष्ट्या मोलाचा मानला जातो.

६.३ : कोरडवाहू शेती आणि पाणलोटक्षेत्र विकास कामे

पाणलोटक्षेत्र विकासाच्या दृष्टीने कोरडवाहू शेतीक्षेत्राचा विचार करणे गरजेचे आहे. कारण कोरडवाहू शेतीतंत्रामध्ये पीकउत्पादन वाढीसाठी अनेक संशोधन, तसेच अनेक कार्यक्रम हाती घेण्यात आले होते.

भारतातील कोरडवाहू कृषी विकासाचे तंत्रज्ञान सन १९४०-४५ वर्षांपासून विकसित झाले आहे, ते कोरडवाहू संशोधन केंद्र, सोलापूर या संशोधन केंद्रावरून दिसून येते. कोरडवाहू शेती संशोधनाच्या बाबतीत माती आणि जमिनीचा पोत यांच्या संधारणासाठी कंटुरबंडिंगची कामे सन १९४० पासून सुरू झाली. सन १९७३-७४पर्यंत १५ लाख हेक्टर जमिनीची कामे मृदसंधारणांतर्गत झाली; परंतु, या कार्यक्रमात वाढ झाली नाही. कंटुरबंडिंगच्या कार्यक्रमामुळे पिकांच्या संदर्भात महाराष्ट्र, कर्नाटक, तमिळनाडू या राज्यांत ११ ते २५% उत्पादनात वाढ झाल्याचे दिसून येते. मुंबई भागात कोरडवाहू शेतीत फक्त कंटुरबंडिंगचीच कामे झाली. यानंतर प्रकर्षित शेती विकास कार्यक्रम आणि अवर्षणप्रवण क्षेत्र विकास कार्यक्रम हा रोजगारावर आधारित कार्यक्रम देशात सुरू झाला. नवीन तंत्रानुसार १३ राज्यांतील ५४ जिल्ह्यांतील अवर्षणप्रवण भागात कोरडवाहू शेतीत सुरू झाला. त्यानंतर पुढे प्रादेशिक विकास कार्यक्रम आणि दारिद्र्यरेषेखालील लाभधारकांच्या विकासासाठी स्थानिक तंत्रज्ञानाचा विचार केला गेला.

भारतीय सहकारी संशोधन प्रकल्पांतर्गत कोरडवाहू शेतीमध्ये दोन पद्धतीने विकास

करण्यासाठी उद्दिष्टे ठरवली - १) नवीन कोरडवाहू शेती तंत्रज्ञानाचा विकास करणे, २) विकासासाठी पथदर्शक कार्यक्रम राबविणे. त्यानुसार कोरडवाहू कृषिविकास कार्यक्रम देशात २४ ठिकाणी प्रायोगिक तत्त्वावर अनुभवाच्या आणि तंत्रज्ञानाच्या साहाय्याने राबविला. ते काम 'सेंट्रल परिडझोन रिसर्च इन्स्टिट्यूट' या संस्थेने मागास भागास साहाय्यकारी असे तंत्रज्ञानाच्या आधारे विकासात्मक कामे संशोधनात्मक रीतीने केली. जळाऊ, लाकूडफाटा, जंगल व झाडे, फळबाग पिके, माती आणि पीक, संधारण तंत्रज्ञान इ. परंतु संख्यात्मकदृष्ट्या, तांत्रिकदृष्ट्या देशात मोठ्या प्रमाणावर साहाय्य मिळाले नाही. 'इंटरनॅशनल क्रॉप रिसर्च इन्स्टिट्यूट फॉर सेमी एरिड ट्रॉपिक्स' यांनी संशोधनात्मक पर्जन्याधारित शेतकऱ्यांसाठी, व्यवस्थापन इ. साठी उपयोगी आहे.

त्यानंतर देशपातळीवर राष्ट्रीय पाणलोटक्षेत्र विकास कार्यक्रम सुरू झाला. विकासामध्ये कोणताही अडथळा येऊ नये म्हणून सहाव्या योजनेत पाणलोटक्षेत्राच्या कामाच्या शेतीखाली नसलेल्या जमिनीत नैसर्गिकत: जैविक पद्धत अवलंबिली जावी व पाणी अडविण्यासाठी लहान पाणलोट ५० ते १०० हेक्टरचे असावेत, अशी सूचना केली. ते धोरण सातव्या योजनेत चालू ठेवले. केंद्र सरकारने राष्ट्रीय पाणलोटक्षेत्र विकास कार्यक्रमांतरित पर्जन्यधारित शेतीसाठी तीन उद्दिष्टे ठेवली - १) पावसाचे पाणी अडविणे, २) मातीचे संधारण करणे, ३) पिकांच्या पद्धतीत बदल (वाढ) करणे तसेच शेती उत्पादनवाढीसाठी जबाबदारीची जाणीव निर्माण करणे इ.नुसार कार्यवाही सुरू आहे. तसेच महाराष्ट्रात सर्वंकष पाणलोटक्षेत्राची कामे सुरू झाली. मुख्यत: पर्जन्यधारित प्रदेशात ही कामे मृद व जलसंधारणाची केली गेली; परंतु, सर्व कामे अत्यंत विखुरलेल्या स्वरूपात झाली. त्यामुळे त्याचा एकत्रित असा प्रभाव दिसून येत नव्हता. त्या दृष्टीने महाराष्ट्र शासनाने ५ ऑगस्ट १९९२मध्ये पाणलोट आधारित जलसंधारणाची कामे सुरू केली. २००९ पासून वसुंधरा एकात्मिक पाणलोट क्षेत्र विकास कार्यक्रम राबविला जात आहे.

६.४ : पाणलोटाशी संबंधित योजना

१) राष्ट्रीय पाणलोटविकास कार्यक्रम :

सातव्या पंचवार्षिक योजनेत राष्ट्रीय पाणलोटक्षेत्र विकास कार्यक्रम केंद्र शासनाद्वारे सन १९८७-८८ पासून राबविण्यात आला आहे. कार्यक्रम राबविण्यासाठी केंद्र शासनाकडून राज्यात ७५% साहाय्यक अनुदान व २५% दीर्घ मुदतीचे कर्ज दिले जाते. प्रत्येक तालुक्यात एक प्रमाणे २६९ पाणलोटातून १६०० गावांमध्ये ९.१७ लाख हेक्टर क्षेत्रावर राबविण्यात येत आहे. मार्च १९९५ अखेर १.६८ लक्ष हेक्टरवर लागवडीलायक क्षेत्रात जैविक बांध घालण्यात आलेले आहेत. १.४० लाख शेतकऱ्यांना

सुधारित कृषितंत्रज्ञानाचे प्रशिक्षण दिलेले आहे. या संपूर्ण कार्यक्रमावर १९१२ कोटी रुपये खर्च झाले आहे. सध्या या कार्यक्रमाची अंमलबजावणी केंद्रशासनाच्या मार्गदर्शक सूचना 'वारसा जन सहभागिता'नुसार करण्यात येत आहे. हा कार्यक्रम सर्व जिल्ह्यांत राबविला जातो.

२) नदी खोरे योजना :

ही योजना राबविण्यासाठी राज्यातर्फे ५०% अनुदान व ५०% दीर्घ मुदतीची कर्जे देण्यात आली. ही योजना सन १९७२-७३ पासून राबविली गेली. जमिनीच्या अतिधूपीमुळे जलसिंचन प्रकल्पाचे अस्तित्व धोक्यात येत असल्याने हा प्रकल्प हाती घेतला. राज्यातील सात प्रकल्पांचा समावेश या योजनेत केला आहे. घोड व निजामसागर प्रकल्पाची कामे सुरू केली. नदीखोरे प्रकल्पांतर्गत दमनगंगा प्रकल्पात ठाणे, नाशिक, पोचमाड प्रकल्पात नांदेड, उकाई प्रकल्पात धुळे, जळगाव, नाशिक, नागार्जुनसागर प्रकल्पात सोलापूर आणि सरदार सरोवर (नर्मदा सागर) प्रकल्पात धुळे, नंदुरबार या पाच प्रकल्पांतील आठ जिल्ह्यांमध्ये सदरची योजना सुरू केली. सन १९९३ पासून या योजनेचे समन्वय वन विभागाकडून जलसंधारण विभागाकडे देण्यात आले असून, राज्यस्तरावर संचालक मृदसंधारण व पाणलोटक्षेत्र व्यवस्थापन यांचेकडे सोपविले. या कार्यक्रमांतर्गत डिसेंबर सन १९९५ अखेर १९५२१ हेक्टरमध्ये ३२८८ कामे झाली. मार्च २०१२पर्यंत २०४ पाणलोट पूर्ण झाले. तसेच ४.१५ लाख क्षेत्रावर मृद व जलसंधारणाचे उपाय झालेले आहेत.

३) पश्चिम घाट विकास कार्यक्रम :

सदर योजना १००% केंद्रपुरस्कृत असून महाराष्ट्रात १९७४-७५ पासून डोंगराळ भागाच्या विकासासाठी राबविण्यात येत आहे. पश्चिम घाट क्षेत्रात जलसंधारण, वन, सामाजिक वनीकरण, सिंचन, रस्ते, पाणीपुरवठा, विद्युतीकरण यांसारखे कार्यक्रम संबंधित खात्यामार्फत राबविण्यात येतात. हा कार्यक्रम १२ जिल्ह्यांत, ६२ तालुक्यांत राबविला जातो. २२३६ गावतळी कार्यक्रम राबवला जात आहे.

४) अवर्षणप्रवण क्षेत्र कार्यक्रम :

राज्यातील लागवडीखालील क्षेत्रापैकी १०५ लाख हेक्टर क्षेत्र अवर्षणप्रवण कार्यक्रमात समाविष्ट केले आहे. त्या दृष्टीने हा कार्यक्रम राज्याच्या दृष्टीने महत्त्वाचा आहे. अवर्षणप्रवण क्षेत्र विकास कार्यक्रमांतर्गत मृदसंधारण, लघुसिंचन व वनीकरणाच्या योजना प्रामुख्याने राबविल्या जातात. १९७४-७५ पासून हा कार्यक्रम राबविला जात असून, १९९४-९५पर्यंत हा कार्यक्रम १४ जिल्ह्यांतील ८७ तालुक्यांत राबविला जात

होता. सन १९९५-९६मध्ये केंद्र शासनाने कार्यक्रमाचे स्वरूप बदलून व्याप्तीत वाढ केल्यावर २५ जिल्ह्यांतील १४८ तालुक्यांत हा कार्यक्रम राबविण्यात येणार होता. या अंतर्गत १९९६-९७पर्यंत २३५ संस्था कामासाठी पुढे आल्या होत्या. त्यांना पाणलोटाची विविध कामे करण्यासाठी गावे देण्यात आली.

५) विदर्भ सधन सिंचनविकास कार्यक्रम :

विदर्भातील कोरडवाहू शेती फायद्यात आणण्यासाठी केंद्र शासनाने 'विदर्भ सिंचन विकास कार्यक्रम २०१२' राबविण्याचे निश्चित केले. या कार्यक्रमाची उद्दिष्टे -

१) विदर्भ विभागातील कोरडवाहू शेतीची उत्पादकता पर्जन्यजलसंचय - प्रभावी जलसिंचन व्यवस्था व उत्तमपीक व्यवस्थापनातून वाढविणे.

२) कापसाचे जास्तीत जास्त क्षेत्र संरक्षित सिंचनाखाली आणणे त्यासाठी मृद व जलसंधारणाच्या उपाययोजना राबविणे.

३) लघुसिंचन पद्धतीचे बळकटीकरण करणे.

४) पाणी वापर वाढविण्यासाठी ठिबक व तुषार सिंचनाचा वापर करणे. इ.

व्याप्ती : हा कार्यक्रम विदर्भातील बुलढाणा, अकोला, वाशिम, अमरावती, यवतमाळ, वर्धा, नागपूर व चंद्रपूर या आठ जिल्ह्यातील तालुक्यात राबविण्यासाठी पिकाखालील सलग १००० हेक्टर क्षेत्र धरून नियोजन प्रत्येक तालुक्यात एका समूहाची निवड केली जाते. या कार्यक्रमात पुढील बाबींचा समावेश केला.

१) रुंद वरंबा व सरी २) ढाळीची बांधबंदिस्ती ३) शेततळे खोदणे ४) चेकडॅम/सिमेंट नालाबांध बाधणे. ५) सिमेंट नाला बंधातील गाळ काढणे व खोलीकरण करणे. ६) सूक्ष्म सिंचनासाठी अर्थसाहाय्य ७) पाणी उपसण्यासाठी अर्थसाहाय्य ८) नदी नाल्यातील पाणी उपसायोजनेद्वारे शेततळ्यात भरणे. ९) कोल्हापुरी बंधाऱ्यात पाणी साठविणे. १०) पाणी वापर संस्था स्थापन करणे/शेतकरी गटाची स्थापना करणे. ११) लघु पाटबंधारे योजनेच्या माध्यमातून सिंचन क्षेत्र वाढविणे इ.

६) महात्मा जोतिबा फुले जलभूमी संधारण :

राज्य शासनाने राज्यातील पर्जन्याधारित कोरडवाहू शेतीची पाणलोट व जलसंधारण माध्यमातून जलसिंचन उपलब्धता वाढविण्यासाठी पडीक जमिनीचा विकास, रोजगार उपलब्धतेत वाढ करण्याच्या दृष्टीने दिनांक २८-२-२००२ अन्वये दिनांक १.५.२००२ पासून महात्मा जोतिबा फुले जलभूमी संधारण अभियानाची सुरुवात झाली. कार्यकाळ दोन वर्षांचा म्हणजे एप्रिल २००४पर्यंत आहे. या अभियानांतर्गत नालाबांध, सिमेंट बंधारे, गावतळे, पाझर तलावातील गाळ काढणे, वनराई कच्चे बंधारे, विहिरीतील गाळ काढणे, विहीर पुनर्भरण, बांधावरील वृक्षलागवड, मृद व जलसंधारण कामाची

डागडुजी करणे यांचा समावेश होतो. ही कामे शासकीय यंत्रणेच्या माध्यमाद्वारे राबविली गेली. वन विभागातील कामे म्हणजे वनीकरण, समतल सलगचर, वनतळी इत्यादी सामाजिक वनीकरणाद्वारे वृक्षलागवड, समतल सलगचर, बांधावरील वृक्षलागवड, कृषी विभागाद्वारे मृद व जलसंवर्धनाची पडीक क्षेत्रे, वहितीक्षेत्रे तसेच ओघळ नियंत्रणाची सर्व कामे, नालाबांध, फुटतूट दुरुस्ती, नालाबंडिंग नवीन कामे, गॅब्रियन बंधारे, तर लघुपाटबंधारे विभागाद्वारे गावतळी, पाझर तलाव विशेष दुरुस्ती व गाळ काढणे, केटीवेअर, साठवण बंधारे, वळण बंधारे आणि भूजल सर्वेक्षण विकास यंत्रणा याद्वारे अपारंपरिक तंत्रज्ञान, बीबीटो बोअर-ब्लास्टिंग, फॅक्चर सील सिमेंटेशन राज्यस्तरावर, विभागस्तरावर व जिल्हास्तरावर महात्मा जोतिबा फुले जलभूमी संधारण अभियानाचे नियोजन, अंमलबजावणी व संनियंत्रण आढावा यासाठी सुकाणू समितीची स्थापना करण्यात आली. या अभियानांतर्गत संस्था कर्मचारी/अधिकारी यांच्यासाठी बक्षिसे ठेवली. एप्रिल २००४पर्यंत झालेली कामे पुढीलप्रमाणे -

लोकसहभागातून करण्यात आलेली कामे गावतलाव/पाझर तलावातील १६,३१९ मधील गाळ काढला. ६४,९६६ विहिरींचे पुनर्भरण केले, ७५,००८ वनराई बंधारे घेतले, तर १६,५१४ सिमेंट/माती नाला बांधातील गाळ काढला आणि एकूण श्रमदानाचे मूल्य २४३.९८ कोटी एवढे झाले.

सन २०११-१२मध्ये एकूण ८४०३ विविध जलस्रोतातील गाळ काढण्यात आला. त्यामुळे ९३ लाख घनमीटर पाणी साठ्यात वाढ होण्याला मदत झाली. थोडक्यात, जलस्रोत वाढविण्यासाठी या योजनेचा उपयोग होत आहे.

७) महाराष्ट्रातील आदर्श गाव-प्रकल्प व संकल्प कार्यक्रम :

ग्रामीण विकासात जमिनीचा पुरेपूर व उत्पादक वापर, विकासासाठी पाण्याची सोय, पिण्याचे पाणी, ऊर्जासाधनांचा विकास, आरोग्याच्या सोयी अशा अनेक विकास कार्यक्रमांची एकत्रित गरज असते. स्थानिक जनतेचा सहभागही त्यात अनिवार्य आणि इष्ट मानला जातो. स्वयंसेवी संघटना या संदर्भात चांगले कार्य करू शकतात.

ग्रामीण विकास हा पाणलोटक्षेत्रावर आधारित कार्यक्रम महाराष्ट्र शासनाने स्वयंसेवी संस्थांच्या मदतीने राबविण्यास सुरुवात केली. या कार्यक्रमाला १९९२ पासून सुरुवात झाली.

या योजनेसाठी गावांची, स्वयंसेवी संस्थाची निवड, कार्यक्रमांचे नियोजन, अंमलबजावणी तसेच संनियंत्रण पूर्णपणे स्वयंसेवी संस्थांकडे सोपवून शासनाने मदतगाराची भूमिका स्वीकारली आहे. या कार्यक्रमात मुख्यत: चराईबंदी, कुऱ्हाडबंदी, नसबंदी, नशाबंदी, श्रमदान या अटींचे पालन करावे लागते. यासाठी ग्रामसभेने २/३

पेक्षा अधिक मतांनी ठराव मंजूर करणे आवश्यक आहे. राज्यामध्ये १९९५-९६पर्यंत २९२ गावांची या कार्यक्रमासाठी निवड केली. सेवाभावी संस्थांमार्फत ११४ गावांत १९९५-९६मध्ये १३३ लाख रुपये खर्च केले. पाणलोटातील कामासाठी शासनाकडून निधी उपलब्ध होतो. महाराष्ट्रात अनेक स्वयंसेवी संस्था पाणलोटात काम करीत आहेत. त्यामुळे पाणलोटातील कामांना गती येण्यास मदत होत आहे.

८) रोजगार हमी योजनेतून फलोत्पादन विकासाची योजना :

पाणलोटक्षेत्र विकासामध्ये मृदसंधारण विभाग फलोत्पादन कार्यक्रम राबवत असून, त्याचे दृश्य परिणाम दिसू लागले आहेत. अवर्षणप्रवण भागात फलोत्पादन ही शेतकऱ्यांना प्रेरणादायी योजना असल्याचे दिसून येते. राज्यात कोरडवाहू शेती करणाऱ्या अल्प, अत्यल्प, लहान भूधारक शेतकऱ्यांसाठी हा कार्यक्रम १००% भूदानावर राबविला जातो. गरीब, आदिवासी आणि अनुसूचित जातीतील अनेक नवबौद्ध शेतकऱ्यांचा या कार्यक्रमात अग्रक्रमाने विचार केला जात आहे. लहान शेतकऱ्यांबरोबर मोठ्या शेतकऱ्यांनाही लाभ मिळतो. ग्रामपंचायती, विश्वस्त कायद्यातील संस्था, सहकारी नोंदी अधिकृत संस्थांनाही या योजनेचा लाभ घेता येतो. सन १९९०-९१ पासून रोजगार हमी योजनेशी सांगड घालून फळबाग लागवड कार्यक्रम राबविला जात आहे. या योजनेचा लाभ किमान ०.२० हेक्टर व कमाल २ हेक्टरपर्यंत मर्यादित क्षेत्रात फळझाडांची लागवड करता येते. मोठ्या शेतकऱ्यांच्या बाबतीत मात्र अनुदानाचे प्रमाण ७५% आहे. पहिल्या वर्षी ५०% दुसऱ्या व तिसऱ्या वर्षी २५% अनुदान दिले जाते. राज्यातील २९,१३६ खेड्यांतून कार्यवाही करण्यात आली आहे. लागवडीसाठी आंबा, काजू, नारळ, चिकू, फणस, संत्री, मोसंबी, अननस, पेरू, डाळिंब, अंजीर, चिंच, सीताफळ, रामफळ, आवळा, कवठ, बोर, जांभूळ, कोकम इत्यादींची निवड केली जाते. या योजनेतील अवर्षणप्रवण भागात चिंच, बोर, सीताफळ, आंबा इ. फळझाडांचे प्रमाण वाढणे गरजेचे आहे; कारण कमी पाण्यात ही फळझाडे येऊ शकतात.

९) मेगा पाणलोट विकास कार्यक्रम :

राज्यातील पाणलोट विकास कार्यक्रमांतर्गत ग्रामीण पायाभूत विकास निधी अंतर्गत नाबार्डकडून कर्ज उपलब्ध करून दिले जाते. त्यानुसार राज्यातील ७९३ उच्च प्राथमिकता असलेल्या पाणलोटापैकी ६८ (२६० क्लस्टर) पाणलोट पूर्ण करण्यासाठी शासनाने मान्यता दिली आहे. सदर योजनेस नाबार्डकडून ९५ टक्के आणि राज्य शासनाकडून पाच टक्के निधी उपलब्ध होतो. पाणलोट क्षेत्राचा विकास गतिमान करण्यासाठी हा धडक कार्यक्रम हाती घेतला. या योजनेत पाणलोटाची निवड भूजल सर्वेक्षण यंत्रणा आणि महाराष्ट्र सुदूर संवेदन केंद्र, नागपूर यांच्या अहवालानुसार करण्यात येते. त्यानुसार

मराठवाड्यात प्रतिजिल्हा एक याप्रमाणे आठ जिल्ह्यांची निवड केली. कोकणात प्रतिजिल्हा दोन याप्रमाणे आठ पाणलोटांची निवड केली. नाशिक विभागात प्रतिजिल्हा २ प्रमाणे १० पाणलोटांची निवड केली. या कार्यक्रमात मृद व जलसंधारणाची कामे केली जातात.

१०) पाणलोट विकास चळवळ कार्यक्रम :

महाराष्ट्रात मृद व जलसंधारणाचा कार्यक्रम विविध राज्य व केंद्र पुरस्कृत योजनांच्या माध्यमातून राबविण्यात येत आहे. कार्यक्रम यशस्वी होण्यासाठी लोकसहभाग महत्त्वाचा असतो. त्यासाठी जनजागृती महत्त्वाची असते. राज्यात पाणलोट विकासासाठी क्षेत्राची व्यापकता मोठी असल्याने लोकांपर्यंत मृद व जलसंधारणाची कामे पोहोचविण्यासाठी 'पाणलोट विकास चळवळ कार्यक्रम' राबविण्यास शासनाने २०१०-११ पासून सुरुवात केली आहे. त्यासाठी पाणलोटाची माहिती वृत्तपत्रात दिली जाते. तसेच बुकलेटद्वारे यशोगाथा देणे, इलेक्ट्रॉनिक मीडियाद्वारे माहिती प्रसारित करणे तसेच जनजागृतीसाठी शालेय विद्यार्थ्यांमध्ये चित्रकला स्पर्धा आयोजित करणे व त्याचबरोबर शेतकऱ्यांच्या कार्यशाळांचे नियोजन केले जाते. इ. ही योजना राज्य पुरस्कृत असून, त्यामुळे पाणलोटातील कामाचे महत्त्व लोकांना समजून लोकसहभाग वाढेल, हा त्यामागील उद्देश आहे.

केंद्र पुरस्कृत एकात्मिक पाणलोटक्षेत्र व्यवस्थापन तसेच राज्यातील पाणलोटक्षेत्र विकास कार्यक्रमाची माहिती पुढे दिलेली आहे.

६.५ : अवर्षण-पाणी व पाणलोटक्षेत्र

महाराष्ट्राच्या एकूण लागवडीखालील क्षेत्रापैकी ११२ लाख हेक्टर क्षेत्र अवर्षणप्रवण क्षेत्रात येते. अवर्षणप्रवण क्षेत्र मोठे असून, त्याचा विकास करणे आवश्यक आहे. अवर्षण म्हणजे पावसाचा अभाव, तथापि तज्ज्ञांनी आपापल्या प्रयोजनानुसार निरनिराळ्या व्याख्या केल्या आहेत. अशा साठाहून अधिक व्याख्या उपलब्ध असल्याचे १९७६च्या कृषी आयोगाने आपल्या अहवालात म्हटले आहे.

भारत सरकारने अवर्षणाबाबत व्याख्या केली आहे, त्यानुसार ''ज्या ठिकाणी १०० सें.मी. पेक्षा कमी पाऊस पडतो व त्यातील ७५% पाऊस वर्षातल्या दोन महिन्यांत पडतो. म्हणजेच अनिश्चित व अवेळी पाऊस तसेच पावसाचे प्रमाण खूपच कमी असणे यास अवर्षण असे म्हटले आहे.'' सुखटणकर समितीच्या मते, महाराष्ट्रात ८७ तालुके अवर्षणप्रवण आहेत, तिथे याहीपेक्षा वाईट स्थिती आहे. तिथे ३० ते ४० सें.मी. पाऊस आणि तोही वर्षातल्या १ ते २ महिन्यातच पडून जातो. त्यामुळे डोंगरमाथ्यावरील पाऊस अडवून अवर्षणप्रवण भागाकडे वळवावा लागतो. अवर्षणप्रवण तालुक्यांची

संख्या ८९पर्यंत गेली; परंतु, ती संख्या ११२पर्यंत जाऊ शकते.

भारतीय हवामानशास्त्र विभागाने केलेल्या व्याख्येनुसार 'एखाद्या क्षेत्रात नेहमीच्या वार्षिक सरासरी पर्जन्यवृष्टीच्या ७५% किंवा त्याहून कमी वृष्टी झाल्यास ते तीव्र अवर्षणाचे समजावे व ५०% पेक्षा कमी वृष्टी झाल्यास ते अतितीव्र अवर्षणाचे मानावे.' अवर्षणाची ही परिस्थिती बराच काळ लांबल्यावर भूपृष्ठावरील आणि भूपृष्ठाखालील पाण्याची पातळी खाली जाते. नद्या, ओढे, तलाव, विहिरी यातील पाणी कमी होते, मग जलशास्त्रज्ञ या परिस्थितीला 'अवर्षण' म्हणतात.

पावसाच्या कमतरतेमुळे जेव्हा पिकाच्या वाढीकरिता योग्य वेळी जमिनीमध्ये आवश्यक त्या ओलाव्याचा अभाव निर्माण होतो व त्यायोगे पिकाची हानी होते, कृषीशास्त्रज्ञांच्या मते ते 'कृषी अवर्षण' होय. त्या दृष्टीने पाणलोटक्षेत्र विकास कार्यक्रम महत्त्वाचा ठरतो.

पाणलोटक्षेत्रामध्ये निर्जीव व सजीव अशा दोन महत्त्वाच्या बाबी समाविष्ट आहेत. निर्जीव बाबींमध्ये माती, मुरूम, खडक, पाणी, हवा यांचा; तर सजीव बाबींमध्ये वृक्ष, झाडे, गवत, किडे, मुंग्या, प्राणी आणि मनुष्य यांचा समावेश केला जातो. सर्व सजीवांमध्ये 'मनुष्यप्राणी' शहाणा मानला जात असल्याने ही सर्व व्यवस्था सुरळीत राहील, याची खबरदारी घेण्याची मानवाची जबाबदारी आहे.

पाणलोटक्षेत्रातील मृद व जलसंधारणाच्या उपचारपद्धतीचे जैविक पद्धत व अभियांत्रिकी पद्धत असे दोन प्रकार आहेत. जैविक पद्धतीमध्ये समतल मशागत, उगले तंत्रज्ञान, रुंद वाफेसरी पद्धती, खस गवताची समपातळीत लागवड, पट्टापेरणी पद्धत, वनीकरण, कुरणविकास, जैविक गाळण पट्टे, समपातळीत जैविक बांध, नाल्याच्या कडेला वृक्षलागवड, बांधावरील वृक्षलागवड यांचा समावेश होतो. अभियांत्रिकी पद्धतीमध्ये समपातळीत बांधबंदिस्ती, वनतळी, पुनर्चत्वचर नालाबंडिंग, सिमेंटचे बांध, मातीचे बांध, ब्रशवुडडॅम, लुज बोल्डर स्ट्रक्चर, गॅब्रियन स्ट्रक्चर, भूमिगत बंधारे, वनराई बंधारे, वसंत बंधारे, शेततळी, पाझर तलाव, लहान के.टी. बंधारे यांचा समावेश होतो. पाणलोटक्षेत्रात या पद्धतीचा वापर करून मृद व जल संधारणाची कामे केली जातात.

महाराष्ट्रात दर तीन वर्षांनी अवर्षण परिस्थिती येते, तसेच दर ४-५ वर्षांनी दुष्काळी स्थिती येते. त्यामुळे शेतीच्या विकासाच्या लहान, मध्यम, मोठ्या सिंचन योजना होऊनही अवर्षण/दुष्काळास तोंड द्यावे लागत आहे. त्या दृष्टीने सिंचनाचा तपशील पाहणे आवश्यक आहे.

६.६ : सिंचनविकासाच्या मर्यादा

भारतीय नियोजनात मोठी व मध्यम स्वरूपाची धरणे बांधण्यावर जेवढा भर देण्यात आला, तेवढा भर पाणलोटक्षेत्र विकासावर देण्यात आला नाही. स्वातंत्र्यानंतर विविध सिंचन प्रकल्पांना प्राधान्य देऊनही महाराष्ट्र राज्यातील लागवडीखालच्या एकूण क्षेत्रापैकी सुमारे १८% एवढीच जमीन ओलिताखाली आहे. सिंचन सुविधा किती उपलब्ध होऊ शकेल, यासाठी शासनाने सुधाकरराव बर्वे यांच्या अध्यक्षतेखाली समिती नेमली. त्या समितीने (१९६२) नमूद केल्याप्रमाणे ३०% क्षेत्र सिंचनाखाली येऊ शकते, तर महाराष्ट्रातील सर्व उपलब्ध पाणी विविध प्रकल्पांद्वारे व सूक्ष्मसिंचनपद्धतींद्वारे ओलिताखालील क्षेत्र ५५ ते ६०%पर्यंत जाऊ शकेल असा चितळे समितीचा (१९९९) अंदाज आहे. अनियमित पर्जन्यमानाचा अंदाज घेतल्यास प्रत्येक वर्षी होणारी जमिनीची धूप, कमी होणारे जलाशय आणि बागायत क्षमता, औद्योगिकीकरण, दळणवळणामुळे बिघडलेला पर्यावरणाचा समतोल या सर्व बाबी प्रकर्षाने निदर्शनास येतात. त्यामुळे कोरडवाहू क्षेत्राची भरमसाट वाढ होत आहे. अशा परिस्थितीत पाणलोटक्षेत्रावर आधारित कोरडवाहू शेतीच्या विकासासंबंधी विचार करणे महत्त्वाचे आहे. तसेच अवर्षणप्रवण भागातील शेतीच्या विकासासाठी कोरडवाहू शेती तंत्रज्ञान विकसित करणे अवघड काम आहे.

तक्ता क्र. ६.१ : प्रगतिपथावरील व पूर्ण झालेली पाणलोटांची कामे (ऑक्टोबर २०१५)

	पाणलोट कामांची संख्या			निवडले कामां
	निवडलेले	प्रगतिपथावरील	पूर्ण	अपेक्षित
विकास कार्यक्रम (सूक्ष्म पाणलोट)	३२४	२७०	२३५	
स कार्यक्रम (सूक्ष्म पाणलोट)	२७१	४५	२२६	[illegible]
कास कार्यक्रम (अतिविशाल पाणलोट)	१६	१६	०	[illegible]
लोट क्षेत्र विकास कार्यक्रम (सूक्ष्म पाणलोट)	३२,७२४	२६,२४३	१२,४२६	८६१.८
त पाणलोट (अतिविशाल पाणलोट)	४३	३२	०	१७.५
लोट क्षेत्र विकास कार्यक्रम (आयडब्लूएमपी)	१,१७१	१,१७१	०	१०८०.०
	३४,५५९	२७,७७७	१२,८८७	१९५९.३

ुक्तालय, महाराष्ट्र शासन + सुरुवातीपासून ऑक्टोबर, २०१५पर्यंत @ अनु

ा आर्थिक पाहणी २०१५-१६) # २०१४-१५ हे योजनेचे शेवटचे वर्ष होते.

६.७ : पाणलोटक्षेत्र विकास कार्यक्रम आणि त्यात होणारे बदल

अ) सन १९९२पर्यंतच्या कामांची स्थिती

महाराष्ट्रात पाणलोटक्षेत्र विकासासाठी मृदसंधारण कामाला १९३७ पासून सुरुवात झाली. प्रथमत: या मृदसंधारण कामामध्ये समपातळीत बांधाची (Counter Binding) कामे हाती घेतली. त्यानंतर गरजेनुसार ढाळीची बांधबंदिस्ती, जमीन सपाटीकरण इत्यादी कामे केली. तत्पूर्वी महाराष्ट्रामध्ये प्रथमत: सन १८८७मध्ये महात्मा जोतिबा फुले यांनी हा विचार मांडला. तसेच भारत सरकारने सन १९२८ साली नेमलेल्या टॉयल कृषी आयोगाने केलेल्या सूचनेप्रमाणे जुन्या मुंबई राज्यात कोरडवाहू संशोधन केंद्र निर्माण केली (सोलापूर, मोहोळ). त्यातील संशोधनाच्या शिफारशीनुसार मुंबई राज्यात १९३७ साली मृद व जलसंधारणाची कामे सुरू झाली. त्यानंतर सन १९४२ साली 'जमीन सुधारणा कायदा' आला. त्याचा हेतू जमिनीची धूप थांबवणे हा होता. त्यामुळे दुष्काळी परिस्थितीत खासगी जमिनीवर काम करण्याचा अधिकार सरकारला मिळाला. त्याचा परिणाम म्हणून ९७ लाख हेक्टरवर बंडिंगचे काम झाले.

सन १९७२च्या दुष्काळात रोजगारासाठी अशाप्रकारच्या कामांना चालना मिळाली. सन १९७७ साली 'रोजगार हमी' अंतर्गत ही कामे मोठ्या प्रमाणावर घेण्यात आली. रोजगारनिर्मितीचा कार्यक्रम म्हणून मृद व जलसंधारण कामांना गती मिळाली. या कामांमध्ये प्रामुख्याने ढाळीची बांधबंदिस्ती, समपातळीत बांध, नालाबंडिंग व पाझर तलाव इ.चा समावेश होता. त्यानुसार सन १९९७पर्यंत अवर्षणप्रवण तालुक्यात जवळजवळ ११ ते १२ हजार पाझर तलावांची कामे पूर्ण झाली, परंतु अवर्षणप्रवण व्यतिरिक्तच्या तालुक्यात मात्र ती केवळ एक हजार आहेत. त्यामुळे अवर्षणभागात रोजगाराबरोबर जलसंधारण होऊन अवर्षणावर नियंत्रण राखण्यासाठी हेतू साध्य झाला.

ही मृद व जलसंधारणाची कामे १९८३पर्यंत विखुरलेल्या स्वरूपाची, तसेच ज्या ठिकाणी लोकांची संमती आहे अशाच ठिकाणी झाली. त्यामुळे बंडिंगची कामे पूर्ण झाली; परंतु, पाणी अडविण्याची कामे राहिली. बंडिंगच्या कामामुळे कोरडवाहू जमीन वाहून गेली नाही. तिचे संरक्षण झाले. परंतु, ही बंडिंगची कामे सर्व ठिकाणी झाली नसल्यामुळे अनेक वर्षे या जमिनीतून माती पावसाचेबरोबर वाहून गेली. त्यामुळे जमिनीचा कस जास्त पावसाच्या पाण्याने वाहून जात आहे. त्यामुळे जमिनीचा मगदूर कमी होत गेला. त्याचबरोबर लोकांच्या सहभागाच्या मालकीची जाणीव, वैज्ञानिक गरजेची जाणीव, देखभाल दुरुस्तीच्या नियोजनाचा अभाव इ.मुळे कामाचा म्हणावा तेवढा फायदा झाला नाही. मृदसंधारणाची विखुरलेल्या स्वरूपातील कामे यांचे दृश्य स्वरूपात परिणाम दिसून आले नाही. या कालावधीला पहिला टप्पा म्हणता येते.

दुसऱ्या टप्प्यात १९८३ पासून महाराष्ट्र सरकारने पाणलोटाची संकल्पना पूर्णत: स्वीकारली, मृद व जलसंधारणाची कामे माथ्यापासून लवणापर्यंत जमिनीच्या उपयोगाप्रमाणे शासकीय खर्चाने करण्याचा निर्णय घेतला. असे करणारे महाराष्ट्र हे पहिलेच राज्य आहे. पाणलोटातील कामे कृषीविभागातील मृद व जलसंधारण विभागामार्फत केली गेली. पाणलोटामध्ये नालाबंडिंग; जमीन सपाटीकरण, कुरण विकास, झाडीलागवड, समपातळीत बांधबंदिस्ती करणे अशा स्वरूपाची कामे हाती घेण्यात आली.

या कामांमुळे उत्पादनात वाढ होताना दिसून आली, तसेच मृदसंधारणही झाले आहे. याच कालखंडात महाराष्ट्रात राष्ट्रीय पाणलोटक्षेत्र विकासाची कामे केंद्र शासनाच्या मदतीने १९८६-८७ पासून सुरू झाली व त्याचा उपयोग महाराष्ट्रातील पाणलोटक्षेत्र विकासकामांसाठी होऊ लागला. म्हणजेच मृदसंधारण विभागातील पाणलोट विकासास साहाय्यभूत म्हणून या कार्यक्रमांचा उपयोग होत आहे. हा कार्यक्रम सर्वदूर न राबविला गेल्यामुळे दुष्परिणाम अनुभवता आले नाहीत. ज्या काही निवडक गावात हा कार्यक्रम संकल्पनेप्रमाणे राबविला गेला व पाण्याचा वापर नियंत्रित व शास्त्रीय पद्धतीने झाला, त्या ठिकाणीच फक्त यश आले. या गावांना १९९२च्या दुष्काळाचा परिणाम तितकासा जाणवला नाही. इतर गावांत मात्र पिण्याच्या पाण्याचा प्रश्न सुटला नाही व शेतीक्षेत्रात पाहिजे तसे सातत्य आणता आले नाही. झालेल्या कामाचे मूल्यमापन संशोधकांनी केले. त्यामध्ये ही कामे पाणलोटाधारित असावी, असेच लोकांच्या सहभागातून एकात्मिक पद्धतीने व्हावीत, असे दिसून आले. त्या दृष्टीने स्वतंत्र 'जलसंधारण' विभागाची निर्मिती झाली. त्यामध्ये मृदसंधारण, सामाजिक वनीकरण, लघुपाटबंधारे विभाग, भूजल सर्वेक्षण आणि विकास यंत्रणा मिळून स्वतंत्र विभागाची स्थापना झाली. या विभागांतर्गत जलसंधारणाची कामे पाणलोट आधारित सुरू झाली. या कार्यक्रमालाच नवीन जलसंधारण कार्यक्रम म्हटले जाते.

ब) नवीन जलसंधारण कार्यक्रम

पाणलोटाची कामे करण्यासाठी 'गाव' हा विकासाचा घटक मानला. गावाची निवड करण्यासाठी पिण्याच्या पाण्याची टंचाई असलेल्या गावाच्या निवडीचे निकष प्राधान्याने अंतर्भूत करण्यात आले. कृत्रिमरीत्या पुनर्भरण, पडीक व अवनत झालेल्या जमिनी, तसेच अतिधूपिच्या गावांनासुद्धा प्राधान्य देण्यात आले. राष्ट्रीय पाणलोटक्षेत्र विकास कार्यक्रमांतर्गत समावेश असलेले सर्व उपचार महाराष्ट्रातील उर्वरित मृद व जलसंधारण कार्यक्रमांमध्ये समाविष्ट करण्यात आले. नवीन जलसंधारण कार्यक्रमातील पाणलोटाची कामे करण्यासाठी स्वयंसेवी संस्थांना नव्यानेच सहभागी करून घेतले

आहे. या कार्यक्रमाची सन १९९६मध्ये पुन्हा पुनर्रचना करण्यात आली. (शासन निर्णय क्रजलस/१०९५/प्र.क्र.२५०/जल-७ दिनांक ३०.१.९६) टंचाई असलेल्या गावांच्या निवडीच्या निकषांबरोबरच पडीक व अवनत जमिनीची व्याप्ती व तीव्रता जास्त असलेली गावे व भूजलाचा अतिउपसा झालेल्या पाणलोटातील गावे या निकषांचा अंतर्भाव करण्यात आला. उपग्रहाच्या माहितीचा उपयोग करण्याचेसुद्धा ठरविण्यात आले. त्याचप्रमाणे श्रमदानातून लोकसहभागाची संकल्पना समाविष्ट केली गेली. ग्रामविकासासाठी 'पाणलोटक्षेत्र विकास' ही संकल्पना समाविष्ट केली गेली. ग्रामविकासासाठी पाणलोटक्षेत्र विकास संकल्पना तेव्हापासून खऱ्या अर्थाने सुरू झाली. या कार्यक्रमाची व्याप्ती राज्यातील सर्व जिल्ह्यांत आहे.

१) १९९२चा पाणलोटक्षेत्र कार्यक्रम (जलसंधारण विभागाद्वारे)

शासन निर्णय जलसंधारण विभाग क्र. १०९२ सी. आर. दिनांक ५ ऑगस्ट १९९२ नुसार पाणलोट आधारित कामे करण्याचे योजले. त्यांची उद्दिष्टे पुढीलप्रमाणे:-

१) पिण्याच्या पाण्याची समस्या दूर करण्यासाठी कायमस्वरूपी आणि खात्रीचे उद्भव निर्माण करणे.

२) पूरनियंत्रण करून जमिनीचे नुकसान थांबविणे.

३) भूपृष्ठावरून वाहून जाणारे पाणी जलसंधारणाच्या वेगवेगळ्या पद्धतीचा अवलंब करून अडविणे व त्याचा सुयोग्य वापर करणे.

४) भूगर्भातील पाण्याची पातळी वाढविणे व त्याचा पिकांसाठी उपयोग करून अन्नधान्य उत्पादनात वाढ करणे.

५) जमिनीची धूप थांबवून नदीतील वाहून जाणाऱ्या गाळाचे प्रमाण कमी करणे व पर्यायाने जमिनीचा पोत सुधारणे. त्याचबरोबर पाणलोटात लोकांचा सहभाग वाढविणे, रोजगारनिर्मिती करणे, पर्यावरणाचा समतोल राखणे इ. उद्दिष्टे होत.

वर उल्लेखिलेली उद्दिष्टे पूर्ण करण्यासाठी मृदसंधारण विभाग, सामाजिक वनीकरण, भूजल सर्वेक्षण आणि विकास यंत्रणा, तसेच लघुपाटबंधारे विभाग एकत्रितरीत्या कामे करू लागली. या कामासाठी 'गाव' हा घटक मानून कामे करण्याचे योजले.

२) गावे निवडण्याची पद्धत

पाणलोटक्षेत्र विकास कार्यक्रम ज्या गावात प्रथम अग्रक्रमाने राबवावयाचा, त्या गावाची निवड खालीलप्रमाणे केली जाते -

१) सन १९९१-९२च्या दुष्काळात टँकर/बैलगाडीने पिण्याच्या पाण्याचा पुरवठा करावा लागला ती गावे.

२) ज्या गावांमध्ये किंवा पाणलोटक्षेत्रामध्ये २५.५.९२ रोजी घटक योजनेखाली जलसंधारणाची कामे हाती घेतली अशी गावे.

३) केंद्रीय भूजल मंडळ तथा राज्य-भूजल सर्वेक्षण यंत्रणा यांनी निवडलेल्या क्षेत्रातील कमी पुनर्भरण क्षमता असलेली गावे.

४) भूजल सर्वेक्षण विकास यंत्रणेची गडद व करडा किंवा अतिशोषित अशा वर्गीकृत केलेल्या पाणलोटक्षेत्रातील गावे.

महाराष्ट्रातील ४२,७७८ गावांपैकी ३५,७१७ गावे कोरडवाहू असून, त्यांपैकी १५,६८३ गावे पाणलोट विकास कार्यक्रमासाठी निवडलेली आहेत. सन १९९२ पासून जानेवारी २००४पर्यंत ११,१४३ गावांमध्ये जलसंधारणाची कामे हाती घेण्यात आली. या कार्यक्रमाचा वेग न वाढविल्यास राज्यातील सर्व गावांचा विकास करण्यास अनेक वर्षे लागतील आणि तोपर्यंत जमिनीची प्रचंड प्रमाणात धूप होऊन जमिनी अवनत झालेल्या असतील. उपग्रहांद्वारे प्राप्त झालेल्या माहितीनुसार राज्यातील ४२.५०% जमीन विविध प्रकारच्या धूपीमुळे अवनत झाली आहे. नैसर्गिक प्रक्रियेद्वारे जमिनीचा एक इंच थर तयार होण्यास जवळपास ७०० वर्षांचा कालावधी लागतो, तर जमिनीचे संरक्षण न केल्यास काही वर्षांतच या जमिनीचा ऱ्हास होतो. अशा नैसर्गिक साधनसंपत्तीचा ऱ्हास थांबवून पर्यावरणाचा समतोल राखणे, भूगर्भातील पाण्याची पातळी वाढविणे, तसेच वाढत्या लोकसंख्येच्या गरजा पुरविण्याकरिता आणि ग्रामीण भागात संपन्नता आणणे व कृषिउत्पादनात वाढ करून सातत्य राखणे हे आपल्यापुढील प्रमुख आव्हान आहे.

पाणलोटाचे साधारणत: तीन प्रकार केले गेले -

१) अतिलहान पाणलोटक्षेत्र - यामध्ये २.५ हेक्टर ते २५ हेक्टर क्षेत्रातील जमीन समाविष्ट होऊ शकते.

२) लहान पाणलोटक्षेत्र - यामध्ये २५ हेक्टर ते २५० हेक्टर जमिनीचा समावेश होतो.

३) मोठे पाणलोटक्षेत्र - यामध्ये २५० हेक्टरपेक्षा जास्त परंतु २००० हेक्टरपेक्षा कमी क्षेत्राचा समावेश होतो. पाणलोटक्षेत्रातील कामे गाव हा विकासाचा घटक मानून केली जातात. निवडलेल्या गावांत मृदसंधारण विभाग, सामाजिक वनीकरण विभाग, लघुपाटबंधारे विभाग व भूजल सर्वेक्षण यंत्रणा या चार विभागांच्या माध्यमातून पाणलोटातील कामे राबविली जातात व या चार विभागांचा समन्वय महत्त्वाचा आहे, तसेच एकमेकांचे सहकार्य लाभल्यास पाणलोटातील कामे होण्यास गती प्राप्त होईल, तसेच ही कामे परिणामकारक ठरू शकतील, त्या दृष्टीने विचार करता प्रशासकीय पातळीवर त्यांचे व्यवस्थापन

व नियोजन पाहणे गरजेचे आहे. या कामाची कार्यवाही कशा प्रकारे केली, त्यांना प्राप्त होणारे निधी, कामाचे नियोजन व अंमलबजावणी इ. विषयीचे स्वरूप पाहणे आवश्यक आहे.

३) जलसंधारण विभागांतर्गत पाणलोटक्षेत्र विकास कार्यक्रमाचे व्यवस्थापन

राज्यात पाणलोटक्षेत्र विकास कार्यक्रम ग्रामविकास आणि जलसंधारण विभागाद्वारे राबविला. पाणलोट क्षेत्र विकास कार्यक्रमाचे व्यवस्थापन पुढीलप्रमाणे -

१) राज्य पातळी : कृषी व जलसंधारण मंत्री यांचे अध्यक्षतेखाली, तसेच सचिव जलसंधारण विभाग यांचे साहाय्याने पाणलोटक्षेत्राचे राज्यपातळीवर घेण्यात येणाऱ्या योजनांचा, तसेच योजनांच्या प्रगतीचा आढावा घेण्याचे काम केले जाते. तसेच चार विभागांचे प्रमुख संचालक, मृद व जलसंधारण विभाग संचालक, सामाजिक वनीकरण, मुख्य अभियंता लघुपाटबंधारे विभाग, तसेच संचालक भूजल सर्वेक्षण आणि विकासयंत्रणा यांचा समन्वय या पातळीवर होत असतो.

२) विभागीय पातळी : विभागीय स्तरावर या कार्यक्रमांतर्गत घेण्यात येणाऱ्या योजनांचा समन्वय, योजनांच्या प्रगतीचा वेळोवेळी आढावा घेणे व शासनास योजना प्रभावीपणे राबविण्यासाठी, सूचना करण्यासाठी विभागीय आयुक्तांच्या अध्यक्षतेखाली उपसंचालक भूजल सर्वेक्षणयंत्रणा, अधीक्षक अभियंता लघुपाटबंधारे विभाग, सहसंचालक सामाजिक वनीकरण, वन अधिकारी व अधीक्षक कृषी अधिकारी यांची समिती असते.

३) जिल्हा पातळी : जिल्हा पातळीवर या प्रकल्पांतर्गत गाव निवडणे, तालुका पातळीवरील समितीने निवडलेल्या गावांना अंतिम मान्यता देणे, या कार्यक्रमाच्या अंमलबजावणीचा आढावा घेणे व सनियंत्रण ठेवणे हे काम जिल्हा सुसूत्रीकरण व संनियंत्रण समितीच्या माध्यमातून पार पाडले जाते. प्रशासकीयदृष्ट्या या कार्यक्रमाचे सूत्रसंचालन, आढावा, संनियंत्रण व मूल्यमापन मुख्य अधिकारी यांच्या अध्यक्षतेखाली स्थापन करण्यात आलेल्या समितीमार्फत केले जाते. या समितीमध्ये विभागीय मृदसंधारण अधिकारी, विभागीय वन अधिकारी, वरिष्ठ भूवैज्ञानिक, कार्यकारी अभियंता लघुपाटबंधारे विभाग, उपसंचालक सामाजिक वनीकरण, जिल्ह्यातील स्वयंसेवी संस्था, ग्रामीण विकास कार्यक्रमात काम करणारी एक महिला प्रतिनिधी, नाबार्ड व जिल्हा बँकेचा एक प्रतिनिधी, कृषी विद्यापीठाचा प्रतिनिधी, खादी ग्रामोद्योग मंडळाचा एक प्रतिनिधी व प्रकल्प अधिकारी जिल्हा ग्रामीण विकासयंत्रणा हे असतात. विभागीय मृदसंधारण

अधिकारी हे या समितीचे सदस्य सचिव असतील.

४) तालुका पातळी : तालुका पातळीवर गटविकास अधिकारी हे नियंत्रण करतात. उपविभागीय मृदसंधारण अधिकारी, लागवड अधिकारी, वन विभागाचा प्रतिनिधी, कनिष्ठ भूवैज्ञानिक, उपअभियंता लघुपाटबंधारे विभाग यांची समिती असते. झालेल्या कामाचा आढावा घेणे, तसेच नियोजनकाळातील सहकार्यासंदर्भात विचारविनिमय केले जातात.

५) ग्रामपातळी : ग्रामपातळीवर ग्रामसंधारण समिती असते. या समितीमध्ये त्या गावातील सरपंच ग्रामसभेने निर्देशित केलेले प्रतिनिधी/शेतकरी, शेतमजूर, स्त्री-प्रतिनिधी, ग्रामसेवक, कृषी साहाय्यक, वनपाल, सामाजिक वनीकरणाचे साहाय्यक, रोपवन अधिकारी, प्राथमिक शाळेचा प्रतिनिधी, तसेच मागासवर्गीय दोन प्रतिनिधी अशा एकूण बारा प्रतिनिधींचा समावेश असतो.

पाणलोटक्षेत्र विकास कार्यक्रमाच्या व्यवस्थापनात राज्यपातळीपासून ग्रामपातळीपर्यंत नियोजन केले असून, या विभागातील अधिकारी नियोजनात्मकरीत्या कार्यरत आहेत.

४) पाणलोट कार्यक्रमासाठी लागणारा निधी

पाणलोट कार्यक्रमासाठी जिल्हा पातळीवर शासकीय नियमानुसार एकत्रित होणारा निधी, रोजगार हमी योजनेंतर्गत जिल्ह्यासाठी उपलब्ध असलेल्या निधीतून कमीत कमी ५०% निधी, तसेच राज्य शासनाने उपलब्ध करून दिलेला अतिरिक्त निधी, अवर्षणप्रवण क्षेत्र विकास कार्यक्रम, पश्चिम घाट विकास योजना रोजगार हमी योजनेतून मिळणाऱ्या निधीतून ५०% जलसंधारणाच्या कामासाठी राखून ठेवला जातो. मुख्य कार्यकारी अधिकारी जिल्हा परिषद यांच्याकडे निधी दिला जातो. नियंत्रित योजनेतून उपलब्ध करून दिलेला निधी जिल्हा ग्रामीण विकास यंत्रणेमार्फत दिला जातो. ज्या कामासाठी निधी पुरविण्यात आला, त्याच कामासाठी तो वापरला जातो. आठव्या पंचवार्षिक योजनेच्या कालावधीत शासनाने या कार्यक्रमासाठी योजनांमधून फक्त ४५५ कोटी अनुदान उपलब्ध करून दिलेले होते. नवव्या पंचवार्षिक योजनांमध्येसुद्धा या योजनेसाठी ४६६ कोटी रुपये तरतूद केली. या व्यतिरिक्त अन्य स्रोतांद्वारे रोजगार हमी योजना, पश्चिम घाट विकास योजना, अवर्षणप्रवण क्षेत्र इ. वार्षिक सर्वसाधारणत: ४५० ते ५०० कोटी रुपये या कामासाठी उपलब्ध झाले. शिवाय परदेशातून सेवाभावी संस्थांना या कामासाठी सरळ मदत मिळते. सध्याच्या निधीची उपलब्धता व उपलब्ध मनुष्यबळ यांचा विचार करता उर्वरित कामे पूर्ण करण्यासाठी २० ते ३० वर्षे लागतील. कमी कालावधीत हा कार्यक्रम पूर्ण करण्यासाठी निधीची उपलब्धता करणे जरुरीचे आहे.

केंद्र पुरस्कृत व राज्य पुरस्कृत योजनांतून मिळणाऱ्या अनुदानाचा वाटा लक्षात घेता असे दिसून येते की, रोजगार हमी योजनेचा वाटा ३१% असून, राज्याच्या इतर योजनांतून प्राप्त होणारा वाटा ३६% आहे व केंद्राचे रोजगार निर्मितीभिमुख कार्यक्रमाचा वाटाही ३३% आहे. नॅशनल वॉटरशेड डेव्हलपमेंट प्रोजेक्ट फॉर रेन फेड एरिया (NWDPRA) या प्रकारची १९९०-९१ पासून अंमलबजावणी सुरू झाली. महाराष्ट्राच्या वाट्याला १३८ कोटी रुपये आले आहेत.

जलसंधारण विभागातील पाणलोटक्षेत्र विकासाचे नियोजन चार विभागांतून होत असल्याने प्रत्यक्ष नियोजनबद्ध विकासासाठी समन्वय विविध भागांत असणे गरजेचे आहे. मृद व जलसंधारण विभागांतर्गत होत असल्याने याची माहिती पुढे प्रत्येक विभागांच्या कामाच्या स्वरूपावरून व झालेल्या खर्चावरून दिसून येते. प्रथमत: पाणलोटक्षेत्रामध्ये कोणकोणती कामे केली जातात व मृद-जलसंधारणाची कामे कोणकोणत्या पद्धतीने व कोणकोणत्या विभागाद्वारे केली जातात, ते पुढीलप्रमाणे सांगता येईल -

५) पाणलोटक्षेत्रात जलसंधारणातील विभागांनी करावयाची कामे

पाणलोटक्षेत्रामध्ये कामे करताना माथ्यापासून लवणापर्यंत (Ridge to Valley) जमिनीचा शास्त्रशुद्ध विनियोग व वापर आणि गरजेनुसार त्यावर कामे केली जातात.

पाणलोटक्षेत्रात मूलस्थानी पाणी मुरविण्याचे जे तंत्र आहे, त्यामध्ये दगडाचे लहान बांध, चेक डॅम (सरोध धरण), नालाबंडिंग (माती), सिमेंट बंधारे, वनतळी, शेतीस अयोग्य जमिनीमध्ये समपातळीत चर, वृक्ष व गवत लागवड, वळण बंधारे, भूमिगत बंधारे, गॅब्रियन स्ट्रक्चर बंधारे, गावतळी, शेततळी, तसेच पाझर तलाव, के. टी. बंधारे इत्यादी अशाप्रकारची कामे केली जातात. ही कामे मृदसंधारण विभाग व लघुपाटबंधारे विभाग (स्थानिक स्तर) यांच्याकडून केली जातात.

भूजल सर्वेक्षण आणि विकासयंत्रणेकडून जलीय भंजन (हायड्रोफ्रॅक्चरिंग) जॅकेट वेल, फ्रॅक्चर सील सिमेंटेशन, बोअर ब्लास्ट टेक्निक, विंधन विहिरींद्वारे पुनर्भरण अशाप्रकारची कामे केली जातात. या कामांचा उपयोग पिण्याचे पाणी उपलब्ध करून देण्यासाठी केला जातो. वन जमिनीस पडीक जमिनी, खासगी तसेच गावातील सामुदायिक जमिनी यावर सामाजिक वनीकरण विभागाद्वारे कामे केली जातात. हे उपाय जरी वेगवेगळे दर्शविलेले असले तरी ते एकमेकांस पूरकच आहेत.

पाणलोटक्षेत्रातील कामातील विभाग

पाणलोटक्षेत्रात जमिनीवर कामे करताना दोन विभाग करण्यात येतात.

१) जमिनीच्या प्रकारानुसार, उतारानुसार व पडणाऱ्या पावसानुसार मृद व

जलसंधारणासाठी वेगवेगळ्या उपचारपद्धतींचा अवलंब केला जातो. २) या उपचारपद्धतींचा अवलंब केल्यानंतर मिळणाऱ्या व उपलब्ध होणाऱ्या जल व मृद संपत्तीचे योग्य नियोजन करून शेतीतील उत्पादन वाढविण्यासाठी प्रयत्न करणे व त्या अनुषंगाने शेतकऱ्यांचा सर्वांगीण विकास घडवून आणणे.

पाणलोटविकासाचे सर्वेक्षण करताना पाणलोटक्षेत्राचा चढ-उतार, पाणी वाहण्याची दिशा, जमिनीचा प्रकार, नाल्यातून पाणी अडविण्याची क्षमता व इतर मृद व जलसंधारण कामांची आखणी इत्यादी आराखडा तयार करण्यात येतो. या आराखड्यानुसार पाणलोटामध्ये उपचार करण्यासाठी कामाची सुरुवात ही सर्वांत उंच भागापासून केली जाते. त्यामुळे वरील पाणी हळूहळू अडवीत अडवीत आणल्यास उंचावरील क्षेत्रामधून पाणी हळूहळू खालील क्षेत्रात झिरपण्यास सुरुवात होते. त्याचा पहिल्याच वर्षी खालील क्षेत्रात उत्तम रीतीने फायदा होतो.

६) मृद व जलसंधारण उपचारपद्धती

पाणलोटक्षेत्रामध्ये मृद व जलसंधारणाची कामे करताना नियोजनात्मकरीत्या कामे केली जातात. साधारणत: तीन पद्धती अवलंबण्यात येतात.

१) लागवडीखालील अयोग्य किंवा पडीक जमिनीवरील उपचार - लागवडीस अयोग्य जमिनीवर मृदसंधारणासाठी सलग समतल चर, जल शोषक समतल चर, समपातळीत जैविक बांध, जैविक पट्टे या उपचारपद्धती केल्या आहेत.

आकृती क्र. ४
सलग समतल चर (सी.सी.टी.)

आकृती क्र. ५
समतल चर व भराव रचना

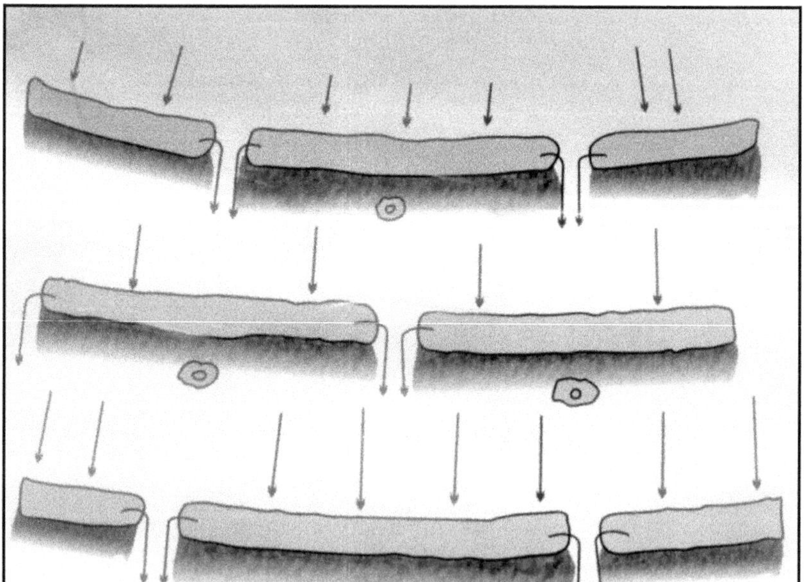

२) लागवडीस योग्य जमिनीवरील उपचार - लागवडीयोग्य जमिनीवर पाणलोटात विविध प्रकारची कामे केली जातात. त्यामध्ये जैविक बांधासह समपातळी/ढाळीची बांधबंदिस्ती, समतल मार्गदर्शक रेषा आखणे, मशागतीच्या योग्य पद्धतीचा वापर यांना प्राधान्य दिले जाते. समतल मशागत पद्धती, आंतरिक पद्धती, समतल पट्टा फेर पद्धती यातून योग्य पद्धतीचा वापर केल्यास मोठ्या प्रमाणात मृद-जल संधारणाचे फायदे दिसून येतात. मजगी या प्रकारात महाराष्ट्रातील पश्चिम घाट (उताराच्या जमिनीवर) व विदर्भातील अतिपावसाच्या प्रदेशात छोटी छोटी खाचरे तयार करून खाचरांमध्ये भाताचे पीक घेता येते. जमिनीचा उतार ३% पेक्षा कमी असेल आणि ७०० मि.मी. पेक्षा जास्त पर्जन्यमान असलेल्या भागामध्ये २०×२०×३ मी. आकाराची शेततळी घेतात.

३) ओघळीचे नियंत्रण - पाणलोटातील डोंगरमाथ्यावरून ओघळीची सुरुवात होते. ही ओघळ मुख्य नाल्याला/नदीला मिळेपर्यंत तिचा आकार पाणलोटपरत्वे वाढत जातो. या ओघळीद्वारा वाहून जाणारी माती व पाणी ठिकठिकाणी स्थलपरत्वे अडविण्यासाठी ओघळीच्या आकाराप्रमाणे लाईव्ह चेक डॅम, ब्रशवूड डॅम, अनघड दगडाचे लहान बांध, गॅब्रियन स्ट्रक्चर बंधारे, भूमिगत बंधारा, डायव्हर्शन बंधारा (वळण बंधारा) शेततळे, पुनर्भरण चर (डग आऊट संकन पॉड), नाला बांध(माती व सिमेंट) इत्यादी कामे नवीन धोरणानुसार केली जातात.

तक्ता क्र. ६.२ : पाणलोटाची उतारानुसार कामे

पाणलोटाचा भाग	क्षेत्रीय प्रकार	घळनियंत्रण/ज (नाल्यावरील उ
पाणलोटाचा वरील भाग (८ ते ३३ टक्के उतार)	सलग समतल चर (सी.सी.टी.) डोंगर-उतारावर अनघड जैविक दगडांचे बांध, जैविक बांध, फांदी बांध (ब्रशवुड डॅम)	गली प्लग, लूज स्ट्रक्चर्स, दगडी वृक्षलागवड डों जमिनीवर
पाणलोटाचा मधला भाग (४ ते ८ टक्के उताराच्या जमिनी)	सलग समतल चर (सी.सी.टी.) मजगी, पॅडीबंडिंग, बांधदुरुस्ती, डोंगर उतारावरील दगडी बांध	लूज बोल्डर स्ट्र मातीचे बांध, प्र बंधारे, खोदतळे,
पाणलोटाचा खालील भाग(० ते ४ टक्के उताराच्या जमिनी)	सलग समतल चर, कंपार्टमेंट बंडिग (शेती बांधबंदिस्ती) ढाळीची बांध बंदिस्ती, बांधावरील वृक्षलागवड, मजगी (पश्चिम महाराष्ट्रासाठी) पॅडीबंडिंग (विदर्भासाठी)	शेततळे, खोदत गॅब्रियन स्ट्रक्चर सिमेंट नालाबांध, बंधारा, वनराई ब

७) पाणलोटक्षेत्रात राबविण्यात येत असलेल्या उपाययोजना - पाणलोटक्षेत्रातील जमिनीचा कस वाढविणारी माती पावसाच्या पाण्याबरोबर कमीत कमी वाहून जावी, यासाठी मृदसंधारण योजना करणे आणि पावसाद्वारे पडणारे जास्तीत जास्त पाणी जमिनीत मुरून ते उपसा सिंचनाद्वारे सिंचित शेतीला उपलब्ध व्हावे यासाठी जलसंधारण योजना करणे हे पाणलोटक्षेत्र विकासाचे पायाभूत काम आहे. या योजनांची शास्त्रशुद्ध आखणी करण्यासाठी पाणलोटक्षेत्राची विविध प्रकारची माहिती जमा करावी लागते. शासनाच्या वेगवेगळ्या विभागांकडून नकाशे व माहिती मिळवून ती संकलित करावी लागते व गावनकाशावर एकत्रितरीत्या दर्शवावी लागते.

पाणलोटक्षेत्रात सामान्यपणे १ किंवा २ गावांची जमीन येते व एकूण क्षेत्र १००० हेक्टरचे आत असते.

मृद व जलसंधारण

या दोन प्रकारच्या योजनांमुळे जमिनीची उत्पादकता वाढविता येते. मृदसंधारणामुळे जमिनीची धूप होत नाही. जमिनीची प्रत सुधारते व त्यामुळे उत्पादन वाढते. मात्र, ही प्रक्रिया अत्यंत सावकाश होत असल्याने त्यापासून होणारे लाभ तत्काळ जाणवत नाहीत. मृदसंधारण करताना त्याबरोबर काही प्रमाणात पावसाचे पाणीही साठवले जात असल्याने ते जमिनीत मुरून भूजल भरणाचा फायदासुद्धा मिळतो.

जलसंधारण योजनेमुळे साठणारे पाणी जमिनीत मुरून भूजलभरण झाल्याने त्याचा वापर केल्यास होणारा लाभ म्हणजे आजूबाजूच्या शेतकऱ्यांच्या जमिनीची उत्पादकता वाढते. जलसंधारण कामाचा परिणाम त्याच हंगामात दिसून येतो.

अ) मृदसंधारण योजना

मृदसंधारण योजनेत अभियांत्रिकी व जैविक असे दोन प्रकार आहेत.

अभियांत्रिकी प्रकार : जमिनीचा उतार व मातीचा प्रकार यानुसार स्वरूप ठरविले जाते.

गलीप्लग (ओहोळात दगड-गोट्यांच्या साहाय्याने छोटे छोटे बांध एकाखाली एक असे घातले जातात.) समतल चर आणि भराव, समपातळी भराव इत्यादींचा समावेश होतो.

जैविक प्रकार : यामध्ये गवताची ओळीत लागवड करणे, उदा. खस गवत, तसेच दोन चरांमधील उताराच्या जमिनीवर गवत लावल्यास व त्यांच्या मुळांमुळे माती धरून ठेवली जाते व जमिनीची धूप कमी होते. मातीची खोली कमी असल्यास चरानजीक निरगुडीसारखी झुडपे लावली जातात. खोली जास्त असल्यास ग्लिरीसिडिया, सुबाभूळ, ऑस्ट्रजलीयन बाभूळ, सुरू यासारखे वृक्ष लावता येतात. गवत, झुडपे व

वृक्ष यांमुळे चारा, लाकूड व सरपण यांची गरज तर भागतेच; परंतु, त्याचबरोबर विनाखर्च मृदसंधारणही होते.

मृदसंधारणाच्या अभियांत्रिकी आणि जैविक या दोन्ही प्रकारांचा वापर भूस्तरप्रकार व रचनेनुसार केल्यास ते अधिक परिणामकारक होते.

ब) जलसंधारण योजना

पाणलोटक्षेत्रावर पडणारे पावसाचे पाणी उताराच्या दिशेने जमिनीवरून; ओहोळातून व नाल्यातून वाहत जाताना जमिनीतही मुरत असते. पाणी वाहण्याचा वेग जेवढा जास्त, तेवढे पाणी जमिनीत मुरण्याचे प्रमाण कमी राहते. वाहत जाणारे पाणी अडविले आणि साठविले तर ते जमिनीत मुरण्याचे प्रमाण वाढते. यालाच 'जलसंधारण' असे म्हणतात. पाणलोटक्षेत्रातील नाल्यावर/ओहोळावर/बऱ्याच ठिकाणी पाणी साठविण्याच्या/अडविण्याच्या हेतूने कामे केली जातात.

जलसंधारणातील कामांचे विविध प्रकार आहेत. ते पुढीलप्रमाणे-

गॅब्रियन बंधारे, शेततळी, दगडी बंधारे, तात्पुरते बंधारे उदा. वनराई बंधारे, भूमिगत बंधारे, नालाबांध (मातीचे आणि सिमेंटचे), पाझर तलाव इत्यादी.

पाणलोटक्षेत्रातून राबविण्यात येत असलेली कामे

पाणलोटक्षेत्रामध्ये वहितीखालील क्षेत्रावरचे बाजूस बिगरशेतीचे क्षेत्र (पडीक जमीन) असते. बिगरशेतीचे क्षेत्रातून वाहत येणारे पाणी शेतीचे क्षेत्रात येऊ नये म्हणून त्या जागेवर ३ मीटर रुंदीच्या पट्ट्यामध्ये गवताचे ठोंब, झुडपे, झाडोरा इ. वनस्पती यांची दाट जाळी वा चाळण केली जाते, असा पट्टा वहिती क्षेत्राचे वरचे बाजूस वा नाल्याचे क्षेत्र आल्यास दगडाच्या छोट्या ताली घातल्या जातात.

कुरण विकास व वनीकरण ही उपचारपद्धती अतिउतारावरील क्षेत्रामध्ये १ ते १०% उतारापर्यंत १० सें.मी. ते २५ सें.मी. मातीच्या थरातील शेतीमध्ये उपयोग पडते. या पद्धतीमुळे पाण्याच्या प्रवाहास गवतामुळे, झाडामुळे अडथळा निर्माण होतो व माती वाहून नेण्याची प्रक्रिया कमी होते. त्यामुळे जमिनीत पाणी मुरविण्याच्या प्रक्रियेस सुरुवात होते. या गवताचा चाऱ्यासाठी उपयोग होतो आणि झाडांचे जळण, इमारती लाकूड, उद्योगधंदे, औषधे इ. साठी उपयोग होतो. त्यामुळे हा उपचार चढाच्या भागात प्रभावीपणे उपयुक्त आहे. अशा वनस्पती व झुडपे म्हणजे, तरवड, चिल्लार, निम, चंदन, करंज, ग्लिरिसिडिया, भेंडी, सुबाभूळ, हादगा, सौंदड, शिकेकाई, बिब्बा, सीताफळ, बोर याशिवाय स्थानिक जातीचे वृक्ष व झुडपे अशा प्रकारे कुरण विकास, तसेच वनीकरणाची कामे केली जातात. सर्वसाधारणपणे ट्रेंचेस ४×०.६×०.३ मी. लांबीचे व ६ मी. अंतरावर खोदून त्यात हेक्टर ४०० ते १००० रोपांची लागवड

करण्यात येते. दोन्ही ओळींमध्ये जास्त उत्पादन देणाऱ्या गवताची लागवड येते. इंचेसमध्ये घ.मी. पाणीसाठा होतो. ओघळीच्या नियंत्रणासाठी पाणलोटाच्या चढाकडील क्षेत्राच्या थोड्या खालील बाजूस ओघळीची खोली व रुंदी वाढत जाते. या ठिकाणी झुडपांच्या एक किंवा दोन ओळी लावून माती व पाण्याचे नियंत्रण करता येते. त्याचप्रमाणे 'ब्रशवुड डॅम'ची रचना करता येते.

आकृती क्र. ६
'ब्रशवुड डॅम'

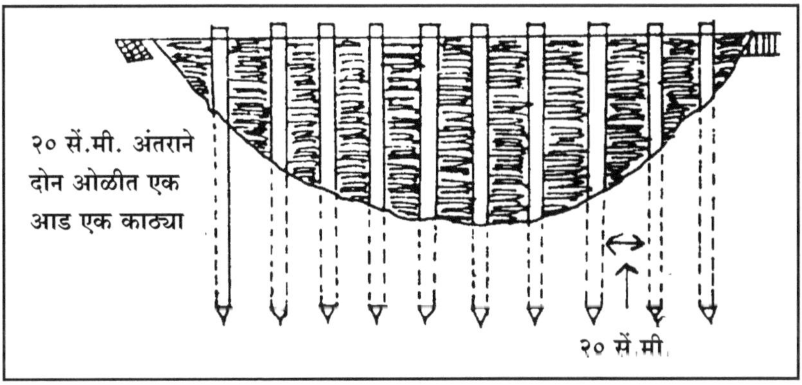

ओघळीच्या रुंदीएवढ्या लांबीवर २० सें.मी. अंतरावर ५ सें.मी. व्यासाची व ६० ते ६५ सें.मी. लांबीच्या वाळलेल्या किंवा ओल्या लाकडाच्या खुंट्याच्या दोन ओळी लावून त्यामध्ये गवत, कडबा, काटेरी फांद्या इ. ठेवून त्यावर दगड किंवा माती टाकली जाते. ओघळीचे रूपांतर लहान नाल्यात झाल्यावर अशा ठिकाणी दगडाचे बांध घातले जातात (लूज बोल्डर स्ट्रक्चर)

आकृती क्र. ७
जैविक बांध

गोळा करून त्याचा नाल्याच्या रुंदीएवढा बांध घातला जातो. वहितीखाली नसलेल्या क्षेत्रापर्यंत मातीचा समपातळी बांध घालता येतो. त्या ठिकाणी आता खस गवताची ओळ लावली जाते. पावसाचे पाणी जमिनीवरून वाहताना त्याच्या ओघळी तयार होतात. सुरुवातीला या ओघळी लहान असतात; कारण त्यातून कमी क्षेत्राचे पाणी वाहते. या ओघळीतून माती वाहून जाऊ नये म्हणून खस गवताची एक ओळ ओघळीच्या रुंदीएवढी लावली जाते. खस गवताच्या रोपामध्ये १० सें.मी. अंतर ठेवले जाते. वरील स्थानाच्या खाली गेल्यावर ओघळीची रुंदी व खोली वाढलेली असते. त्या ठिकाणी खस गवताच्या दोन ओळी, तसेच अजून थोडे खाली गेल्यास खस गवताच्या ओळीच्या जोडीला झुडपांची एक ओळी लावली जाते. ओघळ जर बरीच मोठी असेल तर त्या ठिकाणी दगडाचा लहान बांध घातला जातो.

आकृती क्र. ८
दगडाचा बांध

वहितीखाली नसलेल्या जमिनीवर उत्पादनपद्धतीत सुधारित जातीच्या गवताचे द्विदल जातीच्या चाऱ्याचे बी फेकून पेरले जाते. स्टायलो हेमाटा, नीलगवत, अंजनगवत, मारवेल, मोठा मारवेल, पवना, मोशी, डोंगरी गवत व स्थानिक उपयुक्त जाती निवडल्या जातात.

आकृती क्र. ९
जैविक बांध

लहान ओघळीचे लहान ओढ्यात रूपांतर झाल्यानंतर त्यांच्या नियंत्रणासाठी वेगळी उपाययोजना करावी लागते. नाला वेडावाकडा वाहत असल्यास नाल्याच्या बाजूंना बळकटी आणण्यासाठी त्या ठिकाणी जलद वाढणारी झाडे व झुडपे लावली जातात. उदा. निरगुडी, मोगली एरंड, बांबू, निलगिरी इ. स्थानिक जातीनुसार निवड केली जाते.

मधील भागात करावयाच्या उपाययोजनांमध्ये ओघळीच्या रुंदीएवढ्या मातीचा बांध घातला जातो, तसेच मातीच्या बांधाला आतून स्थानिक उपलब्ध दगडांचे पिंचिंग दिले जाते व बांधाच्या मागे झुडपांची आवश्यकतेनुसार एक किंवा जादा रांग लावली जाते. यासाठी चिलार, तरवड, घायपात, शेर, करवंद, मेंदी इ. व स्थानिक उपयुक्त झुडपे लावली जातात.

आकृती क्र. १०
गॅब्रियन बंधारा

लहान नाल्यापेक्षा मोठे नाले असल्यास दगडाचा बांध म्हणजे गॅब्रियन बंधारा. हा अवघड उपलब्ध दगडांमध्ये जाळीच्या गुंडाळ्यात नालापात्रात आडवा घातलेला बांध असतो. त्यामुळे पाण्याचा वेग कमी होऊन जमिनीची धूप थांबवण्यास व भूगर्भात पाणी मुरण्यास मदत होते. त्या खालील भागात नालाबांध घातले जातात. त्यालाच 'Run Management Structure' असे म्हटले जाते. यामध्ये मातीचे नालाबांध किंवा सिमेंटचे नालाबांध घेतले जातात.

आकृती क्र. ११
माती नालाबांध (नालाबांधाचा उभा छेद)

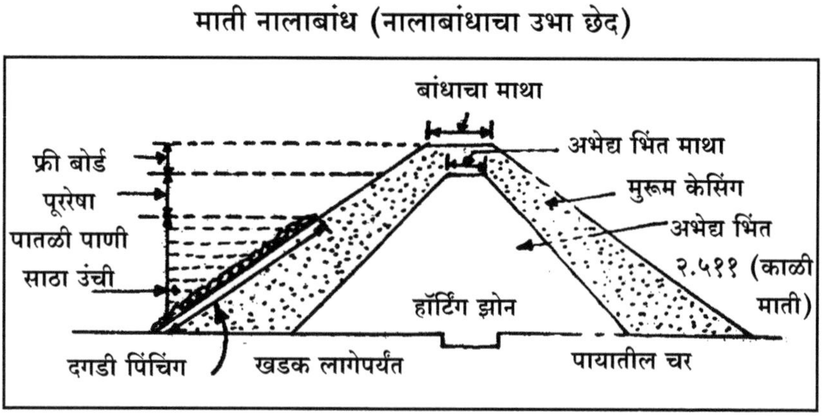

सिमेंट नालाबांध

मातीच्या नालाबांधांमध्ये ४ मीटर उंचीचा पाणीसाठा केला जातो. त्यात पाणीसाठ्याची क्षमता ही सरासरी १०,००० घनमीटरपर्यंत केली जाते. यामुळे भूगर्भातील पाण्याच्या साठ्यात वाढ होऊन जवळपासच्या विहिरींच्या पाण्याच्या पातळीत वाढ होते. ज्या ठिकाणी मातीचा नालाबांध टाकणे तांत्रिकदृष्ट्या योग्य होत नाही, अशा ठिकाणी सिमेंटचे नालाबांध घालून नाल्यामध्ये पाणीसाठा केला जातो. त्यामुळे साधारण १० सहस्र घनमीटर पाणी साठवता येते. त्यामुळे बाजूने झिरपा होऊन जवळच्या विहिरींना फायदा होतो. पावसाळ्यानंतरच्या काळात नाल्यातील पाण्याची गती संथ असते व पाणीही स्वच्छ असते, अशा वेळी तात्पुरत्या स्वरूपाचे सिमेंट पोत्याचे वनराई बंधारे बांधून नाल्यांमधून वाहून जाणारे पाणी ठिकठिकाणी अडवून वाहणाऱ्या पाण्याची गती कमी करता येते आणि जास्तीत जास्त पाणी जमिनीत मुरवून परिसरातील शेतविहिरी, तसेच पिण्याच्या पाण्याच्या उद्भवातील पाण्याची पातळी वाढविता येते. यासाठी सर्वसाधारणपणे ग्रामस्थ, शेतकरी, विद्यार्थी यांच्या श्रमदानाच्या माध्यमातून कामे केल्यास अल्पकाळात पिण्याच्या पाण्याचा प्रश्न सुटू शकतो, असा अनुभव आहे.

आकृती क्र. १२
वनराई बंधारा

वनराई संस्थेने १९९३-९४मध्ये राज्यात जवळजवळ ५०० असे बंधारे बांधले. आता वनराई बंधारे प्रचलित झाले आहेत. वनराई बंधाऱ्याची कार्यपद्धती-

१) जागेची निवड - नाल्याचा उतारा दोन बांधामध्ये ३%पर्यंत असावा. नाल्याच्या दोन्ही बाजूस एक ते दीड मीटर उंच नाल्याचा काठ असावा.

२) बांधकामास लागणारे साहित्य - रिकामी सिमेंटची पोती, वाळू किंवा वाळूमिश्रित माती, शिवण्यासाठी प्लास्टिकचा दोरा व दाभण. वनराई बंधारा बांधण्यासाठी जागेची निवड केल्यानंतर नाल्याचा उतार व पाणलोट यांचा विचार करून सर्वसाधारणपणे दीड ते दोन मीटर रुंदीचा ०.३० मीटर खोलीचा पाया घेण्यात यावा. हा पाया नाला व ओढ्याच्या रुंदीइतका घेण्यात यावा. पाया खोदून झाल्यानंतर सिमेंटच्या रिकाम्या पोत्यांमध्ये वाळू किंवा वाळूमिश्रित मातीचे मिश्रण घ्यावे व त्यांची तोंडे प्लास्टिकच्या दोऱ्याने शिवून टाकावी. ही वाळू व मातीमिश्रित वाळूची पोती एकाशेजारी एक आडवी रचून पहिला थर तयार करावा. दुसरा थर रचताना सांधेमोड पद्धतीने पहिल्या थरातील प्रत्येकी दोन बाजूस सांध्यावर दुसरा थर असे प्रत्येक पोते रचत जावे. अशा प्रकारे २ ते ३ थर रचून झाल्यावर त्यावर एक मातीचा थर द्यावा. मातीमुळे दोन्ही पोत्यांच्या मधील फट बुजून पाणी पूर्णपणे अडविले जाते. त्यामुळे बंधारे पक्के होण्यास मदत होते.

भूमिगत बंधारा हा पाणलोटक्षेत्रात जर एखाद्या नाल्यामध्ये वाळूचा भर एक मीटरपेक्षा जास्त असेल तर त्या ठिकाणी वाळू उकरून जमिनीत पक्क्या खडकापर्यंत खोदाई केली जाते. खोदलेल्या भागात भराई करत असताना तळातून प्रत्येक मीटर

उंचीला भिंतीची भराई पाया २ मीटर व माथा २:१ मीटर अशा पद्धतीने करून, पाणी मारून, धुमस करून बांधाच्या इतर भागांची भराई पाणी मारून धुमसून करावी. त्यामुळे तळातून वाळू व वाळूमिश्रित मातीतून जमिनीखालून जाणारे पाणी व बाजूच्या पाण्याचा प्रवाह अडविला जातो. त्यामुळे बंधाऱ्याच्या वरील भागातील जमिनीतील पाणीपातळी वाढविण्यास मदत होते, तसेच या बंधाऱ्याच्या वरील भागातील विहिरींच्या पाण्यात वाढ होत असते.

आकृती क्र. १३
भूमिगत बंधारा

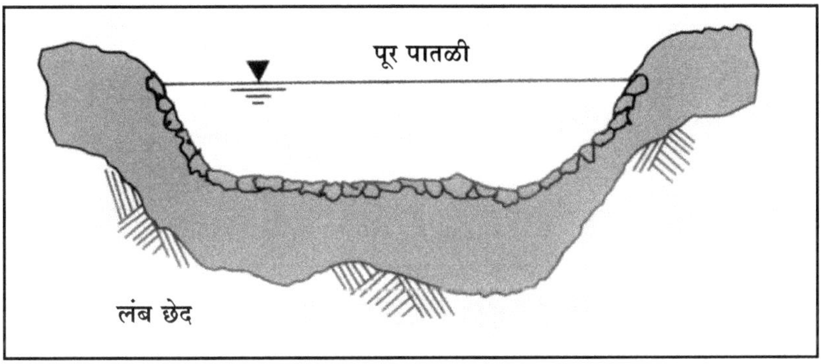

नाला सरळीकरण करण्याचे कारण म्हणजे ज्या ठिकाणी नाला वेडावाकडा असतो. त्यामुळे जमिनीची प्रचंड धूप होते. नाल्याची रुंदी वाढते. सुपीक जमिनीचे क्षेत्र कमी होते. तसेच पुराचे पाणी लगतच्या क्षेत्रात पसरते व पिकाचे नुकसान होते. यासाठी नाला सरळीकरण केले जाते. म्हणजेच नाल्याचे वळण काढून वळणाच्या ठिकाणी दगडाचा आडवा बांध घातला जातो. त्यामुळे शेतकऱ्यांचा आर्थिकदृष्ट्या फायदा होतो.

वळण बंधारा (डायव्हर्शन बंधारा) या पाणलोटक्षेत्रामध्ये ओढ्याला सर्वसाधारणपणे डिसेंबरपर्यंत पाणी टिकते व ओढ्यामध्ये सर्वसाधारणपणे १५० लीटर/सेकंद पाणी वाहते. अशा नाल्यावर सिमेंटचे १ मीटर पक्के बंधारे घालून हे पाणी समपातळीमध्ये शेजारच्या शेतात बांधास एक किंवा दोन दारे बसवून वळविले जाते. ओढ्यांना २४ तास पाणी वाहत असेल तर रात्रंदिवस या पाण्याचा उपयोग प्रवाही सिंचनासाठी केला जातो. ही कामे कोकण विभाग, विदर्भ विभाग, नियमित पावसाच्या प्रदेशांमध्ये फार उपयोगी पडणारी आहेत. त्यामुळे शेतकऱ्यांचा फायदा होतो.

मजगी - भातखाचरे ही राज्यात पश्चिम घाट विभाग व विदर्भात आढळतात.

धानासाठी बांधबंदिस्ती करावी लागते, ज्यामध्ये ४ ते ८% जमिनीच्या उतारावर १० ते २० मी. अंतरावर छोटी खाचरे तयार करण्यासाठी निम्मी खोदाई व निम्मी भराई करून बांधला जातो व खाचरास उलटा उतार देण्यात येतो. ज्या भागात भातखाचरे केली जातात तो भाग डोंगराळ, अत्यंत कमी उत्पादनाचा असल्याने भातशेती हे एकच उत्पन्नाचे साधन असल्यामुळे ही योजना अत्यंत उपयुक्त व किफायतशीर ठरली आहे.

आकृती क्र. १४

मजगी

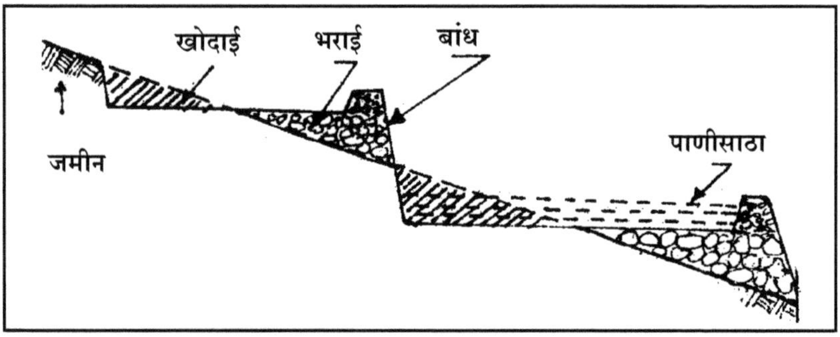

शेतीचे उत्पादन वाढविण्यासाठी शेतीमध्ये शेततळ्याचा उपयोग पाण्याचा साठा करण्यासाठी होतो. त्यामध्ये ३०×२०×३ मीटर आकाराच्या जमिनीत खड्डा घेऊन, त्याच्या बाजूला योग्य उतार देऊन बाजू व उतार सीलबंद केले जातात.

आकृती क्र. १५

शेततळे

या प्रत्येक तळ्यात सुमारे १५०० घनमीटर पाणी साठू शकते, त्यामुळे भूगर्भातील पाणीसाठ्यात वाढ होतेच, शिवाय पाणी उपसून पिकाला देता येते. वरील प्रकारची कामे मृद व जलसंधारण विभागांतर्गत केली जातात. या कामाचा अनुभव सदरील विभागास चांगल्या प्रकारे असून, या विभागाद्वारेच बहुसंख्य कामे झाल्याचे दिसून येते; परंतु, लघु पाटबंधारे विभागाद्वारे कामे केली जातात ती म्हणजे पाझर तलाव, लहान पद्धतीचे कोल्हापूर पद्धतीचे बंधारे इ.

आकृती क्र. १६

पाझर तलाव

ज्या ओढ्या-नाल्यांवर निरनिराळ्या प्रकारच्या बंधाऱ्यांची कामे हाती घेता येत नाहीत, अशा परिसरामध्ये निरनिराळ्या विभागातून वाहून येणारे पाणी एकत्र साठविण्यासाठी पाझर तलाव करण्यात येतो. पाझर तलाव झाल्यानंतर भूस्तरीय रचना सुयोग्य असल्यास आजूबाजूच्या विहिरींची पाण्याची पातळी वाढते; म्हणून पाणलोटक्षेत्रातील जास्त क्षेत्र पाझर तलावामुळे सिंचन होऊ शकते. त्यामुळे अवर्षणप्रवण भागात तलावांचा, विहिरींचा पाण्याची पातळी वाढण्यासाठी उपयोग होतो, तसेच सिंचनासाठी पाण्याचा वापर केला जातो.

सिंचन व्यवस्था करण्यासाठी कोल्हापूर पद्धतीचे बंधारे बांधण्यात येतात. या कोल्हापूर पद्धतीच्या बंधाऱ्यांसाठी दगड/सिमेंट/लोखंड यांचा वापर केला जातो. या बंधाऱ्याची उंची साधारण ४ मीटरपर्यंत ठेवली जाते. पाणलोटक्षेत्रातील आणि सरत्या पावसाचे ओढ्या-नदीतून वाहणारे पाणी किती प्रमाणात आहे, याचा अंदाज घेऊन बंधाऱ्याचे बांधकाम केले जाते. हंगामी पिकांना उपसा जलसिंचन योजनेमुळे पाण्याची

आकृती क्र. १७
कोल्हापूर बंधारा

सोय उपलब्ध होते. हंगामी पिकांसाठी या पाण्याचा वापर केला जातो. खरीप हंगामात बाजरी, भुईमूग तसेच रब्बी हंगामात ज्वारी, गहू, हरभरा, करडई इ. पिकांसाठी पाणी देण्यात येते. मोठा बंधारा असेल तर कांदा, बटाटा, भाजीपाला यांसारख्या पिकांनाही सिंचनव्यवस्था करता येते. पाणलोटक्षेत्रामध्ये वृक्षारोपण तसेच वृक्षलागवड केली जाते.

क) पाणलोटक्षेत्र विकास कार्यक्रमाची स्थिती

पाणलोटक्षेत्र विकास कार्यक्रम सध्या जलसंधारण विभागामार्फत राबविण्यात येत आहे. त्याचप्रमाणे सेवाभावी संस्थाही या कामात सहभागी झाल्या आहेत. पाणलोटक्षेत्र कार्यक्रम हा फक्त कोरडवाहू क्षेत्रातच राबविण्याचे धोरण असल्याने सिंचनाखाली असणाऱ्या गावात हा कार्यक्रम राबविला जात नाही. महाराष्ट्रातील एकूण ४२,७७८ गावांपैकी ३५,७१७ गावे कोरडवाहू पर्जन्याधारित आहेत. या गावांना कोणत्याही प्रकारचे प्रवाही सिंचन उपलब्ध नाही. महाराष्ट्रात घेण्यात आलेल्या वा अंतिमत: घेता येणाऱ्या सर्व मोठे, मध्यम व लघु पाटबंधारे प्रकल्पांच्या लाभक्षेत्रात येणारी नागरी भागालगतची व खात्रीशीर पाऊसमान असणारी अशी सर्व गावे वगळली तरी भविष्यामध्येसुद्धा यांपैकी बरीचशी गावे कोरडवाहूच राहणार आहेत. यांच्या उत्पादनासाठी पाणलोटक्षेत्र कार्यक्रमात वाढ करणे आवश्यक आहे. सुरुवातीपासून सन १९८३पर्यंत जवळजवळ ८,९६६ हजार हेक्टरवर विविध कामे करण्यात आलेली आहेत. सन १९८३ ते १९९२पर्यंत ११७३ हजार हेक्टरवर विविध कामे करण्यात आली आहेत. त्या व्यतिरिक्त

दोन्ही राज्यांत मातीचे ३२,८८० व सिमेंटचे ४३,४१७ नालाबांध करण्यात आले. सन १९९२मध्ये पाणलोटक्षेत्र कार्यक्रमाची पुनर्रचना झाल्यावर एकूण कोरडवाहू गावांपैकी जानेवारी २००४पर्यंत ११९४३ गावांत जलसंधारणाची कामे हाती घेण्यात आली होती. महाराष्ट्राच्या एकूण ३०७.७१ लक्ष हेक्टर भौगोलिक क्षेत्रापैकी साधारणत: ९८ लक्ष हेक्टर क्षेत्रावर एकात्मिक पाणलोटक्षेत्र विकासाचा कार्यक्रम राबविण्यात आला. या व्यतिरिक्त राज्यात हा कार्यक्रम त्यांचे उद्दिष्टांनुसार विविध योजनांमार्फतही राबविण्यात आला आहे. त्यात राज्य पुरस्कृत आदर्श गाव योजना, केंद्र पुरस्कृत राष्ट्रीय पाणलोटक्षेत्र विकास कार्यक्रम, नदीखोरे विकास योजना, पश्चिम घाट विकास कार्यक्रम आणि अवर्षणप्रवण क्षेत्र कार्यक्रम इ. योजनांचा समावेश होता. राळेगणसिद्धी यांसारखे पाणलोटक्षेत्र आधारित ग्रामविकास प्रकल्प इतर खेड्यांत राबविण्याच्या उद्देशाने सन १९९३ पासून 'आदर्श गाव संकल्प व प्रकल्प' कार्यक्रमाला महाराष्ट्रात सुरुवात झाली होती. गावातील नैसर्गिक साधनसंपत्तीचा विकास व जोपासना स्थानिक लोकांच्या साहाय्याने, सहकार्याने व सहभागाने करण्याची संकल्पना यात अंतर्भूत होती. पाणलोटक्षेत्र विकासाची कामे गाभाक्षेत्रात व त्याबरोबर इतरही ग्रामविकासाची कामे बिगर गाभाक्षेत्रात करण्यात आली. सन १९९८पर्यंत राज्यांत या योजनेंतर्गत २२२ स्वयंसेवी संस्था कार्य करत होत्या. त्यांच्यामार्फत २६४ गावांत कार्यक्रम राबवला.

सन १९९२ पासून राज्यात जलसंधारणाचा कार्यक्रम राबवला गेला. या कार्यक्रमाचा राज्यास पुढीलप्रमाणे लाभ झाला-पूर्ण झालेल्या पाणलोटापैकी १४२३ गावांच्या पाणलोटांचे मूल्यांकन करण्यात आले. निष्कर्षानुसार २६५ गावात पिण्याच्या पाण्याची समस्या नव्हती. समस्या असलेल्या ११५८ गावांपैकी ६९% गावांतील समस्या पूर्णपणे तर ३०% गावातील समस्या अंशत: सुटली आहे. केवळ १% गावातील समस्या सुटू शकली नाही.

जलसंधारण कार्यक्रमासाठी निवडलेल्या गावात राबविलेल्या जलसंधारणाच्या विविध उपशांमुळे भूगर्भातील पाण्याची पातळी वाढण्यास मदत झाली आहे. त्यामुळे अंदाजे तीन लाख विहिरी खोदण्यास वाव निर्माण झाला. परिणामत: राज्यात अंदाजे १० लाख हेक्टर क्षेत्राकरिता संरक्षित ओलिताची अतिरिक्त सुविधा निर्माण झाली. व्यापक प्रमाणात जलसंवर्धन कार्यक्रम राबविल्यामुळे राज्यातील अवर्षणाची तीव्रता कमी होण्यास व पर्यायाने कृषिउत्पादनात बऱ्याच अंशी स्थिरता येण्यास मदत झाली आहे.

शेतकरी दुबार पिके घेण्यास प्रवृत्त झाले असून, पीकपद्धतीतही बदल होत आहे. मृदसंधारण विभागाने ग्रामीण भागात रोजगारनिर्मितीच्या कामात फार मोठा वाटा उचलला आहे. त्यामुळे ग्रामीण भागातून शहरी भागात होणारे भूमिहीन मजुरांचे व शेतमजुरांचे

स्थलांतर काही प्रमाणात थांबल्याचे दिसून येते. मोठ्या व मध्यम पाटबंधारे प्रकल्पांच्या पाणलोटक्षेत्रात मृदसंधारणाची तसेच जैविक उपचारांची कामे केल्यामुळे या प्रकल्पामध्ये येणारा गाळ कमी होऊन, प्रकल्पाचे आयुष्यमान वाढण्यास मदत झाली आहे. दुष्काळसदृश परिस्थितीमध्ये रोजगारनिर्मितीद्वारे तर नदीनाल्यांना पूर आल्यानंतर वाहून गेलेल्या जमिनीची तसेच बांधबंदिस्तीची दुरुस्ती करण्यामध्ये मृदसंधारण विभागाने हातभार लावला आहे. त्यामुळे नैसर्गिक आपत्तीच्या काळात शेतकऱ्यांना काही प्रमाणात दिलासा देण्यात मदत झाली आहे. स्वयंसेवी संस्थांना विकासकामात सहभागी करून घेण्याचा देशातील पहिला प्रयत्न महाराष्ट्र राज्याने केला. आदर्श गाव योजनेसारख्या योजना राबवून ग्रामीण भागात नियोजनापासून अंमलबजावणीपर्यंतची सर्व कामे स्वयंसेवी संस्थांकडे सोपविल्यामुळे विकासाच्या कामात लोकसहभाग वाढवण्यास मदत झाली आहे. पडीक जमीन विकास कार्यक्रमात समतल सलग चर खोदणे, गवत व वृक्षलागवड इ. कामे राज्यातील दोन हजार गावात मृदसंधारण व सामाजिक वनीकरण विभागामार्फत राबविण्यात येत आहेत. १०.८० लाख हेक्टर क्षेत्रावर पडीक जमिनीत 'विकास कार्यक्रम' हा अविभाज्य व अनिवार्य केल्यामुळे राज्यात पडीक जमीन लागवडीखाली आणण्यास व कृषिउत्पादन वाढण्यास मदत होत आहे. पर्यावरणाचा समतोल राखण्यासाठी जलसंधारण कार्यक्रमाचा निश्चितपणे उपयोग झाला आहे. कामाची व्याप्ती वाढविण्यासाठी नियोजनात्मक व्याप्ती वाढविणे गरजेचे वाटते.

ऑक्टोबर २०१४पर्यंत पाणलोट क्षेत्र विकासासाठी २७,५८७ गावांची निवड केली असून, त्यांपैकी १२,३७७ गावातील कामे पूर्ण झालेली आहेत. म्हणजे जवळजवळ पन्नास टक्के गावातील कामे पूर्ण झालेली आहेत. मुख्यत: एकात्मिक पाणलोट विकास कार्यक्रम (सूक्ष्म पाणलोट) अंतर्गत कामे मोठ्या प्रमाणावर हाती घेतलेली आहेत.

६.८ : पाणलोटाचे व्यवस्थापन

अ) मृदसंधारण कृषी विभाग

राज्यात मृदसंधारणाची कामे स्वातंत्र्यानंतर मृदसंधारण विभागाद्वारे केली जातात. १९८३पर्यंत समपातळीत ढाळीचे बांध, मजगी, चिबाड जमीन सुधारणा, जमीन सपाटीकरण व मातीचे नालाबांध इ. कामे केली. या कामाचे स्वरूप विस्तारित स्वरूपाचे असल्याने व मृदसंधारणाचे काम झाल्याने पाणी अडविण्याचे काम राहिले. त्यात सन १९८३मध्ये सर्वंकष पाणलोटक्षेत्र विकास कार्यक्रम राबविण्यास सुरुवात झाली. पाणलोट आधारित कामांना सुरुवात झाली. परंतु, ही कामे विसकळीत स्वरूपात झाल्याने पाणलोटक्षेत्र कार्यक्रमाचा उद्देश सफल झाला नाही. त्यामुळे १९९२मध्ये शासनाने

जलसंधारण खात्याची निर्मिती करून चार विभाग एकत्र आणले व पाणलोट आधारित कामे सुरू झाली. १) मृदसंधारण विभाग, २) सामाजिक व वनीकरण विभाग, ३) भूजलसर्वेक्षण यंत्रणा, ४) लघुपाटबंधारे विभाग.

१९९२ ते मार्च २००४मध्ये पाणलोटातील कामांची संख्या वाढली. त्यामुळे जलसंधारण कामांना गती आली, तरी चारही विभाग आपापली कामे स्वतंत्र करीत असल्याने समन्वय वाढणे गरजेचे दिसते. राज्यात समपातळीत बांध ३ लाख ८३ हजार हेक्टरवरती घेतले. मजगी ३ लाख २९ हजार हेक्टरवरती घेतली, तर १० हजार हेक्टर चिबाड जमीन सुधारणा कार्यक्रम राबवला, तर नव्यानेच समपातळी बांध खस गवताचे व समपातळीत जैविक बांध अनुक्रमे २ लाख १० हजार व २ लाख ३९ हजार हेक्टरवरती घेतले तर मातीचे नालाबांध १ लाख ११ हजार ७८ एवढे घातले, तर सिमेंटचे नालाबांध ३६ हजार १८५ घातले; त्याचबरोबर १९९२ नंतर पाणलोटक्षेत्रात अनघड दगडाचे बांध घातले आहेत. तसेच गॅब्रियन बंधारे, भूमिगत बंधारे, वळण बंधारे व शेततळी यांचा समावेश केला. त्यामुळे पाणलोटक्षेत्रातील कामांची संख्या माथ्यापासून पायथ्यापर्यंत मृद व जलसंधारणाची कामे होऊ लागली. त्यामुळे जमिनीची धूप कमी होण्यास मदत झाली व दुष्काळाचे परिणाम कमी होण्यास मदत झाली. पाणी जमिनीत मुरू लागल्याने विहिरींच्या पाण्यात वाढ होऊ लागली. मात्र, सदरील कामाची व्याप्ती वाढवून वारंवार मूल्यमापन व सुधारणा होणे आवश्यक आहे.

ब) सामाजिक वनीकरण विभाग

सामाजिक वनीकरणाची निर्मिती वृक्षलागवड, संवर्धन व संरक्षण याबाबत समाजात जाणीव निर्माण व्हावी, या हेतूने करण्यात आली. ग्रामीण जनतेच्या सरपण, शेती अवजारे व घरबांधणीसाठी, लहान इमारती लाकूड, जनावरांसाठी चारा या गरजा वनेतर जमिनींवर वृक्षलागवड करून स्थानिकरीत्या भागविणे हा प्रमुख हेतू आहे. तसेच वृक्षलागवडीच्या कामातून स्थानिक अकुशल मजुरांना रोजगाराची संधी उपलब्ध होते. वृक्षलागवड ही एक सामाजिक चळवळ व्हावी, यादृष्टीने लोकांत जाणीवजागृती निर्माण करणे आवश्यक आहे. लोकांना वृक्षलागवडीसाठी प्रवृत्त करणे व त्यासाठी आवश्यक तंत्रज्ञान उपलब्ध करून रोपांचा पुरवठा करणे हे कार्य सामाजिक वनीकरणाने अंगीकारले आहे.

१९९२मध्ये जलसंधारणात सामाजिक वनीकरण विभाग समाविष्ट करण्यात आले. पाणलोटाची कामे एकात्मिक पद्धतीने व्हावी यासाठी सामाजिक वनीकरणाची भूमिका महत्त्वाची ठरते. जलसंधारण कार्यक्रमात पावसाचे पडणारे पाणी जमिनीत जेथल्या तेथे मुरावे हे महत्त्वाचे आहे. वृक्ष या बाबतीत महत्त्वाची भूमिका बजावतात. त्यामुळे

सामाजिक वनीकरणाच्या कामास अनन्यसाधारण महत्त्व आहे. पाणलोटातील उताराच्या वरच्या भागातील जमिनीवर वृक्ष लागवड केल्यास तेथे पाणी मुरविण्यास व जमिनीचे धूपीपासून संरक्षण करण्यास मदत होते. या भागात सामाजिक वनीकरणाचे कार्य महत्त्वाचे ठरते.

रोजगार हमी योजनेंतर्गत खासगी पडीक जमिनीवर वृक्षलागवड व कुरणविकास योजनेची वैशिष्ट्ये पुढीलप्रमाणे -

१) निवडक पाणलोटक्षेत्रात येणारी गावे या योजनेचे लाभक्षेत्र राहील.

२) लाभार्थी शेतकऱ्यांची लागवड करण्याजोगी पडीक, अवनत जमीन किंवा पाणी व माती यांच्या व्यवस्थापनाच्या अभावामुळे किंवा नैसर्गिक कारणामुळे खराब होत चाललेली सीमांतिक जमीन, तसेच वर्षानुवर्षे शेती करूनही जेथे ती किफायतशीर होत नाही, अशी जमीन या योजनेच्या लागवडीचे क्षेत्र म्हणून निवडण्यात येईल. या योजनेखाली लागवडीचे क्षेत्र म्हणून अन्नधान्य व तेलबिया यांच्या पिकाखालील जमिनीचा वापर करण्यात येणार नाही.

३) निवडलेल्या लाभार्थींया मालकीच्या किमान ०.२ हेक्टरपासून कमाल ४.०० हेक्टर पडीक क्षेत्रावर ही योजना राबविण्यात येईल.

४) या योजनेंतर्गत करावयाची लागवड विहित केलेल्या लागवडीच्या ५ नमुन्यांत करण्यात येईल.

५) ही योजना रोजगार हमी योजनेतील हजेरीपट ठेवणे, धान्य कूपन्स देणे व मजुरी अदा करणे याबाबतच्या तरतुदी शिथिल करून राबविण्यात येईल.

६) कुरणविकासाचा नमुना वगळता बाकी नमुन्यासाठी मार्च ते जून या कालावधीत प्रत्येकी महिन्यात एक वेळा पाणी देण्याची तरतूद करण्यात आली आहे.

या योजनेचे लाभार्थी निवडक पाणलोटक्षेत्रातील गावात असलेले अल्पभूधारक, अनुसूचित जाती/जमाती, नवबौद्ध व भटक्या जमाती या प्रवर्गातील व शेतकऱ्यांना या योजनेचा लाभ प्राधान्याने देण्यात येतो; परंतु, संबंधित लाभक्षेत्रातील वरील प्रवर्गातील शेतकऱ्यांकडून या योजनेला योग्य प्रतिसाद न मिळाल्यास त्या लाभक्षेत्रातील इतर शेतकऱ्यांनाही या योजनेचा लाभ घेता येईल. लाभार्थीला या योजनेंतर्गत १००% अनुदान देण्यात येते.

सामाजिक वनीकरण विभागाद्वारे राबविण्यात येणाऱ्या काही महत्त्वाच्या योजना -

रोजगार हमी योजनेंतर्गत खासगी पडीक जमिनीवर वृक्षलागवड व कुरणविकास योजना

१) शेतकऱ्यांच्या मालकीच्या पडीक क्षेत्रावर वनीकरणासाठी संपूर्ण तांत्रिक व अर्थसाहाय्य.

२) निवडलेल्या पाणवहाळ क्षेत्रातील सामूहिक जमिनीवर वृक्षलागवड योजना- सामूहिक जमिनीवर वृक्षलागवड करून जलसंधारण.

३) ग्रामपरिसर विकास कार्यक्रमांतर्गत जागतिक बँकेच्या आर्थिक साहाय्यातून स्वयंसेवी संस्थांद्वारे तसेच सामाजिक वनीकरण विभागाद्वारे निवडलेल्या गावांचा विकास.

४) पडीक जमीन विकास कार्यक्रमांतर्गत पडीक अवनत जमीन तसेच अत्यल्प उत्पन्न देणाऱ्या जमिनीची उत्पादनक्षमता वाढविणे.

५) आदर्श गाव विकास कार्यक्रमांतर्गत निवडण्यात आलेल्या गावाच्या आराखड्यानुसार सर्वांगीण विकास करण्याकरिता सामाजिक वनीकरण कार्यक्रम.

६) पश्चिम घाट विकास कार्यक्रमांतर्गत निवडलेल्या पाणवहाळ क्षेत्रातील आणि धूपीच्या ६२ तालुक्यांतील ६२ गावांत जमिनीवरील पथदर्शक वृक्षलागवड.

७) स्मृतिउद्यान योजने अंतर्गत आप्तेष्टांच्या स्मृतिप्रीत्यर्थ वृक्षलागवड आणि त्याची जोपासना तसेच दुर्मीळ व वैविध्यपूर्ण वृक्षलागवड आणि त्याची जोपासना तसेच दुर्मीळ व वैविध्यपूर्ण वनस्पतींचे जतन.

८) सुधारित वृक्ष पट्टा योजना - संस्था तथा व्यक्ती यांना शासकीय जमिनीवर वृक्षसंवर्धनासाठी साहाय्य.

९) सुधारित किसान रोपवाटिका योजना - लहान तथा सीमान्तक शेतकरी वा मोठे शेतकरी, स्वयंसेवी संस्था, महिला मंडळे, अपंगांसाठी संस्था यांना रोपेनिर्मितीसाठी तांत्रिक मार्गदर्शन व अर्थसाहाय्य.

१०) शाळा, संस्थांचे परिसर वृक्षलागवड-ग्रामीण तथा नागरी क्षेत्रातील शासकीय, निमशासकीय कार्यालये, नोंदणीकृत संस्था, ग्रामपंचायत, दवाखाने इ. क्षेत्रात लागवडीसाठी विनामूल्य रोपेवाटप.

११) वन महोत्सव, वृक्षलागवड करण्यासाठी इच्छुकास सवलतीच्या दराने रोपेपुरवठा. याशिवाय केंद्र शासनाच्या पडीक जमिनीवर विकासाच्या इतर योजना, तसेच जिल्हास्तरावरील विविध योजना राबविल्या जातात.

पडीक जमीन विकास

राज्यात मोठ्या प्रमाणावर उपलब्ध असलेल्या 'पडीक व सीमान्तिक जमिनींचा विकास' हा या कार्यक्रमाचा हेतू आहे. जलसंधारणाच्या कार्यक्रमासाठी निवडलेल्या गावांपैकी जास्त प्रमाणात पडीक जमीन असलेल्या २००० गावांत हा कार्यक्रम

राबवायचा आहे. २००० गावांपैकी ७०० गावांत सामाजिक वनीकरणे व १३०० गावांत मृदसंधारण व पाणलोटक्षेत्र व्यवस्थापन या विभागाच्या साहाय्याने कामे केली जात असून, हा कार्यक्रम जवाहर रोजगार योजना, आश्वासित रोजगार योजना, रोजगार हमी योजना यांचे निधीतून राबवावयाचा आहे. मार्च १९९६पर्यंत ६०६३ हेक्टर क्षेत्रावर सलग समपातळी चर खोदण्याची कामे पूर्ण झाली. त्यामध्ये सदरील निधीतून खासगी पडीक जमिनीवर वृक्षलागवड व कुरणविकासाची कामे करण्याचे महत्त्व प्राप्त झाले असून, सदरील विभागात कर्मचाऱ्यांची संख्या खूपच अपुरी आहे. त्यामुळे कामावर मर्यादा येतात. प्रत्यक्षात तालुकापातळीवर विचार करता तालुक्याच्या ठिकाणी एक किंवा दोन व्यक्तीच असतात. त्यामुळे वृक्षलागवड व देखरेख ठेवणे अवघड आहे. लागवड कोतवालाची जबाबदारी मोठी असल्याने संपूर्ण तालुक्यात लक्ष ठेवणे अवघड आहे. प्रशासकीय विभागात कर्मचाऱ्यांची संख्या कमी असल्याने या विभागात कामे करण्यात अडचणी येतात. सदरील विभाग स्वयंसेवी संस्था व शेतकरी लाभार्थी यांना सल्ला देण्याचे काम करतात. या संस्थांना वनीकरणाच्या विभागातून निधी दिले जातात. सामाजिक वनीकरणात लोकांचा सहभाग वाढविण्यासाठी प्रयत्न करणे गरजेचे आहे. शासकीय निधीमध्ये वाढ करणे आवश्यक असून योजनेचा विस्तार व योग्य मूल्यमापन करणे गरजेचे वाटते.

भूजल सर्वेक्षण आणि विकासयंत्रणा

महाराष्ट्रातील ३.०७ लक्ष चौ.कि.मी. भूभागापैकी २.५० लक्ष चौ.कि.मी. भूभाग डेक्कन ट्रॅप प्रकारच्या अग्निजन्य खडकाने व्यापला आहे. याच भूभागात महाराष्ट्रातील बहुतांशी अवर्षणप्रवण क्षेत्रांचा समावेश आहे. मागील २० वर्षांत सिंचनाच्या विविध वित्तीय योजनांच्या सहकार्याने साध्या विहिरींप्रमाणेच काही भागांत सिंचनासाठी विंधन विहिरींचा कार्यक्रम मोठ्या प्रमाणावर राबविला जात आहे. त्यामुळे भूगर्भात प्रत्येक पर्जन्य प्रदेशाप्रमाणे मॉन्सूनद्वारा साधारणपणे १५% होणाऱ्या निचऱ्यामुळे निर्माण होणाऱ्या भूजलसाठ्यापेक्षा काही भागात विहिरींची संख्या जास्त असल्यामुळे सिंचनासाठी जास्त भूजलाचा उपसा होतो. अशाप्रकारच्या अतिरिक्त भूजलाच्या उपश्याच्या पट्ट्यात कृत्रिम भूजल भरणा करून, जास्तीत जास्त भूजलसाठा निर्माण केल्यास, त्या भागातील साध्या विहिरींच्या व काही प्रमाणात विंधन विहिरींच्या पाण्याची पातळी नियंत्रणात आणता येईल. महाराष्ट्र शासनाने ५ ऑगस्ट १९९२ पासून पाणलोटक्षेत्र व जलसंधारण हा कार्यक्रम सुरू केला आहे. या कार्यक्रमांतर्गत प्रत्येक पाणलोटक्षेत्रनिहाय समाविष्ट गावांमध्ये जलसंवर्धनाचा कार्यक्रम राबविताना डोंगरावरील उंचवट्यापासून ते नदीनाल्याचे जाळे असलेल्या खोलगट भागापर्यंत वेगवेगळ्या

योजनांची एकत्रित आखणी करून, पावसाळ्यात त्या पाणलोटक्षेत्रात जेवढे पावसाचे पाणी उपलब्ध होईल, त्यांपैकी जास्तीत जास्त पावसाचे पाणी अडवून त्याच पाणलोटक्षेत्रातील अविकसित भागात पाणी मुरविण्याची योजना कायम शास्त्रीय पद्धतीने अमलात आणल्यास त्या पाणलोटक्षेत्रात असलेल्या विहिरींची पाण्याची पातळी कायम राहील. भूजल सर्वेक्षण यंत्रणेने राज्यात १५०५ पाणलोटक्षेत्रात प्रमुख नद्या व उपनद्यांची विभागणी केली.

राबविण्यात येणाऱ्या योजना

१) ग्रामीण भागात योजनेंतर्गत तसेच टंचाई कार्यक्रमांतर्गत विंधन विहिरींसाठी स्थळनिश्चिती करणे, विंधन विहिरी घेणे व हातपंप बसविणे तसेच नळ आणि पुरवठा योजना स्रोत निश्चितीकरण करणे, अपारंपरिक योजनेद्वारा स्रोत बळकटीकरण करणे, कमी क्षमता असलेल्या विंधन विहिरींचे जलीय भंजन तंत्राद्वारे पुनरुज्जीवन करणे, पाण्याचे रासायनिक व जैविक पृथक्करण करणे, पिण्याच्या पाण्याच्या बागायती विहिरी ब्लास्टिंगद्वारे खोल करणे इ. स्वरूपाची कामे केली जातात.

२) दशलक्ष विहिरी योजनेंतर्गत भूजल उपलब्धतेबाबत सर्वेक्षण करणे.

३) आदिवासी योजना.

४) अयशस्वी विहिरींच्या अर्थसाहाय्यासाठी शिफारस करणे.

५) भूजल मूल्यांकन करणे.

६) सिंचन विहिरींचे सर्वेक्षण करणे, तसेच स्थानिक भूजल सर्वेक्षण करणे.

७) अपारंपरिक योजनेद्वारे भूजल संवर्धन योजना कार्यान्वित करणे.

८) गावनिहाय विस्तृत भूजल सर्वेक्षण करून भूजलाचे नकाशे तयार करणे, तसेच नवीन योजनांमध्ये पाणलोटक्षेत्रनिहाय लघु पाणलोटक्षेत्र तयार करून, त्याचे सर्वांगीण विकासासाठी कृत्रिम पुनर्भरण योजना तयार करून, जलसंधारण कार्यक्रम आखणे, आदर्श गाव योजनेसाठी पाणलोटक्षेत्रात तांत्रिक मार्गदर्शन करणे इ. कामांचा समावेश आहे.

२००९पर्यंत राज्यात जवळजवळ १४ लाख विहिरी शेतकऱ्यांनी सिंचनासाठी खोदल्या असून, सुमारे ७ लाख (५०%) विहिरी अपूर्ण खोली असलेल्या किंवा पाण्याचा स्रोत कमी असलेल्या आहेत. विशेषकरून अवर्षणप्रवण क्षेत्रातील अशाप्रकारच्या सिंचन विहिरींची पाहणी भूजल सर्वेक्षण यंत्रणेकडून करून अपूर्ण खोदलेल्या विहिरींची खोली, तसेच पाणी कमी असल्यास विहिरीच्या तळाशी उभे अथवा आडवे बोअर करून, पाण्याची क्षमता वाढविण्याचा प्रयत्न करता येईल.

ब्लास्टिंग किंवा इतर उपाययोजना केल्याने विहिरींच्या जलाचा साठा वाढवण्यास मदत होण्याची शक्यता असल्याने विहिरींची सिंचनक्षमता वाढविण्यास मदत होईल.

पाणलोटक्षेत्रामध्ये ज्या गावांना पिण्याचे पाणी उपलब्ध नाही, तसेच जेथे टँकरने, बैलगाडीने पाणीपुरवठा केला जातो अशा गावांमध्ये अपारंपरिक पद्धतीने पाणी उपलब्ध करून दिले जाते. या पद्धतीत प्रामुख्याने पुढील कामांचा समावेश होतो.

कार्यप्रणाली : १५ नोव्हेंबर १९७२ पासून 'संचालक', भूजल सर्वेक्षणयंत्रणा, महाराष्ट्रात कार्य करीत आहे. मुख्य कार्यालय पुणे येथे असून, सहा विभागीय कार्यालये कार्यरत आहेत. पुणे, औरंगाबाद, नागपूर, नाशिक, अमरावती आणि कोकण या ठिकाणी उपसंचालकाद्वारे (डेप्युटी डायरेक्टर) नियंत्रण केले जाते. राज्यातील सर्व जिल्ह्यांत ही यंत्रणा कार्यरत आहे. सिंचन कार्यक्रम करणाऱ्या अनेक संस्थांना ती यंत्रणा मार्गदर्शनाचे काम करते. मुख्यत: कूपनलिका तसेच ग्रामीण भागातील पाणीपुरवठा यासाठी जिल्हापातळीवरून नियंत्रित केले जाते. विहिरींना पाणी उपलब्ध होण्यासाठी बोअर ब्लास्टिंग, कॉम्प्रेसर ब्लास्टिंग तसेच पिण्याच्या पाण्यासाठी विहिरी इ. साठी डेप्युटी इंजिनिअर मेकॅनिकलद्वारे नियंत्रित केले आहे. या सर्वांचे नियंत्रण जिल्हा परिषदेचे कार्यकारी अधिकारी यांच्यामार्फत केले जाते. ग्रामीण भागात पिण्याचे पाणी उपलब्ध करून देण्यासाठी विविध मार्गांचा अवलंब केला जातो. १) झिरपणारे पाणी विहिरीद्वारे उपलब्ध करून देणे. २) पिण्याचे पाणी बोअरवेलद्वारे उपलब्ध करून देणे. ३) पिण्याचे पाणी पाईपलाईनद्वारे उपलब्ध करून देणे इ. संदर्भात कार्य केले जाते.

क) पिण्याच्या पाण्यासंदर्भात कायदा

महाराष्ट्र शासनाने पिण्याचे पाणी उपलब्ध होण्यासाठी कायदा केला. तो म्हणजे 'महाराष्ट्र ग्राउंड वॉटर ॲक्ट १९९३' केला आहे. त्यानुसार ज्या ठिकाणी पिण्याच्या पाण्याची विहीर/बोअरवेल आहे, त्या परिसराच्या ५०० मीटरपर्यंत नवीन विहीर खोदता येणार नाही. तसेच नवीन विहीर खोदताना भूजल सर्वेक्षण यंत्रणेची परवानगी घ्यावी लागते.

पाणलोटक्षेत्र तसेच अवर्षणप्रवण भागासाठी भूजल सर्वेक्षण यंत्रणेचा स्वतंत्र विभाग स्थापून याद्वारे उद्भव निर्माण करण्यासाठी अपारंपरिक योजनेंतर्गत कामे केली जातात. जलसंधारण विभागातील पाणलोटक्षेत्रात पिण्याचे पाणी उपलब्ध करून देण्यासाठी विंधन विहिरी घेण्यावर भर दिला जातो. अपारंपरिक योजनांत फ्रॅक्चर सीलसिमेंटेशन, जॅकेटवेल, बोअर ब्लास्टिंग टेक्निक, जलीयभंजन इ. योजनांचा समावेश होतो. पिण्याच्या पाण्यासाठी टँकर आणि नियमित जलसंधारण कार्यक्रमांतर्गत १९९० ते मार्च ९६पर्यंत प्रकल्प राबवले गेले. त्यामध्ये सीलसिमेंटेशन ८२४, बोअर ब्लास्टिंग

टेक्निक ४३५, जॅकेटवेल ५७१, जलीयभंजन १५७६, तसेच इतर २६४ असे प्रकल्प राबविले गेले. त्यासाठी ९०४.७७ लाख रु. खर्च झाले.

ड) स्थानिक स्तरावरील लघुपाटबंधारे विभाग

राज्यात वारंवार उद्भवणाऱ्या दुष्काळजन्य परिस्थितीवर कायमस्वरूपी उपाययोजना करण्याच्या उद्देशाने मृद व जलसंधारणाच्या धडक योजना यशस्वीपणे राबविण्यासाठी या योजना एकाच प्रशासकीय यंत्रणेखाली असण्याची आवश्यकता लक्षात घेऊन शासनाने ते काम ग्रामविकास व जलसंधारण विभागाकडे सोपविले आहे. यापूर्वी १०० हेक्टरपर्यंत सिंचनक्षमता असलेल्या लघुपाटबंधारे प्रकल्पाचे बांधकाम स्थानिक स्तरावर जिल्हा परिषदांमार्फत करण्यात येत असे व त्यापेक्षा अधिक सिंचनक्षमता असलेल्या लघुपाटबंधारे प्रकल्पाचे काम राज्यस्तरावर पाटबंधारे विभागामार्फत करण्यात येत असे. लघुपाटबंधारे स्थानिक स्तर कामाची मर्यादा १०० हेक्टरवरून २५० हेक्टरवर करण्यात आली असून, ही कामे आता जलसंधारण विभागामार्फत राबविण्यात येत आहेत. जिल्हा परिषद ० ते १०० हेक्टरपर्यंतच्या योजना राबवत असून, त्यावर अधीक्षक अभियंता, लघुपाटबंधारे (स्थानिकस्तर) मंडळ यांचे तांत्रिक नियंत्रण आहे.

१०१ ते २५० हेक्टरपर्यंतच्या लघुपाटबंधारे स्थानिकस्तर योजनांचे नियंत्रण बांधकाम अधीक्षक अभियंता यांचे नियंत्रणाखाली करण्यात येते. १९९४-९५ वर्षांसाठी रुपये १६७२.९९ लाख अनुदान मिळाले. ९५-९६ या कार्यक्रमासाठी शासनाकडून एकूण १७३ योजनांखाली २४७४.७६ लाख एवढे अनुदान प्राप्त झाले. लघुपाटबंधारे विभाग जलसंधारण खात्याद्वारे १९९२ पासून कार्यरत आहे. या विभागात पाझर तलाव, कोल्हापूर पद्धतीचे लहान बंधारे इ. कामे केली जातात. ही कामे अत्यंत विरळ स्वरूपात झाल्याचे दिसून येते. मात्र, ही कामे १९९४ पासून मोठ्या प्रमाणात हाती घेण्यात आली. त्याचबरोबर या विभागात नियोजनाच्या अडचणी असल्याने कामाला मर्यादा येत होत्या. थोडक्यात, सदरील विभागाची जलसंधारणाची कामे महत्त्वाची असून, ही कामे अधिक प्रमाणात, नियोजनात्मक पद्धतीने झाल्यास सिंचनासाठी व पिण्याचे पाणी उपलब्धतेसाठी निश्चितच उपयोग होईल.

अशासकीय संस्था

पाणलोटक्षेत्र विकास कार्यक्रमात अशासकीय संस्थांचा मोठा सहभाग आणि वाटा आहे. स्वयंसेवी/समाजसेवी संस्थांना लोकांबरोबर चालण्याची कला, दीर्घकाळापर्यंत सलग पाठपुरावा करणे यामुळे पाणलोटक्षेत्र विकास कार्यक्रमास खूप मोठे यश मिळाले आहे. हे राळेगणसिद्धी, आडगाव, नायगाव, पळसखेड, हिवरेबाजार

यावरून दिसून येते. शासकीय यंत्रणेचे अधिकारी लोकांमध्ये जागृती निर्माण करीत असले, तरी या महत्त्वाच्या बाबींना पुरेसा वेळ देऊ शकत नाही व सलग पाठपुरावाही करू शकत नाही. त्यामुळे लोकांपर्यंत योजना नेऊन ती यशस्वी करण्यासाठी मोठ्या प्रबोधनाची गरज दिसून येते. १९९२मध्ये एकूण पाणलोटक्षेत्रापैकी १०%पर्यंत क्षेत्रावरील कामे स्वयंसेवी संस्थांना देण्याचा निर्णय झाला. सर्वसाधारणपणे १९९७-९८पर्यंत १८००० हे. क्षेत्र स्वयंसेवी संस्थांच्या मदतीने विकसित होऊ शकले. तसेच अवर्षणप्रवण कार्यक्रमांमध्ये स्वयंसेवी संस्थांचा सहभाग मोठ्या प्रमाणात घेतला जात आहे. विविध योजनांतर्गत एकूण १८०६ लघु पाणलोटात ५४४ स्वयंसेवी संस्था काम करत आहेत. त्यामध्ये संपूर्ण पाणलोटक्षेत्राच्या कार्यक्रमाची अंमलबजावणी स्वयंसेवी संस्थांवर टाकण्यात आली आहे. त्याचबरोबर राज्यात विविध संस्था (उदा. कपार्ट या संस्थेमार्फत) आणि बाह्य देशाच्या साहाय्याने पाणलोटक्षेत्राची कामे करीत आहेत. इंडोजर्मन कार्यक्रमांतर्गत राज्यातील १९ जिल्ह्यांत पाणलोटक्षेत्र विकासाचा कार्यक्रम अशा संस्थांच्या माध्यमातून सुरू आहे. त्यांच्यासमोर ९१ प्रकल्पांच्या माध्यमातून १११८६२ हेक्टर क्षेत्र विकसित करण्याचे उद्दिष्ट आहे.

पाणलोटाच्या अभ्यासावरून असे दिसून येते की, संपूर्ण क्षेत्रावर काम केल्यावर १/३ क्षेत्रामध्ये पाण्याची प्रत्यक्षातील उपलब्धता वाढून तेथे दुबार पिके घेता येतात. मात्र, पूर्ण क्षेत्रावर काम केले तरी त्याचे लाभधारक काही मर्यादित क्षेत्राचे मालक असतात. थोडक्यात, पाणलोटक्षेत्रातील सर्वांना जलसंधारणाने निर्माण होणाऱ्या भूजलभरणाचे लाभ समान होणार नाहीत. हे जाणून घेऊन सर्वांनी सहकार्याने काम केले तरच काही जणांना प्रत्यक्ष लाभ व इतरांना अप्रत्यक्ष लाभ निर्माण होईल. त्यासाठी सर्व अनुकूल परिस्थिती निर्माण होण्यासाठी कुशल संयोजकाची आवश्यकता आहे. (उदा. एम.एस.डब्ल्यू. पदवीधारक).

अंमलबजावणी / उपाययोजना

जलसंधारण खाते १९९२मध्ये निर्माण होऊनसुद्धा क्षेत्रीय स्तरावर पाणलोटक्षेत्र विकास योजनेचा कार्यक्रम एकत्रितपणे राबविण्यासाठी जिल्हा पातळीवर एकत्रित येणे आवश्यक आहे. प्रत्येक विभागाने स्वतंत्र कामे करण्यासाठी या विभागाचा समन्वय घेणे आवश्यक आहे. तरच पाणलोटातील कामे या विभागाकडून गती घेऊ शकतील व जलद विकासाला चालना मिळू शकेल. आदेश निघूनही वेगवेगळ्या यंत्रणा स्वत:चे स्वतंत्र अस्तित्व टिकवून आहेत. लघुपाटबंधारे खात्यातील २५० हेक्टरच्या खालील लघुपाटबंधारे योजनांसाठी एक वेगळी यंत्रणा खात्याला १९९२-९३मध्ये जोडण्यात

आली. कृषी खाते, सामाजिक वनीकरण यांनी त्याचे स्वतंत्र अस्तित्व टिकवून ठेवले. भूजल सर्वेक्षण आणि विकास यंत्रणेला १९९५मध्ये पाणीपुरवठा व स्वच्छता विभागामध्ये स्थलांतरित करण्यात आले. परिणामत: क्षेत्रीय स्तरावर स्वतंत्र पाणलोटक्षेत्र विकासाच्या अंमलबजावणीसाठीच्या एकात्मिक यंत्रणेची निर्मिती झाली नाही. आजही वेगवेगळ्या यंत्रणा स्वतंत्र काम करताना दिसून येतात. शासनाने ३० जानेवारी १९९६च्या निर्णयाने काही बाबींचा नव्याने समावेश केला. नियोजन व अंमलबजावणी तसेच प्रकल्पोत्तर व्यवस्थापनामध्ये श्रमदानाच्या माध्यमातून, कामावर योगदान देऊन ग्रामसभेच्या दोन तृतीयांश बहुमताने ठराव केल्यास त्या गावात प्राधान्याने कार्यक्रम राबवला जाईल. गावतलाव, पुनर्भरण चर तसेच शिवकालीन तलावांचे पुनरुज्जीवन करणे व नूतनीकरण करणे, पडीक अवनत व अतिधूप झालेल्या जमिनींचा विकास करणे व आर्थिक उत्पन्न देणारा कार्यक्रम हाती घेण्यासाठी स्वयंसेवी गटांना बीजभांडवल देण्यासाठी फिरता निधी उभारणे इ. चा नव्याने समावेश करण्यात आला. पिण्याच्या पाण्याची तीव्र टंचाई असलेली गावे, ज्या गावात पडीक व अवनत जमिनीची तीव्रता व व्याप्ती जास्त आहे, अशी गावे व भूजल सर्वेक्षण आणि विकासयंत्रणेने जाहीर केलेली 'अतिउपसा पाणलोटातील गावे' यावर गावनिवडीची प्राथमिकता ठरविण्यात आली. पाणलोटक्षेत्र विकासाला तालुका पातळीवर बहुशासकीय पथक स्थापन करण्याचे त्यात अंतर्भूत आहे. तालुकापातळीवर तांत्रिक गटाने एकत्रितपणे प्रकल्प अहवाल तयार करावा व त्याची तपासणी व मंजुरी जिल्हास्तरीय तांत्रिक गटाने घ्यावी, अशी कार्यपद्धती अनुसरायची आहे. या कार्यक्रमाचे जिल्हा पातळीवर सुसूत्रीकरण मुख्य कार्यकारी अधिकारी जिल्हा परिषद यांनी व विभागीय स्तरावर विभागीय आयुक्तांच्या अध्यक्षतेखालील समितीने करावयाचे आहे. क्षेत्रीय व्यवहारासाठी पूर्वीचीच विविध खात्यांची स्वतंत्रपणे काम करणारी व्यवस्था पूर्वीप्रमाणे सुटी सुटी चालू ठेवण्यात आली आहे. त्याचप्रमाणे शासनाने कृषीखात्यांतर्गत व तालुका स्तरीय कृषी अधिकाऱ्याला मृदसंधारण व जलसंधारण कार्यक्रमाबरोबरच प्रशिक्षण व भेट, बी-बियाणे, खते इत्यादींचा पुरवठा, फलोद्यान ही कामे करावी लागणार आहेत. त्यामुळे कृषी खात्यातील यंत्रणेवर कामाचा भार वाढणार आहे.

तक्ता क्र. ६.३ : जलसंधारण खात्याची रचना

राज्यपातळी	मुख्य अभियंता	सचिव (जलसंधारण) संचालक, मृदसंधारण व पाणलोटक्षेत्र व्यवस्थापन	संचालक वनीकरण
विभागीय पातळी	अधीक्षक अभियंता	सहसंचालक (अंशत:)	सहसंचालक
जिल्हा पातळी	कार्यकारी अभियंता	अधीक्षक कृषी अधिकारी (अंशत:)	उपसंचालक
तालुका पातळी	उप-अभियंता	तालुका कृषी अधिकारी (अंशत:)	तालुका वन अधिकारी

पाणलोटक्षेत्र विकासाचा कार्यक्रम ग्रामीण विकासासाठी, आर्थिक सुधारणेसाठी जलद गतीने राबविणे आवश्यक आहे. त्याचे नियोजन व अंमलबजावणी एकात्मिक पद्धतीने करणे आवश्यक आहे. महाराष्ट्रात तालुका स्तरावर सर्व विभागाचे अधिकारी एकछत्री आधिपत्याखाली आणल्यास कामास गती येऊ शकेल. पाणलोटाचे काम पूर्णवेळ देऊनच करावे लागणार आहे, तरच कामाची व्याप्ती वाढू शकेल. पाणलोटक्षेत्रात भूजलतज्ज्ञांची अतिशय महत्त्वाची भूमिका असल्याने पाणलोट कामात आंतरशाखेत त्यांना महत्त्वाचे स्थान प्राप्त होणे अपेक्षित आहे. पाणलोटक्षेत्राचे स्वतंत्र काम करण्यासाठी पाण्याची गरज ओळखून जिल्हापातळीवर समन्वयासाठी स्वतंत्र व्यक्तीची गरज असल्याचे दिसून येते. त्याचप्रमाणे तालुका पातळीवर त्यांचे साहाय्यक पद निर्माण केल्यास पाणलोटातील कामांना अधिक वेग येऊन एकात्मिक पद्धतीने काम करण्याची बंधने घातली जाऊ शकतील की, जेणेकरून सुसूत्रता अधिक चांगल्या प्रकारे होऊ शकेल.

पाणलोटक्षेत्र विकास कार्यक्रमासाठी विविध मार्गांनी दरवर्षी सरासरी ४०० ते ५०० कोटी रुपये निधी वेगवेगळ्या यंत्रणेकडून/विभागाकडून खर्च होतात. इतर देशी, परदेशी (इंडोजर्मन इ.) सेवांकडून सेवाभावी संस्थांना सरळ मिळणारी रक्कम मोठ्या प्रमाणात असते. एवढा खर्च होऊनही राज्यात अद्यापही फारच अपवादात्मक पाणलोटक्षेत्रे खऱ्या अर्थाने पूर्णपणे विकसित होऊन त्यापासून अपेक्षित इतका लाभ मिळत आहे. अशी कामे पूर्ण झाल्यानंतर त्या कामांचे लघुपाणलोटक्षेत्राचे हस्तांतरण ग्रामपंचायतीकडे होणे आणि त्याच्या दीर्घकालीन व्यवस्थापनाच्या पद्धती तयार करणे

हे निकडीचे काम आहे. अन्यथा, सार्वजनिक निधीतून निर्माण झालेल्या कोट्यवधी रुपये किमतीच्या व्यवस्था ओघात निरुपयोगी ठरतील, अशी भीती वाटते. लहान लहान बांधकामे व व्यवस्था अतिवृष्टीच्या काळात टिकाव धरू शकत नाहीत. त्यामुळे त्या व्यवस्थांची जागरूकपणे देखभालदुरुस्ती व वेळीच पुनर्स्थापना होत राहणे आवश्यक आहे. महत्त्वाचा घटक लोकसहभाग ठरणार आहे. पाणलोट सप्ताह जून महिन्यात साजरा करण्यात येतो. त्या वेळी लोकसहभागातून झालेल्या कामाचा आढावा घेऊन पाण्याचे, पिकांचे नियोजन केल्यास त्याचा फायदा निश्चितच होईल. तसेच पूर्ण झालेल्या कामांची देखभाल पाहणे आवश्यक आहे. तशी तयारी करणे आवश्यक आहे.

सध्याच्या पाण्याच्या प्रश्नाचा विचार करता पाणलोटक्षेत्र विकास तसेच पाण्याच्या व्यवस्थापनासंदर्भात शैक्षणिक अभ्यासक्रमात या विषयाचा समावेश करणे यथोचित वाटते. विद्यार्थी-विद्यार्थिनींमध्ये जाणीवजागृती तसेच पाण्याचे व्यवस्थापनसंदर्भात विकासास पोषक वातावरण तयार होऊन त्याचा उपयोग ग्रामीण विकासासाठी निश्चितच होऊ शकेल. त्याचबरोबर सामाजिक कार्यकर्ते, शेतकरी, ग्रामविकास संबंधित व्यक्ती, स्वयंसेवी संस्था मंडळे यांचे प्रबोधनासाठी मोठ्या प्रमाणावर कार्यक्रम राबविणे आवश्यक आहे. जेणेकरून त्यांचा सहभाग वाढेल. त्याचबरोबर संबंधित शासकीय अधिकारी, राजकीय व्यक्ती शैक्षणिक कक्षेत सामाजिक क्षेत्रातील व्यक्ती यांचेही प्रबोधनासाठी कार्यक्रम घेणे आवश्यक वाटते.

पाणलोटक्षेत्राचा विकास शास्त्रशुद्ध पद्धतीने करण्यासाठी पाणलोट कायदा नव्याने करण्याची गरज वाटते, जेणेकरून भावी काळात पाण्याचे योग्य नियोजन होऊ शकेल. जलसंधारण कामाची गती वाढवणे आवश्यक आहे. त्याचबरोबर सध्याच्या निधीव्यतिरिक्त स्वतंत्र निधी उपलब्ध करून देणे गरजेचे वाटते, तरच कोरडवाहू अवर्षणप्रवण भाग, डोंगरी भागाच्या विकासास चालना मिळेल.

• प्रस्तुत लेखकाचे पाणलोटक्षेत्र विकासाच्या संशोधनातील निष्कर्ष :

मी पुणे जिल्ह्यातील शिरूर तालुक्यातील पाणलोटक्षेत्र विकास कार्यक्रमांचा अभ्यास करताना मला पाणलोटक्षेत्र कामामुळे पुढील प्रकारचे फायदे/लाभ दिसून आले. आकडेवारीचा आधार न घेता ते पुढीलप्रमाणे थोडक्यात सांगता येतात.

पाणलोट विकासामुळे पाणी अडून जमिनीत पाणी मुरते, भूगर्भातील पाण्याची पातळी वाढते. शिवाय पावसाच्या पाण्याबरोबर वाहणारी मातीही जागेवर थांबते. त्यामुळे भूमीचे संरक्षण होते. विहिरींच्या पाण्याच्या पातळीत वाढ होते, ओलिताखालील क्षेत्र वाढते. (बागायतक्षेत्रात वाढ) विहिरींच्या संख्येत वाढ होते, नवीन पिके घेतली जातात, आधुनिक तंत्रज्ञानाबाबत शेतकऱ्यांना मार्गदर्शन मिळते, फळबाग लागवडीत वाढ,

पडीक जमिनी उत्पादनक्षम बनतात, दुधाच्या उत्पादनात वाढ, भाजीपाल्यात वाढ, चारापिकांत वाढ, पिकांच्या उत्पादनात वाढ, रोजगारनिर्मिती, लोकांचे राहणीमान सुधारते, लोकांचे स्थलांतर होत नाही, पिण्याच्या पाण्याचा प्रश्न मिटतो, गाव आत्मनिर्भर होतो, हे फायदे दिसून आले.

हरियाली कार्यक्रम (२००३ पासून पुढे)

महाराष्ट्रासह संपूर्ण भारतात १ एप्रिल २००३ पासून पाणलोटक्षेत्र विकास कार्यक्रमासाठी 'हरियाली योजना' लागू करण्यात आली. त्याला अनुसरून शासन परिपत्रक ग्रामविकास व जलसंधारण विभाग क्र. अ.प्र.क्षे. १००३/प्र.क. १३६/ जल-२० दि. १४ नोव्हेंबर २००३ तसेच ३ मार्च २००८ रोजीच्या पत्रकाद्वारे राज्य शासनाने कार्यान्वियन सूचना निर्गमित केल्या आहेत. सध्या गावात राबवीत असलेल्या पाणलोटक्षेत्र विकास कार्यक्रमास सदर सूचना लागू आहेत.

हरियाली कार्यक्रमाची उद्दिष्टे :

१) जलसंवर्धनाद्वारे गावातील पिण्याचे पाणी, कृषिउत्पादन, कुरण व जंगलविकास व मत्स्यव्यवसाय यांच्या वाढीसाठी प्रयत्न करणे.

२) ग्रामपंचायतीद्वारे गावाचा शाश्वत व सर्वांगीण विकास करणे.

३) जल, जंगल, जमीन इ. सारख्या नैसर्गिक साधनसंपत्तीचे संवर्धन व संरक्षण करणे.

४) गावातील विविध घटकांसाठी उत्पन्नाचे मार्ग निर्माण करणे.

५) प्रकल्पातून निर्माण झालेल्या मालमत्तेची देखभाल व दुरुस्ती करणे.

६) स्थानिक तंत्रज्ञान, ग्रामीण ज्ञान, उपलब्ध साहित्याचा वापर करून, सोप्या अशा तांत्रिक व शास्त्रीय पद्धतींचा अवलंब करणे.

पाणलोटक्षेत्रातील वनजमिनींचा विकास

पाणलोटक्षेत्रात वनजमीन असल्यास त्यासाठी संयुक्त समिती स्थापन केली जाते. त्याद्वारे वनांचे व्यवस्थापन केले जाते.

प्रकल्पाचा कालावधी व सुरुवात : प्रकल्प मंजुरीची तारीख ही सुरू झाल्याची तारीख असेल व कालावधी पाच वर्षांचा असेल.

पाणलोट विकास समिती : ग्रामपंचायत पाणलोटक्षेत्र विकास समिती म्हणून ग्रामसभेच्या नियंत्रण व मार्गदर्शनाखाली प्रकल्पाची दैनंदिन कामे करील. प्रकल्पाची अंमलबजावणी करण्यासाठी पाणलोटक्षेत्र विकास चमू व जिल्हा परिषद/जिल्हा ग्रामीण विकास यंत्रणा याद्वारे समन्वय व संपर्क ठेवण्यास जबाबदार असेल. ग्रामपंचायत सरपंच

पाणलोट विकास समितीचे अध्यक्ष असतील. तसेच ग्रामसेवक सचिव म्हणून जबाबदारी पार पाडतील. प्रकल्पाचे स्वतंत्र खाते ठेवण्यात येते. हे खाते संयुक्तपणे समिती अध्यक्ष व सचिव संयुक्तपणे हाताळतील. आवश्यकता असल्यास सचिवास मदत करण्यासाठी २ अथवा ३ स्वयंसेवकांची नियुक्ती होईल.

पाणलोटक्षेत्र विकास कार्यक्रमातील कामे

१) नालाबंडिंग, शेततळी, चेकडॅम्स, पाझर तलाव, भूजल पुनर्भरणाच्या इतर उपाययोजना इ. सारख्या कमी खर्चातील लघुजल संकलन संसाधनांचा विकास करणे.

२) जलस्रोतांचे नूतनीकरण व त्यांची वाढ करणे, पिण्याचे पाणी/सिंचन/मत्स्योत्पादन विकास यासाठी असलेल्या गावतलावांमधील गाळ काढणे.

३) गावतळी/तलाव, शेततळी इ.मध्ये मत्स्योत्पादन विकास करणे.

४) गटवार पद्धतीने लागवडी करणे, कृषी, वनीकरण व उद्यानविद्या विकास यांसह वनरोपण संरक्षक पट्ट्यात वनरोपण, वाळूच्या टेकड्यांचे स्थिरीकरण करणे इत्यादी कामे करणे.

५) लागवडीतून गायरानाचा विकास करणे.

६) समतल व श्रेणीबद्ध बांध, डोंगराळ प्रदेशात मजगी घालणे. तसेच माती व ओलावा टिकवून ठेवण्याच्या उपाययोजना करणे.

७) पाणलोटक्षेत्रातील विद्यमान सामूहिक मत्ता व संरचना यांची दुरुस्ती, पुनर्गठन व दर्जावाढ करणे.

८) नवीन पिकांची प्रात्यक्षिके करणे.

९) अपारंपरिक ऊर्जा, जैवइंधन इ.चा प्रचार करणे.

प्रशिक्षण : या प्रकल्पांतर्गत प्रशिक्षणासाठी साहायक प्रशिक्षण संस्थांद्वारे पाणलोटक्षेत्राच्या अंमलबजावणी, संनियंत्रण तसेच इतर बाबींची माहिती दिली जाते. राज्यात साहाय्यक प्रशिक्षण संस्थांची संख्या साधारणपणे सतरा एवढी आहे. उदा. हिंद स्वराज्य ट्रस्ट, अफार्म, गोमुख, मराठवाडा शेती साहाय्यक मंडळ इत्यादी.

राबविणारी यंत्रणा : सामाजिक वनीकरण गटविकास अधिकारी (B.D.O.)

ग्रामस्तरावरील रचना

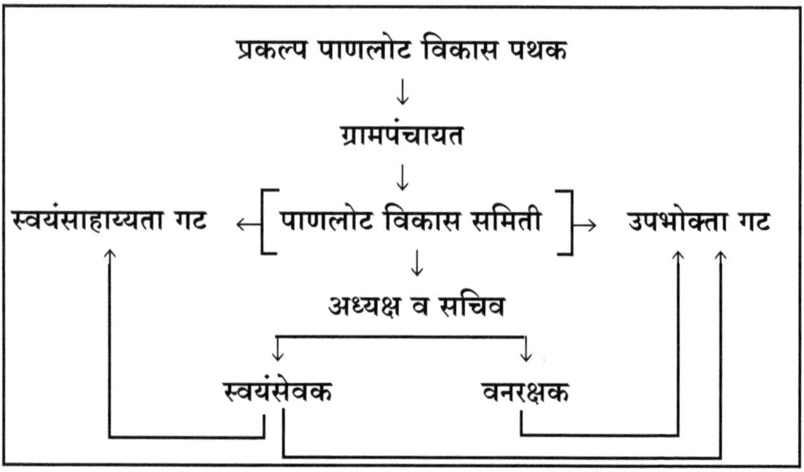

गावामध्ये ग्रामसभा, ग्रामपंचायत, पाणलोट समिती, स्वयंसेवक, वनरक्षक, उपभोक्ता गट व स्वयंसाहाय्यता गट असे विविध गट असतात. या गटांनी प्रकल्प कामात सक्रिय सहभाग द्यावयाचा असतो. प्रकल्पात सहभागी सर्व घटकांनी परस्परसाहाय्यक व पूरक योगदान देण्यावरच प्रकल्पाची यशस्वीता अवलंबून आहे.

• केंद्र पुरस्कृत एकात्मिक पाणलोट व्यवस्थापन कार्यक्रम (IWMP) (२००९-१० पासून पुढे)

केंद्र शासनाच्या ग्रामीण विकास मंत्रालयाच्या भूसंसाधन विभागाद्वारे एकात्मिक पाणलोट व्यवस्थापन कार्यक्रम २००९-१० पासून कार्यान्वित करण्यात आला आहे.

नियोजन आयोगाच्या मान्यतेने पाणलोट विकासासाठी एकच सामाजिक मार्गदर्शक सूचना २००८ नॅशनल रेनफेड एरिया ॲथॉरिटी (NRAA)द्वारे सर्व केंद्रीय मंत्रालयांसाठी दि. १ एप्रिल २००८ पासून नवीन सुरू होणाऱ्या पाणलोटासाठी लागू झाल्या आहेत. अविकसित क्षेत्राच्या विकासासाठी नॅशनल रेनफेड एरिया ॲथॉरिटी (NRAA)ची स्थापना केली गेली. याचे प्रमुख केंद्रीय कृषीमंत्री आहेत. या योजनेसाठी ९० : १० या प्रमाणात केंद्र व राज्याचा निधी उपलब्ध होतो.

या कार्यक्रमाची वैशिष्ट्ये :

१) पाणलोट विकास कार्यक्रमाबरोबरच पाणलोट प्लस कार्यक्रमाचे नियोजन व त्याची अंमलबजावणी करणे.

२) पाण्याच्या ताळेबंदाविषयी जगजागृती व पाणी वापराबाबत प्रबोधन करणे.
३) शाश्वत रोजगार निर्माण करणे व कृषी आधारित अर्थव्यवस्था बळकट करणे.
४) दीर्घकालीन देखभाल व दुरुस्ती कायमस्वरूपी सहभागी पद्धतीने करण्यासाठी पाणलोट देखभाल निधी उभारणे.
५) ग्रामसभा व लोकसहभागातून मृद व जल संधारण कामाबरोबरच स्थानिक संसाधनांवर आधारित स्वयंरोजगाराचे दीर्घकालीन नियोजन करणे.
६) पाणलोट विकास कार्यक्रमांच्या माध्यमातून समाजघटकांची उन्नती साधणे.

संस्थात्मक रचना :

१) राज्यस्तरीय नोडल संस्था : राष्ट्रीय पर्जन्याधारित कृषी प्राधिकरण यांच्या सुचनेनुसार राज्याने पाणलोट विकास कार्यक्रमांच्या अंमलबजावणीमध्ये समन्वयासाठी राज्यस्तरीय समन्वय यंत्रणा म्हणून 'वसुंधरा पाणलोट विकास' यंत्रणेची स्थापना केली.

२) जिल्हास्तरीय यंत्रणा : जिल्हा स्तरावर पाणलोट कक्ष तथा माहिती केंद्र स्थापन करण्यात आले आहे व जिल्हाधिकारी हे अध्यक्ष तर जिल्हा अधीक्षक कृषी अधिकारी प्रकल्प व्यवस्थापक आहेत.

३) तालुका स्तरावरील यंत्रणा : तालुका स्तरावर एकात्मिक पाणलोट व्यवस्थापन कार्यक्रमासाठी कृषी विभाग / वनविभाग / सामाजिक वनीकरण/भूजल सर्वेक्षण विभाग यांपैकी 'वसुंधरा पाणलोट विकास' यंत्रणा मान्यता देईल त्यानुसार प्रकल्प कार्यान्वयीन यंत्रणा म्हणून काम पाहतात.

४) पाणलोट विकास पथक : प्रत्येक प्रकल्पासाठी पाणलोट विकास पथकाची स्थापना करण्यात येते, हे पथक पाणलोट समितीला मार्गदर्शन करते.

५) पाणलोट समिती : पाणलोट प्रकल्पाच्या अंमलबजाणीसाठी पाणलोट समितीची स्थापना ग्रामसभा करेल. पाणलोट समितीची नोंदणी, संस्था नोंदणी कायदा १८६० नुसार होईल. समितीचे अध्यक्ष म्हणून गावातील सरपंच असतील. समिती सचिवाची (ग्रामसेवकाशिवाय भिन्न व्यक्तीची) निवडसुद्धा ग्रामसभेत होईल. ही स्वतंत्र पगारी व्यक्ती असेल. समितीत १० सदस्य असतील. पैकी निम्मे सदस्य हे गावातील स्वयंसाहाय्यता गट, उपभोक्ता गट, अनुसूचित जाती-जमाती, महिला व भूमिहीन व्यक्तीचे प्रतिनिधी असतील.

संस्थात्मक व्यवस्था : राष्ट्रीय, राज्य व जिल्हास्तरावर पाणलोट कार्यक्रमांच्या समन्वयासाठी स्वतंत्र विभाग असतील. राज्यस्तरावर नोडल यंत्रणा (SLNA) यांना पाणलोट प्रकल्प मंजुरीचे अधिकार देण्यात आलेले आहेत.

प्रकल्पाचे टप्पे : विविध प्रकल्प घटकांच्या एकीकरणातून एकात्मिक विकास व व्यवस्थापन करून देण्याच्या उद्देशाने प्रकल्पांची विभागणी केली आहे. ती पुढीलप्रमाणे

तक्ता क्र. ६.४ : पाणलोट विकासाच्या कामाचा कालावधी

प्रकल्प टप्पा	कालावधी
पूर्वतयारी टप्पा	१-२ वर्षे
पाणलोट उपचार कामे	२-३ वर्षे
एकत्रीकरण व प्रकल्प हस्तांतरण टप्पा	१-२ वर्षे

निधी : राज्यस्तरीय यंत्रणा, जिल्हा यंत्रणेकडे खालील निकषांनुसार निधी मंजूर करेल.

१) जिल्हा पातळी पाणलोट विकास आराखडे.
२) जिल्ह्यातील कोरडवाहू क्षेत्र.
३) जिल्ह्यातील पडीक जमीन/अवनत जमिनी यांचे जिल्ह्यातील एकूण क्षेत्रफळाशी असलेले प्रमाण.

विविध घटकांच्या भूमिका व जबाबदाऱ्या

वेगवेगळ्या विभागांच्या भूमिका व जबाबदाऱ्या त्यांच्यावर सोपविण्यात आलेल्या आहेत व ते विभाग पुढीलप्रमाणे -

१) प्रकल्प अंमलबजावणी यंत्रणा, २) पाणलोट विकास पथक, ३) ग्रामसभा, ४) पाणलोटक्षेत्र विकास समिती, ५) पाणलोट सचिव, ६) पाणलोट स्वयंसेवक, ७) वनरक्षक, ८) स्वयंसाहाय्यता गट, ९) उपभोक्ता गट इ.

केंद्र सरकारने २००९-१० पासून ३३ जिल्ह्यातील २०१ तालुक्यातील प्रकल्पांना मान्यता दिलेली आहे. त्यातील ९५ तालुके अवर्षण प्रवण आहेत.

पाणलोट विकासकामे

चढ-उतारानुसार पाणलोटक्षेत्राचे तीन भाग पडतात - १) पाणलोटाचा वरचा भाग, २) मधला भाग, ३) खालचा भाग.

पावसाचे प्रमाण, पाण्याचा वाहण्याचा वेग, यामुळे होणारी जमिनीची धूप, पाणी अडविण्यासाठी असणारा वाव, पाणीसाठा करण्याची भूगर्भातील क्षमता, जमिनीचा प्रकार इ. सर्व बारीकसारीक गोष्टींचा विचार करून माती अडविणे व पाणी जिरविण्याची उपचार कामे करावी लागतात. थोडक्यात 'माथ्यापासून पायथ्यापर्यंत टप्प्याटप्प्याने

उपचार कामे केली जातात.'

उदा. समतल सलग चर, मजगी, शेत बांधबंदिस्ती, ढाळीची बांधबंदिस्ती, जैविक बांध, अनघड दगडी बांध, मातीचे लहान बांध, शेततळे, खोदतळे, गॅब्रियन बंधारे, भूमिगत बंधारे, माती नाला बांध, सिमेंट नाला बांध, वळण बंधारा, पाझर तलाव इत्यादी.

संयुक्त वनव्यवस्थापन

पाणलोटक्षेत्रातील वनजमिनींचा विकास करण्यासाठी कार्यक्रमाच्या मार्गदर्शक सूत्रामध्ये विशेष तरतूद करण्यात आलेली आहे. ज्या गावामध्ये वनेतर जमिनींबरोबर वनजमिनी, पाणलोटक्षेत्रात येते. अशा वनजमिनींच्या विकासासाठी वनविभाग, पाणलोट समिती ग्रामपंचायतीने एकत्रित प्रयत्न करण्याची गरज आहे. वनजमिनींवर करावयाचा उपचार आराखडा विभागीय वनअधिकाऱ्यांनी मंजूर करावयाचा आहे. गावाच्या क्षेत्रातील वनजमिनींचा विकास त्या गावातील श्रम वन समित्यांमार्फत केला जाईल. अशा ग्रामवन समित्यांना 'संयुक्त वन व्यवस्थापन समिती' या नावाने ओळखले जाते.

लोकसहभाग

पाणलोटक्षेत्र विकास कार्यक्रमातून नैसर्गिक संसाधनांच्या विकासाबरोबरच समाजातील विविध घटकांच्या सामाजिक व आर्थिक विकासावर भर देण्यात आला आहे. हा विकास लोकशाही प्रक्रियेने व्हावा, स्वत:च्या विकासासाठी विविध घटकांनी एकत्र येऊन प्रयत्न करावेत; म्हणून पाणलोटक्षेत्र विकास कार्यक्रमात 'लोकसहभाग' संकल्पना अंतर्भूत केली आहे.

स्थानिक लोकांचा विकासकामात प्रत्यक्ष सहभाग घेतला जाणार नाही तोपर्यंत लोकांना त्या कामाबद्दल आपुलकी वाटणार नाही, असे शासनाच्या लक्षात आले. त्यामुळे शासनाने 'कार्यक्रम लोकांचा, सहभाग शासनाचा' असे धोरण अवलंबले आहे. पाणलोटक्षेत्रविकास कार्यक्रम हा लोकांचा आहे व त्यांच्या सहभागाशिवाय तो पूर्ण होऊ शकत नाही, कारण 'लोकसहभाग' हा या कार्यक्रमाचा आत्मा आहे.

६.९ : पाणलोटक्षेत्रात केली जाणारी कामे

पाणलोटक्षेत्रात मृद व जलसंधारणासाठी पुढील प्रकारची कामे केली जातात. सदरील कामांचे संक्षिप्त विश्लेषण केले आहे, ते पुढीलप्रमाणे -

१) सलग समतल चर : 'समतल सलग चर म्हणजे डोंगरउताराच्या जमिनीवर उताराला आडव्या दिशेने समपातळी रेषेवर खोदलेले चर होय.'

समतल सलग चराचा उपयोग : पाणी अडवून जमिनीत जिरविणे; जमिनीवरून वाहणाऱ्या पाण्याचा वेग कमी करणे; पाण्याबरोबर वाहणारी माती अडवून जमिनीची धूप कमी करणे; चरालगतच्या बांधावर वृक्षलागवड करून वृक्षलागवड वाढविता येते. तसेच वरील भागात चरात मुरलेल्या पाण्यामुळे क्षेत्रालगतच्या विहिरी, बोअर यांच्या पाण्याची पातळी वाढते.

सलग समतल चरासाठी जागा : १) पाणलोटाच्या वरील, मधील आणि खालील भागातील पडीक जमिनी, २) डोंगर उतारावरील पडीक जमिनी, ३) महाराष्ट्रातील अवर्षणप्रवण क्षेत्र, हमखास पावसाचा प्रदेश; कोकण व पश्चिम घाट या सर्व प्रदेशातील पडीक जमिनीवर समतल चर घेता येतात.

काम करण्याची पद्धती : निवडलेल्या क्षेत्रात सी.सी.टी. मॉडेलनुसार ए-फ्रेम अथवा लेव्हल ट्यूबच्या साहाय्याने गटात समपातळी रेषांची आखणी करणे, त्यानंतर समपातळी रेषेवर २ फूट रुंदीचा व १.५ फूट खोलीचा चर खोदावा. तसेच चराच्या खोदकामातून निघालेल्या मातीचा चराच्या खालील बाजूस बांध घालावा.

बांधावर पावसाळ्यापूर्वी गवत, स्थानिक वृक्षांच्या बियांची, घायपात इ.ची लागवड करावी अथवा बांधावर वृक्षलागवड करावी.

समपातळी सलग चराच्या (सी.सी.टी.) क्षेत्रातील लहान घळी/ओघळीवर अनघड दगडांच्या साहाय्याने गली प्लगिंगची (लहान दगडी बांध) कामे केल्यास फायदेशीर ठरते.

तक्ता क्र. ६.५ : दोन चरांतील अंतर पुढील तक्त्यानुसार ठेवावे

जमीन उतार (%)	दोन चरांतील अंतर (मीटर)
०-४%	१० ते १२
४-८%	८
८-१५%	६
१५-३०%	४

असलग/खंडित चरांची लांबी १० ते १५ मीटर ठेवावी.

पावसाचे पाणी उतारावरून वाहत चरामध्ये जाताना त्याबरोबर काही माती वाहून नेते. पाऊस थोडा पडला तर चर पाण्याने थोडासा भरतो. वाहून आलेली माती चरात साठते व साठलेले पाणी हळूहळू जमिनीत मुरते. पाऊस जास्त पडून चर पाण्याने

भरला तर चराच्या दोन्ही टोकांकडून पाणी बाहेर पडून खालच्या चराकडे वाहते. चरामधील वाहणाऱ्या जागा एक आड एक ठेवल्याने पाण्याचा प्रवाह अखंड व सलग न वाहिल्याने बरीचशी माती चरात राहते व थोडीशीच पाण्याबरोबर वाहत जाते. या प्रकारात पावसाचे पाणी चरामधून सतत जमिनीत मुरत असल्याने भूजल भरण्याचा फायदाही होतो. दोन चरांमधील उताराच्या जागेवर गवत लावल्यास त्याचे उत्पन्न मिळून माती वाहण्याचे प्रमाण फार कमी होते. चरानजीक चारा, लाकूड/सरपण देणाऱ्या वृक्षांची रोपे लावली तर जमिनीतील ओलाव्यामुळे ती जगण्याची शक्यता जास्त वाढते. ज्या उताराच्या व हलक्या जमिनीवर धान्यपिकांचे उत्पादन घेता येत नाही, अशा ठिकाणी ही योजना आदर्श ठरते.

२) मजगी : मजगी (खाचर) म्हणजे उतारावरच्या पडीक जमिनीचा अर्धा भाग खोदून व अर्धा भाग भरून तयार केलेले शेत होय.

मजगी तयार करण्याचे उपयोग : १) वाहत्या पाण्याला अडथळा निर्माण करून जमिनीत मुरविणे. २) अतिउतारावरील जमिनीचे घळ/ओघळपाडी धूपेपासून संरक्षण करणे. ३) पडीक जमिनी लागवडीखाली आणणे आणि ४) जमिनीच्या नैसर्गिक उताराचे विभाजन टप्प्याटप्प्यात करून जमीन लागवडीखाली आणणे.

मजगीसाठी जागा : डोंगराळ आणि १२०० मि.मी. पेक्षा जास्त पावसाच्या प्रदेशात (विदर्भ, कोकण, पश्चिम घाटाचा प्रदेश) त्याचप्रमाणे ८% उताराच्या जमिनीवर मजगी कामे करता येतात.

निवडलेल्या मजगी क्षेत्रात साधारणपणे एक फुटापेक्षा जास्त खोलीची माती असावी.

जवळपासच्या नाला अगर ओघळीमधून खाचरामध्ये (मजगीमध्ये) पाणी साठविण्याची सोय करता येईल, अशा जमिनी निवडणे आवश्यक आहे.

मजगीची कामे : जास्त उतारावर मजगी/खाचराची रुंदी कमी ठेवावी. मात्र, सर्वसाधारणपणे ४० फुटांपेक्षा कमी रुंदीची मजगी असू नये.

मजगीत खाचरासाठी निवडलेल्या क्षेत्रात चढाकडील अर्ध्या भाग खोदकाम करावे व खोदून निघालेल्या माती मुरुमाचा भराव उताराकडील अर्ध्या भागात करावा. दोन मजगीच्या बांधातील उंचीतील फरक जास्तीत जास्त ४ फुटांपर्यंत असावा. मजगीच्या बांधाला तळामध्ये मोठ्या दगडांचा आधार द्यावा; बांधासाठी दगड रचताना सांधेमोड पद्धतीने रचावेत. तसेच जास्त झालेले पाणी खाचराबाहेर जाण्यासाठी, तसेच कमी पाऊस असेल तेव्हा नाल्यातील पाणी खाचरामध्ये घेण्यासाठी नाली व सांडव्याची रचना तयार करावी.

३) अनघड दगडी बांध (लूज बोल्डर स्ट्रक्चर) : पाणलोटाच्या वरील आणि मधील भागातील घळींची/ओघळ पात्रांची धूप थांबविण्यासाठी अनघड दगडी बांध घातले जातात. 'परिसरातील अनघड दगडांच्या साहाय्याने तयार केलेल्या बांधास अनघड दगडी बांध असे म्हणतात.'

अनघड दगडी बांधाचा उपयोग : ओघळीमधून वाहणाऱ्या पाण्याचा वेग कमी करणे, तसेच ओघळीच्या काठाची व तळाची धूप थांबविणे. बांधालगत पाणी अडवून जमिनीत मुरविणे.

बांधाच्या खालील बाजूस झाडाझुडपांची लागवड करून, झाडेझाडोराही वाढविता येऊ शकतो आणि ओघळीवरील दोन बांधांमध्ये गाळ साचवून तयार झालेले क्षेत्र लागवडीखाली येऊ शकते.

जागेची निवड : साधारणपणे १० हेक्टरपर्यंत पाणलोटक्षेत्र असणाऱ्या ओघळीवर, पाणलोटक्षेत्राच्या वरच्या व मधल्या भागातील ओघळीवर असे बांध घालावेत. त्याचप्रमाणे १० ते १५ मीटरपर्यंत रुंदीच्या व १ ते १.५ मीटर खोलीपर्यंतच्या ओघळीवर बांध घालता येतात.

ओघळीवर एकाखाली एक या पद्धतीने बांध घालताना वरच्या बांधाचा तळ खालच्या बांधाच्या माथ्यास एका समान पातळीत राहील, अशा ठिकाणी घालावेत.

ओघळीमध्ये बांधाच्या जागेवर उघडा खडक नसावा. परीसरात जवळपास दगड उपलब्ध असतील अशा ठिकाणी बांध घालावा.

काम करण्याची पद्धत : क्षेत्र पाहून लहान-मोठे दगडी बांध घालावेत. दगडी बांधाचा पाया तळात साधारणपणे १ फूट खोदून मोठ्या दगडांच्या साहाय्याने रचून घ्यावा. दगडी बांधाचा माथा ०.५० मी. व आतील व बाहेरील बाजूचा उतार १:१ ठेवावा. बांधासाठी सांधेमोड पद्धतीने दगडगोटे रचावेत. ओघळीच्या दोन्ही काठांमध्ये दगडगोटे रचावेत. ओघळीच्या दोन्ही काठांमध्ये बांधाचा गुंतावा आवश्यक आहे.

बांधाच्या मध्यावर U आकाराच्या सांडण्याची सोय करावी.

४) मातीचे लहान बांध : पाणलोटाच्या मधल्या व खालच्या भागातील जमिनीचे वरचा थर व ओघळपाडी धूपेपासून संरक्षण करण्यासाठी मातीचे लहान बांध घातले जातात. 'मातीच्या साहाय्याने' रुंद व पसरट ओघळीवर घातल्या जाणाऱ्या बांधास 'मातीचे लहान बांध' असे म्हणतात.

फायदे : ओघळ तळाची व काठाची धूप थांबविली जाते, तसेच ओघळीमधून वाहणाऱ्या पाण्याचा वेग कमी होतो. बांधालगत पाणी अडवून जमिनीत मुरविले जाते

आणि बांधामुळे पिकांच्या वाढीसाठी पोषक असणारी जमिनीतील अन्नद्रव्य वाहून जाण्यास अटकाव होतो.

५) शेततळे : शेतातील वाहून जाणारे पावसाचे पाणी आपत्कालीन वेळेस पिकांसाठी उपलब्ध होण्याच्या दृष्टीने खोदलेल्या तळ्यास 'शेततळे' म्हणतात.

शेततळ्याचा उपयोग : जमिनीवरून वाहून जाणारे पावसाचे पाणी साठविणे व पावसाने ताण दिलेल्या काळात पिकांच्या संरक्षित सिंचनासाठी त्याचा वापर केला जातो. तसेच शेततळ्याच्या आजूबाजूच्या जलस्रोतांचे पुनर्भरण करण्यासाठी उपयोग होतो आणि चिबाड आणि पाणथळ जमीन सुधारण्यासाठीसुद्धा शेततळ्याचा उपयोग होतो.

शेततळ्याची कामे : १) शेततळ्याचा आकार सर्वसाधारणपणे १५×१५×३ मीटर ते २०×२०×३ मीटरपर्यंत घ्यावा. २) शेततळ्याचे खोदकाम प्रत्येकी ०.५० मीटरच्या खोलीच्या टप्प्याटप्प्यात बाजू उताराप्रमाणे करावे लागते. ३) शेततळ्यासाठी मातीच्या प्रकारानुसार १:१ आणि १.५:१ असा बाजू उतार ठेवावा. ४) शेततळ्याच्या खोदकामातून निघालेली माती तळ्याच्या चोहोबाजूंनी २ मीटरपर्यंतचे अंतर सोडून बांधाच्या स्वरूपात रचावी. ५) शेततळ्यात पाणी येण्यासाठी इनलेट व तळ्यातील जादा पाणी बाहेर सोडण्यासाठी आउटलेटची सोय करावी. ६) शेततळ्याच्या बाजूस व तळामध्ये दगडी पिचिंग करावे.

६) खोदतळे : नालापात्रातील नाला तळाच्या खाली नालापात्राच्या रुंदीइतके तांत्रिकदृष्ट्या योग्य बाजू व उतार देऊन खोदलेल्या खड्ड्यास खोदतळे अथवा नाल्यातील पाण्यातील बुडणारे खोदतळे असेसुद्धा म्हटले जाते.

खोदतळ्याचा उपयोग : नाल्यातून वाहणाऱ्या पाण्याचा वेग कमी करणे, तसेच पाण्याचा साठा करून जमिनीतील पाण्याची पातळी वाढण्यासाठी उपयोग होतो.

७) गॅब्रियन बंधारा : नालापात्रातील पाणी अडविण्यासाठी नालातळात गॅलव्हनाईज्ड तारेची जाळी अंथरून त्यावर लूज बोल्डर स्ट्रक्चरप्रमाणे अनघड दगडाची रचना केल्यानंतर जाळी माथ्यावर ओढून बांधली जाते, तसेच जाळीच्या वेष्टणात (आवरणात) बांधलेल्या दगडी बांधास 'गॅब्रियन बंधारा' म्हणतात.

गॅब्रियन बंधाऱ्याचा उपयोग : १) नाल्यातील वाहणाऱ्या पाण्याचा वेग कमी करून घळीचे नियंत्रण केले जाते. २) पाणी साठवून त्याद्वारे जमिनीतील पाण्याच्या पातळीत वाढ होते. ३) बांधातील दगडी पोकळ्या १-२ वर्षांत माती, काडीकचरा इ. भरल्यामुळे बंद होतात व बांधाच्या मागे पाणीसाठा होण्यास मदत होते.

८) भूमिगत बंधारा : ज्याप्रमाणे जमिनीवरून वाहणारे पाणी अडवून साठविण्यासाठी नालापात्रात बांध घातले जातात, त्याचप्रमाणे जमिनीखालील भूजलाचा प्रवाह अडवून त्याची जलथरात साठवण करण्यासाठी नालापात्रात नालातळाखाली जमिनीच्या आतमध्ये जे बांध घातले जातात, त्यास 'भूमिगत बंधारा' असे म्हणतात.

भूमिगत बंधाऱ्याचे उपयोग : बंधाऱ्याच्या वरील बाजूस असणाऱ्या विहिरींचे, बोअरवेलचे पुनर्भरण करून पाणीपातळीत वाढ होते, तसेच जमिनीच्या खालून वाहणाऱ्या पाण्यास अटकाव होतो व त्या पाण्याचा उपयोग बंधाऱ्याच्या वरील भागासाठी होतो.

९) माती नालाबांध : नालापात्रामध्ये पावसाचे पाणी मातीबांधाच्या साहाय्याने अडवून अपेक्षित पाणीसाठा झाल्यानंतर जास्तीचे पाणी सांडव्याद्वारे काढून दिले जाते, त्यास 'माती नालाबांध' असे म्हणतात.

माती नालाबांधाचा उपयोग : पाणीसाठा करून परिसरातील विहिरी, बोअरवेल इ. चे पुनर्भरण होते. तसेच नालाप्रवाहाचे पाणी अडविले व साठविले जाते.

पावसाने ओढ दिलेल्या काळात पावसाअभावी सुकणाऱ्या पिकांना संरक्षित पाण्याची सोय होते.

१०) सिमेंट नालाबांध : नालापात्रामध्ये पावसाचे पाणी सिमेंट बांधकामातील पक्क्या बंधाऱ्याच्या साहाय्याने अडवून जास्तीचे पाणी बंधाऱ्यावरून वाहून जाण्याची सोय असते, त्या बंधाऱ्यास 'सिमेंट नालाबांध' म्हणतात.

सिमेंट नालाबांधाचा उपयोग : नालाप्रवाहाचे पाणी अडवून साठविले जाते. तसेच पाणीसाठा करून परिसरातील विहिरी, बोअरवेल इ. चे पुनर्भरण होते आणि पावसाने ताण दिल्यास पावसाअभावी सुकणाऱ्या पिकांना संरक्षित पाण्याची सोय होते.

११) वळण बंधारा : कच्च्या व पक्क्या बांधकामातील बंधाऱ्याच्या साहाय्याने नालाप्रवाह अडवून वळण पाटाद्वारे पाणी थेट शेतीला दिले जाते. यालाच 'वळण बंधारा' असे म्हणतात.

वळण बंधाऱ्याचा उपयोग : पाणी साठवून विहिरी, बोअरवेल इ.चे पुनर्भरण होते, तसेच पिकांना संरक्षित पाण्याची सोय होते.

जागेची निवड : सर्वसाधारणपणे डिसेंबर, जानेवारी महिन्यांपर्यंत पाणी प्रवाह असणारे नाले/ओढे तसेच कमी रुंदी व उथळ पात्र असणारे नाले.

१२) शेतबांध बंदिस्ती (कंपार्टमेंट बंडिंग) : वहितीखालील कमी उताराच्या (० ते ४%) जमिनीचे पोताचे (वरच्या थराचे) धूपेपासून संरक्षण करण्यासाठी शेतीच्या हद्दीवर उताराला आडवे नव्याने बांध घालणे म्हणजेच 'शेत बांधबंदिस्ती' होय.

१३) शेती बांधबंदिस्तीचा उपयोग : जमिनीच्या पोताचे (वरच्या थराचे)

धूपेपासून संरक्षण करणे; बांधामुळे जमिनीत ओलावा टिकून राहतो. तसेच पाण्याबरोबर वाहून जाणारे पिकांसाठीचे उपयुक्त अन्नद्रव्य व माती बांधामुळे जागच्या जागी थांबविता येते.

शेतीतील माती व पाणी शेतीतच अडवून जिरविण्यासाठीची स्वस्त व प्रभावी उपाययोजना म्हणून शेत बांधबंदिस्ती लोकप्रिय आहे.

१४) ढाळीची बांधबंदिस्ती : अनियमित व अतिपावसाच्या क्षेत्रात उताराला अनुसरून शेतातील एका बाजूने जास्तीचे पाणी बाहेर काढण्यासाठी ढाळ दिलेल्या बांधास 'ढाळीचे बांध' असे म्हणतात.

ढाळीच्या बांधबंदिस्तीचा उपयोग - जमिनीच्या धूपेपासून जमिनीचे संरक्षण करणे तसेच चांगल्या प्रतिच्या जमिनीतील जास्तीचे पाणी बाहेर काढणे.

शेतातील जादा पाणी बाहेर काढून पिकांच्या चांगल्या वाढीसाठी जमिनीची उपयुक्त अशी ठेवण कायम राखणे. तसेच जमीन क्षारयुक्त व चोपण होऊ न देणे. पाणलोटातील या झालेल्या कामामधून पाण्याच्या उपलब्धतेसाठी सूक्ष्मसिंचन पद्धती वापरणे आवश्यक आहे.

मृदसंधारणाच्या शेतीविषयक उपचारपद्धती

मृद व जलसंधारणाच्या भौतिक उपायांबरोबरच शेतीविषयक उपचार महत्त्वाचे असतात. सामान्य शेतकऱ्यास सोप्या शेती उपाययोजना पुढीलप्रमाणे -

१) उताराला आडवी मशागत करणे तसेच पेरणी करणे.

२) पिकांसाठी शेणखत, कंपोस्टखत व हिरवळीच्या खतांचा वापर करणे म्हणजेच सेंद्रिय खतांचा वापर करणे.

३) जमिनीत उताराच्या आडव्या दिशेने पट्टापद्धतीने पिकांची पेरणी करणे.

४) आंतरपीक पद्धतीचा वापर करणे (अवर्षणप्रवण भागात ही पद्धत फायदेशीर ठरते.)

५) जमिनीवर कचरा, धसकटे, गवत या साहाय्याने जमिनीवर आच्छादन करणे. त्यामुळे पिकांसाठी ओलावा राहतो.

६) दुष्काळी भागात फळबाग लागवड केल्यास शेतकऱ्यांच्या उत्पन्नात वाढ होते.

७) जमिनीची सुपीकता वाढविण्यासाठी आलटून पालटून पिकांची लागवड करणे, म्हणजेच पिकांची फेरपालट करणे.

८) जनावरांच्या चाऱ्यासाठी कुरणविकास करणे आणि त्यामुळे पावसाचे पाणी जमिनीत मुरण्याचे प्रमाणही वाढते.

९) पडीक जमिनीवर वनीकरण (वृक्षारोपण करणे) करणे.

६.१० : पाणलोटक्षेत्र देखभाल, दुरुस्ती आणि उपाययोजना

पाणलोटक्षेत्र विकास कार्यक्रम यशस्वी व्हायचा असेल तर ज्या ठिकाणी कामे चालू आहेत तेथे लाभधारकांचे सहकार्य महत्त्वाचे असते. पाणलोटक्षेत्रातील सर्व बांधकामे ही लहान लहान व विस्तृत क्षेत्रावर विखुरलेली असल्याने त्यावर काटेकोरपणे लक्ष ठेवणे इच्छा असली तरी शासकीययंत्रणेला जमत नाही. त्यासाठी स्थानिक लाभधारकांचे सहकार्य महत्त्वाचे ठरते. समपातळी भरावाची देखभाल व दुरुस्ती प्रत्येक शेतकऱ्याकडून अपेक्षित आहे. समपातळी भराव एखाद्या वर्षी अतितीव्र/पाऊस/ढगफुटी अपेक्षितप्रमाणे आल्यास ते फुटतात. वरचा भराव फुटून गेल्यास तेथील भरावही फुटतो. अशी फुटतूट ४-८ वर्षांतून एखाद्या वेळी झाली, तरी शेतामधील संधारण झालेली सुपीक माती/जमिनीचे पूल वाहून जातात. अशी फुटतूट होऊ नये म्हणून दरवर्षी प्रत्येक शेतकऱ्याने भराव, सांडवा यांची दुरुस्ती केली पाहिजे. नालाबंडिंगच्या सांडव्यासाठी मात्र तांत्रिक मदतीने बांधणे म्हणजेच अतितीव्र पाऊस झाला तरी तो फुटणार नाही, अशा पद्धतीने सांडव्याची व्यवस्था करणे आवश्यक ठरते. सर्वसाधारणपणे गावचे लोक पाणलोटक्षेत्राबाबत जागरूक आहेत; परंतु, देखभाल/दुरुस्तीसाठी वेळ देण्यास तयार दिसत नाहीत. सध्या सामूहिक मालकीचे उपचार ग्रामपंचायतीकडे दिले आहेत. सार्वजनिक मालमत्ता म्हणून तलाव, पाझर तलाव, नालाबंडिंग, भूमिगत बंधारे, सार्वजनिक जमिनीवरील वनीकरण इ. नैसर्गिक आपत्तींमुळे जलसंधारण कामाचे नुकसान झाल्यास त्याची दुरुस्ती शासन करते. ही कामे अतिशय संवेदनक्षम असून त्याच्या देखभाल व दुरुस्तीकडे अधिक लक्ष देणे जरुरीचे आहे. त्याचप्रमाणे जमिनीवर झालेल्या कामाची नोंद गावनकाशात करणे आणि त्यांच्या दुरुस्तीची आणि व्यवस्थापनाची सामूहिक व्यवस्था पाहणे याबद्दल शासनाच्या सूचना आहेत; पण प्रत्यक्षात अंमलबजावणी झाल्याचे दिसत नाही.

पाणलोटक्षेत्रात झालेल्या कामामुळे भूजलपातळी वाढते. त्यामुळे भूजलसाठ्यातून उपसा न करण्याची शिस्त पाळणे आवश्यक आहे. जलसंधारणाचा बागायती शेतीसाठी वापर करताना जलसंधारण कामाच्या प्रभावक्षेत्रात योग्य तेथे व मर्यादित तेवढ्याच विहिरी खोदून त्यावर पंप बसविण्याचे काम स्वखर्चाने/वित्तीय संस्थांकडून कर्ज घेऊन लाभधारकांनी करावयाचे आहे. त्याचबरोबर जास्त पाणी लागणारी बारमाही पिके न घेता नगदी परंतु हंगामी पिके, भाजीपाला, कापूस, तूर, भुईमूग इ. घ्यावीत. जेणेकरून सिंचनाचा लाभ बऱ्याच शेतकऱ्यांना होईल. उन्हाळ्यात भाजीपाला, भुईमूग इ. पिके घेण्यात यावीत. तसेच माणसे व जनावरांना अवर्षणाचे वर्षात विहिरीचे पाणी पिण्यासाठी राखून ठेवणे गरजेचे आहे. लहान व सीमान्त शेतकऱ्यांना सामूहिक विहीर खोदण्यासाठी

शासनाने पुढाकार घ्यावा; कारण व्यक्ती वैयक्तिक विहीर खोदण्याची आर्थिक कुवत छोट्या शेतकऱ्यात नसते. पाणलोटक्षेत्र विकासासाठी शास्त्रीय पातळीवर 'पीक' आणि 'पाणी' यांचे नियोजन महत्त्वाचे आहे. तसेच पाणलोटातील पाण्याचे शास्त्रीय पद्धतीने सर्वेक्षण करणे आवश्यक आहे. पाणलोटक्षेत्र राबविल्यानंतर सर्वच १००% क्षेत्रावर दुबार पीक येईल, असे दिसत नाही. मिळालेल्या अतिरिक्त पाण्याचा लाभ उताराच्या दिशेने साधारणत: २५ ते ३०% क्षेत्रावर होतो. असे जवळजवळ सर्व उदाहरणांवरून दिसून येते. पाणलोटक्षेत्रात विहीर पंप, पाइपलाइन तसेच ठिबक सिंचनाची सोय केल्यास त्याचा खर्च वाढतो. तसेच त्याचे उत्पन्न याचा विचार करून मूल्यमापन करणे आवश्यक वाटते. त्याचप्रमाणे पाणलोटक्षेत्रात नगदी पिके कमी पाण्यावरची घेणे आवश्यक आहे. फळबाग लागवडीत पर्जन्य व उपलब्ध पाण्याचा विचार करून बोर, चिंच, सीताफळ, आंबा इ. पिकांची निवड केल्यास फायदेशीर ठरू शकेल. त्यासाठी पिकाच्या रचनेतही शेतकऱ्यांनी बदल करणे आवश्यक आहे. गावतळी, पाझर तलाव, कच्चे बंधारे, वसंत बंधारे, कोल्हापूर पद्धतीचे बंधारे, पूलवजा बंधारे या लघुपाटबंधाऱ्यांना पाणलोटात महत्त्व राहणारच आहे. त्यासाठी या कामांना महत्त्व प्राप्त होते. गावतळ्याच्या बाबत ग्रामपंचायतीने देखभाल व पाण्याचे योग्य नियोजन करणे आवश्यक आहे. तळ्यातील पाण्यात माणसांना व जनावरांना पोहण्यास/धुण्यास बंदी असावी. तलावाचे पाणी उचलून किंवा खालच्या बाजूस विहीर खोदून त्यातील पाणीवापराची व्यवस्था करावी. तळ्यातील गाळ श्रमदानाने किंवा लोकवर्गणीने काढावा. पाझर तलावाच्या बाबतीत लोकांना पिण्याचे पाणी, तसेच सिंचनासाठी पाझर तलावाचा उपयोग भूस्तर वाढल्याने विहिरीचे पाणी वाढून होत असतो. त्या दृष्टीने पाझर तलाव महत्त्वाचे वाटतात. १९६२मध्ये पहिल्या सिंचन आयोगाने पाझर तलाव हे ज्या ठिकाणी सिंचन तळी बांधणे शक्य नसेल अशा ठिकाणी पाझर तलावाचे बांधकाम हाती घ्यावे असे सुचविले, तर १९७२च्या केंद्र शासनाने नेमलेल्या सिंचन आयोगाच्या शिफारशीत पाझर तलावाबाबत काही उल्लेख आढळून येत नाही. लघुपाटबंधारे (स्थानिक स्तर) पुणे यांच्या अधिकारात शासनाने १९९६मध्ये काम पूर्ण केले. त्यांनी असे म्हटले की, एकूण ४०% पाझर तलावाखाली प्रत्यक्ष सिंचन त्याच्या एकूण क्षमतेच्या २०%, तर २५% पाझर तलावाखाली ४०% सिंचन होते. या समितीने पाझर तलावाबाबत असे म्हटले की, भूगर्भाचा अभ्यास करून ज्या ठिकाणी पायामध्ये सच्छिद्र खडक असतील अशाच क्षेत्रात पाझर तलाव बांधण्यात यावेत. तसेच या क्षेत्रातील विहिरींवर पंप बसवण्यासाठी वीज कनेक्शन ताबडतोब द्यावे. तसेच प्रशिक्षण व भेट योजनेच्या अधिकाऱ्यांनी शेतकऱ्यांना वारंवार मार्गदर्शन करावे. अशा प्रकारे सदरील समितीने चांगल्या शिफारशी सुचविल्या आहेत. १९७५ साली भूजल सर्वेक्षण यंत्रणेतर्फे ५१

पाझर तलावांचा अभ्यास करण्यात आला. त्यांच्या निष्कर्षानुसार पाझर तलावावर अंदाजे २८% पाण्याचे बाष्पीभवन होते व उर्वरित ७२% पाणी पाझरून वाहून पुनर्भरण होते किंवा नाल्यातून वाहते.

६.११ : पाणलोट विकासातील तज्ज्ञ संस्था

देशाच्या विविध भागांत, ज्यांच्याकडे पाणलोट विकास प्रकल्पांशी संबंधित पुष्कळ तज्ज्ञ व अनुभव आहे अशा अनेक प्रसिद्ध स्वयंसेवी/तज्ज्ञ संस्था आहेत. उदा. एके. आर.एस.(P)(गुजरात), AKRS(P), एम.वाय.आर.ए.डी.ए. (MYRADA) (कर्नाटक), डब्ल्यू.ओ.टी.आर.(WOTR)(महाराष्ट्र), धन प्रतिष्ठान (Dhan) (तमिळनाडू), समाज प्रगती सहयोग (मध्यप्रदेश, डेव्हलपमेंट सपोर्ट सेंटर) (गुजरात), अफार्म (AFARM)(महाराष्ट्र), डब्ल्यू.ए.एस.ए.एन.(WASSAN) (आंध्रप्रदेश), अरवली (ARAVALI) (राजस्थान), प्रदान (PRADAN)(झारखंड), सी.वाय.एस.डी. (CYSD) (ओरिसा), सेवा मंदिर (राजस्थान) व इतर यांपैकी काही संस्था यापूर्वीच संबंधित राज्य शासनाबरोबर पाणलोट विकासाच्या प्रकल्पांमध्ये तज्ज्ञ संस्था म्हणून कार्य करीत आहेत.

निष्कर्ष/परिणाम (Outcomes/End Results)

१) पाणलोटातील विविध स्वरूपाच्या संरचनांमुळे जमिनीतील पाण्याचे पुनर्भरण होऊन भूजल पातळीत वाढ होणे.

    पाणलोटक्षेत्रामधील जलनिस्सारण मार्ग, वहिताखालील व बिगर वहिताखालील जमिनींवर उपचार व त्यांचा विकास याकरिता आखलेली सर्व कामे/उपक्रम उपभोक्ता गट व लोकसमूहाच्या मोठ्या प्रमाणातील सक्रिय सहभागाने व त्यांच्या वर्गणीतून पूर्ण करणे.

२) प्रकल्पांतर्गत क्षेत्रातील शेतकरी/भूमिहीन मजुरांच्या उत्पन्नात वाढ.

३) पाणलोटातील विविध स्वरूपाच्या संरचनांमुळे जमिनीतील पाण्याचे पुनर्भरण होऊन भूजलपातळीत वाढ होणे.

४) प्रत्येक पाणलोटक्षेत्र विकास प्रकल्पाने प्रकल्प कालावधीच्या शेवटी खालीलप्रमाणे परिणाम साध्य करणे आवश्यक आहे.

५) पाणलोट समितीचे सर्व सदस्य आणि पाणलोट सचिव व स्वयंसेवक यांसारखा कर्मचारीवर्ग यांना पाणलोटक्षेत्र विकास पथक प्रकल्पातून परत गेल्यावर त्यांची जबाबदारी यशस्वीपणे पार पाडण्याकरिता योग्य पातळीपर्यंत त्यांचे ज्ञान वाढविण्यासाठी आणि तांत्रिक/व्यवस्थापन विषयक व संस्थात्मक कौशल्ये

वाढविण्यासाठी उद्‌बोधक व प्रशिक्षण दिले आहे.

६) उपभोक्ता गट/पंचायतींनी पाणलोटामध्ये निर्माण झालेल्या साधनसंपत्ती देखभालीसाठी स्वेच्छेने ताब्यात घेतली आहे आणि तिच्या देखभालीकरिता व आणखी विकास होण्यासाठी सक्षम प्रशासन व वित्तीय व्यवस्था केली आहे.

७) बचत व इतर उत्पन्न वाढीची साधने वृद्धिंगत होण्यासाठी ज्यामुळे सदस्यांमध्ये अंतर्गत सामंजस्य निर्माण होऊन त्यांच्यामध्ये आर्थिक स्वयंपूर्णता येईल, त्यासाठी गावसमूहाचे विविध एकसंघ प्रकारचे स्वयंसाहाय्यता गट तयार केलेले असणे.

पाणलोटक्षेत्रातील कामांची निगा, देखभाल व दुरुस्ती

पाणलोटक्षेत्रातील मृद व जलसंधारणाच्या विविध कामांची निगा, देखभाल तसेच दुरुस्ती खालीलप्रमाणे केल्यास खऱ्या अर्थाने मृद व जलसंधारणाचे कार्य साध्य करता येईल.

१) समपातळी चर/समतल चर

पाणलोटक्षेत्रातील डोंगराच्या उताराहून खालील भागात वेगात वाहत येणारे पाणी समपातळी चरामध्ये अडविले जाते. त्यामुळे पाण्याचा वेग कमी होतो. तसेच पाण्याबरोबर वाहत आलेली माती चरामध्ये साठून राहिल्यामुळे झाडांची वाढ जोमाने होते. तसेच इतरही बरेच निष्कर्ष आहेत. तथापि, बऱ्याच ठिकाणी समपातळी चर मातीने पूर्णत: भरून गेलेले आहेत. एकदा तयार केलेले समपातळी चर कालांतराने पूर्णत: भरून जातातच. त्यामुळे डोंगरमाथ्याहून खालच्या दिशेने वाहत येणाऱ्या पाण्याला कालांतराने कुठलाही अटकाव राहणार नाही व पूर्वी ज्याप्रमाणे पाणी वाहत होते त्याप्रमाणेच वाहील. त्यामुळे समपातळी चरांमध्ये साठलेली मातीही दर तीन वर्षांनी काढून टाकून चर पुन्हा पूर्वीप्रमाणे होतील याप्रमाणे काळजी घ्यावी. तरच समपातळी चरांचा उद्देश सफल होईल आणि जमिनीची धूप थांबण्याचे कार्य दीर्घकाळ सुरू राहील. याकरिता शासकीय जमिनीवर हे चर असतील तर शासनाने पाणलोटक्षेत्र कार्यक्रम पूर्ण झाल्यानंतरदेखील याकडे लक्ष द्यावे आणि जर हे चर शेतकऱ्यांच्या शेतावर असतील तर स्वत: शेतकऱ्यांनी उन्हाळा किंवा रिकाम्या वेळात हे माती काढण्याचे काम करावे. हे केल्यास शेतकऱ्यांची डोंगरमाथ्याची जमीन सुधारून तेथे वनीकरण विकास चांगल्या तऱ्हेने होऊ शकतो. माती काढण्याच्या कामासाठी फार मोठ्या आर्थिक तरतुदींची गरज नाही.

- समतल चरांचे क्षेत्रावर गुरे चराईसाठी बंदी असावी.
- चरामध्ये आलेला गाळ काढून वरंब्यावर टाकावा.
- ज्या ठिकाणी वरंब्याची तूटफूट झाली आहे अशा ठिकाणी स्थानिक दगड-गोट्यांच्या साहाय्याने आतील बाजूने पिचिंग करावे.
- चराच्या परिसरातील गली प्लगची दुरुस्ती अथवा भक्कमपणा येण्यासाठी दगडांचा आधार द्यावा.

संबंधित परिसरात वृक्षतोड बंदी असावी, इंधनासाठी वाळलेल्या फांद्याचा वापर करावा, गुरांसाठी चारा कापून घ्यावा. वरंब्यावर घळी/ओघळी असल्यास मातीची दबाई करून, भरून घ्याव्यात व त्याला आवश्यक ठिकाणी दगडाचा आधार द्यावा.

२) मजगी

- रस्त्यासाठी मजगीच्या बांधाचा वापर जनावरे अथवा माणसांसाठी करू नये.
- मजगीची नाली पावसाळ्यापूर्वी साफ करून ठेवावी.
- उंदीर अथवा खेकड्याच्या बिळामध्ये पावसाचे पाणी जाऊन मजगीची तुटफूट होते ती पावसाळ्यापूर्वी दुरुस्त करावी.
- मजगीचा बाजू बांध मातीच्या साहाय्याने मजबूत करावा.
- मजगीचे सांडवे स्थानिक दगडांच्या साहाय्याने आवश्यकतेनुसार दुरुस्त करावे.

३) समपातळी बांध (कंटुर बंड)

पाणलोटक्षेत्रात मधल्या भागात डोंगराच्या पायथ्याजवळ समपातळी बांध तयार केले जातात. जमिनीवरील माती उकरून माती व मुरूम यांचा भराव करून, हे बांध तयार केले जातात. जमिनीवरील हे बांध बऱ्याच वेळा भुसभुशीत राहतात. जनावरे या भागात परत आल्यास त्यांच्या पायाने हे बांध मोडले जाऊ शकतात आणि पावसाचे पाणी या बांधांमधून वाहून छोट्या घळी निर्माण होतात. परिणामी हे दुर्लक्षित राहिल्यास याचा उपयोग न होता, जमिनीची धूप होते. तरी प्रत्येक पावसाळ्यापूर्वी या समपातळी बांध बांधल्यावर ३ ते ४ वर्षे ही क्रिया केल्यास या काळात हे बांध मजबूत होऊन स्थिर होतील.

४) बांधबंदिस्ती

- अतिवृष्टी व पावसाळ्यात बांधाचा वापर रस्त्यासाठी केला जातो व बांधाची तूटफूट होते. अशा वेळी बांधाच्या वरील भागातील माती घेऊन, दबाई करून, भराव करावा, गरज भासल्यास दगडी पिचिंग करावे.

- उंदीर अथवा खेकड्यांच्या उपद्रवामुळे बिळे पडून बांध फुटतात. अशा वेळी दगड, माती व गवताच्या आच्छादनाने बांधास मजबुती आणावी.
- सांडव्याचे ठिकाण व पुराचे पाणी जाण्यास योग्य आकाराचा सांडवा आहे का, याची खात्री करावी.
- बांधावरील वृक्ष लागवडीची मरअळी भरावीत व संरक्षणासाठी काटेरी कुंपण घालावे.
- मशागतीमुळे बांधाची तूटफूट होऊन बांधाचा आकार कमी झाला असल्यास पावसाळ्यापूर्वी दुरुस्त करावा.
- जास्तीचे पाणी जाण्यासाठी केलेल्या शेतचारीचा गाळ पावसाळ्यापूर्वी काढून घ्यावा.

घळनियंत्रण कामे

घळनियंत्रणाच्या कामामध्ये प्रामुख्याने लूज बोल्डर स्ट्रक्चर, ब्रशवुड बंधारे व लहान माती नाला बांधाचा समावेश होतो. अशाप्रकारची कामे खासगी, वैयक्तिक शेतावर व सामूहिक जागेवर असतात.

१) लूज बोल्डर स्ट्रक्चर

१) बांधामागे जर माती/गाळ साचून बांध पूर्ण भरला असेल तर त्याच बांधावर ओघळीच्या खोलीला अनुसरून एक किंवा दोन दगडाचे थर देऊन बांधाची उंची वाढवावी.

२) अतिवृष्टीमुळे किंवा इतर कारणांमुळे बांधाचे दगड बांधकामातून सुटले असतील किंवा अस्ताव्यस्त झाले असतील तर पावसाळ्यापूर्वी व्यवस्थित रचून घ्यावेत.

३) बांधाच्या खालच्या बाजूला स्थानिक जातीची झुडूपे जीवंत नसतील तर नव्याने लागवड करावी. जेणेकरून बांधास आधार मिळेल.

४) सदर कामाची दुरुस्ती/देखभाल वेळच्या वेळी केल्यास इतर कामांची तुटफूट होणार नाही व दुरुस्तीचा खर्चही मर्यादित ठेवता येईल.

२) ओहळ बांध (गली प्लग)

पाणलोटक्षेत्रातून वरच्या भागातून पावसाचे पाणी ओहळामधून कमी उंचीचे बंधारे तयार करतात. परंतु, बऱ्याच भागात हे बंधारे फुटलेले दिसतात. याची कारणे अनेक आहेत. या भागात जनावरे चरत असतात. त्यावेळेस गुराखी गंमत म्हणून रचलेले दगड-गोटे काढून टाकतात. कधी कधी जनावरांच्या पायानेही रचलेले दगड-गोटे, हालतात आणि हे दगड सुटे होतात. पाण्याच्या वेगाने हे सुटे झालेले दगड खालच्या

दिशेने वाहून जातात. त्यामुळे गावातील पाणलोटक्षेत्रात सहभागी असलेल्या शेतकऱ्यांनी, संस्थांनी किंवा ग्रामपंचायतींनी दरवर्षी या बंधाऱ्याची पाहणी करून सुटे झालेले दगड- गोटे पुन्हा व्यवस्थित बसविणे जरुरीचे आहे. बऱ्याच पाणलोटक्षेत्रात पाणलोट विकास समिती असते. अशा समितीने याकडे लक्ष द्यावे. शासनाचे अनुदान या कामाकरिता नसल्यास गावकऱ्यांनी श्रमदान करून, या बंधाऱ्याची तसेच इतर कामांची देखभाल व दुरुस्ती करून घ्यावी. जेणेकरून दीर्घकाळपर्यंत याचा फायदा होईल.

दुसरे महत्त्वाचे असे की, दीर्घकाळ हे बंधारे टिकून राहण्यासाठी, असे बंधारे तयार करतानाच बंधाऱ्याच्या खालच्या भागाला अगेव्हची लागवड दोन ओळीत ५० सें.मी.×५० सें.मी. अंतराने करावी. जेणेकरून बंधाऱ्याला संरक्षण तसेच आधार मिळेल व कालांतराने एक नवीन जैविक बांध तेथे तयार होऊन मूळ बंधाऱ्याला संरक्षण मिळेल.

३) दगडी बंधारे

पाणलोटक्षेत्रातील जास्त उताराच्या भागात छोट्या-मोठ्या घळींमध्ये जमिनीची धूप कमी करण्यासाठी तसेच पावसाचे वाहते पाणी अडविण्यासाठी दगडी बंधारे बांधण्यात येतात. बऱ्याच ठिकाणी दगडांची रचना बरोबर न झाल्यामुळे दगड पावसाळ्यात घसरून जातात. तरी याकडे लक्ष देऊन बंधारे बांधते वेळी दगडांची रचना व्यवस्थित करावी. म्हणजे मोठे दगड खाली व छोटे त्यावर ठेवून त्याला विशिष्ट आकार (अर्धवर्तुळाकार) द्यावा. जेणेकरून पाण्याबरोबर वाहून येणारी माती तेथेच अडून पाणी खालच्या भागात सुरक्षित वाहते.

४) ब्रशवुड डॅम

१) हे बांध कच्च्या स्वरूपाचे असल्याने तुटफुटीची शक्यता जास्त असते, त्यामुळे पावसाळ्यापूर्वी पुन्हा दुरुस्ती करून दगडांचा आधार द्यावा व आधाराच्या खुंट्यांना पालवी फुटली नसेल तर डोळा असणाऱ्या खुंट्या पुन्हा लावण्यात याव्यात.

२) त्याच क्षेत्रावर काही नव्या ओघळी निर्माण झाल्या असतील तर त्याही अशा प्रकारच्या कामाने पूर्ण कराव्यात.

३) मातीचा/गाळाचा भराव जुन्या बांधाच्या माथा पातळीपर्यंत असल्यास बंधाऱ्याची उंची वाढवावी व स्थानिक दगडाच्या साहाय्याने त्याला आधार द्यावा.

५) लहान मातीचे बांध

१) हे काम करताना उंचावरून सुरुवात करावी व टप्प्याटप्प्याने खालील बाजूस यावे.
२) कधी कधी कमी वेळात जास्त पाऊस होतो व नाल्याची पाणी वाहून नेण्याची क्षमता अपुरी पडते किंवा बंधाऱ्याचा सांडवा अपुरा पडतो अशा वेळी पाणी बंधाऱ्यावरून जाते व तुटफूट पिंचिंग करून घेणे फायद्याचे ठरते.
३) किरकोळ तुटफूट असेल तर कंटाळा न करता वेळचेवेळी दुरुस्ती करावी म्हणजे पुढचे अनर्थ टाळता येतील.
४) पावसाळ्यापूर्वी संबंधित क्षेत्रामध्ये 'शिवार फेरी' करून दुरुस्ती कामाच्या नोंदी कराव्यात व उपभोक्ता गटातील सदस्यांनी एकत्र येऊन अंमलबजावणी करावी.

जलसंवर्धन कामे

१) शेततळे/खोदतळे

१) तळ्याच्या आत पाणी येणाऱ्या व जाणाऱ्या मार्गाची दुरुस्ती उदा. दगडी पिंचिंग-अस्ताव्यस्त असल्यास व्यवस्थित करावे.
२) बाजू बांधाची माती घसरली असल्यास व्यवस्थित दबाई करून पुन्हा भराव करावा.
३) पावसाळ्यापूर्वी शेततळ्यामध्ये येणाऱ्या पाटाची दुरुस्ती करावी. गवत/काडीकचरा मातीकाम इ. काढून टाकावे.
४) तळ्यामध्ये गाळ असल्यास काढून घ्यावा म्हणजे पाणी साठा कमी होणार नाही.
५) तळ्याच्या पाणलोटक्षेत्रातील उपाययोजनांची तुटफूट दुरुस्त करावी.
६) गाळ जमा होणाऱ्या चरामधील माती पावसाळ्यापूर्वी काढावी.
७) तळ्याच्या खालील बाजूची जमीन पाणथळ होत नाही ना याची खात्री करावी.

२) नाला बांध

अ) माती नाला बांध

१) पाण्याच्या लाटेमुळे पिंचिंगचे दगड उखडले असतील, तर बंधाऱ्यातील पाणी संपल्यानंतर पुन्हा व्यवस्थित मातीमध्ये घट्ट बसवावेत.
२) बांधाच्या माथ्याची पातळी खाली-वर झाल्यास खोलगट भागात माती टाकून व्यवस्थित दबाई करावी.
३) पुराचे पाणी सांडव्यातून व्यवस्थित जाते का? हे पाहून गरजेप्रमाणे लांबी-रुंदी अथवा खोलीचे काम करावे.

४) सांडव्याचा तळ पाण्याने धुऊन खोली वाढली असल्यास सांडव्यामध्ये पाणी साठा पातळीपर्यंत पक्के बांधकाम करावे.

५) बांधावर जंगली झाडे उगवल्यास काढून टाकावीत.

६) पावसाच्या पाण्याने माती भरावावर ओघळी पडल्या असल्यास त्या सपाट करून दबाई करावी.

७) बांधामुळे आजूबाजूच्या शेतात पाणी पसरत असेल तर त्याचे काठ उंच व मजबूत करून घ्यावेत.

८) पावसाळ्यानंतर साठलेले पाणी किती काळ टिकते, याबाबत निरीक्षण करून नोंदी ठेवाव्यात, जर कमी वेळात पाणी पाझरून जात असेल तर, बांधालगत आतील बाजूने कठीण स्तरापर्यंत चर द्यावा व काळ्या चिकण मातीने दबाई करून भरून घ्यावा.

ब) सिमेंट नाला बांध व प्रवाही सिंचन बांध

१) सिमेंट बंधारा कायमस्वरूपी असल्याने बंधाऱ्यात काही प्रमाणात गाळ साचला जातो. हा गाळ उन्हाळ्यात काढून सखल भागातील शेतीमध्ये टाकावा.

२) बांधकामामध्ये गळती असल्यास ऑइलपेंटच्या साहाय्याने खुणा कराव्यात व पावसाळ्यापूर्वी दुरुस्तीचे काम हाती घ्यावे.

३) बांधकाम तसेच पाणउशी पाण्याच्या साहाय्याने उखडली असेल, तर उन्हाळ्यामध्ये काम करून त्यावर पुरेसे पाणी मारून काम भक्कम करावे.

४) पुराचे पाणी सांडव्यातून जाते का याची पाहणी वेळोवेळी करावी, तसेच गरज पडल्यास नाला काठ पात्रातील मातीच्या साहाय्याने उंच व भक्कम करून घ्यावेत.

५) सिंचन बंधाऱ्याचे दरवाजे पावसाळ्यात काढून ठेवावेत व पावसाळ्यानंतर पुन्हा बसवावेत.

६) पाण्याची गळती होऊ नये म्हणून दरवाजा बसविताना रबरी सीलचा वापर करावा.

७) हवामानाच्या बदलामुळे व पाण्याने दरवाजे गंजू नयेत म्हणून त्याला डांबर अथवा रंग द्यावा.

८) वळण पाटातील गाळ काढून पाट दरवर्षी दुरुस्त करावा.

नाला बांधाचा उपयोग जलसंधारणाच्या दृष्टीने महत्त्वाचा आहे. नाल्यातून वाहून येणारे पाणी पावसाळ्यानंतर येथे साठून राहते. हे पाणी जमिनीत मुरल्यामुळे बांधाच्या खालच्या भागातील विहिरीच्या पाण्याच्या पातळीत वाढ होते. परंतु, पाणलोटक्षेत्रातून

वरच्या भागातून जर जमिनीची धूप झाली तर माती नालाबांधाच्या पाणी साठवण क्षेत्रात साठते. त्यामुळे या कामाची देखभाल आवश्यक आहे. दर २ ते ३ वर्षांनी यातील गाळ काढला पाहिजे. जेणेकरून पाणी साठवण क्षमता कायम राहील.

दुसरे महत्त्वाचे म्हणजे नाला बंधाऱ्याच्या एका बाजूला सांडवा दिलेला असतो. जास्तीचे पाणी या सांडव्यामध्ये वाहून जात असते. परंतु, काही ठिकाणी सांडवे फुटलेले असतात. ते दर २-३ वर्षांनी दुरुस्त करून घेणे गरजेचे असते.

मराठवाडा कृषिविद्यापीठ, परभणी अंतर्गत पाणलोटक्षेत्रात वेगवेगळ्या बांधकामाच्या स्थिरतेविषयी अभ्यास घेण्यात आला. त्यातील निष्कर्षात असे दिसून आले की, दगडी बांधाचा मूळ आकार व क्षेत्र २.३३ टक्क्यांपासून २४.६६ टक्क्यांपर्यंत कमी झालेले आहे. म्हणजेच दुरुस्ती तसेच निगा आवश्यक आहे. या दगडी बंधाऱ्याकरिता दुरुस्ती तसेच निगेसाठी खालीलप्रमाणे खर्च येतो.

छोटे दगडी बंधारे - रु. ५० ते ७५/- प्रती बंधारा

मोठे दगडी बंधारे - रु. २०० ते ३००/- प्रती बंधारा

याशिवाय कुठल्याही मातीच्या बंधाऱ्यास एकूण खर्चाच्या १० टक्के रक्कम (अनुदान) दुरुस्ती व निगा यासाठी राखीव असावी. नाला बांधाच्या अभ्यासात असे निदर्शनात आले की, लहान ते मोठ्या नाला बांधात २५.२७ टन ते १६४.३७ टन पर्यंत गाळ जमा झालेला आढळतो. त्यामुळे नाला बांधाच्या पाणी साठवण क्षेत्रातील गाळ दर ५ वर्षांनी तरी कमीत कमी काढायला हवा.

आणखी एका अभ्यासात वेगवेगळ्या बांधकामातून पाणी मुरण्याचे प्रमाण काढण्यात आले.

तक्ता क्र. ६.६ : बंधाऱ्यातील पाणी मुरण्याचे प्रमाण

क्र.	बांधकामाचे नाव	पाणी मुरण्याचे प्रमाण %
१)	दगडी बंधारे	६० टक्के
२)	नालाबांध/पाझर बांध	२०-३० टक्के
३)	समपातळी जैविक बांध	३०-४० टक्के
४)	मातीचे बांध	२०-२५ टक्के

पाणलोटक्षेत्रातील वेगवेगळ्या बांधकामाच्या जीवन कालावधीचा अभ्यासदेखील करण्यात आला. त्याचे निष्कर्ष याप्रमाणे आहेत.

तक्ता क्र. ६.७ : बंधाऱ्यांचा कालावधी

१)	दगडी बंधारे	७ वर्षं
२)	नालाबांध	२० वर्षं
३)	कंटुर जैविक बांध (चरी सह)	४ वर्षं
४)	मातीचे छोटे बांध	५ वर्षं

वरील सर्व बांधकामांचा जीवन कालावधी वाढवायचा असल्यास यांची निगा दुरुस्ती आवश्यक आहे. निगा, देखभाल तसेच दुरुस्ती याकडे लक्ष दिल्यास सर्व बांधकामांचा जीवन कालावधी व उपयुक्तता निश्चितच वाढते.

६.१२ : पाणी उपलब्धतेसाठी केलेले प्रयोग

१९३८ साली श्री छत्रपती राजाराम महाराजांनी कोल्हापूरजवळ बावडा येथे पहिला दगडी बंधारा बांधला. आजच्या कोल्हापूर पद्धतीच्या बंधाऱ्याचे हे पहिले रूप आहे. नदीच्या पाण्यात २ मीटर अंतरावर आधारस्तंभ बांधून त्यात २ मीटर, १.५ मीटर आकाराचे दरवाजे बसविण्याची सोय केलेली असते. आधारस्तंभाची उंची, नदीचा प्रवाह, त्यांचे स्रवणक्षेत्र इ. बाबींवरून निश्चित केली जाते. पावसाळ्यानंतर दोन आधारस्तंभांच्या मधल्या गाळ्यात लोखंडी दरवाजे बसवून पावसाळ्यात नंतरचा प्रवाह यात अडविला जातो. पावसाळा सुरू होण्यापूर्वी हे दरवाजे काढले जातात. या जलाशयातून शेतकरी स्वखर्चाने उपसा करून सिंचन करतात. त्यासाठी ठरलेल्या दराने पाणीपट्टी वसूल केली जाते. जलाशयांच्या बाजूच्या विहिरींची पाणीक्षमता वाढते. विहिरींची संख्याही वाढते. या विहिरींवर पाणीपट्टी आकारली जात नाही. १९९७-९८पर्यंत ७ ते १० हेक्टरचे ३४६५ व १०१ ते २५० हेक्टरचे २०२ कोल्हापूर पद्धतीचे बंधारे बांधले. त्याद्वारे अनुक्रमे ८६,३२५ हेक्टर व ३१,९७३ हेक्टर सिंचनक्षमता निर्माण झाली. त्यावर अनुक्रमे १३७.२५ कोटी व ३०.३९ कोटी रुपये खर्च झाले. भविष्यात सहा हजार पेक्षा अधिक कोल्हापूर पद्धतीचे बंधारे बांधण्याची योजना आहे. याशिवाय २५० हेक्टरच्या वर सिंचनक्षमता असणाऱ्या राज्यातील ४५ जिल्ह्यांत कोल्हापूर पद्धतीच्या बंधाऱ्यांची संख्या ३७१ असून, सिंचनक्षमता २,७१,४०० हेक्टर आहे. या पद्धतीचे बंधारे अधिकाधिक प्रमाणात घेऊन नद्यांमध्ये त्यांची मालिका करणे गरजेचे वाटते. जेणेकरून हंगामी पाण्याची सोय अवर्षणप्रवण भागात तसेच इतरही भागात होऊ शकेल. राज्यातील सहकारी साखर कारखान्याने जलसंधारणाची विशेष अशी

कामे केल्याचे दिसून येते.

अ) संजीवन सहकारी साखर कारखाना ता. कोपरगाव, जि. अहमदनगर यांनी मोठे नाले, नद्या यांवर एकूण ४० दगडी बंधारे बांधले. १९९२पर्यंत ते पूर्ण केले. या बंधाऱ्यांवर स्वयंचलित गेट्स बसविले आहेत. हे केल्यामुळे बंधाऱ्यांमध्ये संपूर्ण क्षमतेने चार वेळा पाणी साठविले जाते. पुराच्या वेळी जर बंधाऱ्याच्या साठवणक्षमतेपेक्षा जास्त पाणी झाले तर बसविलेले स्वयंचलित गेट्स आपोआप उघडतात. त्यातून जास्त झालेले पाणी आपोआप वाहून जाते. जादा पाणी वाहून गेल्यानंतर ही गेट्स आपोआप बंद हातात. या भागातील १९९५ विहिरींचे पाणी वाढलेले आहे. ही पद्धत अनुकरणीय वाटते.

के.टी. बंधाऱ्यांनाही स्वयंचलित गेट्सची व्यवस्था केल्यास दरवाजे काढणे, पुन्हा बसवणे व इतर त्रास व वेळ या गोष्टी वाचू शकतील.

ब) अशोक सहकारी साखर कारखान्याने १९८७ साली अशोक बंधाऱ्याची निर्मिती केली. महत्त्वाचे म्हणजे प्रवरा खोरे व गोदावरी खोऱ्यांचा विचार करता सपाटीचा प्रदेश सर्वाधिक आहे. सपाटीच्या प्रदेशात नैसर्गिक पाणलोटक्षेत्र उपलब्ध नाही. त्यामुळे या भागात पाणी अडवून त्याचा साठा करणे ही सर्वांत मोठी समस्या आहे. त्यावर अशोक सहकारी कारखान्याने श्रीरामपूर हा सपाटीचा प्रदेश असल्याने पाणलोटक्षेत्र अगदी मर्यादित होते, त्यासाठी त्यांनी दोन भागात काम करून अशोक बंधारे विकसित केले. पहिल्या भागात बंधाऱ्यासाठी ओढ्या-नाल्यावर योग्य जागा निवडली जाते. जागा निवडल्यानंतर नाल्याच्या अथवा ओढ्याच्या प्रवाहात आडवी सिमेंटची भिंत घातली जाते. बंधाऱ्याच्या कामासाठी दगड, विटा, वाळू यांचा खर्च लाभधारक शेतकरी वर्गणीच्या रूपाने भागवितात, तर मजुरी आणि बांधकामाचा खर्च कारखाना करतो. बंधाऱ्याच्या भिंतीची लांबी ओढ्याच्या रुंदीवर २५ ते ५० फुटांपर्यंत तसेच उंची पाणी साठविण्याची क्षमता योजून ठेवण्यात येते. ओढ्यांचा प्रवाह ध्यानात घेऊन बंधाऱ्याची दारे ठेवली जातात. पाणी अडविण्यासाठी दारे, लाकडी फळ्या दोन रांगेत चॅनेलमध्ये बसवून रिकाम्या जागेत काळी माती भरली जाते. दुसऱ्या टप्प्यात, बुलडोझर्सच्या साहाय्याने नाले मोठे, खोल आणि रुंद केले जातात. मध्यभागापासून बुलडोझर्सच्या साहाय्याने दोन्ही बाजूस भराव घातले जातात. बुलडोझर्सच्या साहाय्याने मातीचा भर पूर्णत: काढला जातो आणि मुरूम अथवा पाणी मुरण्यास योग्य भर लागेपर्यंत सदरचे काम केले जाते. अशा प्रकारे सपाटीचा भाग असूनही बुलडोझर्सच्या साहाय्याने कृत्रिम पाणलोट विकसित केले आहेत. नोव्हेंबर ९४पर्यंत १३५ अशोक बंधाऱ्यांची कामे पूर्ण झाली. तसेच ६० शेततळी २३ मातीचे बंधारे बांधले.

ज्या ठिकाणी सहकारी साखर कारखाने आहेत त्या ठिकाणी कारखान्यांनी अशा

स्वरूपाची कामे केल्यास सिंचित क्षेत्र निश्चितच वाढू शकेल. त्यासाठी शासनानेही अशा कृत्रिम पाणलोट तयार करणाऱ्यास सहकारी संस्था, यांना मार्गदर्शन तसेच काही प्रमाणात निधीची तरतूद केल्यास त्यामुळे अशी कामे करण्यास अनेक सहकारी साखर कारखाने पुढे येतील.

शिरपूर पॅटर्न : धुळे जिल्ह्यातील शिरपूर तालुक्यात तंत्रआधारित जलसंधारण कामाचे मॉडेल तयार करण्यात आले आहे. शिरपूर तालुक्याचे आमदार मा. अमरिशभाई पटेल यांनी सुरेश खानापूरकर यांच्या साहाय्याने ऑक्टोबर २००४ पासून ते अध्यक्ष असलेल्या प्रियदर्शनी सहकारी सूत गिरणीच्या आर्थिक पाठिंब्याने 'सूक्ष्म पाणलोट' हा घटक मानून तंत्र आधारित जलसंधारणाचे काम सुरू केले. सन २००४ ते २०१३पर्यंत दगडी बंधारे ६४, शेततळे ३, विहीर पुनर्भरण ५९, पुनर्भरण कालवा विहीर पुनर्भरणासाठी २९ कि.मी.

१९ कि.मी. नाल्याचे ३० ते ५० फूट रुंदीकरण व ३० ते ४० फूट खोलीकरण केले आहे. या सर्व कामासाठी फक्त ६ कोटी ५५ लाख रुपये खर्च आला. ही सर्व कामे मशिनरी लावून केली आहेत.

दरवर्षी जलसंधारण कामासाठी दोन कोटी रुपये दिले जातात. ही महाराष्ट्रातील एकमेव सहकारी सूतगिरणी आहे. २२ गावात कामे पूर्ण केली आहेत. १४९ गावात कामे पूर्ण करण्याचा त्यांचा संकल्प आहे.

शिरपूर पॅटर्नमध्ये उगमापासून-संगमापर्यंत संपूर्ण लहान नाल्याला ४० फूट रुंद केले जाते आणि अंदाजे ३० फूट खोल केले जाते. त्यावर दर ३०० ते ४०० मीटर वर बंधारे बांधले जातात. या बंधाऱ्यावर दरवाजे व सांडवे नसतात. या पद्धतीला 'शिरपूर पॅटर्न' असे म्हणतात.

या पद्धतीत नाल्याचे खोलीकरण व रुंदीकरण केले जाते. त्यामुळे नाल्यात मोठ्या प्रमाणात पाणी साठले जाते तर ते पाणी जमिनीत मुरले जाते.

शिरपूर तालुक्यात या पद्धतीने केलेल्या कामामुळे पाण्याची पातळी उन्हाळ्यात जमिनीपासून अवघ्या २५ फुटांवर आली. तापीच्या गाळाच्या प्रदेशातील २८० फुटांवर असलेली पाण्याची पातळी ११० फुटांवर आली. नाल्याचे रुंदीकरण व खोलीकरण करण्याची कामे मोठ्या प्रमाणात हाती घेणे आवश्यक आहे. नदीच्या पाणलोट क्षेत्रातील लहान-मोठ्या नाल्यावर तर ३०० ते ५०० मीटर अंतरावर बंधारे बांधले जाणे आवश्यक आहे. असे बंधारे तांत्रिक अभ्यास करून बांधावेत. तसेच हे पाणी सूक्ष्म सिंचन पद्धतीने दिल्यास सिंचनाखालील क्षेत्र वाढेल.

६.१३ : पाणी उपलब्धतेचे निष्कर्ष / उपाय

कोल्हापूर पद्धतीच्या बंधाऱ्याची कामे मोठ्या प्रमाणात घेतल्यास शेतकऱ्यांना फायदा मिळू शकतो. लहान व सीमान्त शेतकरी ज्यांना नदीवरून/बंधाऱ्यावरून उपसासिंचनाद्वारे शेतापर्यंत पाणी आर्थिक स्थितीमुळे शक्य नसते, अशा घटकांसाठी सामूहिक पाणीवापर संस्था प्राधान्याने हाती घेणे गरजेचे वाटते. त्यासाठी शासनाने अशा संस्थांना साहाय्य करावे. नाही तर पाणी दिसत असूनही, त्याचा लाभ अनेक शेतकऱ्यांना घेता येत नाही, अशी स्थिती दिसून येईल. मात्र, शेतकऱ्यांनीसुद्धा सहकार्याने जास्तीत जास्त सहकारी पाणीवापर संस्था स्थापन करणे गरजेचे आहे.

लहान ओहोळ, ओढ्यावरील गावांना जोडणाऱ्या अल्प रहदारी असणाऱ्या रस्त्याचे पूल बांधताना पूलवजा बंधारा बांधावा, याची कार्यवाही ताबडतोब होणे आवश्यक वाटते. तसेच चढ-उताराच्या भागात ज्या ठिकाणी पारंपरिक पद्धतीने धरण व कालवे प्रकल्प घेण्यासाठी भौगोलिक परिस्थिती अनुकूल नाही; पण जलाशयाच्या बाजूला लाभक्षेत्र उपलब्ध असेल तर हे साठवण तलाव घ्यावेत. राज्यात काही पाटबंधारे तलाव हे कठीण भूस्तरामुळे पाझरत नाहीत, असे दिसून आले. त्या तलावाचा उपयोग साठवण तलाव म्हणून करणे फायद्याचे होईल, जे साठवण तलाव आहेत त्यामधून उपसा सिंचनव्यवस्था फायद्याची ठरू शकते.

ज्या ठिकाणी पाझर तलावाचा भूस्तर कातळांचा असेल, अशा ठिकाणी साठवण तलाव फायद्याचे ठरू शकतील.

पाणलोटक्षेत्र विकास हा बराच गुंतागुंतीचा व निसर्गनिर्मित परिस्थितीच्या सखोल अभ्यासावर आधारित आहे. त्यामुळे शास्त्रीय आणि स्थानिक परिस्थितीवर आधारित नियोजन करणे आवश्यक आहे. राज्यातील कोकण विभाग अतिपावसाचा, तर भूपृष्ठीयदृष्ट्या १/३ डोंगराळ भाग, १/३ अतिपर्जन्याचा प्रदेश अशा गुंतागुंतीच्या नैसर्गिक परिस्थितीमुळे एका विशिष्ट परिस्थितीचे व गुणधर्माचे आहेत. त्या परिस्थितीचा विचार करता प्रत्येक पाणलोटक्षेत्राचे त्यांच्या गुणवैशिष्ट्याच्या अनुषंगाने विकासासाठी नियोजन करणे आवश्यक आहे.

कार्यक्रमाच्या अंमलबजावणीसाठी स्वयंसेवी संस्था, शासकीय अधिकारी, शेतकरी तसेच समाजसेवक आदींनी लक्ष घालणे आवश्यक आहे. त्यामुळे हा कार्यक्रम अधिक कार्यक्षमपणे राबविता येईल. ग्रामीण भागातील शेतकऱ्यांना या कार्यक्रमाच्या अंमलबजावणीसाठी सुदृढ मार्गदर्शन करणे आवश्यक आहे. अर्थात, गावच्या शेतकऱ्यांचा सहभाग महत्त्वाचा आहे. पाणलोटक्षेत्र विकास कार्यक्रम ही जनतेची चळवळ झाली पाहिजे. त्यासाठी शेतकऱ्यांनी जास्तीत जास्त श्रमदान करण्याचीसुद्धा तयारी

ठेवली पाहिजे. महाराष्ट्रातील भौगोलिक रचनेचा विचार करता पाणलोटाची अधिक कामे हाती घेणे आवश्यक आहे. त्यासाठी आर्थिक निधीची तरतूद करणे आवश्यक आहे.

पाणलोटक्षेत्र विकास कार्यक्रमात नालाबांधाशिवाय ही मृद व जलसंधारणाच्या कामाची संख्या वाढविणे गरजेचे आहे. उदा. दगडी बंधारे, जैविक बांध, शेततळी, जमीन सपाटीकरण, कंटुरबंडिंग दुरुस्ती, विहीर दुरुस्ती व सपाटीकरण इ. कामे शासनाने स्वत: हाती घ्यावीत. फळबागलागवडीला अधिक प्राधान्य देणे गरजेचे आहे. त्यासाठी शेतकऱ्यांना विहिरी खोदण्यासाठी कर्जाची सुलभ सोय करावी. सिमेंट नालाबांधाची कामे अधिक हाती घ्यावीत. शिरपूर पॅटर्नप्रमाणे नाल्याची रुंदी व खोली वाढवावी. सामाजिक वनीकरण विभागाला सध्याचा निधी खूपच कमी आहे. वृक्षलागवडीसाठी अधिक निधी उपलब्ध करून देणे गरजेचे आहे. वृक्षसंवर्धनासाठी ग्रामपंचायतींनी चराईबंदी, मोकाट जनावरांना बंदी घालणे आवश्यक आहे. लोकांच्या सहभागासाठी प्रचार प्रसिद्धी तसेच प्रबोधन करणे आवश्यक आहे. त्याचप्रमाणे वनीकरण विभागातील कर्मचाऱ्यांची संख्या वाढविणे आवश्यक दिसते. गावपातळीवरील पाणलोटाविषयी शासकीय योजनांची एक माहितीपुस्तिका तयार करून, शेतकऱ्यांपर्यंत पोहोचवणे आवश्यक आहे. पाणलोटक्षेत्र व्यवस्थापनासही प्रॉपर ॲडमिनिस्ट्रेशनसाठी विभागीय जिल्हा, तालुकापातळीवर स्वतंत्र पद निर्माण करावे.

६.१४ : जलयुक्त शिवार योजना

टंचाईग्रस्त गावांना पाणीदार करण्यासाठी सरकारने 'जलयुक्त शिवार अभियान' सुरू केलेले आहे. या अभियानामुळे गावांमध्ये जलसंधारणाच्या कामांची व्याप्ती वाढणार आहे. त्यामध्ये लघु व मध्यम प्रकल्पांची दुरुस्ती करणे आणि गाळ काढून त्यांचे खोलीकरण वाढविण्यावर भर देण्यात आला आहे. ही कामे पूर्ण झाल्यास लघु व मध्यम प्रकल्पांच्या पाणी साठवण क्षमतेत वाढ होणार आहे.

तसेच जलप्रवाहांचे रुंदीकरण व खोलीकरण, सिमेंट व मातीच्या बंधाऱ्यांचे बांधकाम, कालव्यांची कामे व शेततळी खोदण्याची कामे केली जाणार आहेत. व ती कामे चालू आहेत.

जलयुक्त शिवार योजनेमुळे विकेंद्रित जलसाठे निर्माण होत आहेत. जानेवारी २०१६पर्यंत ६२०० गावांमध्ये जलयुक्त शिवारांच्या विविध कामांच्या माध्यमातून २४ दशलक्ष घनफूट पाणीसाठा निर्माण झालेला आहे. मुख्यमंत्री देवेंद्र फडणवीस यांनी 'जलयुक्त शिवार' या योजनेला महत्त्व दिले असून, त्या अंतर्गत गावे पाणीदार करण्याची त्यांची संकल्पना आहे. त्यानुसार आमदारांच्या अध्यक्षतेखाली तालुका समिती स्थापन करून,

जलयुक्त शिवार कामांचे सनियंत्रण करणार आहे. २०१६मध्ये जलयुक्त शिवार योजनेसाठी ५ हजार गावे निवडण्यात आलेली आहेत. जलयुक्त शिवार योजनेच्या माध्यमातून २०१६ पासून नद्यांच्या पुनरुज्जीवनाचा कार्यक्रम हाती घेण्यात आलेला आहे. या पाच हजार गावांव्यतिरिक्त स्वयंस्फूर्तीने लोकसहभाग दाखविणारी गावेसुद्धा जलयुक्त शिवार योजनेसाठी निवडण्यात येतील.

२०१४-१५ व २०१५-१६मध्ये ३४ जिल्ह्यातील ६२०५ गावे पाणी टंचाई मुक्त करण्यासाठी निवडली आहेत. या गावातून ऑक्टोबर २०१५ पर्यंत १,३०,७६१ कामे पूर्ण झाली आहेत.

मागेल त्याला शेततळे : मुख्यमंत्र्यांनी १६ डिसेंबर २०१५ रोजी अवर्षण प्रवण तालुक्यात 'मागेल त्याला शेततळे' अशी घोषणा केली आहे. या योजनेअंतर्गत शेतकऱ्याला थेट अनुदान देण्यात येणार आहे. त्यामुळे संरक्षित सिंचनाची उपलब्धता वाढणार आहे. शेतकऱ्यांनी या योजनेचा जास्तीत जास्त लाभ घेतल्यास पाण्याचा काहीअंशी प्रश्न सुटणार आहे.

थोडक्यात, पाणलोटक्षेत्राची कामे मोठ्या प्रमाणात वाढवावी लागतील तसेच पाणलोटक्षेत्रात कामे झाल्यानंतर सूक्ष्म सिंचन पद्धत सर्व ठिकाणी सर्व पिकांना वापरणे आवश्यक आहे, तरच पाण्याचा पूर्ण क्षमतेने वापर होईल.

प्रकरण ७

पाण्यासंदर्भात विविध पर्याय : विचार आणि उपाय

७.१ प्रास्ताविक
७.२ पाणी व्यवस्थापन
७.३ पृष्ठभागीय सिंचनविकास व उपाय
७.४ पाणलोटक्षेत्र आणि जलसंधारण
७.५ भूजलविकास
७.६ भूजल पुनर्भरण
७.७ नद्याजोड प्रकल्प
७.८ समुद्राच्या पाण्याचा वापर
७.९ हवेपासून पाणी निर्माण करणे
७.१० पाण्याबाबत विविध विचार
७.११ निष्कर्ष/उपाय

७.१ : प्रास्ताविक

महाराष्ट्रातील पर्जन्यमान पाहिले तर कोकणात दरवर्षी सरासरी २७०० मि.मी. पाऊस पडतो तर सह्याद्रीच्या पूर्वेला हे प्रमाण खूपच कमी ५०० मि.मी. आहे. त्यानंतर राज्याच्या पूर्वेकडे जाताना हे प्रमाण वाढत जाते. अशा विषम पर्जन्यमानामुळे राज्यातील विविध भागातील पाण्याच्या उपलब्धतेत मोठा फरक आहे. परंतु, राज्याची सरासरी १३६० मि.मी. एवढ्या विविध आकडेवारीवरून दिसून येते. म्हणजेच नियोजनाच्या कमतरतेमुळे आपल्याला पाण्याची समस्या निर्माण झाल्याचे दिसून येते. पूर्वी १०० दिवस पडणारा पाऊस सध्या १०० तासांवर आलेला आहे. त्यामुळे 'साठवण क्षमता' निर्माण करणे आवश्यक आहे. महाराष्ट्र राज्याचे भौगोलिक क्षेत्र ३०८ लक्ष हेक्टर आहे. त्यांपैकी लागवडी लायक क्षेत्र २२५ लक्ष हेक्टर आहे. दुसऱ्या जल व सिंचन आयोगाने राज्यात

उपलब्ध होणाऱ्या भूपृष्ठावरील व भूपृष्ठाखालील पाण्यातून राज्यात अंतिमत: १२६ दशलक्ष (५६%) लागवडीलायक क्षेत्र सिंचनाखाली येऊ शकेल असा अंदाज केला आहे. त्यातील भूपृष्ठावरील पाण्यातून ८५ लक्ष हेक्टर आणि भूपृष्ठाखालील पाण्यतून ४१ लक्ष हेक्टर असे एकूण १२६ दशलक्ष हेक्टर अंतिम सिंचनक्षमता सांगितली आहे. २०१०-११पर्यंत ४८.२५ लक्ष हेक्टर इतकी म्हणजे २१.४४% सिंचनक्षमता निर्माण झाली आहे. म्हणजेच राज्यातील ७८.५६% शेती अद्यापही पावसावर अवलंबून आहे. राज्यातील ४०% भूभाग अवर्षण प्रवण क्षेत्रात मोडतो. या प्रदेशात अत्यल्प आणि अनियमित पावसामुळे सतत टंचाई असते. सर्वसाधारण प्रदेशात पुरेसा पाऊस पडतो परंतु सिंचन प्रकल्पांच्या सुविधांअभावी त्या प्रदेशात उन्हाळ्यात पाणी टंचाई जाणवते. राज्यात पावसाचे प्रमाण ४०० ते ६००० मि.मी. असे विषम दिसून येते. त्यामुळे सर्वच प्रदेशात विविध कारणांनी कमी जास्त पाणी टंचाई जाणवते.

अवर्षण हे नैसर्गिक असले, तरी वारंवार निर्माण होणारी टंचाईची तीव्रता कमी करून नुकसान टाळता येईल. त्यासाठी राज्यातील उपलब्ध जलसंपत्तीचा नियोजनपूर्व व काटकसरीने वापर करून शाश्वत सिंचन व्यवस्था निर्माण करणे गरजेचे आहे. सध्या राज्यात प्रवाही सिंचन पद्धतीने पाणी दिले जाते. त्यानुसार १२६ लक्ष हेक्टर सिंचनक्षेत्र अनमानीत केलेले आहे. परंतु, सर्वच क्षेत्र सूक्ष्म सिंचन पद्धती, जसे ठिबक, तुषार इ. पद्धतीने केल्यास ते १८५ लक्ष हेक्टरच्या। पुढे जाऊ शकते म्हणजे ते लागवड योग्य क्षेत्राच्या ८२% होऊ शकेल. त्यासाठी खूप नियोजनपूर्वक प्रकल्प आखणी करून, शासन आणि लाभधारक यांना प्रयत्न करावे लागणार आहेत. सिंचनासंदर्भात समाजाचे प्रबोधन होणे गरजेचे आहे. सूक्ष्म सिंचनाविषयी कठोर निर्णय घेणे आवश्यक आहे. सरकारने त्यासाठी सबसिडी तसेच सूक्ष्म सिंचनाची सामग्री स्वस्त दरात कशी उपलब्ध होईल याकडे लक्ष दिले पाहिजे. शेतकऱ्यांनी त्यामध्ये जास्तीत जास्त सहभाग नोंदविला पाहिजे.

दुसरे म्हणजे राज्यात वार्षिक सरासरी पाणी उपलब्धता १,६३,८२० द.ल.घ.मी. एवढी आहे. त्यातील वापरासाठी १,२५,९३६ द.ल.घ.मी. एवढे पाणी वापरता येईल. त्यासाठी पाण्याचे नियोजन तसेच पाणी वापरावर शिस्त आणावी लागेल. पिण्याचे पाणी, कृषीक्षेत्रासाठीचे पाणी, औद्योगिक क्षेत्रासाठीचे पाणी आणि इतर कारणांसाठीचे पाणी यावर नवीन पद्धतीने पाणी काटकसरीने कसे वापरता येईल हे पहावे लागेल. थोडक्यात, पाणी मोजून द्यावे लागेल. शेती संदर्भात पाण्याची उत्पादकता मोजावी लागेल. काही निर्णय कठीण असले तरी सध्याची स्थिती पाहता निर्णय घ्यावे लागतील असे दिसते.

२०११च्या जनगणनेनुसार महाराष्ट्राची लोकसंख्या ११.२४ कोटी आहे तर भारताची

१२१.०२ कोटी झालेली आहे. महाराष्ट्रात ४५.२०% लोक नागरी भागात आहेत तर देशातील ३१.१६% लोक नागरी भागात आहेत. देशाच्या तुलनेत राज्यात शहरीकरण मोठ्या प्रमाणात होत आहे. परंतु, खूप मोठी लोकसंख्या अजूनही शेती व शेती संलग्न उद्योगांवर अवलंबून आहे. त्यामुळे पाण्याची मागणी दिवसेंदिवस वाढत आहे. त्यामुळे पाण्यासंदर्भात विविध पर्यायांचा अभ्यास करणे महत्त्वाचे आहे.

७.२ : पाणी व्यवस्थापन

पृथ्वीचा सुमारे ७१% भाग पाण्याने व्यापलेला असला तरी त्यांपैकी सुमारे ९७.१% पाणी समुद्रात असून, ते खारट आहे. सुमारे २.२% पाणी दोन्ही ध्रुवांनजीकच्या प्रदेशात बर्फाच्या स्वरूपात आहे. त्यामुळे जीवसृष्टीच्या अनेकविध वाढत्या गरजा भागविण्यासाठी उपयुक्त असे गोडे पाणी केवळ ०.८% आहे. यावरून उपयुक्त गोडे पाणी किती मर्यादित आहे, हे स्पष्ट होते. उपयुक्त पाणी अत्यंत मर्यादित असूनही विकसनशील देश अद्यापही पाण्याचा अनिर्बंध वापर करीत आहेत. त्याचे अनिष्ट परिणाम नजीकच्या काळात मानवालाच नव्हे, तर संपूर्ण जीवसृष्टीला भोगावे लागणार आहेत.

वार्षिक सरासरी पर्जन्यमानाच्या बाबतीत भारताचा जगामध्ये दुसरा क्रमांक लागतो; परंतु भारतात प्रचंड वेगाने वाढणाऱ्या लोकसंख्येमुळे दरडोई उपलब्ध होणाऱ्या पाण्याच्या बाबतीत भारताचा जगामध्ये सहावा क्रमांक लागतो. असे 'पॉप्युलेशन ॲक्शन इंटरनॅशनल' (वॉशिंग्टन) या आरोग्यविषयक प्रबोधन करणाऱ्या जागतिक संस्थेने केलेल्या अभ्यासावरून स्पष्ट झाले आहे.

उपलब्ध पाण्याच्या संदर्भात धोक्याचा इशारा देणारे निष्कर्ष पुढीलप्रमाणे दिसून येतात -

१) १९५५मध्ये भारतात दरडोई प्रतिवर्षी वापरासाठी उपलब्ध पाणी ६०९१ घनमीटर होते. ते १९९०मध्ये २४६४ घनमीटर इतके झाले. २०२५मध्ये तर ते १४९६ घनमीटर एवढेच असेल.

२) १९५५ पासून १९९०पर्यंत ३५ वर्षांत भारतातील पाण्याची दरडोई उपलब्धता ५३%नी कमी झालेली आहे व पुढील ३५ वर्षांत म्हणजे २०२५पर्यंत ती ७२% ने कमी होणार आहे.

स्वीडनमधील प्रसिद्ध जलशास्त्रज्ञ फॉकेनमार्क यांनी टंचाईच्या संदर्भात पाणी टंचाई निर्देशांक अथवा सूचकांक (Water Stress Index) विकसित केला असून, तो जगभर मान्य करण्यात आलेला आहे.

तक्ता क्र. ७.१ : पाणी टंचाई निर्देशांक

क्र.	दरडोई दरवर्षी वापरण्याजोगे उपलब्ध पाणी	उपलब्ध पाण्याच्या स्थितीविषयी अभिप्राय
१)	१७०० घनमीटरपेक्षा जास्त	समाधानकारक
२)	१००० ते १७०० घनमीटर	टंचाईसदृश
३)	१००० घनमीटरपेक्षा कमी	दीर्घकालीन टंचाई

आपल्या देशात लवकरच टंचाईसदृश परिस्थिती निर्माण होऊन त्यापुढील काळात म्हणजे इ.स.२०२५पर्यंत भयावह परिस्थिती निर्माण होण्याचा धोका संभवतो.

उपलब्ध पाण्यापैकी ५०% पाण्याचा प्रत्यक्ष वापर करणे शक्य आहे. पावसामुळे उपलब्ध होणाऱ्या पाण्यापासून प्रत्यक्ष वापरासाठी पाणी उपलब्ध करण्यास किती मर्यादा आहेत, याची कल्पना येते आणि त्यामुळे पाण्याचे व्यवस्थापन महत्त्वाचे ठरते.

महाराष्ट्रात पाण्याची नैसर्गिक सरासरी उपलब्धता १६,३८,२० द.ल.घ.मी. असून पाणी वापराची स्थिती (१९९६मध्ये) २५,५२३ द.ल.घ.मी. एवढी आहे. दरडोई उपलब्धता (१९९१ आधारित) २०७६ घनमीटर एवढी आहे. जलशास्त्रज्ञ फॉकेनमार्क यांच्या मूल्यमापन सूचकांकाप्रमाणे महाराष्ट्रात लवकरच टंचाईसदृश परिस्थिती निर्माण होऊन त्या पुढील काळात म्हणजे इ.स.२०२५पर्यंत भयावह परिस्थिती निर्माण होण्याचा धोका संभवतो.

वाढती लोकसंख्या, वाढते औद्योगिकीकरण व शहरीकरण, वाढते राहणीमान यामुळे अलीकडच्या काळात पाण्याचा वाढत्या प्रमाणात वापर होत आहे. अशा स्थितीत पाणी व्यवस्थापनाची नितांत गरज आहे.

धरणातून सोडलेल्या पाण्यापैकी सुमारे ४५% पाणी शेतात येईपर्यंत वाया जाते. पुढे पिकाला मिळेपर्यंत १७% पाणी वाया जाते. एकंदरीत ६२% पाणी वाया जाते. धरणापासून काढलेल्या कालव्याच्या पाण्याचा होणारा अपव्यय टाळण्यासाठी कालव्यास अस्तरीकरण करणे गरजेचे आहे. त्या दृष्टीने शक्य त्या जुन्या कालव्यांचे अस्तरीकरण केले पाहिजे. एवढेच नव्हे, तर नजीकच्या काळात धरणाचे पाणी पाइपलाइनद्वारे शेतापर्यंत आणण्याची व्यवस्था विकसित करावी लागेल. त्यामुळे पाण्याची गळती थांबेल व पाणी वाया जाणार नाही. ही बाब खर्चीक असली तरी नजीकच्या काळातील पाणीप्रश्नाचे गंभीर स्वरूप लक्षात घेता या पद्धतीला महत्त्व प्राप्त होणार आहे. यासंदर्भात सतत लेखकाने आपले मत मांडले आहे आणि आता २०१६ पासून महाराष्ट्र शासनाने यापुढील प्रकल्पांचे पाणी लोखंडी पाइपद्वारे आणण्याचे योजले

आहे. उशिरा का होईना परंतु शासनाने बंद पाइपद्वारे पाणी पुरवठा करण्याचे मान्य केले आहे. ही समाधानाची बाब आहे.

महाराष्ट्रातील/भारतातील मूलभूत समस्यांवर मात करण्यासाठी पाणी व्यवस्थापन हा महत्त्वाचा उपाय आहे.

१) अवर्षणप्रवण भागाला सिंचनाचा लाभ होण्यासाठी पाणी व्यवस्थापन आवश्यक आहे.

२) वाढत्या लोकसंख्येला लागणारे अन्नधान्य व इतर उत्पादने वाढती ठेवण्यासाठी सिंचनाखालील क्षेत्रात वाढ होणे आवश्यक आहे. त्यासाठी पाणीसाठवण व व्यवस्थापन महत्त्वाचे आहे.

३) सुधारित तंत्रज्ञान वापरून दर हेक्टरी पीक वाढवणे गरजेचे आहे.

४) अनियमितता आणि अनिश्चितता हे मान्सूनच्या पावसाचे वैशिष्ट्य असल्यामुळे पाण्याचे व्यवस्थापन महत्त्वाचे आहे.

५) वाढती लोकसंख्या, वाढते औद्योगिकीकरण, शहरीकरण, वाढते राहणीमान यामुळे पाण्याचा वाढत्या प्रमाणात वापर होतो व त्यामुळे शेतीच्या पाण्यावर मर्यादा पडते. यासाठी पाण्याचे नियोजन आणि व्यवस्थापन करणे आवश्यक आहे.

६) दर हेक्टरी पाण्याची उत्पादकता मोजणे आवश्यक आहे.

पर्जन्य, भूपृष्ठजल व भूगर्भजल हे पाण्याचे उपलब्ध स्रोत आहेत. त्यामुळे पाणी व्यवस्थापनाची एकच योजना सर्वत्र राबविणे शक्य नाही. त्या दृष्टीने पर्जन्य, भूपृष्ठजल, भूगर्भजल यांचे व्यवस्थापन करावे लागेल व योग्य नियोजन करावे लागेल.

पाणी व्यवस्थापनाचे उपाय

पाणीटंचाईची तीव्रता कमी होणे हे पाणी व्यवस्थापन करण्याच्या प्रयत्नांवर अवलंबून आहे. पाण्याचा काटकसरीने व कार्यक्षमरीत्या वापर केल्यास पाण्याची लक्षणीय बचत होते. त्यामुळे अधिक क्षेत्र सिंचनाखाली आणणे शक्य आहे. त्यासाठी सूक्ष्म सिंचन पद्धतीचा अवलंब करणे गरजेचे आहे.

१) ठिबक सिंचन - ठिबक सिंचन म्हणजे पाण्याचा प्रत्येक थेंब पिकाच्या वाढीसाठी उपलब्ध करून देणारी पद्धत. या सिंचनपद्धतीत पिकांच्या किंवा झाडाच्या बुंध्याजवळ थेंब थेंब पाणी ठिबकत राहते.

ठिबक सिंचनामुळे थेट पिकाच्या मुळाशी पाणी पोहोचते. या पद्धतीमुळे ६० ते ८० टक्के पाण्याची बचत होते.

२) फवारा सिंचन - फवारा सिंचनपद्धतीमुळे ३० ते ३५ टक्के पाण्याची बचत होते, हे अनेक वर्षे कृषी विद्यापीठातील संशोधनावरून सिद्ध झाले आहे. महात्मा फुले

कृषी विद्यापीठ, राहुरी, जि. अहमदनगर येथे फवारा पद्धतींने विविध पिकांवर प्रात्यक्षिके घेण्यात आली. त्यानुसार प्रचलित पद्धतीपेक्षा फवारा पद्धती यामुळे पाण्याची बचत ३० टक्क्यांपेक्षा अधिक आणि उत्पादनात वाढ १२ ते ४७ टक्के होते, हे सिद्ध झाले आहे. (हे प्रात्यक्षिक भुईमूग, मिरची, लसूण, कोबी, कांदा, सूर्यफूल, ज्वारी, गहू या पिकांबाबत घेतले.)

३) बायवॉल सिंचन - ही पद्धत सुधारित सिंचनप्रकार असून, पिकांच्या मुळांनाच पाणी देणे हे या पद्धतीचे वैशिष्ट्य आहे. बायवॉल पाइप जमिनीखाली गाडला जातो. त्यावर सिंचनासाठी ठरावीक अंतरावर छिद्रे असतात. त्यातून पिकाच्या मुळाशी पाणी ठिबकत राहते. या पद्धतीने पिकांना हवे तेवढेच पाणी दिले जाते. बायवॉलचा पाईप व पिकाची मुळे जमिनीच्या आतील भागात असतात. तसेच त्यामुळे पिकाच्या आंतरमशागतीच्या कामात अडचण येत नाही. या पद्धतीमुळे पाणी व मजुरीचा खर्च यामध्ये ५० टक्के बचत होते.

थोडक्यात, ठिबक, तुषार, डिफ्युजर तंत्राचा वापर केल्यास सिंचनक्षमतेत मोठ्या प्रमाणात वाढ होऊ शकते. उदा. इस्राइल देशाने कमी पर्जन्यमान असूनही सूक्ष्म सिंचन पद्धतीने संपूर्ण शेती सिंचनाखाली आणलेली आहे.

आधुनिक तंत्रज्ञान

महाराष्ट्रात ज्या अवर्षणप्रवण भागात कालव्याच्या पाण्याची सिंचनासाठी सोय आहे त्या भागामध्ये ऊस, फळबागा ही पिके घेण्याकडे शेतकऱ्यांचा मुख्यत्वे कल आहे. त्यामुळे कालवे व कालव्याच्या लाभक्षेत्रातील विहिरी यांच्या पाण्याचा वापर ठिबक पद्धतीने केल्यास पाण्याची बचत होऊन अधिक क्षेत्र सिंचनाखाली येऊ शकते.

मोठ्या, मध्यम आणि लघु सिंचन प्रकल्पांचा नैसर्गिक कारणांमुळे म्हणजे जेथे प्रवाही पद्धतीने पाणी पोहोचू शकणार नाही, अशा अवर्षणप्रवण भागासाठी पुढील पद्धतीचा वापर करून मर्यादित का होईना, परंतु पाण्याची उपलब्धता होऊ शकते.

अ) उपसा सिंचन योजना

विहिरी, कालवे, नद्या, धरणांचे जलाशय इत्यादींच्या पाण्याचा उंचवट्यावरील शेतीला लाभ मिळवून देण्याच्या दृष्टीने 'उपसा सिंचन पद्धत' अवर्षणप्रवण भागाला वरदान ठरणारी आहे. त्यामुळे पिढ्यान्‌पिढ्या पाण्यापासून वंचित राहिलेल्या शेतीस पाणी उपलब्ध करणे शक्य झाले आहे.

उपसा सिंचन पद्धतीमध्ये बंद नलिकेमधून पाणी नेण्यात येते. त्यामुळे बाष्पीभवन होत नाही. तसेच पाणी जमिनीत मुरून वाया जात नाही. तथापि, शासनाच्या मोठ्या उपसा सिंचन योजनांमध्ये पाणी उंचावर पंपाने नेल्यावर ते कालव्यात सोडण्याची अत्यंत

अशास्त्रीय पद्धत वापरात आहे. उपसा केलेले किमती पाणी उंचावरही बंद नलिकांमधूनच वितरित केले पाहिजे. सन २०१२-१३पर्यंत कोल्हापूर, सांगली व सातारा जिल्ह्यात नदीवरून खासगी उपसा योजनेद्वारे ३,४०,२०० हेक्टर क्षेत्र प्रत्यक्ष सिंचनाखाली आणले आहे. कोल्हापूर पद्धतीच्या बंधाऱ्यातून ही योजना मोठ्या प्रमाणात राज्यात राबविली जाते.

उपसा सिंचनाचे फायदे

- पाण्याचा कार्यक्षम वापर होतो.
- गरजेनुसार पाणी देणे शक्य होते.
- सिंचन पूर्णपणे लाभधारकाच्या हाती असते.
- सिंचनक्षेत्राचे विकेंद्रीकरण होते.

मात्र, या सिंचनपद्धतीच्या संदर्भात नियोजनाचा अभाव असल्यामुळे भूजलाचा अनिर्बंध वापर केला जात आहे व त्यामुळे भूजलाची पातळी खाली जात आहे. त्यासाठी भूजलाचे पुनर्भरण करण्यासाठी युद्धपातळीवर प्रयत्न करणे आवश्यक आहे.

ब) पाणलोट क्षेत्रविकास

पाणालोट क्षेत्रविकास या संकल्पनेविषयी प्रकरण ६मध्ये सविस्तर विश्लेषण केले आहे.

पाणलोटक्षेत्र विकासामुळे पाण्याचा प्रश्न पूर्णत: व कायमस्वरूपी सुटू शकतो, असा दावा करता येत नसला, तरी पाण्याच्या टंचाईची तीव्रता निश्चितपणे कमी होऊ शकते. पिण्याच्या पाण्याचा प्रश्न सुटण्यास मोलाची मदत होते.

सूक्ष्म तुषार सिंचन, फवारा सिंचन, ठिबक सिंचन या आधुनिक पद्धतींमुळे सिंचनाची क्षमता ९० ते ९५ टक्के वाढविता येते. तसेच प्रचलित पद्धतीने पाणी देताना वापरल्या जाणाऱ्या पाण्यापैकी ४० ते ५० टक्के पाण्याची बचत होते. २१ व्या शतकातील पाणीप्रश्नाच्या तीव्रतेचा विचार करता 'आधुनिक सिंचन पद्धती' अपरिहार्य ठरणार आहे.

प्रचलित सिंचन पद्धतीच्या हानीचा विचार करून त्यावर उपाययोजना करणे आवश्यक आहे.

पाणी व्यवस्थापनासाठी पुढील बाबी महत्त्वाच्या आहेत -

१) 'पाणी अडवा पाणी जिरवा' या तत्त्वाप्रमाणे पाणलोटक्षेत्र विकास करणे आवश्यक आहे.

२) पाण्याचा वापर करताना पाण्याचा अपव्यय टाळणे.

३) शेतकऱ्यांनी पाणीवाटपात सहकारी तत्त्वाचा सहभाग वाढविणे गरजेचे आहे.

४) वाढती लोकसंख्या, शहरीकरण, सुधारत जाणारे राहणीमान यामुळे दिवसेंदिवस पाण्याचा वापर वाढणार आहे. त्यासाठी पाण्याच्या वापरासंदर्भात समाजप्रबोधन करणे महत्त्वाचे आहे. पाणी काटकसरीने वापरणे गरजेचे आहे.

५) ठिबक सिंचन, तुषार सिंचन इ.सारख्या आधुनिक तंत्रज्ञानाचा वापर करणे आवश्यक आहे. (सूक्ष्मसिंचन पद्धतीचा वापर).

६) पाण्याच्या उपलब्धतेनुसार पीक नियोजन करणे आवश्यक आहे. तसेच पाणीवापराच्या दृष्टिकोनातून जमिनीचे वर्गीकरण करणे महत्त्वाचे आहे.

७) पिकांना पाणी देताना होणारा अपव्यय टाळण्यासाठी रानबांधणी करणे आवश्यक आहे.

८) भौगोलिक परिस्थिती आणि पाण्याची गरज लक्षात घेऊन प्रकल्प राबविणे महत्त्वाचे आहे आणि जास्तीत जास्त क्षेत्र सिंचनाखाली आणणे महत्त्वाचे आहे.

पाण्याच्या प्रदूषणाचा प्रश्न सध्या गंभीर बनत चालला आहे. त्यासाठी जलशुद्धीकरण आणि पुनर्वापर यावर भर देणे आवश्यक आहे.

७.३ : पृष्ठभागीय सिंचनविकास व उपाय

शेतीला सिंचन निर्माण करण्यासाठी व पिण्याच्या पाण्यासाठी सर्व ते मार्ग व साधने शोधणे, तसेच पाणी जास्तीत जास्त क्षेत्रावर विखरून देणे हे पाणीवाटप समान तत्त्वावर असणे आवश्यक आहे. यादृष्टीने १९६२चा महाराष्ट्र सिंचन आयोग (बर्वे कमिशन), १९७२चा भारत सरकार नियुक्त दुसरा पाटबंधारे आयोग (जैन आयोग), १९७३ची वस्तुस्थिती अन्वेषण समिती (सुखटणकर समिती), १९७९ची आठमाही सिंचन समिती (दांडेकर समिती), १९९९चा महाराष्ट्र जल व सिंचन आयोग (डॉ. चितळे आयोग) इत्यादी समित्यांनी केलेल्या शिफारशी लक्षात घेऊन सिंचनाच्या सर्व साधनांचा कमाल क्षमतेपर्यंत विकास करून त्यांचे विस्तृत व न्याय्य पद्धतीने वाटप करण्याचा विस्तृत कार्यक्रम हाती घेणे आवश्यक आहे. महाराष्ट्राची भौगोलिक, पर्जन्यविषयक आणि भूशास्त्रीय वैशिष्ट्ये, मोठ्या पाटंबधारे योजना आवश्यकच नव्हे तर महत्त्वाच्या ठरतात. महाराष्ट्रात सर्व भागांत साधारणपणे दोन ते अडीच महिन्यांत मोठ्या प्रमाणावर पाऊस पडून जातो. तसेच एक तृतीयांश भाग अवर्षणप्रवण, त्यामुळे अवर्षण आणि बेभरवशाच्या पावसाच्या प्रदेशाला मोठ्या प्रमाणावर व निश्चितपणे पाणी उपलब्ध करून देण्याचा मार्ग म्हणजे नद्यांचे प्रवाह मोठ्या धरणांनी अडवून जलाशयामध्ये पाणी साठवणे. महाराष्ट्राच्या भूशास्त्रीय परिस्थितीमुळे भूजलाच्या साठ्यावर व वापरावर मर्यादा आहेत. त्यामुळे सिंचनासाठी तसेच भूजलाची पातळी वाढावी म्हणूनदेखील पृष्ठ जलसिंचनावर भर देणे आवश्यक ठरते. या सर्व गोष्टींचा विचार करता मोठ्या पाटंबधारे योजनांवर भर देणे

आवश्यक आहे. राज्यातील ७१ लाख हेक्टर जमीन १९८०पर्यंत सिंचनाखाली आणण्याची बर्वे आयोगाची शिफारस १९६४मध्ये सरकारने स्वीकारल्यानंतर २००२ साली २९ लाख हेक्टर क्षेत्र निव्वळ सिंचनाखाली होते. एकूण पिकाखालील क्षेत्रापैकी हे प्रमाण १६% होते.

महाराष्ट्रातील जलसंपत्तीपैकी जास्तीत जास्त पाणी उपलब्ध होण्यासाठी विश्वासार्हतेचा निकष ७५ टक्क्यांऐवजी ५० टक्क्यांवर आणणे फायदेशीर आहे. धरणाची विश्वासार्हता जेथे धरण बांधायचे त्या ठिकाणच्या पावसाच्या प्रमाणावरून व त्यातून उपलब्ध होणाऱ्या जलप्रवाहाच्या आकारमानावरून ठरविली जाते. जर ७५% विश्वासार्हता म्हणजे गेल्या १०० वर्षांतील पर्जन्यमानावरून काढलेल्या जलप्रवाहांपैकी ७५ वर्षे खात्रीने मिळणार आहे, असा जलप्रवाह लक्षात घेऊन तेवढ्या क्षमतेने धरण उभे केले जाते. ही विश्वासार्हता ५०%पर्यंत आणल्यास ५० वर्षे खालीचा जलप्रवाह लक्षात घेतला जातो, तो अर्थातच ७५ वर्षांत खात्रीशीर असणाऱ्या प्रवाहापेक्षा जास्त असतो. त्यामुळे अधिक क्षमतेचे धरण उभारून जादा पाणी साठवणे शक्य होते. ज्या खोऱ्यात ७५% विश्वासार्हतेने उपलब्ध होणारे पाणी अपुरे पडते, अशा खोऱ्यात ५०% विश्वासार्हतेची धरणे बांधल्याने अधिक पाणी उपलब्ध होऊ शकेल; परंतु, ही विश्वासार्हता त्या त्या खोऱ्यातील भौगोलिक परिस्थिती लक्षात घेऊन निश्चित करावी लागेल. विश्वासार्हतेचा हा निकष बदलल्याने सुमारे ३०% जादा पाणी उपलब्ध होऊ शकेल, तसेच या समितीने कुकडी व ऊर्ध्व गोदावरी प्रकल्पांची विश्वासार्हता ७५% ऐवजी ५० व ६०% धरूनसुद्धा या प्रकल्पांचे लाभ व खर्चाचे गुणोत्तर अनुक्रमे १:७५ व १:८५ एवढे होऊ शकते आणि विश्वासार्हता ५० टक्क्यांपर्यंत आणणे तोट्याचे नसते. भारताच्या पाटबंधारे योजनेबाबतच्या धोरणात समाजवादी समाजरचनेची राष्ट्रीय उद्दिष्टे असली पाहिजेत. अवर्षणग्रस्त क्षेत्रात पाटंबधारे कामाबाबत उदार धोरण स्वीकारावे व मोठ्या मध्यम योजनांचे लाभ खर्चाचे गुणोत्तर समान १:१ होईपर्यंत शिथिल करण्यात यावे.

हे सर्व लक्षात घेता सध्याच्या पर्जन्याचा अवर्षणाचा, भूपृष्ठाचा विचार करता विश्वासार्हता निकष लवचीक करणे आवश्यक आहे. त्यामुळे पाण्याचा साठा वाढून सिंचनक्षेत्र वाढू शकेल. लाभखर्चाचे गुणोत्तर हे समाजाच्या सोयींचा विचार करता केवळ फायद्या-तोट्याचे नसावे. ते जास्तीत जास्त लोककल्याण करणारे व सिंचनक्षमता वाढविणारे असावे.

जपानमध्ये १९०५ साली कायदा होऊन शेतकरी संघटना स्थापन झाल्या. त्यांनाच शेती पाणीपुरवठा सामूहिक तत्त्वावर आधारित केला जाऊ लागला. पाणी व्यवस्थापनात भूमिका बदलत चालली आहे. स्पेन, फ्रान्समध्ये सिंचन कालवे अद्ययावत केले आहे. शेतकऱ्यांच्या शेतापर्यंत सूक्ष्म संवेदन देणारी उपकरणे बसवली आहेत. इलेक्ट्रिक

उपकरणांनी वहनव्यवस्था स्वयंचलित केली आहे. आपल्या देशात १५ ते २० वर्षांत वीज आणि इलेक्ट्रॉनिक्स उपकरणे महत्त्वाची ठरणार आहेत.

जादा पाणी अडविण्यासाठी व ते सिंचनाचे वापरण्यासाठी नद्या-खोऱ्यांमध्ये जादा धरणे बांधण्याची कामे तातडीने हाती घेतली पाहिजेत. राज्यात नदीजोड योजना प्राधान्याने हाती घेणे आवश्यक आहे. या योजना मोठ्या खर्चाच्या असल्या तरी सिंचनसुविधा निर्मितीसाठी आवश्यक आहे. त्याचप्रमाणे कोकण भागात जास्त पाऊस पडतो. (३००० मि.मी.) ते वाहून जाणारे पाणी अडवून पूर्व भागात राज्यात आणल्यास सिंचन सुविधा वाढू शकेल, त्यासाठी मोठ्या खर्चाची तरतूद तसेच नियोजन करावे लागेल. कोकणातील या नद्यांचे पाणी घाटमाथ्यावरून बोगदे तयार करून आणण्याचाही प्रयत्न करावा लागेल.

नदीखोऱ्यातील ज्या उंचावरील पठारी देशांना कालव्यावाटे पाणी पोहोचवणे शक्य नाही तेथे मोठ्या जलाशयातून कालव्यांवाटे वा नद्यांवाटे पाणी सोडून ते उपसाजलसिंचन पद्धतीने (लिफ्ट इरिगेशन) पुरवण्याची व्यवस्था करणे आवश्यक आहे. त्यामुळे त्या भागातील पिण्याच्या पाण्याची, तसेच शेतीसाठी किमान आवश्यक त्या पाण्याची सोय होईल. मोठ्या धरण योजनांमुळे विस्थापित होणाऱ्या जनतेचे पुनर्वसन सुरुवातीस करून मगच धरण योजना पूर्ण होऊ शकतील. तसेच या विस्थापितांचे पुनर्वसन संबंधित धरणयोजनेच्या लाभक्षेत्रातच होणे आवश्यक वाटते. जर त्या धरणाच्या खाली सिंचित क्षेत्रात पुनर्वसनासाठी क्षेत्र उपलब्ध नसेल तर दुसऱ्या धरणाच्या लाभक्षेत्रात पुनर्वसन होणे आवश्यक वाटते. शासनाने विस्थापितांचा प्रश्न प्राधान्याने सोडवणे, तसेच पर्यावरणरक्षणाचीही काळजी घेणे आवश्यक आहे.

पाण्याचे शास्त्रीय व न्याय्य पद्धतीने वाटप व्हावे, त्याचा वापर काटकसरीने व कार्यक्षम रीतीने व्हावा यासाठी नव्या आणि जुन्या सर्व पाटबंधारे योजनांचे पाणी मोजून देण्यास सुरुवात केली पाहिजे. पाणीवाटपाचा खोरेनिहाय तपशील महाराष्ट्रातील जल व सिंचन आयोगाने (१९९९) डॉ. चितळे आयोगाने तयार केलेला आहे. या उपलब्ध पाण्याचा उपयोग सिंचनासाठी जास्तीत जास्त होण्यासाठी शेतीक्षेत्रात अधिकाधिक प्रमाणात ठिबक, तुषार पद्धतीचा अवलंब करणे आवश्यक आहे. धरणापासून शेतापर्यंत बंद पाइपचा वापर करून शेतीला पाणी उपलब्ध करून पिकांच्या बुंध्याला पाणी दिल्यास पाण्याचा अपव्यय खूपच कमी होऊन अधिक क्षेत्र सिंचनाखाली येऊ शकेल. या योजनेसाठी दृढ निश्चय आवश्यक आहे. कमी पाण्याची हंगामी पिके घेतल्यास तेवढ्याच पाण्यात महाराष्ट्रातील आणखी जमीन सिंचनाखाली आणता येईल. याशिवाय पाण्याचा काटकसरीने व शास्त्रीय पद्धतीने वापर करावा लागेल. त्यामुळे पाण्याच्या अतिवापराने जमिनी खारावण्याच्या व चिबाड होण्याचा प्रश्न आपोआप संपुष्टात येईल. पाण्याचा लाभ

अधिक शेतकऱ्यांपर्यंत जाण्यासाठी सहकारी पाणीवाटप संस्था सुरू कराव्यात. दुष्काळ निर्मूलनासाठी तसेच जलसंपदा वाढविण्यासाठी जलसंपदाविकासाची गरज आहे.

७.४ : पाणलोटक्षेत्र आणि जलसंधारण

पाणलोटक्षेत्रातील जलसंधारण कामामुळे भूपृष्ठीय जल व भूजल यांचा विचार करावा लागतो. त्याचा तपशील प्रकरण ६मध्ये दिला आहे.

कमी पाऊस असूनही बीजिंग येथे (६०० मि.मी.) गेल्या पंधरा वर्षांत परिवर्तन झाले आहे. सर्व सिंचनव्यवस्था हरितगृह सिंचनाद्वारे होते. त्यामुळे पाणी वापरण्याच्या पद्धतीबाबत आपल्याला सुधारणा करावी लागेल. धान्य, शेंगदाणा, डाळ इत्यादींचे जनुक, जंतू, रंग, आकार (टोमॅटो, वांगी इत्यादी), गुणवत्तेची उत्पादकता वाढविणे ही पुढच्या पिढीवर अवलंबून आहे. तसेच सिंचन हे आंतरशाखीय आहे, याचाही विचार करावा लागेल.

महाराष्ट्रात सुमारे सव्वाशे वर्षे 'सिंचनवादी' विचार प्रभावी राहिला. त्यामुळे आपण पाण्याचे थेंब हातातून निसटू दिले. पाण्याचे नियोजन म्हणजे कालवा-सिंचन हा एकांगी विचार 'सिंचनवादा'चाच एक भाग होय. दुसऱ्या जल व सिंचन आयोगाने आपल्या अहवालातही मुख्य भर म्हणजे तो पाटबंधाऱ्यावर - जिथे पाटबंधारे शक्य नाहीत, तिथे 'पाणलोटक्षेत्र विकास' असा दृष्टिकोन मांडला आहे.

महाराष्ट्रात गेली सुमारे ७० वर्षे जलसंधारणाचे व किमान २५ वर्षे पाणलोट विकासाचे प्रयत्न शासकीय तसेच स्वयंसेवी पातळीवर झाले आहेत. सिंचनवादी विचारात जसे मोठे प्रकल्प केंद्रस्थानी राहिले आहेत, तसेच पाणलोटक्षेत्र विकासाचा विचार हे छोटे प्रकल्प आणि स्थानिकता या मर्यादेतच अडकला आहे. त्यामुळे दोन्ही विचारांत एक तऱ्हेचा एकांगीपणाच आढळून येतो. यावर उपाय म्हणून आज हे दोन्ही एकत्र आणण्याचा विचारही मांडला जात आहे. यातही काही वेळा पाटबंधारे आणि पाणलोटक्षेत्र यांची केवळ यांत्रिक बेरीजच अभिप्रेत असते. तसेच आज आंतरराष्ट्रीय संस्थांपासून ते राज्यातील शासकीय अधिकाऱ्यांपर्यंत सर्वत्र एकात्मिक जल-व्यवस्थापनाचा विचार मांडला जात आहे, ही गोष्ट चांगली आहे.

पाणलोटक्षेत्र कार्यक्रमातून किती घन कि.मी. पाणी वापरले जाते, याचाही हिशोब आपल्याला करावा लागेल. पाणलोट क्षेत्राची विभागणी महाराष्ट्र भूजल सर्वेक्षण व विकास यंत्रणेने ५०५ पाणलोटक्षेत्रांमध्ये केली आहे. यांपैकी ४२२ क्षेत्रे ही अवर्षणप्रवण भागात येतात. त्यामुळे महाराष्ट्रात पाणी नियोजनाचा आराखडा या ५०५ पाणलोटक्षेत्रांना पायाभूत मानून त्यांची विभागणी साधारण ६० हजार लघु पाणलोटक्षेत्रांमध्ये केलेली आहे. आज या ६० हजार लघु पाणलोट क्षेत्रांपैकी १०% क्षेत्रांवर सर्वंकष पाणलोटक्षेत्र विकास

झाला का? मात्र राजकीय, प्रशासकीय, आर्थिक, सामाजिक, व्यवस्थापन योग्य रीतीने केले तर या छोट्या पाणलोटांचे व्यवस्थापन शक्य होईल. महाराष्ट्रात ४०,७८५ खेडी आणि ४५,८९६ वाड्या आहेत. अतिदुर्गम भाग वगळला तर लघु पाणलोटक्षेत्रांपैकी जमीन पाण्याचे शास्त्रशुद्ध व्यवस्थापन शक्य आहे. या गावे, वाड्यांपैकी २७,६५४ खेडी आणि २५,८०८ वाड्या पाण्याच्या बाबतीत आज समस्याग्रस्त वर्गात मोडतात.

२००३ साली पुणे जिल्ह्याच्या डोंगराळ भागातील मुळशी तालुक्यात वार्षिक सरासरीपेक्षा २००० मि.मी. जास्त पाऊस पडूनही तिथे तीव्र दुष्काळ होता, तर दुसरीकडे नगर जिल्ह्यातील हिवरे बाजार व पळवे गावांत अनुक्रमे १७९ व १६५ मि.मी. म्हणजे वार्षिक सरासरीपेक्षा ४०% कमी पाऊस पडूनही दुष्काळ पडला नाही! योग्य रीतीने पाणलोटक्षेत्राचा आधार घेतल्यास टोकाच्या टंचाईपासून काही प्रमाणात संरक्षण साधण्याची परिस्थिती निर्माण होऊ शकते. उदा. राळेगणसिद्धी, हिवरे बाजार आणि औरंगाबादजवळचे आडगाव या तीन गावांचा अनुभव त्या दृष्टीने महत्त्वाचा ठरू शकतो. त्यांच्याकडे चिकित्सकपणे पाहिल्यास लघु पाणलोटासाठी एक व्यूहरचना हाती लागू शकते. उदा. आडगावमध्ये पाणलोटविकासाच्या कामातून भूजलाची पातळी वाढली, विहिरींचे पाणी आणि शेती-चाऱ्याचे उत्पादन वाढले, टँकर बंद झाले, दुग्धउत्पादन वाढले. दुष्काळामुळे कंटाळून गावाबाहेर स्थलांतर करून गेलेले काही लोक गावात पुन्हा परत येऊन उपजीविका करू लागले; पण येथे एक महत्त्वाची त्रुटी राहिली. भूजलाचा उपसा किती करावा, किती पाणी वापरावे, कोणती पिके घ्यावी याचे नियोजन व नियमन केले गेले नाही. लोकांनी उसासारखी पिके घेतली आणि काही वर्षांनी पावसाने ताण दिल्याने आडगावला पुन्हा टँकरने पाणी पुरवावे लागले. राळेगण आणि हिवरे बाजार या गावांनी याबाबत प्रथमपासून योग्य पावले टाकली. पाणलोटविकासातून विहिरींना पाणी वाढले, तरी ते उसासारख्या पिकांना वापरायचे नाही, हे तत्त्व ठरले. राळेगणमध्ये पाण्याची रेशन-कार्ड पद्धती स्वीकारली गेली. हिवरे बाजारात असे बंधन घालून शिवाय जमीन बाहेरच्यांना न विकण्याचे बंधन घातले. या व अशा काही महत्त्वाच्या उपायांमुळे अत्यंत दुष्काळी परिस्थितीतही या गावांना टँकर लागत नाही.

महाराष्ट्रातील प्रत्येक शेतकऱ्याला केवळ एक नव्हे तर किमान दोन पिके घेता येतील, असे नियोजन व्हावे. असे आठमाही सिंचन समितीचे मत होते आणि चितळे आयोगानेही त्याचा पुनरुच्चार केला आहे. मात्र, यासाठी केवळ स्थानिक पाणी म्हणजे लघु पाणलोटक्षेत्रातले पाणी पुरणार नाही, हेही या आयोगाने तसेच अनेक बिगरशासकीय तज्ज्ञांनी व चळवळींनी स्पष्ट केले आहे. त्यासाठी लघु पाणलोटक्षेत्र विकासाचा विचार करतानाही आतले (स्थानिक) आणि बाहेरचे (पाणलोटक्षेत्राबाहेरून कालवा वा लिफ्टने आणलेले) या दोन्ही पाण्यांचा एकत्रित विचार करावा लागेल.

गाव तलावांचे पुनरुज्जीवन-बांधकाम, कोल्हापूर बंधारे व पाझर तलावांचे व्यवस्थापन यावर ग्रामपंचायतीचे नियंत्रण हवे. त्यासाठी तंत्र वैज्ञानिक क्षमता यासाठी गावपातळीवर मनुष्यबळाचे प्रशिक्षण, तसेच जलसिंचन क्षेत्रातील तज्ज्ञांचे सातत्याने मार्गदर्शन देणारी यंत्रणा उभी करणे आवश्यक आहे. पाणलोटक्षेत्र विकासाला रोजगार हमी योजनेचा निधी वापरून कायमस्वरूपी रोजगारनिर्मिती गावपातळीवर करावी लागेल. लघु पाणलोटक्षेत्रात जलमापन व्यवस्था शासनाने उभी करणे आवश्यक आहे. तसेच अशा समूहात कृषिसल्ला व माहिती केंद्र उभारावे. सर्व पाणलोट क्षेत्र विकासकामांची ठोस व नीट नोंद ठेवणे आवश्यक आहे. म्हणून अशा कामांचे कायम संदर्भ नकाशे बनवणे आवश्यक आहे. त्यामुळे पाण्याचे खात्रीशीर लघु पाणलोटक्षेत्रातील नियोजन होईल. तसेच पाणलोटक्षेत्र विकास मंडळे स्थापन करणे आवश्यक आहे.

७.५ : भूजलविकास

राज्यातील विहिरी हा जलसिंचनाचा एक प्रमुख मार्ग आहे. राज्यातील एकूण सिंचनाखालील जमिनींपैकी सुमारे ५२ ते ५४% जमीन विहिरींच्या पाण्याखाली भिजते. भरमसाट उपसा आणि नियोजनाचा अभाव यामुळे भूजलवापरावर फार मर्यादा पडल्या आहेत. गेल्या ४०-४५ वर्षांतील हरितक्रांती, वीजपंपाचा वाढता वापर, उसाची वाढती लागवड इत्यादी कारणांमुळे भूजलाचा उपसाही बेसुमार वाढला आहे. पृष्ठजलाला निदान तत्त्वत: तरी सार्वजनिक संपत्ती मानताना दिसते; पण विहिरींच्या पाण्याला साधारणपणे खासगी संपत्ती मानले जाते. भूजलसुद्धा सार्वजनिक संपत्ती आहे. कारण एक तर ते आजूबाजूच्या प्रदेशातून गोळा होते वा कालव्याने झिरपून येत असते. कोणत्या भागात किती विहिरी काढाव्यात, त्यांचा उपसा किती ठेवावा म्हणजे त्यावर कोणती पिके घेतली जावीत इत्यादींचा तपशील ठरविण्याच्या प्रक्रियेत व त्याचे नियोजन करण्यात स्थानिक शेतकऱ्यांना त्यामध्ये सहभागी करून घेतले पाहिजे व नियोजन केले पाहिजे.

भूजलविकासाऐवजी भूजलव्यवस्थापनावर नियोजनाची दिशा केंद्रित करावयास पाहिजे, असे चितळे आयोगाने (१९९९) म्हटले आहे. त्यांनी असेही म्हटले आहे की, भूजलाचा विकास करताना मात्र तो प्रत्यक्ष उपलब्धतेच्या मर्यादितच करणे इष्ट राहील, तर विदर्भातील भूजलसंपत्तीचा वापर कमी असल्यामुळे तेथे भूजलविकासास प्राधान्य देणे सोयीचे ठरेल. त्यातील भूजल उपलब्धतेच्या व वापराच्या दृष्टीने योग्य क्षेत्रात विहिरीचा कार्यक्रम राबविणे योग्य राहील, असेही म्हटले आहे. म्हणून तेथे सिंचन विहिरींचा विशेष कार्यक्रमदेखील शासनाने घ्यावा. १९९०च्या पाचव्या भूजल मूल्यांकनानुसार महाराष्ट्रातील विविध उपखोऱ्यांत प्रत्यक्षात होत असलेल्या भूजलाच्या वापरानुसार करण्यात आलेले वर्गीकरण पुढीलप्रमाणे -

तक्ता क्र. ७.२ : उपखोऱ्यातील भूजलाचा वापर

क्र.	उपखोरे	एकूण उपलब्धतेच्या तुलनेने विकासाची स्थिती (%)	वापराच्या मर्यादेत विकासाची सद्य:स्थिती (%)
१)	ऊर्ध्वकृष्णा (पूर्व) अग्रणी, ऊर्ध्व गोदावरी (पैठण धरणापर्यंत) गोदावरी व मुळा प्रवरा व ऊर्ध्वकृष्णा (पूर्व) येरळा, उर्वरित भीमा-नीरा	४० ते ५०	६५ ते ७५
२)	पूर्णा (दुधनासहित) मांजरा, गिरणा, पांझरा, मध्यमतापी, ऊर्ध्व कृष्णा (पश्चिम-दक्षिण) ऊर्ध्व भीमा (उजनीपर्यंत) उर्वरित भीमा उजनीखालील (माणसहित) सीना-बोरी-बेनेतुरा.	२० ते ४०	४० ते ६०
३)	गोदावरी निम्नस्रोत (पैठण धरणाखाली) गोदावरी, उर्वरित पैनगंगा, वर्धा, मध्य वैनगंगा, निम्न वैनगंगा, पूर्णा (तापी), नर्मदा, ऊर्ध्व कृष्णा (पश्चिम-उत्तर) कोकणातील सर्व खोरे समूह	२० पेक्षा कमी	४० पेक्षा कमी

(संदर्भ : महाराष्ट्र जल व सिंचन आयोग १९९९.)

दरवर्षी वाढत जाणारी विहिरींची संख्या विचारात घेता पहिल्या वर्गवारीत समाविष्ट असणाऱ्या उपखोऱ्यातील भूजलाच्या वापरात निश्चितपणे आज खूप वाढ झालेली आहे; परंतु, त्यांची निश्चित आकडेवारी मात्र उपलब्ध नाही.

भूजल व पृष्ठजलाचा एकत्रितपणे संख्यात्मक व गुणात्मक विचार होणे आवश्यक आहे. त्यासाठी पाण्याची उपलब्धता शास्त्रीय पद्धतीवर आधारित एकूण भूजल पुनर्भरणाचा वास्तववादी अंदाज, दीर्घकालीन भूजलपातळीचे संनियंत्रण, जलगुणवत्तेचा कल, प्रदूषण आणि नाला प्रवाह इत्यादींचा सखोल अभ्यास करणे जरुरीचे आहे. चितळे आयोगाने (१९९९) आपल्या अहवालात भूजलविकास व व्यवस्थापन कार्यपद्धती सध्याच्या प्रशासकीय घटकाऐवजी (जिल्हा, तालुका इ.) खोरे/उपखोरे/पाणलोटक्षेत्र या नैसर्गिक जलवैज्ञानिक घटकांवर आधारित असावी, असे म्हटले. भूजल सर्वेक्षण आणि विकास यंत्रणेने पाणलोट हा घटक अगोदरच त्यांच्या कामांसाठी स्वीकारलेला आहे. अशा अनेक पाणलोटांचे उपखोरे होत असल्यामुळे व्यवस्थापनाच्या दृष्टीने पाणालोटव्यवस्था उपखोरे व्यवस्थेशी निगडित असावी, असेही म्हटले आहे. भूजल व्यवस्थापन पद्धतीत भूजलाच्या सर्व प्रकारच्या उपयोगांचा (सिंचन, पिण्याचे पाणी, औद्योगिक उपयोगाचे पाणी) एकत्रित विचार करण्याची गरज आहे. भूजलाच्या मर्यादित उपयोगात उपभोक्त्यांच्या हितांचा व सामाजिक न्यायाचाही विचार होणे आवश्यक आहे. भूजलाच्या सुयोग्य व्यवस्थापनासाठी त्या दिशेने प्रयत्न करताना सामाजिक प्रयोगांना महत्त्व देणे गरजेचे आहे. भूजलाची कृत्रिमरीत्या निर्मिती व देखभाल ही आर्थिकदृष्ट्या खर्चीक बाब आहे; म्हणून कृत्रिमरीत्या पुनर्भरित भूजलाचा वापर ठिबक व तुषार पद्धतींचा वापर करणे आवश्यक आहे.

विहिरींच्या कार्यक्षम वापरासाठी व त्याद्वारे होणाऱ्या उपशावरील विपरीत परिणाम टाळण्यासाठी विहिरींमध्ये सुरक्षित अंतर ठेवणे आवश्यक आहे. भूजल सर्वेक्षण आणि विकासयंत्रणा व केंद्रीय भूजल मंडळाने तांत्रिक अभ्यासाद्वारे व आत्तापर्यंत उपलब्ध असलेल्या अभ्यासावरून विविध भूस्तरांतील विहिरींमधील अंतर किती असावे, यांचे सर्वमान्य असे निश्चित केलेले निकष पुढीलप्रमाणे आहेत.

तक्ता क्र. ७.३ : विहिरीतील अंतर

क्र.	जिल्हे	भूजलधारक प्रस्तर	विहिरींमधील अंतर (मीटर)
१)	जळगाव धुळे व विदर्भातील जिल्हे	गाळाचा प्रस्तर (अघनीकृत)	२०० ते ३००
२)	विदर्भातील जिल्हे सिंधुदुर्ग	अर्धसंघनीकृत गाळस्तरांचे व संघनीकृत गाळाचे खडक (गोंडवन, विंघ्यन)	१२० ते १५०
३)	पुणे, सोलापूर औरंगाबाद, कोकण विदर्भ, नाशिक	दक्षिण कातळाचे दगड व रूपांतरित खडक	१५०

(संदर्भ : महाराष्ट्र का भूजल विकास, केंद्रीय भूजल मंडळ, नागपूर १९९४.)

प्रत्येक विहिरीतील विश्वासाधीन जलउपलब्धतेचासुद्धा विचार होणे व त्या मर्यादितच विहिरींचा वापर होणे आवश्यक आहे.

सध्याच्या नियोजनात वार्षिक पुनर्भरणाच्या ६५% भूजलाचे नियोजन करण्याचे १९९२ साली महाराष्ट्र शासनाने नेमलेल्या समितीने सुचविले आहे. तसेच केंद्र शासनाने नियुक्त केलेल्या ग्राउंड वॉटर एस्टीमेशन कमिटी (१९९७) या समितीनेसुद्धा वार्षिक पुनर्भरणाच्या ७०% भूजलाचे नियोजन करण्याचे सूचित केले आहे. मात्र, नाशिक, अहमदनगर, जळगाव, धुळे, सांगली, सातारा या जिल्ह्यांतील काही भागात भूजलाचा उपसा मोठा होत असल्याचे भूजल मूल्यांकन आकडेवारीवरून दिसून येते. तेथील मर्यादित भूजल साठवण्यावर परिणाम होऊन पाण्याची पातळी खाली जात जात बऱ्याच विहिरी उन्हाळ्यात कोरड्या होत आहेत.

आज ज्याप्रमाणे पिण्याच्या पाण्याच्या स्रोतांच्या संरक्षणासाठी कायद्यान्वये भूजलउपशावर निर्बंध घालण्यात आलेले आहेत, त्याचप्रमाणे शेती व उद्योगांसाठी होणाऱ्या अनिर्बंध भूजलउपशावरसुद्धा नियंत्रण आणणे तेवढेच महत्त्वाचे आहे. शेतीच्या उत्पादनाचा भारताच्या एकूण आर्थिक व्यवस्थेवर प्रभाव असल्याने भूजल साठ्याचा वापर संयमाने, हेतूपर्वक नियोजन करून व नियंत्रण ठेवून केला जाणे अत्यंत आवश्यक आहे. अन्यथा, त्याचे दुष्परिणाम सर्वांनाच भोगावे लागतील.

गेल्या २५ वर्षांत देशातल्या सिंचनामध्ये व भूजलाच्या वापरामध्ये मोठे बदल झाले आहेत. काही अभ्यास-पाहण्यांनुसार आता सिंचनामध्ये पृष्ठजलापेक्षा (जमिनीवरच्या पाण्यापेक्षा) भूजलाच्या वापराचे (जमिनीच्या पोटातल्या पाण्याचे) प्रमाण वाढले आहे. देशातल्या १२ प्रमुख राज्यांतील २५१ जिल्ह्यांचा अभ्यास सांगतो की, १९७० ते ७३पर्यंत बागायती शेतीचा मुख्य आधार 'कालवा-सिंचन' हा होता; पण १९९०-९३पर्यंत हे चित्र बदलून सिंचनाचा प्रमुख मार्ग विहीर झाला. या अभ्यासात असे दिसून आले की, ढोबळपणे ६०% बागायती क्षेत्राचा आधार भूजल आहे. गेल्या २० वर्षांत देशातील विहीर-बागायत क्षेत्र १०५ टक्क्यांनी वाढले, तर साधारण त्याच २५ वर्षांत कालवा-सिंचित क्षेत्र फक्त २८%ने वाढले. त्यामुळे अर्थातच सिंचनातून निर्माण झालेल्या संपत्तीवाढीचे प्रमाणही बदलले. कालवा सिंचनावरील शेती उत्पादन ३%नी घटले. उलट, विहीर बागायतीवरील उत्पादन १० टक्क्यांनी वाढले. मात्र, यावरून सरधोपट निष्कर्ष काढता येत नाही. कारण भूजलाचा वापर वाढण्याची अनेक कारणे आहेत. १९७० नंतर विशेषत: ७२-७३च्या दुष्काळानंतर विहिरी आणि बोअर घेण्याचे प्रमाण वाढले. तसेच जिथे तुटपुंजा भूजलसाठा आहे, अशा प्रदेशातही विहिरी व बोअर घेण्याचे प्रमाण वाढले आहे.

७.६ : भूजल पुनर्भरण

भूजल पुनर्भरणाच्या पारंपरिक उपायांप्रमाणेच भूजलशास्त्रातील संशोधनाच्या आधारे कृत्रिम पुनर्भरणाच्या आधुनिक यांत्रिकी पद्धती जसे उभ्या चराद्वारे पुनर्भरण, गाळाच्या प्रदेशातील नलिकाकूपद्वारे पुनर्भरण, कठीण खडकातील विंधन विहिरींद्वारे पुनर्भरण अशा विविध अपारंपरिक पद्धती विकसित करण्यात आलेल्या आहेत. एकात्मिक पाणलोटक्षेत्र विकास कार्यक्रमांतर्गत सध्या तरी त्यांचा वापर पिण्याच्या पाण्याचे स्रोत बळकटीकरणासाठी प्रामुख्याने केला जातो. त्यामध्ये विंधन विहिरी विस्फोट तंत्र (बोअर ब्लास्ट टेक्निक), जलरोध भिंत (फ्रॅक्चर सील सिमेंटेशन) जलीयभंजन प्रक्रिया (हायड्रोफ्रॅक्चरिंग), विहिरींद्वारे कृत्रिम पुनर्भरण, पर्जन्यजल संवर्धन व शैल भित्तींद्वारा भूजलवृद्धी-शैलभित्तींच्या गुणधर्माचा उपयोग करून, पावसाचे पाणी अडवून, भूजलवृद्धी करणे शक्य आहे. जलीयभंजनाच्या माध्यमातून सर्व विंधन विहिरींचे पुनरुज्जीवन करणे वैज्ञानिक दृष्टीने काही प्रमाणात शक्य आहे. त्याची आर्थिक संभाव्यता अजून स्पष्ट नाही. यासाठी अधिक अभ्यास हाती घेणे आवश्यक आहे. तसेच सामान्य लाभधारकापर्यंत तो पोहोचवणे आवश्यक आहे. जांभ्या खडकांत वृक्षारोपण/फळबागांसाठी, प्रत्येक झाडासाठी ब्लास्टिंगद्वारे दोन घनमीटरचा खड्डा करून ते पाणी धरून ठेवण्याच्या मातीने भरण्यात यावा. हे खडक कोल्हापूर, सिंधुदुर्ग, रत्नागिरी जिल्ह्यांत आहेत. त्यामुळे खूप मोठ्या क्षेत्रात वृक्षारोपण करता येईल.

१) विहीर पुनर्भरण

अ) चारीच्या/चरीच्या साहाय्याने - पावसाचे पाणी चारीच्या साहाय्याने किमान १२-१५ फूट अंतरावर आणावे. तेथे जमिनीचा उतार भाग व उपलब्धता लक्षात घेऊन ८×८ फूट व तळात/बुडात ६×६ फूट अशा प्रकारचा ८ फूट खोल खड्डा तयार करावा. पावसाचे गढूळ पाणी खड्ड्यात जमा होईल व तेथून चराद्वारे हे पाणी दुसऱ्या ४×६×६ फूट आकाराच्या खड्ड्यात सोडावे आणि खड्ड्यात ३×३ फुटाचा फिल्टर तयार करण्यासाठी खड्ड्यात १/३ भागात २ इंची दगड, मध्ये १/३ भागात रेतीचा खडांगा व खालील १/३ भागात बारीक रेती या पद्धतीने भरावा. त्यामध्ये आपधाव म्हणून चारीतील येणारे पावसाचे पाणी सोडावे, जेणेकरून पाणी गाळले जाऊन, खड्ड्याच्या तळावरून पाइपच्या साहाय्याने विहिरीतच सोडता येईल. तसेच खड्ड्याच्या तळावरील पाइप बारीक जाळीने बंद करावा. त्यामुळे गाळ व कचरा खड्ड्यात राहील. पावसाळा संपल्यानंतर मोठ्या खड्ड्यातील साचलेला गाळ परत शेतीला वापरता येतो. अशा प्रकारे भूगर्भातील पाण्याचा साठा वाढविता येतो. मात्र, पिण्याच्या पाण्याच्या विहिरीत अशा प्रकारे पुनर्भरण करू नये; कारण त्यामुळे विहिरीतील पाणी दूषित होण्याचा संभव असतो.

ब) खड्ड्याच्या साहाय्याने - विहिरीपासून १०-१२ फूट अंतरावर १८ × १८ फूट आकाराचा (तळाला १५ × १५ फूट आकाराचा) ४.५ फूट खड्डा, या खड्ड्यात मध्यभागी पुन्हा ३×३ फूट व ३ फूट खोलीचा दुसरा खड्डा खोदावा. या छोट्या खड्ड्यातील वरील भागात २.५ इंच दगड १/३ मधल्या भागात रेतीचा खडांगा व खालील १/३ भागात त्यापेक्षा बारीक रेती भरावी. खड्ड्याच्या खालील भागातून एक पाइप विहिरीच्या आतपर्यंत सोडावा. पाइप टाकण्यासाठी खड्ड्यापासून ते विहिरीपर्यंत दोन मीटर खोल चर खोदून पाइप विहिरीला छिद्र करून सोडावा. खड्ड्यातील तळावरील पाइपचे तोंड बारीक जाळीने बंद करावे व त्यामुळे गाळ व कचरा खड्ड्यातच राहील आणि अशा प्रकारे खड्ड्यातून पाणी फिल्टर होऊन विहिरीत साठविले जाईल. पावसाळ्यात पाच-दहा लाख लीटर पाण्याचे पुनर्भरण शक्य होते.

२) कूपनलिका/ट्यूबवेल पुनर्भरण

कूपनलिका/ट्यूबवेलच्या आजूबाजूला ४ फूट व्यासाचा खोल खड्डा खोदावा. खड्ड्यातील उंचीएवढा केसिंगचा पाइप काढून ४ सें.मी. अंतरावर सर्व बाजूंनी ८-१० मि.मी.ची छिद्रे करावीत व तो पाइप परत केसिंगला जोडून छिद्रावर नारळाची दोरी गुंडाळावी. (काथ्या) जेणेकरून पाणी गाळले जाईल. खड्ड्याचा खालचा १/३ भाग २.५ इंची दगड किंवा विटांचे तुकडे, मधील १/३ भागात रेतीचा खडांगा व

वरील १/३ भागात बारीक रेती भरावी. अशा प्रकारे रेतीच्या स्तरातून दोरी गुंडाळलेल्या गाळणीतून पाणी कूपनलिकेत जाऊन पुनर्भरण होते.

पाणी वापरणे भाग होते, त्यासाठी डिझेल पंप आणि वीजपंप आहे व भूजलाचा उपसा वाढला. तसेच स्वातंत्र्यानंतर २५ वर्षांत कालव्यांचे जाळे जिथे पसरले आहे तेथे पाणी झिरपण्याचे प्रमाण वाढल्यामुळे कालव्याच्या परिसरातही विहिरी काढल्या. त्याचबरोबर १९८५ नंतर पाटबंधारे विकासाची गती अधिकाधिक मंदावत गेली. परिणामी, लोकांना स्वत:च कर्जप्रकरणे करून विहिरी घेण्यावाचून पर्याय उरला नाही.

भूजलाचे पुनर्भरणासाठी कोणतेही विशेष प्रयत्न केले नसल्याचे दिसते. त्या साऱ्याचा परिणाम स्वत: रिकरिंग बँक खाते चालविणे तर दूरच; पण बापाने केलेली मुदत ठेव (फिक्स डिपॉझिट) आपण मोडून खाल्ली! मध्यप्रदेशच्या माळवा प्रांतात गेल्या ३० वर्षांत जे पाणी उपसले ते कदाचित गेल्या १०,००० वर्षांत साठविलेले असावे! तर दख्खन पठारावरही जे पाणी उपसले गेले ते ज्ञानोबा-तुकारामांच्याच नव्हे, तर इतिहासपूर्व काळापासून साठविलेले असावे.

पुनर्भरणाच्या पर्यायाचा विचार करता विहिरीतील पाण्याचा उपसा करण्यावर कोणत्याही प्रकारचे निर्बंध सध्या अस्तित्वात नाहीत. साहजिकच शेतकऱ्याचा कल भरपूर उपसा करून जास्तीत जास्त क्षेत्र ओलिताखाली आणण्याकडे आहे. त्याचबरोबर आज पावसामधील अनियमिततेवर मात करण्यासाठीसुद्धा खरीप हंगामात भूजलाचा उपसा वाढलेला आहे. अशा अनेक कारणांमुळे उपशाचे प्रमाण वाढलेले आहे; परंतु, निसर्गातील पुनर्भरणाची क्षमता मर्यादितच आहे. परिणामस्वरूप राज्यातील २१ जिल्ह्यांतील ६४ तालुक्यांत भूजलाच्या पातळीत घट झाली असल्याचे आढळून आलेले आहे. भूजलसर्वेक्षण आणि विकास यंत्रणेमार्फत कृषी हवामान प्रस्थापित आठ जल वेधशाळांमधून १५ ते २० वर्षांपासून भूजल पुनर्भरण व इतर परिणामांचा अभ्यास करण्यात येत आहे. त्यातील पुनर्भरणाच्या आकडेवारीनुसार दक्षिण कातळाच्या (बेसॉल्ट खडक) दगडांच्या व इतर कठीण खडकांच्या भागात पावसाच्या ४ ते २०% व गाळाच्या प्रदेशात २० ते २८% पाणी जमिनीत मुरते. त्याचप्रमाणे बाष्पीभवनाच्या आकडेवारीचा अभ्यास करता असे दिसून येते की, जमिनीवर पडणाऱ्या पाण्यापैकी सरासरी ३० ते ४०% पाणी मुळातच बाष्पीभवनाद्वारे उडून जाते. याचबरोबर दोन पावसांमधील अंतराच्या काळात ओल्या मातीच्या स्तरातून बाष्पीभवन मोठ्या प्रमाणावर होऊन पुनर्भरणाची प्रक्रिया मंदावते. त्यामुळे बाष्पीभवन हा पाण्याचा सर्वांत मोठा विनाशकारी घटक असून, त्याचा परिणाम भूजल पुनर्भरणावरही मोठ्या प्रमाणात होतो.

कृत्रिम पुनर्भरणाच्या विविध पारंपरिक पद्धती वापरून विविध भूजलधारक प्रस्तरातील पुनर्भरणाचे प्रमाण सर्वसाधारण २५ ते ३०% पर्यंत वाढविता येईल, असा

ढोबळ अंदाज महाराष्ट्र शासनाच्या प्रसिद्ध केलेल्या जलसंधारण मार्गदर्शिकेत व्यक्त करण्यात आला आहे; विविध भूजलप्रस्तरातील पुनर्भरणाचे प्रमाण वाढवून प्रत्यक्षात किती टक्क्यांपर्यंत नेता येईल, याची शास्त्रीय अभ्यासावरील आकडेवारी मात्र अजून उपलब्ध नाही.

पुनर्भरणाच्या उपाययोजनेत कृत्रिमरीत्या भूजल पुनर्भरणासाठी राबविण्यात येत असलेल्या उपायांमध्ये मुख्यत: पाणलोटक्षेत्र विकास कार्यक्रमांतर्गत राबविण्यात येत असलेल्या जलसंधारणाच्या विविध उपाययोजनांचा (नालाबांध, पाझर तलाव इ.) पारंपरिक उपाय म्हणून समावेश होतो. त्याचबरोबर काही अपारंपरिक उपाययोजनांचे अंमलबजावणीसाठी प्रयोग चालू आहेत. पारंपरिक उपाययोजनांत पाझर तलाव, नालाबांध आणि चेक डॅमद्वारे साठवण केलेल्या पाण्यापैकी साधारणत: ५०% पाणी जमिनीत मुरून त्यांचे भूजलात रूपांतर होते असा अंदाज आहे. समपातळी सलग चर, गॅब्रियन बंधारे, दगडी बंधारे यांसारख्या इतर योजना जमिनीमध्ये पाण्याचा ओलावा वाढविण्यास उपयोगी पडतात. पारंपरिक उपाययोजनांची परिणामकारकता वाढविण्यासाठी मात्र तपशीलवार भूशास्त्रीय अभ्यासाची गरज आहे. अपारंपरिक उपाययोजनांमध्ये विहिरी, विंधन विहिरी, नलिकाकूप यांच्या माध्यमातून उथळ व खोलीवरील भूजलधारक प्रस्तरात पाणी मुरविता येते; पण त्यासाठीसुद्धा भूस्तरांच्या वास्तव स्थितीची पाहणी होऊन पुनर्भरणास योग्य विहिरींची/विंधन विहिरींची निवड करणे आवश्यक आहे. त्याचबरोबर भूस्तरांच्या अभ्यासातून जमिनीखालून उताराच्या दिशेने वाहून जाणारे पाणी जलरोध (Seal Cementation) अडवून विहिरींकडे वळवणे व कृत्रिमरीत्या जमिनीखालील खडकांची पाणीसाठवण क्षमता वाढविणे, अशा उपाययोजनाही पुनर्भरणासाठी उपयुक्त असल्याचे दिसून आलेले आहे. मात्र, भूशास्त्रीय सर्वेक्षण करायला क्षेत्रीय भूजल अधिकारीवर्ग उपलब्ध असायला हवा तेवढा अजून उपलब्ध नाही. भूजलाची पातळी पावसाळ्यानंतर बरीच वर राहते व संपूर्ण भूजलधारक खडकांची जलधारण क्षमता भरून निघते; पण पावसाळ्यानंतर हे भूजल बऱ्याच मोठ्या प्रमाणात नदी-नाल्यातून, विच्छेदित प्रस्तरातून निचरा होऊन वाहून जाते. तेव्हा मोठ्या प्रमाणावर निरनिराळ्या ठिकाणी निचरा होऊन नाल्यातून वाहून जाणारे भूजल 'भूमिगत बंधारे' बांधून थोपवून धरणे जरुरीचे आहे. राज्यातील ८२% भूभागावर पसरलेल्या बहुस्तरीय दक्षिणी कातळाचे (बेसॉल्ट) स्वरूप पाहता भूजलपुनर्भरणाला महत्त्व प्राप्त झाले आहे.

३) बोअरवेल पुनर्भरण

बोअरवेलच्या चारही बाजूंनी १५ फूट व्यासाचा ४.५ फूट खोलीचा खड्डा तयार करावा. या खड्ड्याला १:५:१ अशाप्रकारचा चारही बाजूने उतार काढावा व त्याचा

आकार बशीसारखा तयार करावा. खड्ड्याची माती आत कोसळू नये म्हणून त्याला दगडाची पिंचिंग द्यावी. या मोठ्या खड्ड्यात त्याच्या बुडाशी ३.० इंचाचे दगड टाकावेत. त्यावर रेतीचा खडांगा टाकून २.५ इंच व्यासाचा पाइप बोअरवेल केसिंगला छिद्र पाडून जोडावा. या पाइपच्या वर पुन्हा ३० सें.मी. बारीक रेती गच्च भरावी. मोठ्या खड्ड्यात पडणारे पावसाचे पाणी लहान खड्ड्यातील रेतीच्या फिल्टरमध्ये स्वच्छ होऊन बोअरवेमध्ये सोडता येते. याकरिता साधारणत: २००० रु. खर्च येतो व यामधून ५ ते ६ लाख लीटर पाण्याचे बोअरवेलमध्ये पुनर्भरण करता येते.

४) घराच्या छताचे पाणी साठवणे

रूफवॉटर मॉडेल या पद्धतीत छतावर पडणारे पावसाचे पाणी स्लॅब असल्यास किंवा पत्राघर, कौलारू घर असल्यास त्यास पन्हाळी लावून पाइपद्वारे फिल्टरमधून पाठवून सरळ विहिरीत अथवा बोअरवेलमध्ये पुनर्भरण करता येते किंवा एका टाकीत साठवता येते. पावसाळ्यापूर्वी छप्पर स्वच्छ धुऊन घ्यावे. पहिल्या पावसाने छत धुतल्यानंतर पावसाचे पाणी फील्टरमधून पाठवावे. फिल्टर ३ ते ४.५ फूट लांबीचे आणि १४ सें.मी. व्यासाचे असावे. विहिरीत पाइप घेऊन त्याच्या दोन्ही तोंडावर नायलॉन जाळी बसवून घ्यावी. पाइपच्या खालच्या तोंडातून १/३ भागात रेतीचा खडांगा १/३ भागात रेती व १/३ भागात बारीक गाळलेली रेती भरून फिल्टर तयार करावा. या तयार झालेल्या फिल्टरला रिड्यूसर लावून ३ इंची पाइपद्वारे छपराचे पाणी सहज विहिरीत सोडता येईल. ज्या शेतकऱ्यांकडे ठिबक सिंचन असेल त्या इंचाचे वाळूचे गाळणयंत्र म्हणून (सँड फिल्टर) सुद्धा वापरता येईल. पावसाळा संपताच हे फिल्टर पुन्हा शेतात वापरता येईल. १००० चौरस फुटांवर ७०० ते ८०० मि.मी. पाऊस पडला आणि त्यातील केवळ ७०% पाणी जरी विहिरीत गोळा करता आले तरी ५०,००० लीटर पाणी विहीर अथवा बोअरवेलमध्ये सोडता येते.

अशा प्रकारे विहीर, कूपनलिका, बोअरवेल, इ.चे पुनर्भरण सहज साध्या पद्धतीने करता येते. त्यासाठी सर्वांनी तसे प्रयत्न करणे आवश्यक आहे. म्हणजे पाण्याच्या प्रत्येक थेंबाचा उपयोग करता येईल. त्यामुळे सिंचनक्षेत्र वाढू शकेल व पिण्याचे पाणी उपलब्ध होईल.

महाराष्ट्रातील जमिनी व हवामान याबाबतची परिस्थिती लक्षात घेता, विभागवार पीकपद्धतीचे व्यापक पातळीवर नियोजन करणे आवश्यक आहे. खोरेनिहाय पाणी, जमीन व हवामान यांचे शास्त्रीय पद्धतीने व्यवस्थापन करणे आवश्यक आहे. जलप्रवाह अथवा कालव्याच्या जवळची जमीन भिजते, मात्र लांबची जमीन भिजत नसल्यास सार्वजनिक पाणीवापर संस्थांद्वारे पाण्याची सोय करणे म्हणजेच उपसिंचन व्यवस्थेला प्राधान्य देणे आवश्यक आहे. पाणी मिळूनही वीज, डिझेल, अवजारे, यंत्रे, बी-बियाणे, खते,

कीटकनाशके इत्यादी परवडतील अशा दराने उपलब्ध न झाल्याने छोट्या शेतकऱ्यांना कमी खर्चामध्ये पिके घेणे अथवा शेती करणेच अशक्य होते. शेतीची ही आदाने स्वस्तात उपलब्ध करून देणे, तसेच नवनवी उत्पादकतंत्रे विकसित करणे व शेतकऱ्यांचे त्याबाबत प्रशिक्षण करणे/प्रबोधन करणे इत्यादी गोष्टी करण्याची आवश्यकता आहे.

पावसाचे स्वरूप व डोंगराळ भाग लक्षात घेता कुक्कुटपालन, मेषपालन, पशुपैदास व पशुपालन यांसारखे व्यवसाय चांगले वाढू शकतील. तसेच लाकूड, बांबू, फळे, औषधी वनस्पती, गवत, घायपात, हिरडा इत्यादी वनोत्पादनावर प्रक्रिया, कागद व फर्निचर इत्यादी प्रकारचे व्यवसाय सुरू करता येतील. या उत्पादनांना सरकारने कुटीरोद्योग, ग्रामीण उद्योग या योजनांखाली बाजारपेठ हमी दिल्यास त्यांचा चांगला विकास होऊ शकेल. तसेच अन्नधान्य, तेलबिया, फळे, ताग, कापूस व भाज्या यांवर प्रक्रिया करून खाद्यपदार्थ, पशुखाद्य, तेल, साखर, सूत इत्यादी उत्पादनाची निर्मिती करणे, कृषिउद्योग उभारणी करणे आवश्यक आहे. शेतीचा सर्वांगीण विकास होण्यासाठी क्षेत्राचा विकास पूरक व पोषक अशा पद्धतीने होण्याची गरज आहे, तसेच त्यासाठी योग्य अशा नियोजनाची गरज आहे. असे नियोजन केल्याने केवळ शेतीविकासालाच नव्हे तर, एकंदर आर्थिक विकासाला चालना मिळू शकेल.

७.७ : नद्याजोड प्रकल्प

अधिक पाणी असलेल्या नदीतून कमी पाणी असलेल्या नदीकडे पाणी वळविणे यालाच 'नदीजोड-प्रकल्प' असे म्हणतात. भारतासाठी डॉ. के. एल. राव यांनी ५ एप्रिल १९७२ रोजी गंगा-कावेरी नद्यांना जोडणारी योजना मांडली होती. सतत भेडसावणाऱ्या दुष्काळाच्या संकटाचा मुकाबला करण्यासाठी ही योजना पुढे आली. गंगा-यमुना आणि ब्रह्मपुत्रा या उत्तर भारतातील तीनही मोठ्या नद्या हिमालय पर्वतातून उगम पावतात. या नद्यांना उत्तरेकडून येऊन मिळणाऱ्या बहुतेक नद्याही हिमालयातूनच उगम पावतात. या सर्व नद्यांना मोसमी पावसाचे तसेच हिमालयातील वितळलेल्या बर्फाचे पाणी मिळत असल्याने त्या नद्या बारमाही झाल्या आहेत. गंगा-कावेरी जोड कालव्याची योजना २६४० कि.मी. लांबीची होती. हा प्रस्ताव केंद्रीय पाणी प्राधिकरणाने आर्थिकदृष्ट्या न परवडणारा, प्रचंड विजेचा वापर करून कित्येक मीटर पाण्याचा सतत उपसा सुचविणारा, मोठ्या धरणाचा पुरस्कार न करणारा व पूरनियंत्रण करणे शक्य नसणारा म्हणून फेटाळून लावला. तसेच १९७४मध्ये कॅ. दस्तूर यांची योजना आर्थिक व तांत्रिकदृष्ट्या अव्यवहार्य ठरली. त्यानंतर ५ ऑक्टोबर २००२ रोजी नदी खोऱ्यासाठी राष्ट्रीय स्तरावरील योजनांचा दस्तऐवज पंतप्रधानांना सादर केला होता. त्यानुसार उच्चस्तरीय कार्यगट नेमला गेला. सुरेश प्रभू यांच्या अध्यक्षतेखाली राष्ट्रीय नदी-जोड प्रकल्प आखण्यात आला. उत्तरेकडील

नद्या दक्षिणेकडील नद्यांशी जोडणारा ५.६० लाख कोटी रुपये एवढ्या खर्चाचा प्रकल्प होता. तो खर्च आता मोठ्या प्रमाणात वाढणार होता. राष्ट्रीय नदीजोड प्रकल्पाचा विचार करता महाराष्ट्राच्या दृष्टीने गंगा-कावेरी लिंक योजनेत विदर्भातील काही भाग वगळता नदी-जोडण्याचा कोणताही कालवा महाराष्ट्रातून जात नाही. त्यामुळे उत्तरेकडील नद्यांचा पाण्याचा महाराष्ट्राला फारसा फायदा होत नाही आणि देशाच्या पूर्व भागातून पाणी वळविण्याच्या योजनेत महाराष्ट्राचा कोणताच भाग येत नाही, ही वस्तुस्थिती आहे. परंतु, त्या योजनेत सुधारणा करून गोदावरी व कृष्णा या महाराष्ट्रातील महत्त्वाच्या प्रमुख नद्या उत्तरेकडील नद्यांच्या पाण्याने जोडल्या जाणार आहेत. त्यामुळे या नद्यांमध्ये पाण्याची उपलब्धता वाढणार आहे.

अ) महाराष्ट्रातील नद्याजोड प्रकल्प

महाराष्ट्राला नद्याजोड प्रकल्पांतर्गत केंद्र शासनाने सन २००९मध्ये ५६ हजार कोटी रुपयांचा निधी देण्याचे जाहीर केले. त्यामुळे कोल्हापूर, सांगली, सातारा, मराठवाडा भागातील दुष्काळी परिस्थिती दूर करण्यासाठी उपसा योजेनेंतर्गत उजनी धरणात ९५ टी.एम.सी. पाणी घेतले जाणार होते. त्या संदर्भातील योजना म्हणजे कोल्हापूर जिल्ह्यातील जादा पाणी अडवून ते नैसर्गिक पद्धतीने नीरा-भीमा खोऱ्यात आणण्यात येणार होते. केंद्र शासनाच्या नद्याजोड प्रकल्पाच्या धर्तीवरच राज्य शासनामार्फत कुंभी, कासारी, वारणा, पंचगंगा, कृष्णा, नीरा, भीमा या नद्या भुयारी जलमार्गाने जोडण्यात येणार आहेत. हा प्रकल्प पाच हजार कोटींचा असेल.

त्याचप्रमाणे मुंबई शहरासाठी पाण्याची वाढती गरज पाहता कोयना नदीचे ६७ अब्ज घनफूट पाणी मुंबईकडे वळवणे, त्यासाठी पाच हजार कोटी रुपये खर्च आहे. २०१५-१६ मध्ये शासनाने ही योजना मान्य केलेली दिसून येते. दमण-पिंगळ व त्यातून राज्याला २४ अब्ज घनफूट पाणी उपलब्ध होऊ शकेल. ही योजना तानसापर्यंत वाढविल्यास ३८ अब्ज घनफूट पाणी मिळेल. याशिवाय, तापी व नर्मदा नद्या जोडाव्यात. तापी खोऱ्यात बोगद्याद्वारे नर्मदेचे पाणी आणावे. तसे केल्यास दोन लाख हेक्टर जमीन ओलिताखाली येईल, असे राज्यातील नदीजोड कार्यक्रमाचे स्वरूप आहे. तसेच वैनगंगा - वर्धा जोडयोजना हीसुद्धा महत्त्वाची आहे.

इतर राज्यांच्या तुलनेत महाराष्ट्राची सिंचनक्षमतेची टक्केवारी अतिशय कमी आहे. नदीजोड प्रकल्पामधून या टक्केवारीत वाढ होईल.

पर्जन्यरोपण/कृत्रिम पाऊस

उपलब्ध ढगांकडून कार्यक्षम वापर करण्यासाठी आज रोजी ४७ राष्ट्रांमध्ये पर्जन्यरोपण नियमित केले जाते. दुष्काळावरील प्रतिबंध उपाय म्हणून या तंत्राकडे पाहिले जाते.

महाराष्ट्रात शासनाने स्वत:चीच पर्जन्यरोपणसाठीची यंत्रणा निर्माण करणे आवश्यक आहे. हवामानशास्त्रज्ञांना सहभागी करून शास्त्रीय दृष्टीने पर्जन्यरोपणाची पूर्ण तयारी करणे आवश्यक आहे. ही प्रक्रिया खर्चीक असली तरी अवर्षण/दुष्काळांसाठी आवश्यक आहे. यासाठी शासनाने दुष्काळाची/अवर्षणाची वाट न पाहता सतत कर्तव्यदक्ष राहण्याची गरज आहे.

नैसर्गिक पावसास या कृत्रिम पावसाची साथ मिळाल्यास चांगला पाऊस पडतो. त्यामुळे २०%पर्यंत पावसात वाढ करता येते. इतर देशांचा विचार करता कृत्रिम पावसाचे प्रयोग मेक्सिको, द. आफ्रिका या देशात यशस्वी झाले आहेत.

७.८ : समुद्राच्या पाण्याचा वापर

गेल्या पन्नास वर्षांत लोकसंख्या जवळजवळ तीन पटीने वाढली. मात्र, पावसाचे प्रमाण तेवढेच आहे. ते गेल्या १५० वर्षांत बदललेले नाही. त्यामुळे दरडोई पाण्याचे प्रमाण ५० वर्षांच्या तुलनेत अवघ्या ४०% वर राहिले. पाऊस पडल्याने राज्यात दरवर्षी सरासरीने ३६० अब्ज घनमीटर पाणी मिळते. हे पावसाचे पाणी नीट साठवून ठेवू शकत नाही. ते वाहून समुद्राला मिळते. शासकीय योजनांतून अनेक पाणीपुरवठा योजना राबविल्या; पण गेल्या काही वर्षांत त्यातील गाळ न काढल्याने साठवणक्षमता कमी झाली आहे. अशा प्रकारे प्रकल्प पुरा झाल्यावर देखभाल न झाल्याने दिवसेंदिवस पाण्याची उपलब्धता वाढण्याऐवजी कमी होत गेली. शिवाय लोकसंख्या वाढेल तशी टंचाई आणखीनच जाणवेल. जगभर ३६००० मोठी धरणे आहेत. जपानमध्ये तर धरण नाही अशी एकही नदी नाही. धरणाच्या सोईस्कर जागा संपल्याने लोक आता समुद्राचे खारे पाणी गोड करण्याच्या मागे लागले आहेत. पण त्याचा खर्च नेहमीपेक्षा चौपट ते आठपट अधिक आहे. भाभा ॲटॉमिक रिसर्च सेंटरने समुद्रातील खाऱ्या पाण्यावर प्रक्रिया करून त्याचे पिण्याच्या पाण्यात रूपांतर करण्याचा प्रयोग यशस्वी केला आहे. हे पाणी अडीच रुपये लीटरने उपलब्ध होणार आहे. पावसाचे प्रमाण कमी होत असताना कृत्रिम पावसाचे प्रयोग होत असताना ही योजना देशात अनेक ठिकाणी उभारण्यात येत आहे.

१) दररोज ३० क्युबिक मीटर पिण्याचे पाणी बनविण्याचे प्रकल्प राजस्थानात बारमेर जिल्ह्यातील शीलगन गावात तसेच जोधपूर जिल्ह्यातील तुलताना गावात उभे करण्यात आले आहेत. याशिवाय गुजरात, चेन्नईमध्ये या प्रकल्पांची उभारणी करण्याचे काम चालू आहे. या संशोधनाबाबत केंद्र सरकारला माहिती कळविली आहे; परंतु, केंद्र सरकारने त्याला संमती दिलेली नाही. समुद्राचे खारे पाणी पिण्याच्या पाण्यात रूपांतर करायला लिटरला अडीच रुपये खर्च येतो. दैनंदिन ३० क्युबिक लीटर पाण्याची क्षमता असलेल्या प्लॉटच्या उभारणीसाठी ८ ते ९

लाख रुपये खर्च येतो. विशेष म्हणजे ज्या ठिकाणी पाण्यामध्ये क्लोराईडचे प्रमाण जास्त आहे. त्या भागातही या नव्या पद्धतीचा उपयोग होऊ शकतो.

पावसाचे प्रमाण कमी होत असताना, लोकसंख्या वाढत असताना व पाण्याची टंचाई जाणवत असताना समुद्राच्या पाण्याचा उपयोग गोड्या पाण्यात करण्यास महत्त्व प्राप्त झालेले आहे, मात्र, कमी खर्चाची पद्धत शोधणे महत्त्वाचे वाटते.

२) सागरी विभागातर्फे लक्षद्वीपमधील कावरती येथील प्रकल्पात समुद्राच्या पाण्यावर प्रक्रिया करण्याच्या प्रकल्पाचे उद्घाटन केंद्रीय विज्ञान आणि तंत्रज्ञान मंत्र्यांच्या हस्ते २२ मे २००५ रोजी झाले होते. या प्रकल्पात समुद्राच्या पाण्यावर प्रक्रिया करून ते पिण्यायोग्य बनवले जाते. समुद्राच्या पाण्याचे डीस्टिलेशन करण्याची क्षमता वाढविल्यामुळे ३ ते ६ पैसे लीटरने पाणी मिळू शकेल, असे विज्ञान आणि तंत्रज्ञानमंत्र्यांनी म्हटले. सध्या बाटलीबंद पाण्याची किंमत १२ ते १५ रुपये लीटर इतकी आहे. समुद्रातील खारट पाणी पिण्यासाठी वापरण्याचा इतक्या मोठ्या क्षमतेचा हा पहिलाच प्रकल्प आहे.

७.९ : हवेपासून पाणी निर्माण करणे

संशोधकांनी शोधलेल्या नव्या तंत्रज्ञानानुसार हवा एकत्र करून तिचे पाण्यात रूपांतर करणारे मशीन बनविण्यात आले आहे. या मशिनमध्ये आर्द्रता असलेली हवा एका चाळणीद्वारे पाठवली जाते. या चाळणीद्वारे ती थंड करण्याची यंत्रणा आहे. त्यामुळे हवेतील पाण्याचे अंश वेगळे होतात व त्याचे थेंबात रूपांतर होते. या मशिनची निर्मिती करणाऱ्या जॉनाथन रिच्ची यांच्या मते, या मशिनद्वारे दिवसभरात १२ लीटर पाणी प्राप्त केले जाऊ शकते. मशिनची रुंदी ३ फूट आहे व किंमत सुमारे ६४,००० रु. आहे; परंतु, हे मशीन ३० टक्क्यांपेक्षा कमी आर्द्रता असलेल्या भागात उपयोगी ठरणार नाही.

जगात पाण्यासाठी युद्धे होण्याची स्थिती उद्भवलेली असताना आणि अनेक देशांना पाण्याची तीव्र टंचाई जाणवत असताना झालेले हे संशोधन येत्या काळात वरदान ठरू शकते.

महाराष्ट्राच्या हवेचा (आर्द्रतेचा) विचार करता अशा नव्या तंत्राचा वापर करण्यासाठी राज्यातील शास्त्रज्ञांनी आत्तापासूनच तयारी ठेवली पाहिजे.

नॅनोट्यूब : बोरॉन आणि नायट्रोजन अणुचा वापर करून तयार करण्यात आलेली नॅनोट्यूब आकाराने माणसाच्या डोक्यावरील केसांच्या १०,००० व्या भागाइतकी आहे. जगातील १/३ भागात सध्या पिण्याच्या पाण्याची टंचाई आहे. अशा वेळी ही ट्यूब मोठी उपयुक्त ठरू शकते.

घरावरील छताचे वर्षभर पाणी पुरणारे

जर घराचा स्लॅब/छत/पत्रा १५० चौ.मी. असेल, पाऊस ६०० मि.मी. झाला असेल, तर कुटुंबातील चार व्यक्तींना वर्षभर पाणी पुरते.

पाण्याची उपलब्धता ९०,००० लीटर, पाणी २५% बाष्पीभवन झाले, तरी ६७५०० लीटर पाणी शिल्लक राहते. माणसी ४५ लीटर याप्रमाणे चार व्यक्तींना वर्षाला ६५७०० लीटर पाणी लागते. वर्षभर पाणी वापरूनही १८०० लीटर पाणी शिल्लक राहते.

७.१० : पाण्याबाबत विविध विचार

१) सिंचित क्षेत्र वाढविण्यासाठी विविध पर्यायांचा अवलंब करणे आवश्यक ठरते. सर्वसाधारणपणे नेहमीच असे म्हटले जाते की, पाण्याचा काटकसरीने वापर करावा ते तत्त्व सिंचनक्षेत्रासाठी व बिगरसिंचनासाठीसुद्धा वापरणे आवश्यक आहे. त्याचबरोबर आधुनिक सिंचनपद्धतीचा वापर करणे आवश्यक ठरते. त्यामध्ये ठिबक व तुषार पद्धतीचा जास्तीत जास्त वापर करणे, फळबागांसाठी डिफ्यूजर तंत्रज्ञान वापरणे; बंद नलिकेतून पाणी वितरण करण्याचा गांभीर्याने विचार करणे गरजेचे आहे. हरितगृह व शेडनेट शेती पद्धती इ.चा वापर करणे आवश्यक आहे. तसेच कमी पाण्यावर जास्त सिंचनक्षेत्र आणण्यासाठी पाण्याची उपलब्धता पाहून पिकांचे नियोजन करणे आवश्यक ठरते. तसेच अवर्षणप्रवण भागात आंतरपिके घेणे, तसेच इतरही भागात योग्य ठरते. तसेच कमी दिवसांत येणारी पिके निवडून त्या पिकांची लागवड करणे फायदेशीर ठरते. आपल्याकडे पाणी किती उपलब्ध आहे, त्यांचा आराखडा तयार करूनच पिके घेतल्यास त्यांचा उपयोग चांगल्या स्वरूपात घेण्यास मदत होते. पाण्याचे महत्त्व दिवसेंदिवस वाढत असून, सिंचनव्यवस्थेत लोकांच्या सहभागाची गरज आहे, तसेच महिलांनाही या कामात मोठ्या प्रमाणात सहभागी करून घेतल्यास सिंचन नियोजनात सुधारणा होऊ शकते. पिकाच्या नियोजनाबाबत तसेच सिंचनपद्धती वापरण्याबाबत शेतकऱ्यांच्या सहली आयोजित करणे की, जेणेकरून ज्या ठिकाणी पाण्याची काटकसर करून चांगली पिकपद्धती राबविलेली आहे. त्यामुळे त्याचा लाभ शेतकऱ्याला होईल.

२) विद्युतीकरणाच्या क्रांतीनंतर पाण्याचा उपसा व वापर वेगाने वाढला (इलेक्ट्रिक मोटारी, बोअरवेल इ.)आहे. पुढील काळात पाणी व वीज या दोन्ही बाबींचा हिशेब ठेवला नाही व काटकसरीने वापर केला नाही तर अनर्थ ओढवेल व जागतिक स्पर्धेत आपण टिकू शकणार नाही. महाराष्ट्रात अनेक शहरे आज पाणीसंकटाने घेरली आहेत किंवा त्या संकटात भर घालत आहेत. याशिवाय

विकास म्हणजे अनिर्बंध शहरीकरण असे भ्रामक समीकरण आता पक्के रुजले आहे. शहरांची बेसुमार वाढ होत चालली. मोठ्या शहरातील पारंपरिक जलसंचयाच्या सोयींकडे दुर्लक्ष होत गेले. दिल्लीत ५०८ जलस्रोतांकडे दुर्लक्ष होत आहे. बंगलोरमध्ये १९६०मध्ये २६२ तलाव होते. आज त्यांपैकी १० तलाव वापरण्याच्या स्थितीत आहेत. याचीच पुनरावृत्ती महाराष्ट्रात कोल्हापूरपासून नागपूरपर्यंत होताना दिसते. महाराष्ट्रात लहान-मोठ्या शहरांतील तलाव मोडीत काढले जात आहेत. त्यावर मैदाने, शॉपिंग कॉम्प्लेक्स, स्टेडियम, हाऊसिंग सोसायट्या उभ्या राहिल्या. हजारो विहिरी बुजवल्या गेल्या आणि बेसुमार उपसल्या गेल्या. त्यासाठी विचार कोठेतरी केला पाहिजे.

३) शहरातील लांबून पाणी आणण्याची वृत्ती वाढीस लागली. आज महाराष्ट्रात २० हजारांपेक्षा जास्त लोकसंख्या असलेली २४४ शहरे आहेत. या शहरांपैकी १ लाखांपेक्षा जास्त लोकसंख्येची ७२ शहरे आहेत. त्यांना दररोज दरडोई ७० ते १५० लीटर पाणी द्यावे, असा मापदंड आहे. राज्यात नोंदणी केलेले मोठे, मध्यम, छोटे असे ४००० उद्योग आहेत, तर नोंदणी न केलेले हजारो लहान उद्योग व्यवसाय आहेत. २६७ अधिकृत औद्योगिक वसाहती आहेत. या सर्व शहरी व औद्योगिक वापरासाठी लागणारे पाणी एकंदर पाणी वापराच्या ८% आहे. राज्यातील ४५ % लोकसंख्या आज शहरांमध्ये राहते आणि येत्या २०-२५ वर्षांत हे प्रमाण ६०% हून अधिक होईल. आज राज्यातील घरगुती वापरासाठीच्या एकूण पाण्यापैकी ६०% पाणी शहरी भागासाठी जाते आणि सन २०३०पर्यंत हे प्रमाण ७०%च्या घरात जाईल. याच काळात उद्योगासाठीचा पाणीवापर सध्याच्या अडीचपट एवढा वाढेल, असा अंदाज आहे. त्यामुळे येत्या काळात पाण्याची उपलब्धता न वाढविल्यास हे प्रकरण हाताबाहेर जाईल. ग्रामीण भागास दररोज दरडोई १०० लीटर पाणी पुरवावे, अशी मागणी पुढे येत आहे. तर शहरी पाणीवापराचे प्रमाण (मापदंड) १५० लीटरपेक्षा कमी करण्यासाठी काही उपाय हवेत, असाही विचार चालू आहे. महानगरातील काही विशिष्ट भागात दररोज दरडोई २०० ते ४०० लीटर पाणी दिले जाते, असे काही अभ्यासकांचे म्हणणे आहे. शहरातील पाणीगळतीचे प्रमाण बऱ्याचदा ४५ ते ५०% एवढे अतिरिक्त असते. आता याबाबतचे नियोजन आमूलाग्र बदलण्याची व कठोरपणे अमलात आणण्याची गरज आहे. उदा. पिण्याचे पाणी माणसाला दररोज फार तर ५ लीटर लागते. उरलेले पाणी घरगुती, अन्य वापरासाठी; हे वापराचे पाणी शहरातील तलाव, विहिरी यांचे पुनरुज्जीवन करून व पावसाचे पाणी मुरवून काही प्रमाणात उपलब्ध करायला हवे. दुसरे

म्हणजे शहरी घरगुती पाणीवापरापैकी ६० ते ८०% सांडपाणी पुनर्वापरासाठी उपलब्ध होऊ शकेल. नगरपालिका, महानगरपालिका, महाराष्ट्र जीवन प्राधिकरण या संस्थांना शहरामधील सांडपाणी परत करणे बंधनकारक करावे. त्या बदल्यात त्या पाण्याचे मूल्य त्यांना मिळावे. यामुळे पाणीपट्टी निम्मी होईल, असे चितळे आयोगाने म्हटले आहे. अशा प्रकारे पाणी आणि पाणीपट्टी हे दोन्हीही वाचतील. शहरामध्ये छपराचे-पावसाचे पाणी जमिनीत सोडणे बंधनकारक करावे, असेही आता सुचवले जात आहे. ग्रामीण भागातील पाणीवापर संस्था, ग्रामपंचायतीप्रमाणे शहरी भागात प्रभाग कमिट्या, वॉर्ड कमिट्या बनवून त्यांना देखरेखीचे अधिकार द्यायला हवेत. त्यांच्या मदतीने लोकप्रबोधन करूनच उपाय करता येऊ शकेल. महाराष्ट्राच्या जनतेला आणि विकासाला लागणारे पुरेसे पाणी महाराष्ट्रात उपलब्ध आहे.

४) पाण्याचे वाटप लोकसंख्येनुसार की जमिनीनुसार करावे, याविषयी बर्वे आयोगापासून (१९६२) वेगवेगळे मतप्रवाह दिसून येतात. बर्वे आयोगाने १९६२ मध्येच सिंचन प्रकल्पांच्या लाभक्षेत्रात समन्यायी वाटपाची गरज मांडली होती. गेल्या ४० वर्षांत ते झालेले नाही. चितळे आयोगाच्या मते, लोकसंख्या हा बदलणारा घटक आहे, म्हणून समन्यायी वाटपाचा निकष जमीन हाच धरावा. आठमाही सिंचन समितीने (देशमुख-दांडेकर-देउसकर) २५ वर्षांपूर्वीच स्पष्ट केलेली, शेतीची उत्पादकता आज जमिनीचे एकक धरून मोजली जाते, ते चुकीचे आहे. एकरी जास्तीत जास्त पाणी द्यायचे आणि उसासारखे पीक घेऊन उत्पादकता जास्त आहे, असे म्हणायचे हे अयोग्य आहे. पाणी मर्यादित असल्यामुळे उत्पादकता ही फक्त जमिनीच्या नव्हे, तर पाण्याच्या युनिटवरही मोजावी. विशिष्ट पाण्यात किती पीक मिळते हे महत्त्वाचे मानावे.

५) राज्यात समान पाणीवाटपाचे तत्त्व 'पाणी पंचायत'च्या माध्यमातून प्रथमत: प्रत्यक्षात आले. पाणी पंचायतीचे दरडोई अर्ध्या एकराला पाणी (बारमाही पिकाला नव्हे) कुटुंबात कमाल संख्या ५ व्यक्ती म्हणजे कोणत्याही कुटुंबाला अडीच एकरांपेक्षा जास्त क्षेत्राला पाणी मिळणार नाही, हे तत्त्व होते. राज्यात जल व सिंचन व्यवस्थापनात स्त्रियांचा सहभाग वाढविण्यासाठी जल व भूमी व्यवस्थापन संस्थेमध्ये गेली अनेक वर्षे प्रशिक्षण कार्यक्रम राबविला जात आहे. चितळे आयोगाने असे म्हटले आहे की, दोन हंगामी पिके (आठमाही सिंचन) धरून एक हेक्टर जमिनीच्या मालकाला पाऊस व ओलावा या व्यतिरिक्त सिंचनव्यवस्थेतून ३००० घनमीटर एवढे पाणी मिळाले तर शेतकऱ्याला काही प्रमाणात स्थैर्य मिळेल.

६) चितळे आयोगाने जमिनीच्या प्रमाणात पाणीवाटप या तत्त्वाचा पुनरुच्चार केला, तर दुसरीकडे हा आयोग तसेच केंद्र सरकारची नवी जलनीती, पाण्याच्या खासगीकरणाला व बाजारवादी अर्थव्यवस्थेला मोकळीक देत आहे. यावर असाही उपाय सुचवला जातो की, शहरी-ग्रामीण घरगुती पाणीवापराचे निकष दरडोई ठरवले जातात. त्याप्रमाणे पाणी सर्वांना मिळण्यासाठी दरडोई निकष ठरवावा. उसासारख्या पिकांना येत्या पाच-सात वर्षांत टप्याटप्प्याने जैविक पद्धतीने कमी पाण्यावर वा ठिबक सिंचन तंत्राने पाणी घेणे बंधनकारक करावे. पाण्यासाठी शिस्त लावताना फक्त पिकांचा वा शेतीचा फेरविचार पुरेसा नाही तर अन्य क्षेत्रांनाही शिस्त लावण्याची तितकीच गरज आहे.

७) घरगुती वापराचे पाणी आज ग्रामीण भागात दरडोई ५५ लीटर, तर महानगर-पालिकांसाठी हेच प्रमाण १५० लीटर एवढे आहे. समन्यायासाठी ही विषमता कमी करणे आवश्यक आहे. ग्रामीण भागात दरडोई दररोज १०० लीटर एवढे पाणी उपलब्ध करावे, अशी मागणी आहे.

पिण्याचे किमान पाणी सर्वांना मोफत वा अत्यल्प दरात देणे, तसेच संरक्षणात्मक सिंचनासाठी म्हणजे निर्वाह शेतीला किमान आवश्यक पाणी पुरविण्यासाठी अल्प पाणीपट्टी लावणे असे धोरण घेता येईल. घरगुती वापर तसेच सिंचन यासाठी या किमान पातळीपेक्षा जास्त पाणी वापरल्यास त्यावर वाढत्या दराने पाणीपट्टी आकारावी. नव्या तंत्रज्ञानामुळे आता सर्वच क्षेत्रांत पाणी मोजून देणे व युनिटप्रमाणे पाणीपट्टी लावणे हे शक्य आहे.

जैन समितीने सुचविल्याप्रमाणे उद्योगधंद्याच्या पाणीपुरवठ्यात कोणतीही सवलत देऊ नये. सिंचन अनुशेष असलेले विदर्भ, मराठवाडा, कोकण यांचा विचार आवश्यक आहे. सिंचनात विदर्भ, मराठवाड्याचा अनुशेष ५० ते ३५% एवढा आहे, तर नागरी पाणीपुरवठ्यात तो अनुक्रमे ७५ ते २५% आहे. त्यामुळे या प्रदेशांना आणि अवर्षणप्रवण व आदिवासी भागांना प्राधान्य देणे आवश्यक आहे.

पाणलोटक्षेत्र विकासासाठी सरकारने रोजगार हमी योजनेखाली जमवलेला पैसा वापरायला पाहिजे. याबरोबरच ग्रामीण उत्पादन वाढवून जैविक ऊर्जानिर्मितीचा वापर वाढविण्याचेही नियोजन हवे. जैविक पद्धतीच्या शेतीचा विकास करणे आवश्यक आहे व लोकांच्या सहभागाने वनविकास करणे आवश्यक आहे. त्यामुळे जलसंपदा प्रकल्प आणि पाणलोटक्षेत्र विकासाची कामे यांचे लाभ अधिक होतील.

पाण्याच्या योग्य नियोजनासाठी विकेंद्रीकरण करणे गरजेचे आहे. जागतिक बँकेच्या अहवालामध्ये लोकसहभागासाठी ग्रामपंचायतीसारख्या लोकशाही संस्थांपेक्षा नोंदणीकृत संस्थांचा अर्थात स्वयंसेवी संस्थांचा वापर करण्याचा उल्लेख आहे. भारत व महाराष्ट्र

सरकारनेही त्याचे अनुकरण केले आहे. 'पाणी हे सर्वांचे' म्हणजे तो लोकांचा मूलभूत अधिकार बनला पाहिजे. जागतिकीकरणाचे आव्हान लक्षात घेऊन संपूर्ण महाराष्ट्रात पाणी प्रश्नावर पुरेशी व व्यापक चर्चा होणे आवश्यक आहे.

पाण्याच्या वापराबाबत शहरे, उद्योग, ऊर्जा, सिंचन, पर्यावरण अशा विविध गरजांतून पाण्याच्या मागणीत मोठी स्पर्धा निर्माण होत आहे. पाण्याच्या नियोजनाबाबत सीमा ओलांडणारे पाणलोट क्षेत्र, उपखोरे, खोरे अशा पातळीवरचे नियोजन महत्त्वाचे बनते आहे. छोट्या प्रकल्पापासून ते मोठ्या धरणापर्यंतच्या नियोजनात एकाहून अधिक तालुके, जिल्हे किंवा प्रादेशिक विभाग गुंतलेले आहेत. त्या साऱ्यांबरोबरच विविध जुन्या-नव्या हितसंबंधी गटांमधील पाणी वाटपाचे नियोजन हाही मुद्दा स्फोटक बनतो आहे. त्यासाठी विकेंद्रीकरण आणि केंद्रीय सुसूत्रीकरण यांचा योग्य समन्वय साधणारी धोरणे, नियमयंत्रणा व नियोजन हे महत्त्वाचे ठरणारे आहे. पाणी प्रश्नात अशा विविध पातळ्यांवर हस्तक्षेपाची व दूर पल्ल्याचे नियोजन करण्याची गरज आहे.

पाणी वापर : भारतात धरणे आणि बंधारे यांना सोईस्कर जागांच्या मर्यादित उपलब्धतेमुळे आणि पावसाच्या अनिश्चिततेमुळे नद्यांतून वाहणाऱ्या पाण्यापैकी थोडेच पाणी आपण मानवी गरजांसाठी वापरू शकतो त्याचा तपशील पुढीलप्रमाणे -

तक्ता क्र. ७.४ : नद्यातील पाण्याची उपलब्धता

क्र.	तपशील	घन किलोमीटर (अब्ज घन मीटर)
१)	पर्जन्याद्वारे दरवर्षी देशात उपलब्ध होणारे सरासरी पाणी	४०००
२)	देशातील सर्व नद्यांतून वाहणारे पाणी	१८६९
३)	त्यापैकी धरण व बंधाऱ्यांद्वारे अंतिमत: वापरता येण्याजोगे पाणी	६९०
४)	राष्ट्रीय नद्याजोड प्रकल्पामुळे पाणी वापरात होऊ शकणारी संभाव्य वाढ	१७४
५)	जमिनीत दरवर्षी होणारे सरासरी भूजलभरण	४३२
६)	पाणलोट क्षेत्र विकासाद्वारे देशात होऊ शकणारे अंतिम अतिरिक्त भूजलभरण	५०

२०२२ सालापर्यंत अंतिमत: देशातील एकूण ११६ दशलक्ष हेक्टर जमिनीवर पाणलोट क्षेत्र विकास करावयाची योजना आहे. त्यामुळे अंतिमत: सुमारे ५० घन कि.मी. एवढे अतिरिक्त भूजलभरण होऊन सुमारे ८ ते १० दशलक्ष हेक्टर सिंचनक्षमता निर्माण होईल असा अंदाज आहे. म्हणजेच अंतिमत: ११७२ घन किलोमीटर पाणी वापरता येईल. (६९०+४३२+५०) पाणलोटक्षेत्र विकासाचा वाटा फक्त ४ टक्के एवढा आहे. परंतु, कोरडवाहू शेतकऱ्यांच्या विकासासाठी ते वापरले जाणार असल्यामुळे त्याचे सामाजिक मूल्य फार मोठे आहे.

ग्रामीण-नागरी पाण्यावरून वाद : वाढती लोकसंख्या, वाढते औद्योगिकीकरण व शहरीकरण, वाढते राहणीमान इत्यादींमुळे नागरी भागाकडून पाण्याची मागणी दिवसेंदिवस वाढत आहे. त्यामुळे शेतीच्या पाण्यावर आक्रमण होत असून, शेतीच्या पाण्यावर मर्यादा पडत आहेत. शहरी लोकांना व कारखानदारीसाठी शेतीच्या पाण्यासाठी (सिंचनासाठी) निर्माण झालेल्या जलाशयातील पाणी देण्यात येत आहेत. ह्या बंदिस्त पाइपलाइन शेतीच्या व खेड्याच्या जवळून जातात. परंतु, पाइपलाइन शेजारील शेतीतील पिके पाण्याअभावी करपलेली (जळून गेलेली) व खेड्यातील जनता पाण्यासाठी वणवण भटकते अशी दृश्ये दिसतात. अशा स्थितीमुळे शहरी आणि ग्रामीण भागातील लोकांचा पाण्यावरून वाद निर्माण होण्याची शक्यता नाकारता येत नाही.

आज जगातील एकूण पाणी वापराच्या सुमारे १० टक्के पाणी शहर व महानगरे मिळून वापरतात. पिण्याच्या पाण्याची रीतसर सोय नाही अशी शहरेसुद्धा आहेत. तसेच काही शहरात ३० ते ४० टक्के लोकसंख्येला पाणी रीतसर मिळू शकत नाही. अशा रीतीने पाण्याची समस्या दिवसेंदिवस शहरांनासुद्धा भेडसावत आहे. त्यासाठी वेळीच उपाययोजना करणे आवश्यक आहे.

अवर्षण/दुष्काळासाठी आपत्ती व्यवस्थापनाची स्थापना

महाराष्ट्रात दुष्काळी परिस्थिती, भूकंप अशा संकटांचा मुकाबला करण्यासाठी आपत्ती निवारण अधिनियम २००५मध्ये जारी करण्यात आला होता. त्यानुसार महाराष्ट्र राज्य आपत्ती व्यवस्थापन प्राधिकरणाची स्थापना झालेली आहे. सदरील आपत्ती व्यवस्थापनाने अवर्षण काळात योजनांची ताबडतोब अंमलबजावणी करण्यासाठी यंत्रणा तयार करणे आवश्यक आहे. त्याचप्रमाणे तशा पद्धतीचे नियोजन स्वतंत्ररीत्या तयार करणे आवश्यक आहे. जेणेकरून दुष्काळ/अवर्षणासाठी आपत्तीव्यवस्थापनाचा उपयोग होईल.

अन्यथा, आपत्ती व्यवस्थापन कक्षाचा फक्त मलमपट्टीसाठीच उपयोग होईल. याची दखल घेणे आवश्यक आहे.

भविष्यातील पाणी प्रश्न : भविष्यात (२१ व्या शतकात) पाणी प्रश्न अत्यंत गंभीर रूप धारण करील व त्यावरून देशादेशात, देशादेशातील राज्यात, एवढेच नव्हे तर गावागावात संघर्ष होण्याचा धोका असल्याची लक्षणे सध्याच दिसून येत आहेत. त्या दृष्टीने जागतिक तज्ज्ञ, विचारवंत व पाणी प्रश्नाचा अभ्यास करणाऱ्या संस्था यांनी पाणी प्रश्नाविषयीच्या विचारांचा मागोवा घेऊन संभाव्य धोक्याचा इशारा देणे गरजेचे आहे व त्यावर उपाययोजना करणे आवश्यक आहे.

७.११ : निष्कर्ष / उपाय

पाण्यासंदर्भात पारंपरिक पद्धतींचा आढावा घेतला. त्यामध्ये प्राचीन काळापासून आत्तापर्यंत अनेक पद्धती वापरात असल्याचे दिसून येते. प्राचीन मध्ययुगीन काळातील आज जवळजवळ सगळ्याच पद्धती एक तर संपल्या अथवा संपण्याच्या मार्गाला लागलेल्या आहेत. त्याचा आढावा दुसऱ्या प्रकरणात घेतलेला आहे. त्या उपाय-योजनांचासुद्धा आपल्याला सध्या विचार करावा लागेल व पुढील पाण्याच्या नियोजनासाठी त्या दिशादर्शक ठरू शकतात. ब्रिटिश काळापासून आपण पाणी प्रश्नात म्हणावे तसे लक्ष दिलेले नाही. सध्या पाण्याबाबत, दुष्काळाबाबत, टंचाईबाबत अनेक चर्चा होतात. परंतु, पाण्याची वाढणारी मागणी आणि सरासरी स्थिर असणारा पर्जन्य यांचा मेळ घालण्यासंदर्भात जास्त विचार होताना दिसत नाही. वाढती लोकसंख्या, बदलती जीवनशैली, सिंचनासाठी वाढती पाण्याची मागणी आणि विज्ञानाने सुखसोयी वापरताना जो विवेक असावा तो शिकविला नाही. राज्य तसेच देशाचा एकात्मिक, सरळ, परिपूर्ण, पारदर्शी विचार करणारा तज्ज्ञ सध्या दुर्मीळ झालेला दिसून येतो. राजसत्तेला आणि प्रशासनाला जाब विचारू शकेल अशी व्यक्ती दिसून येत नाही. त्यामुळे पाण्याचा प्रश्न अतिशय तीव्र स्वरूप धारण करू लागला आहे.

भारत व महाराष्ट्रात मोसमी पाऊस पडतो. पाऊस हाच एकमेव पाणी मिळविण्याचा मार्ग आहे. चार महिने पावसाळा असतो. देशात साधारणपणे वीस ते पंचेचाळीस दिवस पाऊस पडतो. हा सरासरी १०० तास पडणारा पाऊस आपल्याला वर्षभर पुरवायचा असतो. त्यातील ५० ते ७५% पाऊस २५ ते ३० तासातच पडतो. त्यातच पावसाचा खंड मोठ्या प्रमाणात पडत असल्याचे दिसून येते. त्यामुळे पाणी साठविणे गरजेचे झालेले आहे.

पाण्याच्या उपलब्धतेसाठी विहिरी, बंधारे, कालवे इ. चे ज्ञान ऋग्वेद काळापासून म्हणजे त्याला ७००० वर्षे एवढे जुने आहे असे पुरावे मिळतात. ही पद्धत अजूनही टिकून आहे. त्याला कारण 'पाणी' हा अत्यंत महत्त्वाचा प्रश्न ठरला आहे. जुन्या पाण्याच्या

पद्धती होत्या तशा पुन्हा पुनरुज्जीवन करणे शक्य नाही. मात्र, त्यांचे पुनरुज्जीवन अशक्यसुद्धा नाही. त्याला नवीन रूप देऊन नवीन स्वरूप स्वीकारावे लागेल.

पर्जन्यमानाच्या बाबतीत भारत आणि महाराष्ट्रात सरासरी पर्जन्याबाबत तज्ज्ञांमध्ये एकवाक्यता नाही. काही तज्ज्ञ भारताची सरासरी १३६० मि.मी. म्हणतात. काही ११०० म्हणतात काही ७८० तर काही १००० मि.मी. म्हणतात. तसेच महाराष्ट्राचेसुद्धा आहे. आपल्याला देशात व राज्यात निश्चित किती पर्जन्य होते हे नव्याने पहावे लागेल व त्या दृष्टीने पाण्याचे नियोजन करावे लागेल.

सध्या सिमेंट बंधारे आणि मोठी धरणे यामध्ये एकच विचार अधिक प्रमाणात दिसून येतो. सध्या धरणे बांधण्यासाठी ५०% विश्वासार्हतेला परवानगी मिळाली आहे. याचा अर्थ चार पैकी दोन वर्षे भरेल अशा रीतीने धरण आखावे असा होतो. पाऊस कुठे, केव्हा आणि किती पडेल हे सांगता येत नाही. त्यातही एकदम दोन दिवसात ४०० मि.मी. पाऊस पडत असेल, आणि तो वर्षभर पुरवायचा असेल तर ५०% विश्वासार्हता हे धोरण सयुक्तिक ठरणार नाही. त्यासाठी आपल्याला वर्षातून सहा-सात वेळा भरेल असे छोटे बंधारे बांधावे लागतील व पाणी अडवावे लागेल. जलसाठा करताना तेथील भूगर्भाचा अभ्यास करून ठरवावे लागेल त्यासाठी भूजलसर्वेक्षण यंत्रणा सक्षम असणे गरजेचे आहे.

महाराष्ट्रात बेसॉल्ट हा कठीण खडक असल्याने पाणी फारसे झिरपत नाही. त्यामुळे पुनर्साठवण हा महत्त्वाचा पर्याय आहे. तो खर्चीक असला तरी फायदेशीर आहे.

शेतीच्या सूक्ष्मसिंचन पद्धतीसाठी शेततळे महत्त्वाचे ठरते. आज राज्यात अनेक शेततळी दिसून येतात. परंतु, त्यातील अनेकांमध्ये प्लास्टिक कागदाचे अच्छादन घातलेले दिसून येत नाही; तर काही शेततळ्यांचा वापर करून घेतला जात नाही. त्यासाठी शेतकऱ्यांचे प्रबोधन होणे गरजेचे आहे. त्यांच्या समस्या सोडविणे आवश्यक आहे.

प्रत्येक गावाने स्वत:चा जलसाठा करणे आवश्यक आहे. पाणी वर्षभर पुरेल यासाठी प्रयत्न करणे गरजेचे आहे. तसेच सध्या शहरीकरण मोठ्या प्रमाणात होत आहे. शहरांनी स्वत:चा पाणीसाठा निर्माण करणे आवश्यक आहे. तसेच प्रत्येक गावात, वाड्यावस्त्या आणि शहरात छतावरील पाण्याच्या साठवण पद्धतीचा अवलंब केला पाहिजे. वाड्यावस्त्या, गावे, शहरे यांमध्ये स्वतंत्र 'जलव्यवस्थापन समिती' स्थापन केली पाहिजे. त्यांनी पाणी मोजले पाहिजे. प्रत्येकाला किती पाणी मिळेल याचा हिशोब केला पाहिजे. पाण्याचा ताळेबंद मांडला पाहिजे.

शेतीच्या पारंपरिक सिंचन पद्धतीत बदल करून संपूर्ण कृषी क्षेत्रात सूक्ष्म सिंचन पद्धतीचा वापर केला पाहिजे. ही पद्धत अनिवार्य केली पाहिजे त्यात ठिबक, तुषार, डिफ्यूजर इ. आधुनिक तंत्राचा वापर केला पाहिजे. पाण्याची उत्पादकता मोजली पाहिजे.

अतिरिक्त पाणी दिल्याने शेकडो हेक्टर क्षेत्र पानथळ, खारट व क्षारयुक्त झाल्याचे दिसून येते. त्यासाठी सूक्ष्म सिंचन महत्त्वाचे ठरते तसेच पिकाखालील क्षेत्र त्यामुळे वाढते. जमिनीची सुपिकता टिकून राहते. उत्पादनात वाढ होते या गोष्टी महत्त्वाच्या ठरतात.

मोठ्या धरणातील पाणी बंदनळाद्वारे शेतीपर्यंत आणणे महत्त्वाचे आहे. ही योजना अवघड वाटत असली, तरी अशक्य नाही. त्यामुळे पाण्याची बचत ५०%च्या पुढे होऊ शकते. तसेच शेतातसुद्धा सूक्ष्मसिंचन वापरल्यास महाराष्ट्रातील सिंचन ९०%च्या पुढे जाऊ शकते. राज्यात असणारी लोकसंख्या, तज्ज्ञवर्ग, जनतेचे प्रबोधन, अभ्यासक्रमात सिंचन साक्षरता इ.च्या आधारावर हे आपणाला करता येणे शक्य आहे.

सिंचन प्रकल्पाच्या लाभक्षेत्रात उपलब्ध होणारे पावसाचे पाणी, भूजल व प्रकल्पाच्या पाण्याचे एकात्मिक नियोजन करून त्याद्वारे संपूर्ण लाभक्षेत्रात सूक्ष्म सिंचन पद्धत राबविणे महत्त्वाचे आहे.

उपसा सिंचनासाठी साठवण तलाव, साठवण कालवे, शेततळी, के.टी. बंधारे इ. साठी खासगी उपसा सिंचनासाठी सौरपंप जास्त उपयोगी पडतात. ग्रामीण भागात १५ ते १८ तास विजेचे भारनियमन असते. त्यासाठी सध्या चांगल्या प्रकारचे सौरपंप उपलब्ध आहेत. त्याचप्रमाणे सरकारनेसुद्धा सौरपंपासाठी शेतकऱ्यांना सुरुवातीस आर्थिक मदत करावी, तसेच प्रोत्साहन द्यावे.

धरणातील पाण्याची नवीन रचना पुढीलप्रमाणे असावी.

धरण → मुख्यकालवा → पोच नाले → संतुलन साठवण तलाव → खासगी उपसा → शेततळे → सूक्ष्म सिंचन संच या पद्धतीने नवीन पाण्याची व्यवस्था आपल्याला करावी लागणार आहे. त्यामुळे पाण्याची बचत होऊ शकेल.

राज्याच्या एकूण नियोजित १२६ लक्ष हेक्टर सिंचनक्षमतेपैकी ८५ लक्ष हेक्टर म्हणजे ६७.४६% सिंचनक्षमता सिंचन प्रकल्पाच्या लाभक्षेत्रात निर्माण होणार आहे. एवढ्या मोठ्या क्षेत्रास शाश्वत सिंचनाची सोय उपलब्ध झाल्यास खूप चांगला परिणाम होऊ शकेल.

लाभक्षेत्रातील शेतकऱ्यांनी त्यांच्या एकूण क्षेत्रापैकी फक्त ६० ते ७०% इतकेच क्षेत्र प्रतिवर्षी सिंचनाखाली आणणे अपेक्षित आहे. परंतु, प्रत्यक्षात तसे घडत नाही. लाभक्षेत्रातील सर्व शेतकरी त्यांचे सर्व क्षेत्र सिंचनाखाली आणण्याचा प्रयत्न करतात. कालव्याचे आवर्तन सुरू झाल्यावर सर्व क्षेत्रास पाणी घेतले जाते. त्यामुळे पुच्छ/शेवटच्या भागातील शेतकरी लाभधारक पाण्यापासून वंचित राहतात. त्यामुळे सुरुवातीच्या (हेड) आणि शेवटच्या (टेल) शेतकऱ्यात संघर्ष होतो. त्यासाठी प्रत्येक शेतकऱ्याने ६० ते ७०% क्षेत्रच सिंचनाखाली आणल्यास सर्वांना न्याय मिळेल.

नवीन जलनीतीमध्ये पाणी वापर संस्था अनिवार्य केल्या आहेत. डिसेंबर २०१४

पर्यंत राज्यात १८.८३ लाख हेक्टर क्षेत्रासाठी ४७२६ पाणी वापर संस्थांची स्थापना करण्यात आली. अजूनही राज्यात मोठ्या प्रमाणात पाणी वापर संस्था स्थापन करणे आवश्यक आहे.

राज्यात तुषार व ठिबक संच खरेदीसाठी अल्प भूधारक व सीमान्तिक शेतकऱ्यांना ६०% व इतर शेतकऱ्यांना ५०% अनुदान दिले जाते. या अनुदानात वाढ करणे आवश्यक आहे.

राज्यात जून २०१४पर्यंत मोठे प्रकल्प पूर्ण आणि प्रगती पथावरील १०५ होते, तर मध्यम प्रकल्प २९९ आणि लघु (राज्यस्तरावरील) ३५०७ असे एकूण ३९११ पूर्ण आणि प्रगतिपथावरील आहेत. जून २०१३पर्यंत त्यांची एकूण निर्मितक्षमता ४८.०३ लाख हेक्टर एवढी होती. त्यातील प्रत्यक्ष वापर जून २०१३पर्यंत २१.४२ लाख हेक्टर एवढा होता; तर लाभ क्षेत्रातील विहिरींद्वारे २०१३-१४मधील अतिरिक्त सिंचनक्षेत्र ११.१८ लाख हेक्टर एवढे होते. अशी एकूण वापरलेली सिंचनक्षमता ३२.६० लाख हेक्टर एवढीच होती. म्हणजेच सिंचनाखालील क्षेत्र २१.४४% झालेले असले, तरी प्रत्यक्षात १४.४८% क्षेत्र एकूण लागवड लायक २२५.४२ लक्ष हेक्टर क्षेत्राच्या झालेली दिसून येते. त्यामुळे राज्यात सिंचनाखालील क्षेत्र जलसंधारण आणि पाणलोट क्षेत्राच्या माध्यमातून सूक्ष्म सिंचन पद्धतीद्वारे आपल्याला मोठ्या प्रमाणात वाढवावे लागणार आहे.

महाराष्ट्रात पडणाऱ्या पावसापासून भूपृष्ठावरील पाण्याची उपलब्धता १,६३,८२० द.ल.घ.मी. आहे. परंतु, आंतरराज्यीय पाणी वाटपामुळे आलेली वापरातील मर्यादा लक्षात घेता १,२५,९३६ द.ल.घ.मी. पाणी वापरास उपलब्ध होऊ शकेल. त्यातून बिगर सिंचनासाठी लागणारे पाणी वगळल्यास १,१२,८९१ द.ल.घ.मी. पाणी सिंचनास उपलब्ध होणार आहे. या पाण्याचे काटेकोरपणे नियोजन करून, सूक्ष्म सिंचनाच्या माध्यमातून सिंचनक्षेत्र वाढवावे लागेल. प्रत्यक्ष सिंचनाखाली तफावत मोठ्या प्रमाणात दिसून येते. त्याची कारणे वेगवेगळी असली, तरी सिंचनक्षेत्राची वस्तुस्थितीनुसार गणना करण्याची पद्धत तसेच त्यासाठी कार्य करणारी यंत्रणा अपुरी असल्याचे दिसते. त्यामुळे प्रत्यक्षात वास्तव आकडेवारी संकलित झालेली दिसून येत नाही.

महाराष्ट्रात अवर्षण/टंचाईच्या समस्यांवर उपाययोजना करण्यासाठी जलसंधारण कार्यक्रम पाणलोटक्षेत्र विकास कार्यक्रम मोठ्या प्रमाणात राबविला जात आहे. त्यामध्ये माती नालाबांध, सिमेंट नालाबांध, साखळी बंधारे, साठवण तलाव, नाला सरळीकरण, शेततळी इ. प्रकल्प राबविले जातात. अवर्षण प्रवण भागात खूप अत्यल्प आणि अनियमित पाऊस असल्यामुळे, अपेक्षितपणे पाऊस न झाल्यास जलसंधारणाची कामे होऊनही फेब्रुवारी-मार्चपर्यंत पाणी संपते आणि ऐन उन्हाळ्यात पाणी टंचाई निर्माण होते. चांगला पाऊस झाला तर पिण्याच्या पाण्याचे प्रश्न सुटतात. परंतु, सिंचनाचे प्रश्न पूर्ण सुटू शकत

नाहीत. सध्या भुसार पिकांची शेती करणे परवडत नाही त्यामुळे भुसार पिकांबरोबर बारमाही आणि नगदी पिके घेण्याकडे शेतकऱ्यांचा कल आहे. ही वस्तुस्थिती आहे. उत्पन्न आणि खर्चाचा मेळ घालण्यासाठी अवर्षण प्रवण क्षेत्रातील शेतकरी नगदी बारमाही पिके घेण्याची अपेक्षा करीत आहेत. परंतु, जलसंधारणाच्या प्रकल्पावर शाश्वत सिंचन व्यवस्था निर्माण होत नसल्याने टंचाईवर/दुष्काळावर कायमस्वरूपी उपाय या जलसंधारणातून होत नसल्याचे दिसून येते, ही वास्तव स्थिती दिसून येते. त्यासाठी कायमस्वरूपी उपाययोजना करण्यासाठी बदलत्या सामाजिक-आर्थिक परिस्थितीचा विचार करून सिंचन प्रकल्पांच्या धोरणात बदल करणे आवश्यक आहे. त्यासाठी सूक्ष्मसिंचन पद्धत अनिवार्य करणे आवश्यक आहे. ठिबक, तुषार, मल्पिंगपद्धत, डिफ्यूजर तंत्र, शेडनेट इ. सारख्या पद्धतींचा मोठ्या प्रमाणात वापर करावा लागेल. सिंचनाचे पाणी काटकसरीने वापरावे लागेल. पाण्याचे बाष्पीभवन जास्त होणार नाही, याची काळजी घ्यावी लागेल. प्रचलित कायद्याची अंमलबजावणी करून कठोर उपाययोजना कराव्या लागतील. चार महिन्यात येणारी नगदी पिके यांचा प्रसार करावा लागेल. उसासारखे पीक जलसंधारण कार्यक्रमातील शेती क्षेत्रात टाळले पाहिजे. उसाला सूक्ष्म सिंचन अनिवार्य करण्याशिवाय पर्याय नाही.

कॅनॉलच्या प्रवाही सिंचन पद्धतीत ३० ते ४० दिवसांनी पाण्याचे आवर्तन दिले जाते. सूक्ष्म सिंचनासाठी दोन दिवसांनी पाण्याची आवश्यकता असते त्यामुळे सध्याच्या वितरण व्यवस्थेत सूक्ष्म सिंचन राबविता येत नाही. त्यासाठी वितरण व्यवस्थेत सुधारणा/ बदल करणे आवश्यक आहे. त्यासाठी साठवण संतुलन कालवा निर्माण करणे आवश्यक आहे अथवा शेततळी निर्माण करणे आवश्यक आहे. त्यातून सूक्ष्म सिंचन राबविणे शक्य होईल.

सध्याची प्रवाही सिंचन पद्धत बंद करून, संपूर्ण शेतीक्षेत्रात सूक्ष्म सिंचन पद्धत अनिवार्य करणे आवश्यक आहे.

स्वत:च्या शेतात शेततळे, विहीर बांधणे, सूक्ष्म सिंचन संच उभारणे, साठवण तलावातून शेतापर्यंत पाणी आणण्यासाठी 'खासगी उपसा योजना' उभारणे आणि त्याची देखभाल करण्याची जबाबदारी शेतकऱ्यांवर आहे. तसे धोरण तयार करणे आवश्यक आहे.

'सूक्ष्म सिंचन पद्धती' अनिवार्य करण्यासाठी विशिष्ट कालमर्यादेमध्ये टप्प्याटप्प्याने अंमलबजावणी करणे आवश्यक आहे. तरच या व्यवस्थेला शेतकऱ्यांचा विरोध होणार नाही. पूर्ण झालेल्या सिंचनप्रकल्पात पाणलोट क्षेत्र निहाय पाणी वापर संस्था निर्माण कराव्यात तसेच प्रगतिपथावरील सिंचन प्रकल्पांची पुनर्रचना करून, प्रकल्पाच्या लाभ क्षेत्रात साठवण तलाव, साठवण कालवे, नाले रुंदीकरण इ. कामे करावीत.

सध्या भारत व महाराष्ट्रात 'स्मार्ट सिटी, स्मार्ट गाव' या संकल्पना राबविल्या जात

आहेत. त्यासाठी पाण्याची स्वतंत्र व्यवस्था निर्माण करणे आवश्यक आहे. विशेषत: मोठ्या शहरांनी स्वत:ची जलाशये निर्माण करावीत शहरातील विहिरी, बोअरवेल यांद्वारे पाणी उपलब्ध करून त्याचा वापर कसा करता येईल, याकडे लक्ष दिले पाहिजे. पाण्याचा पुनर्वापर करणारी यंत्रणा उभारली पाहिजे. 'वॉटर हार्वेस्टिंग' प्रकल्प राबविणे आवश्यक आहे. मीटरने पाणी मोजून दिले पाहिजे. पाणी वापरात शिस्त निर्माण करणे आवश्यक आहे. पाण्याबाबत साक्षरता निर्माण केली पाहिजे तरच पाण्याचे प्रश्न सुटण्याला मदत होणार आहे.

पहिल्या प्रकरणात पाण्याच्या उपलब्धतेविषयी आणि भविष्यात पाणी टंचाईबाबत धोके निर्माण होऊ शकतात. याबाबत विश्लेषण करून, हवामान बदलाची आपण दखल घेणे आवश्यक आहे. हेसुद्धा नमूद केलेले आहे. पाण्याच्या व्यवस्थापनाबाबत दिशा देण्यासाठी प्रयत्न केलेला आहे.

प्राचीन सिंचन व्यवस्थेपासून सध्याच्या सिंचन व्यवस्थेवर दुसऱ्या प्रकरणात विश्लेषण केले आहे. त्यातील सिंचनावरील उपाययोजना लक्षात घेणे आवश्यक आहे.

महाराष्ट्रातील भौगोलिक क्षेत्र हे बेसॉल्ट या खडकाने बनले असल्याने पाणी मुरण्यात अडचणी निर्माण होतात. देशातील पर्जन्याचा विचार करता राज्यात पर्जन्य स्थिती चांगल्यापैकी दिसून येते. परंतु, पाण्याच्या नियोजनात आपण कमी पडतो हे तिसऱ्या प्रकरणात दिसून येते. तसेच राज्याच्या सद्य:स्थितीचे दर्शन घडते. तर पहिला, दुसरा सिंचन आयोग आणि त्यांची अंतिम सिंचन क्षमता, जलसंधारण कार्यक्रम, जलनीती इ. बाबतच्या महत्त्वाच्या उपाययोजना चौथ्या प्रकरणात दिलेल्या आहेत. त्याचाही विचार करणे आवश्यक आहे.

प्रकरण पाच मध्ये ब्रिटिशपूर्व व ब्रिटिशकालीन आणि स्वातंत्र्यानंतरचे दुष्काळ/अवर्षण इ.बाबत अभ्यास केला असून, दुष्काळ निवारणासाठी केलेले प्रयत्न महत्त्वाचे आहेत. तसेच दुष्काळ निर्मूलनासाठी काही उपाय सुचविलेले आहेत. ते अमलात आणणे आवश्यक आहे.

जलसंधारण - पाणलोटाचा सूक्ष्म अभ्यास केला असून, जलसंधारणाची कामे अत्यंत महत्त्वाची असून, सूक्ष्म सिंचनाची जोड दिल्यास सिंचनक्षमतेत मोठी वाढ होऊ शकते. हे सहाव्या प्रकरणात स्पष्ट केले आहे. तसेच पाणी उपलब्धतेचे पर्यायसुद्धा दिलेले आहेत त्याचाही विचार करणे व अंमलबजावणी करणे आवश्यक आहे.

देशाची आणि महाराष्ट्राची पाण्याची स्थिती राबविण्यात येत असलेल्या योजना आणि प्रत्यक्ष स्थिती यांचे विश्लेषण केलेले आहे. त्यावरती उपाययोजना सुचविलेल्या आहेत. जेणेकरून पिण्याच्या पाण्याचा प्रश्न सुटेल तसेच सिंचनाचे क्षेत्र ९०%पर्यंत कसे जाईल याचा विचार केलेला आहे. किंबहुना आपल्याला १००% सिंचनक्षेत्र निर्माण करण्याचा प्रयत्न करावा लागणार आहे.

परिशिष्ट क्र. १

महाराष्ट्रातील उपखोरेनिहाय नैसर्गिक उपलब्धता, पाणीवापराची स्थिती, दरडोई/दरहेक्टरी उपलब्धता

उपलब्धता - द.ल.घ.मी.
पाणीवापर - द.ल.घ.मी.
दरडोई उपलब्धता - घ.मी.
दरहेक्टरी उपलब्धता - घ.मी.

उप खोरे क्र.	उपखोऱ्याचे नाव	नैसर्गिक सरासरी उपलब्धता	पाणीवापराची सद्य:स्थिती (१९९६)	दरडोई उपलब्धता (सन १९९१ आधारित)	दरहेक्टरी उपलब्धता	नियोजनासाठी वर्गीकरण
१	२	३	४	५	६	७
१	ऊर्ध्व गोदावरी (पैठण धरणापर्यंत)					
	अ) गोदावरी (मुळा व प्रवरा व्यतिरिक्त)	५१३७	३५३१	१२१०	४३२४	सर्वसाधारण
	आ) मुळा व प्रवरा	२१३०	१३५२	१७८०	४०११	सर्वसाधारण
२	गोदावरी निम्नस्रोत (पैठण धरणाखाली)	४७७८	१०५२	१३८७	२९५७	तुटीचे
३	पूर्णा (दुधनासहित)	३३१६	१२२९	१०४८	२१३१	तुटीचे
४	मांजरा	३७७०	१०७७	१२५२	२८२०	तुटीचे
५	गोदावरी उर्वरित	२७४	१६	२२८३	४६४४	सर्वसाधारण
६	पैनगंगा	५५००	७९९	१५१२	३२१८	सर्वसाधारण
७	वर्धा	५६३३	६९४	१५१७	३५९५	सर्वसाधारण
८	मध्य वैनगंगा	१०८२६	२१७२	१८७१	८२९३	विपुलतेचे

९	निम्न वैनगंगा					
	अ) वैनगंगा-प्राणहिता	६३११	८६७	८००९	१७८७८	अतिविपुलतेचे
	आ) इंचमपल्ली परिसर	२५२	३	१५७५०	४२०००	अतिविपुलतेचे
	इ) इंद्रावती	३७५३	३	१३१६८	३००२४	अतिविपुलतेचे
	गोदावरी खोरे	५०८८०	१२७९५	१७५६	४५२०	सर्वसाधारण
१०	पूर्णा (तापी)	२५३६	५९८	६४५	१८११	तुटीचे
११	गिरणा	१५५१	९१३	५७९	२१२२	तुटीचे
१२	पांझरा	५२९	१८६	७४३	३११२	सर्वसाधारण
१३	मध्य तापी					
	अ) तापी (सातपुडा)	२८६८	८२९	१५६९	४०९१	सर्वसाधारण
	आ) तापी (दक्षिण)	१६३४	२२१	७४०	२२४१	तुटीचे
	तापी खोरे	९११८	२७४७	८०३	२४४४	तुटीचे
१४	नर्मदा खोरे	५८०	२४	३६०२	९०६३	विपुलतेचे
१५	ऊर्ध्व कृष्णा (पश्चिम)					
	अ) (पश्चिम उत्तर)	१८०९७	२५१२	४२५५	१८३१७	अतिविपुलतेचे
	आ) (पश्चिम-दक्षिण)	३२२७	६	६१७७	२६०२४	अतिविपुलतेचे
१६	ऊर्ध्व कृष्णा (पूर्व)					
	अ) येरळा	१६६	१३०	१०३	४०६	अतितुटीचे
	आ) अग्रणी	८७	४९	३३५	७९१	अतितुटीचे

१७	ऊर्ध्व भीमा (उजनीपर्यंत)	७५९४	२१०३	१४४३	६७६८	सर्वसाधारण
१८	उर्वरित भीमा					
	अ) नीरा	२८१२	१३७५	२०२७	५२९६	सर्वसाधारण
	आ) उजनीखाली-माणसहित	४६९	११४	२४०	५१३	अतितुटीचे
१९	सीना-बोरी-बेनेतुरी					
	अ) सीना	१११०	४५४	३६२	९५७	अतितुटीचे
	आ) बोरी-बेनेतुरी	५०६	१०२	७६०	१४१७	अतितुटीचे
	कृष्णा खोरे	३४०३२	६८८१	१८२७	६०४८	सर्वसाधारण
२०	दमणगंगा-पार	४४२६	४२	१०६९१	२९११८	अतिविपुलतेचे
२१	उत्तर कोकण	२१३६९	२६०२	१३५१	४०२४३	अतिविपुलतेचे
२२	मध्य कोकण	१५११६	२६०	११८१३	४८७६१	अतिविपुलतेचे
२३	वशिष्ठी	५४९६	३०	१२८५४	३५६८८	अतिविपुलतेचे
२४	दक्षिण कोकण					
	अ) रत्नागिरी	११२९९	४७	१२४८५	३४४४८	अतिविपुलतेचे
	आ) सिंधुदुर्ग	७३१७	७७	१०६९७	२५३१८	अतिविपुलतेचे
२५	तेरेखोल-तिल्लारी	४१८७	१८	१५८४१	४१८७०	अतिविपुलतेचे
	कोकणातील पश्चिम वाहिनी नद्यांची खोरी	६९२१०	३०७६	३४९७	३७१३०	अतिविपुलतेचे
	महाराष्ट्र राज्य	१६३८२०	२५५२३	२०७६	७२६७	सर्वसाधारण

(संदर्भ - महाराष्ट्र जल व सिंचन आयोग अहवाल १९९९)

परिशिष्ट क्र. २

महाराष्ट्रातील खोरे निहाय प्रकल्पांची स्थिती

चल पाणी साठा - द.ल.घ.मी.
पाणी वापर - द.ल.घ.मी.
सिंचन क्षेत्र - हेक्टर

		पूर्ण झालेले प्रकल्प				प्रगती पथावरील प्रकल्प					भविष्यकालीन प्रकल्प				एकूण		
क्र.	खोऱ्याचे नाव	संख्या	चल पाणी साठा	पाणी वापर	सिंचन क्षेत्र	संख्या	चल पाणी साठा	पाणी वापर	सिंचन क्षेत्र	संख्या	चल पाणी साठा	पाणी वापर	सिंचन क्षेत्र	संख्या	चल पाणी साठा	पाणी वापर	सिंचन क्षेत्र
१	गोदावरी खोरे	६७८१	१०६२८.४५	१२७९१.५९	१५०९०.९४	११४५	७१२६.९८	९४६२.८३	१२५०९.९९	१३६४	२९८२.१७	५९१०.५२	६७५२३८१	९२७५	२०७३८	२८१६५	३४३५३३१
२	तापी खोरे	६६७	२४३३.४०	२७४७.०६	३४५२३५	२३६	१४१४.८२	१५७२.५९	२०५६७०	२७२	२६००.८४	२९३२.२४	३५७७१६	११७३	६४४९	७१९२	९०८६२१
३	नर्मदा खोरे	१२२	२४.११	२४.११	७९८८	४	१.१२	१.१२	२५१	३१९	१८१.५३	१८१.५३	२७४४१	४४५	२०७	२०७	३५३८०
४	कृष्णा खोरे	१०९३	७०३४.२७	६८७९.६१	४९२६४९	३६०	९९३८.८१	१४९५१.४८	१११८९.५१	३६१	२४२०.११	७३१.९०	८६२८५	१८१४	१९३९३	२२५६३	२०९७८८५
५	कोकणातील पश्चिमवाहिन्या	९५०	१५७६.५७	१६५१.४०	४९२८१	४६२	२९७१.९६	२९५६.९४	१२१२३५	६३५	६६६५.७९	६४२५.८१	१७३०६१	२०४६	११२१४	११०३४	३४३५७७
	महाराष्ट्र राज्य	९६१३	२१६९६.७९	२४०९३.७७	२४०३९४७	२२०७	२१४५३.६९	२८८८४.९५	३०९७१०६	२९५१	१४८५०.४४	१६१८२.००	१३१९७४१	१४७५३	५८००१	६९१६१	६८२०७९४

संदर्भ :- महाराष्ट्र जल व सिंचन आयोग अहवाल - खंड २ - जून १९९९

परिशिष्ट क्र. ३

महाराष्ट्रातील काही गावातील पाणलोट क्षेत्र विकास कार्यक्रम : फलनिष्पत्ती

क्र.	गावाचे नाव	भौगोलिक क्षेत्र	पाणलोट क्षेत्र विकासा पूर्वीचे सिंचन क्षेत्र	टक्के वारी	पाणलोट क्षेत्र विकासा नंतरचे क्षेत्र	टक्के वारी	वाढीव टक्के वारी
१	आडगाव	१०४९	८३	८	५००	४८	४०
२	राळेगणसिद्धी	९७१	२६	३	३४०	३५	३२
३	नायगाव	१५२८	६०	४	४००	२६	२२
४	चिंचोली }	१३२५	७६	६	२८४	२१	१६
५	शास्ताबाद }						
६	कान्हूर म्हेसाई	२२८१	६८	३	३१५	१४	११
७	धुमाळवाडी	१२२१	३२	३	२३५	१९	१७
८	हिवरे बाजार	९७७	१९०	१९	३७५	३८	१९
९	कचफळ	४२४१	२८१	७	९७९	२३	१६
१०	खवसापूर	१३७५	१६२	१२	८१७	५९	४८
११	पाचेगाव	२३५६	२२१	९	३६४	१५	६
१२	तिपेहाळी	१४५७	२२०	१५	४३०	३०	१४
१३	आलेगाव	२४११	१६७	७	४१६	१७	१०
१४	घेरडी	५३८३	२८९	५	३७२	७	२
१५	नराळे	१७६०	२२४	१३	४६४	२६	१४
१६	अजनाळे	३८७२	६२५	१६	७०५	१८	२
१७	शिवणे	२८९२	५७६	२०	८१०	२८	८
१८	मेडशिंगी	२९६६	१०१	३	१३६	५	१
१९	भांडगाव	६०४	२२	४	१९७	३३	२९
२०	वडनेर(हवेली)	११५७	११०	१०	५३६	४६	३७
२१	उमरड	२३१६	१५३३	६६	१९८८	८६	२०
	एकूण	४२१४२	५०६६	१२	१०६६३	२५	१३

संदर्भ : महाराष्ट्र जल व सिंचन आयोग अहवाल खंड - ३ जून १९९९

परिशिष्ट क्र.४

महाराष्ट्र राज्यातील कायम अवर्षणग्रस्त तालुक्यांची सूची

जिल्हा		तालुके
१) औरंगाबाद	:	वैजापूर, गंगापूर, कन्नड, पैठण, खुल्दाबाद, औरंगाबाद, अंबड (वाडीगोद्रे व अंबड मंडले)
२) बीड	:	बीड, आष्टी, पटोदा, गेदराई, मांजलेगाव (निटरुड, तालखेड, मंडले), कैज (दिलगुंबा, मंडल वगळून)
३) उस्मानाबाद	:	भूम, पंडारा, उस्मानाबाद (भायर मंडल वगळून), तुळजापूर, कळंब (कळंब व मोहा मंडले), अहमदपूर
४) पुणे	:	दौंड, बारामती, इंदापूर, पुरंदर, खेड (खेड, व चाकण मंडले), आंबेगाव (मंचर मंडल), जुन्नर(नारायणगाव मंडल), हवेली
५) अहमदनगर	:	अकोला (अकोला व कोतूर मंडल), पाथर्डी, पारनेर, अहमदनगर, जामखेड, शेवगाव, संगमनेर, श्रीगोंदा, कोपरगाव, श्रीरामपूर, नेवासे, राहुरी, कर्जत
६) बुलढाणा	:	मलकापूर (मोताळा मंडल), खामगाव (खामगाव मंडल)
७) सोलापूर	:	करमाळा, मोहोळ, माढा, पंढरपूर, माळशिरस, सांगोला, मंगळवेढा, अक्कलकोट, उत्तर सोलापूर, दक्षिण सोलापूर, बार्शी
८) सातारा	:	माण, खटाव, खंडाळा, फलटण, कोरेगाव
९) सांगली	:	जत, खानापूर (खानापूर व विटे मंडल), आटपाडी, कवठेमहांकाळ, तासगाव (सावळज, विसापूर मंडले), मिरज (मालगाव मंडल)
१०) नाशिक	:	चांदवड, नांदगाव, कळवण, बागलाण, दिंडोरी (वणी व दिंडोरी मंडले), सिन्नर, येवला, मालेगाव, नाशिक, इगतपुरी, निफाड
११) जळगाव	:	चाळीसगाव, भडगाव, पारोळा, एरंडोल, एदलाबाद, अमळनेर (अमळनेर, शिरसाळी मंडले), पाचोरा (नगर, देवळा मंडल)
१२) धुळे	:	साक्री, सिंदखेडा, नंदुरबार (धनोरा मंडळ वगळून), धुळे

संदर्भसूची

- आठमाही सिंचन समिती (अंतरिम अहवाल (१९७९)
- उपासे शि. मा., 'सिंचनाची नवी दिशा', पुरंदरे प्रकाशन, पुणे (२०१५)
- भारत सरकार ('पंचवार्षिक योजना' १९८०-२०१५)
- भारत सरकार जलसंपत्ती खाते वार्षिक अहवाल (१९८५-२००२)
- भाटीया बी. एम., 'फॅमिन इन इंडिया', एशिया पब्लिकेशन हाऊस, मुंबई (१९६३)
- भूजल सर्वेक्षण व विकासयंत्रणा - महाराष्ट्र शासन, 'भूजल सर्वेक्षण आणि विकासयंत्रणेद्वारे राबविण्यात येणाऱ्या भूजल विकास कार्यक्रमांची माहिती, महाराष्ट्र शासन, पुणे (१९९१)
- ब्रह्मे डॉ. सुलभा, 'दुष्काळ लोकविज्ञान युगाचा', लोकविज्ञान प्रकाशन, पुणे (१९८७)
- महाराष्ट्र राज्य पंचवार्षिक योजना १९६१ ते २०१५
- महाराष्ट्र राज्य टंचाईग्रस्त क्षेत्र सर्वेक्षण वस्तुस्थिती अन्वेषण समिती (१९७३)
- महाराष्ट्र शासन जलसंपत्ती नियमन प्राधिकरण विधेयक (२००३)
- महाराष्ट्र जल व संपत्ती नियोजन व नियमन प्राधिकरण अधिनियम २००२ (प्राप्त)
- महाराष्ट्र जल व सिंचन आयोग अहवाल (खंड १ ते ५) चितळे आयोग (१९९९)
- महाराष्ट्र जलसिंचन आयोग (१९६२)
- महाराष्ट्र सिंचन विकास पाटबंधारे संशोधन व विकास संचलनालय, पुणे - विविध अंक
- महाराष्ट्राची आर्थिक पाहणी (१९९०-९१ ते २००१ तसेच २०११ ते २०१६)
- 'पाणलोट क्षेत्र विकास मृद व जलसंधारण' महाराष्ट्र शासन (१९९४)
- 'पाणलोट क्षेत्र विकासाची मार्गदर्शन तत्त्वे', वनराई प्रकाशन, पुणे (२००१)
- 'पाणलोट क्षेत्र कार्यक्रमाची फलश्रुती', यशोगाथा, महाराष्ट्र शासन, पुणे (१९९६)
- विविध मराठी-इंग्रजी नियतकालिके व वृत्तपत्रे, इंटरनेट, इ.
- रथ नीळकंठ, 'लिंकिंग रिव्हर्स', इपी. डब्ल्यू. (२००३)

- वानखेडे दत्ता, 'महाराष्ट्राची आर्थिक पाहणी २०१४-१५ व २०१५-१६ पी. बी. डी. पब्लिकेशन्स, पुणे
- सुरेश ढमढेरे पुणे जिल्ह्यातील अवर्षण प्रवण भागातील पाणलोटक्षेत्र विकास कार्यक्रमाचे सामाजिक, आर्थिक मूल्यमापन पीएच. डी. थिसिस, टि. म. वि., पुणे (१९९८)
- कुलकर्णी सुषमा, 'भारतीय अर्थव्यवस्थेपुढील आव्हाने' डॉ. बी. डी. कुलकर्णी यांच्या पंचाहत्तरी निमित्त पुष्पांजली, पुणे (२०१५)
- कुलकर्णी, सं. दे. 'महाराष्ट्र सिंचन विकास' पाटबंधारे संशोधन व विकास संचालनालय, पुणे (ऑक्टो., डिसें. २०१५)
- घाराशिवरकर मुकुंद, 'पाण्याच्या भारतीय परंपरा' मनोविकास प्रकाशन, पुणे (२०१३)
- 'जलसंधारण कार्यक्रम एक दृष्टिक्षेप' मृद संधारण व पाणलोटक्षेत्र व्यवस्थापन विभाग, महाराष्ट्र शासन, पुणे (१९९३)
- जलसंधारण विभाग, 'जलसंधारण परिसंवाद', महाराष्ट्र शासन, जलसंधारण विभाग, पुणे (१९९३ -९४)
- ढमढेरे सुरेश, 'अवर्षणाचे सामाजिक व आर्थिक परिणाम : शिरूर तालुक्याचा विशेष अभ्यास' एम. फील, थिसिस टि. म. वि. पुणे (१९८८)
- ढमढेरे, डॉ. एस. व्ही., 'महाराष्ट्रातील जलसंपदा', डायमंड पब्लिकेशन, पुणे (२००९)
- ढमढेरे, डॉ. सुरेश 'महाराष्ट्रातील सिंचन, पाणलोट आणि जलसंधारण' एस. व्ही. डी. एज्युकेशन फाऊंडेशन, पुणे (२००५)
- तपेश्वरसिंग- 'डॉट प्रोन एरिया इन इंडिया' पीपल्स पब्लिकेशन हाऊस, मुंबई (१९७८) मराठी विश्वकोश
- द. महाराष्ट्र इरिगेशन ॲक्ट. १९७६ महाराष्ट्र सरकार
- देशपांडे, आर. एस., रेड्डी रत्ना, 'वॉटरशेड डेव्हलपमेंट ॲप्रोच इन फ्रेगिल रिसोर्स रिजन ॲन ॲनलिरीकल ऑफ महाराष्ट्र' गोखले इन्स्टिट्यूट ऑफ पॉलिटिक्स ॲन्ड इकॉनॉमिक्स, पुणे (१९९१)
- देसाई दत्ता, 'महाराष्ट्रातील दुष्काळ', मागोवा प्रकाशन, पुणे (१९८७)
- धाराशिवकर मुकुंद, 'पाणी उदयाची दिशा' मनोविकास प्रकाशन, पुणे (२०१३)
- नॅशनल वॉटर पॉलिसी -जलस्रोत मंत्रालय, भारत सरकार (एप्रिल २००२)

डॉ. एस. व्ही. ढमढेरे

लेखक–परिचय

- एम. ए., एल. एल. बी., एम. एस. डब्ल्यू., एम. फिल., पीएच. डी. (अर्थशास्त्र)
- एस. पी. जे. कला व वाणिज्य महाविद्यालय, पाबळ, जि. पुणे येथे सहयोगी प्राध्यापक तसेच अर्थशास्त्र विभाग प्रमुख म्हणून कार्यरत.
- विविध महाविद्यालयांत २७ वर्षे अध्यापनाचा अनुभव; इंडियन इन्स्टिटयूट ऑफ एज्युकेशनच्या महाराष्ट्र राज्यातील साधन केंद्राचे सहसंचालक.
- 'अर्थ' या त्रैमासिकाचे 'सहसंपादक'; प्रोग्रेसिव्ह रिसर्च संस्था, पुणे येथे सामाजिक–आर्थिक संशोधन प्रकल्पात संशोधन अधिकारी म्हणून काम. ९ संशोधन प्रकल्प पूर्ण केले.
- मराठी अर्थशास्त्र परिषद आणि इंडियन इकॉनॉमिक असोसिएशन्सचे आजीव सदस्य.
- पुणे विद्यापीठाच्या अर्थशास्त्र विभागाचे संस्थापक सदस्य.
- विविध चर्चासत्रे व कार्यशाळांतून सहभाग, शोधनिबंध वाचन; पुणे विद्यापीठाच्या बहि:शाला शिक्षण मंडळाचे प्रमुख कार्यवाह; विद्यार्थी कल्याण मंडळाचे प्रमुख कार्यवाह; 'कमवा व शिका' या योजनेचे प्रमुख कार्यवाह. महाविद्यालय परिसर विकास विभागाचे प्रमुख.
- अर्थशास्त्रविषयक अनेक पुस्तकांचे लेखन. राष्ट्रीय, आंतरराष्ट्रीय, राज्य तसेच स्थानिक पातळीवर अनेक शोधनिबंध प्रसिद्ध.
- पीएच.डी. साठी मार्गदर्शक.
- जलसंपदेविषयी विविध ठिकाणी व्याख्याने आणि लेखन.

डॉ. एस.व्ही.ढमढेरे यांची इतर प्रकाशित पुस्तके

अर्थशास्त्रीय संशोधनपद्धती	३००/-
आंतरराष्ट्रीय अर्थशास्त्र	२००/-
आंतरराष्ट्रीय अर्थशास्त्र	१६०/-
आधुनिक बँक व्यवसाय	१७०/-
आर्थिक विकास आणि नियोजन	१५०/-
बँक व्यवसाय व सहकार	१५०/-
भारतीय आणि जागतिक आर्थिक विकास	१७५/-
भारतीय आणि जागतिक आर्थिक विकास	१७०/-
व्यापारी अर्थशास्त्र	१३०/-
सार्वजनिक आयव्यय	१७५/-
सूक्ष्म अर्थशास्त्रं	१५०/-
सूक्ष्म अर्थशास्त्र	२००/-
सूक्ष्म आर्थिक विश्लेषण	२५०/-
स्थूल अर्थशास्त्र	१७०/-
आर्थिक विचार आणि विचारवंत	२५०/-
भारतातील सार्वजनिक आयव्यय	१७५/-
भारतीय अर्थव्यवस्था	१५०/-
महाराष्ट्रातील जलसंपदा	२७५/-
व्यावसायिक अर्थशास्त्र	१७५/-
व्यावसायिक अर्थशास्त्र	१५०/-
स्थूल अर्थशास्त्र	२००/-
स्थूल अर्थशास्त्र	११०/-

www.ingramcontent.com/pod-product-compliance
Ingram Content Group UK Ltd.
Pitfield, Milton Keynes, MK11 3LW, UK
UKHW021241031026
15588UKWH00001B/193

9 788184 836998